தமிழ் நவீனமயமாக்கம்
காலச்சுவடு கட்டுரைகள் 1994 – 2014

தமிழ் நவீனமயமாக்கம்
காலச்சுவடு கட்டுரைகள் 1994-2014

மொழியின் பல்வேறு பரிமாணம் சார்ந்த படைப்புகள் தமிழைப்போல் பிற இந்திய மொழிகளின் வெகுசன ஊடகங்களில் இடம்பெற்றதில்லை. தமிழ் இலக்கண, இலக்கியச் சிந்தனைகளுக்கு அப்பால் சமூக அரசியல் விழுமியங்கள் தமிழ் மொழியில் வற்புறுத்திய நவீன மயமாக்கம் சார்ந்த எழுத்துக்கள் இத்தொகுப்பில் இடம்பெற்றுள்ளன. அமெரிக்க ஐரோப்பிய முலாம்பூசி இருபதாம் நூற்றாண்டின் அறுபதுகளில் தமிழகத்தில் அறிமுகமான மொழியியல், தமிழுக்கான ஆய்வுத்தளத்தை நிறுவிக் கிட்டத்தட்ட இரண்டு தலைமுறைகளாகிவிட்டன. இருப்பினும் மொழியியல் ஒரு துறைப் படிப்பாக அங்கீகாரம் பெற மொழிப் பழைமைவாதங்கள் வேகத்தடைகளாக இருந்துவருவது துரதிருஷ்டவசமானது.

இத்தொகுப்பில் இருபது ஆண்டுகளாக வெளிவந்துள்ள பல கட்டுரைகள், நேர்காணல்கள், மதிப்புரைகள், விவாதங்கள், எதிர்வினைகள் முதலானவை *காலச்சுவடு* வாசகனின் மொழிப் புலனறிவில் சலனத்தை ஏற்படுத்தியுள்ளன. இவற்றின் மூலம் ஒவ்வொரு வாசகனும் பெற்றுள்ள மொழியியல், குறிப்பாக மொழி நவீனமயமாக்கம் குறித்த செயலறிவு மொழியியலின் மீது நேரிய மனப்பாங்கை வளர்த்துள்ளது *காலச்சுவடின்* பெரும் பங்களிப்பாகும்.

சு. இராசாராம் (பி. 1942)
பதிப்பாசிரியர்

இராசாராம் நாகர்கோவிலில் பிறந்தவர். அண்ணாமலைப் பல்கலைக்கழகத்தில் மொழியியலில் டாக்டர் பட்டம் பெற்று மைசூர் இந்திய மொழிகள் நடுவண் நிறுவனத்திலும், தமிழ்ப் பல்கலைக்கழக இந்திய மொழிகள் பள்ளியிலும் பணியாற்றிப் பேராசிரியராக நிறைவு பெற்றவர்.

கோட்பாட்டு மொழியியல், கல்வி மொழியியல், தமிழ் மரபிலக் கணங்கள் ஆகியவற்றில் ஆய்வுத் திட்டங்கள் மேற்கொண்டு ஆங்கிலத்திலும் தமிழிலுமாகப் பதினைந்துக்கும் மேற்பட்ட நூல்கள் எழுதியுள்ளார்.

வீரசோழிய இலக்கணக் கோட்பாடு, இலக்கணவியல் என்பன மரபிலக்கண ஆய்வின் முன்னோடி நூல்கள். இணையவழிச் செவ்வியல் இலக்கியம், செவ்வியல் இலக்கணக் கலைச்சொல் இணையக் களஞ்சியம் முதலிய ஆய்வுத் திட்டங்களில் தற்போது ஈடுபட்டுள்ளார்.

தமிழ் நவீனமயமாக்கம்

காலச்சுவடு கட்டுரைகள் 1994 – 2014

பதிப்பாசிரியர்
சு. இராசாராம்

காலச்சுவடு பதிப்பகம்

தமிழ் நவீனமயமாக்கம்: காலச்சுவடு கட்டுரைகள் 1994 – 2014 ♦ பதிப்பாசிரியர்: சு. இராசாராம் ♦ முதல் பதிப்பு: டிசம்பர் 2014 ♦ வெளியீடு: காலச்சுவடு பப்ளிகேஷன்ஸ் (பி) லிட்., 669 கே. பி. சாலை, நாகர்கோவில் 629 001.

காலச்சுவடு பதிப்பக வெளியீடு: 647

tamiz naviinamayamaakkam: kaalaccuvaTu kaTTuraikaL 1994 - 2014 ♦ Articles Editor: S. Rajaram ♦ Language: Tamil ♦ First Edition: December 2014 ♦ Size: Demy 1 x 8 ♦ Paper: 18.6 kg maplitho ♦ Pages: 312

Published by Kalachuvadu Publications Pvt. Ltd., 669 K.P. Road, Nagercoil 629001, India ♦ Phone: 91-4652-278525 ♦ e-mail: publications @kalachuvadu.com ♦ Wrapper printed at Print Specialities, Chennai 600014 ♦ Printed at Mani Offset, Chennai 600005

ISBN: 978-93-84641-13-9

12/2014/S.No.647, kcp1244, 18.6 (1) ILL

பழ. அதியமானுக்கு

பொருளடக்கம்

பதிப்புரை — 13

1. தமிழ் எழுத்துச் சீர்திருத்தமும் திராவிடப் பொது எழுத்தும்
   மதிப்புரை: இ. அண்ணாமலை — 49

2. விண்சமைப்போரும் தமிழன்னை வழிபாடும் - தமிழ் எழுத்துச் சீர்திருத்தம் பற்றிய குறிப்புகள்
   ஆ.இரா. வேங்கடாசலபதி — 55

3. தடைகளைத் தகர்த்த யூனிகோட்
   மாலன் — 60

4. தமிழ், கிரந்த ஒருங்குறிகள்
   கண்ணன் — 65

5. 'கரித்தாள் தெரியவில்லையா தம்பீ...'
   பெருமாள்முருகன் — 72

6. நெஞ்சு பதைக்கிறது
   நஞ்சுண்டன் — 78

7. வினைப்படுத்திகள்
   நஞ்சுண்டன் — 80

8. தற்காலத் தமிழ் மரபுத்தொடர் அகராதி
   மதிப்புரை: பெ. மாதையன் — 83

9. வளர்தமிழில் அறிவியல்
   மதிப்புரை: சி. சிவசேகரம் — 91

10. தமிழ் படைப்புலகம் இன்றும் நாளையும்
    சுந்தர ராமசாமி — 95
11. தமிழ், மலையாள மொழிகளில் ஆங்கிலக் கலப்பு
    ஜி. பாலசுப்ரமணியன் — 102
12. உதிராத மலர்கள்
    ஆ.இரா. வேங்கடாசலபதி — 109
13. உரைநடைக்கு சுந்தர ராமசாமியின் பங்களிப்பு
    ஞானக்கூத்தன் — 120
14. தத்துவ தரிசன நெறிசல்களில் நீந்தும் உரைநடை
    மதிப்புரை: இளஞ்சேரல் — 126
15. தமிழ் நடைக் கையேடு
    மதிப்புரை: பா. மதிவாணன் — 129
16. மொழியியலும் இலக்கியத் திறனாய்வும்
    எம்.ஏ. நுஃமான் — 134
17. பாரதியும் மொழியின் நவீனமயமாக்கமும்
    ஆ.இரா. வேங்கடாசலபதி — 160
18. தொல்காப்பியத்தின் சமகால முக்கியத்துவம்
    அய்யப்பப் பணிக்கர் — 202
19. திணைக்கோட்பாடு என்னும் அரசியல் பிரதி: ஒரு மதிப்புரை
    கோவைவாணன் — 213
20. கணித்தமிழின் காலடித் தடங்கள்
    மு. சிவலிங்கம் — 217
21. தொன்மையில் இல்லை, தொடர்ச்சியில்
    அ. முத்துலிங்கம் — 230
22. தகவல் நெடுஞ்சாலையில் தமிழ் டவுன் பஸ்
    செ.ச. செந்தில்நாதன் — 241
23. தமிழ் லினக்ஸ்: மக்களுக்கான கணினி
    வெங்கட்ரமணன் — 251

24. இணையமும் தமிழும்:
 தமிழக அரசின் சில முயற்சிகள்
 கி. நாராயணன் — 257

25. கணித்தமிழுக்கு ஒரு வினித் சைதன்யா
 கி. நாராயணன் — 262

26. புதிய தொழில்நுட்பங்களைத் தேடி
 சிபிச்செல்வன் — 265

27. 'தமிழுக்குச் செம்மொழித் தகுதி கோரும்போது
 எச்சரிக்கையாக இருக்கவேண்டும்'
 நேர்காணல்: ஆ.இரா. வேங்கடாசலபதி – இ. அண்ணாமலை — 267

28. பழந்தமிழ் என்பது பெரும் சொத்து
 நேர்காணல்: அ. முத்துலிங்கம் – ஜார்ஜ் எல். ஹார்ட் — 285

29. தமிழும் ஜப்பானிய மொழியும்
 சு.கி. ஜெயகரன் — 306

பதிப்புரை

நவீனமயமாக்கம்

நவீனமயமாக்கம் உலகளாவிய ஒரு சமூக நிகழ்வு. அனைத்துலக நிலையில் நாகரிக வளர்ச்சியோடு நிகழ்த்தும் போட்டியை இது குறிக்கிறது. சமூக மாற்றம் என்னும் பழைய கருத்தியலாக்கத்தை இன்றைய நவீன மொழியில் கூறுவது நவீனமயமாக்கம். குறிப்பாக, நவீன நாகரிகத்தோடு நிகழ்த்தும் சொல்லாடல் இது. பொதுவாகத் தொழில்நுட்ப வளர்ச்சி, தொழில்மயமாக்கம், நகரமயமாக்கம், தனிமனித இடம்பெயர்வு மற்றும் அரசியல் பொறுப்பு ஆகியவை சார்ந்த நடைமுறைகளில் நிகழும் வளர்ச்சி மாற்றத்தை இச்சொல் குறிப்பதாகக் கொள்ளலாம். சமூகப் பொருளாதார வல்லுநர்கள் ஒரு மனித சமூகம், வளர்ந்த ஒரு சமூகத்திற்கு இணையாக வளர்வது நவீனமயமாக்கப் படிமுறை என்பர்.

பத்தொன்பதாம் நூற்றாண்டின் இறுதியில் பல ஐரோப்பிய நாடுகளில் அழகியல் சார்ந்த கலை, இலக்கியம் போன்ற துறைகளில் பெரிதும் பயன்பாட்டிலிருந்த நவீனத்துவம் என்னும் கருத்தாக்கத்தோடு நவீனமயமாக்கம் இணைத்துப் பேசப்பட்டது. நவீனத்துவம், நவீனமயமாக்கம் ஆகிய இரு சொற்களுக்கிடையே இருந்த கருத்தியல் ஒற்றுமை இதற்குக் காரணம். பல சந்தர்ப்பங்களில் நவீனத்துவம், நவீனமயமாக்கம் உள்ளிட்ட பொதுச்சொல்லாகவும் கையாளப்பட்டது.

பதினெட்டாம் நூற்றாண்டில் தொழில் புரட்சி தொடங்கி, பிரித்தானிய பொருளாதாரச் சிந்தனைகள் விரிவடைந்தபோது நவீனமயமாக்கம் சமூக வளர்ச்சியில் தவிர்க்க முடியாத ஒரு படிநிலையாகக் கருதப்பட்டது. பத்தொன்பதாம் நூற்றாண்டு, தொழில் புரட்சியோடு நவீனமயமாக்கத்தின் வளர்ச்சியும் விரிவும் கண்ட காலம். கார்ல் மார்க்ஸ், பொருளாதார வளர்ச்சியில் பின்தங்கிய ஒரு நாடு வளர்ந்த நாடுகளிடமிருந்து பாடம் கற்றுக்கொள்ள வேண்டிய தருணம் இதுவென்றும், வளர்ந்த நாடுகள் வளரும் நாடுகளுக்கு அவற்றின் எதிர்காலத்தைக் காட்டும் வழிகாட்டியாக இருக்க வேண்டும் என்றும் கூறி, ஒரு சமூகத்தின் வளர்ச்சியில் நவீனமயமாக்கத்தின் பங்கை உணர்த்தினார்.

தகவல் தொழில்நுட்பமும் அறிவு வளர்ச்சியும் எழுச்சி கொண்ட காலம் இருபதாம் நூற்றாண்டு. இந்நூற்றாண்டில் மரபு வழிப்பட்ட விவசாயத்திலிருந்து இயந்திரச் சமூகத்திற்கு மாறியதன் அடிப்படையில் செவ்வியல் நவீனமயமாக்கக் கோட்பாட்டை அமெரிக்க அறிஞர்கள் முன்மொழிந்தனர். இதனையொட்டி, அனைத்துலக நிலையில் நாடுகளிடையே வேறுபாடுகளைக் கண்டறிதல் முடுக்கிவிடப்பட்டது. சமூகப் பொருளாதார வளர்ச்சி யின் அடிப்படையில் நாடுகள், வளர்ந்த நாடுகள் – வளரும் நாடுகள் எனப் பிரிக்கப்பட்டன. வளரும் நாடுகள் மிதமாக வளரும் நாடுகள், வளர்ச்சிக்குத் தயாராகும் நாடுகள், பின்தங்கிய நாடுகள் என வேறுபடுத்தப்பட்டன. இவற்றுள் வளரும் நாடுகள் வளர்ந்த நாடுகளுக்கு இணையாகச் சமூகப் பொருளாதாரத் தளங்களில் மாறி வளர்வது நவீனமயமாக்கம் என்ற புரிதல் ஏற்பட்டது.

இந்தியத் துணைக் கண்டத்தில் காலனியாதிக்கத்தின்போது ஆங்கில சமூகத்தின் சமூகப் பொருளாதார வளர்ச்சிக்கு ஒப்ப இந்திய சமூகம் தன்னை எல்லாச் சோதனைகளுக்கும் உட்படுத்தி வளர்ந்தது. ஆங்கிலமயமாக்கம், ஐரோப்பிய மயமாக்கம் என்றெல்லாம் நாம் சிலாகித்தது இந்தச் சமூகப் பரிமாண மாற்றத்தைத்தான். இதைப்போலவே, இரண்டாம் உலகப் போர்களின்போது அமெரிக்கர்களின் செல்வாக்கால் ஐரோப்பிய நாடுகள் அமெரிக்கமயமாக்கம் என்றும், பிற நாடுகள் மேற்கத்திய மயமாக்கம் என்றும் நவீனமயமாக்கத்திற்கு உட்பட்டன. இதன் விளைவாக, நவீனமயமாக்கம் என்ற சொல்லுக்கே ஆபத்து வர, மேற்கத்திய கலாச்சாரத்திற்கு எல்லா நிலைகளிலும் மாறுவதே நவீனமயமாக்கம் என்ற வாதம் நிலைத்தது.

மேற்கத்தியமயமாக்கத்தைத் தவிர்த்து நவீனமயமாக்கம் என்றொரு சொல்லுக்குப் பொருளில்லை என்ற வாதம் நிலைபெற்றதுமுண்டு. இருப்பினும், எல்லாச் சமூக விஞ்ஞானங்

களின் ஓர் அங்கமாக நவீனமயமாக்கம் இடம் பெறுவதால், கலாச்சாரப் பண்பாட்டுத் தளங்களுக்கு அப்பால் மொழி உள்ளிட்ட சமூக வளர்ச்சியில் எல்லாத் தளங்களுக்குமுரிய படிமுறையாக நவீனமயமாக்கம் ஏற்றுக்கொள்ளப்பட்டிருக்கிறது. ஐரோப்பிய பண்பாட்டு அடிப்படையிலான மேட்டிமைவாத அணுகுமுறை நவீனமயமாக்கப் படிமுறையில் இன்று முழுவதுமாக ஏற்றுக்கொள்ளப்படுவதில்லை. குறிப்பாக ஆசிய, ஆப்பிரிக்கச் சூழல்களில் நவீனமயமாக்கம் அவரவர் சமூகக் கலாச்சாரப் பகுதிகளை அடிப்படையாகக் கொண்ட ஒட்டுமொத்த மொழித்திட்டமிடுதலின் ஒரு பகுதி. நிலைபேறாக்கமும் *(standardization)* எழுத்துருவாக்கமும் *(graphization)* மற்ற இரு முக்கியமான பகுதிகள்.

மொழி நவீனமயமாக்கம்

மொழி நவீனமயமாக்கம் மேற்கத்திய தொழில்மயமாக்கம், நகரமயமாக்கம் போன்ற நவீனமயமாக்கக் கருத்தியலாக்கங்களைத் தொடர்ந்து மொழியியல் துறைக்கு வந்த புது வரவு. வளர்ந்த நாட்டிலுள்ள ஒரு முதன்மை மொழிக்கு இணையாக, நிகழ்காலச் சமூகத் தேவைகளை நிறைவுசெய்யும் பொருட்டு மொழிப்பயன்பாட்டைத் திட்டமிட்டு உருவாக்கும் படிமுறையென மொழி நவீனமயமாக்கத்திற்கு விளக்கம் கூறலாம். ஒரு மொழியின் வளர்ச்சியை மதிப்பிடும் முக்கியமான கருத்தியலாக்க நிலையளவுருக்களுள் இதுவும் ஒன்று. புதிய எண்ணங்களையும் கருத்தாக்கங்களையும் போதுமான அளவுக்குப் புலப்படுத்தும் தகுதியை ஒரு மொழி பெறுதல் இதன் முதன்மை நோக்கம். இந்த வகையில் கல்வி, அரசியல் நிர்வாகம், நீதித்துறை, அறிவியல் என மொழிப்பயன்பாட்டின் எல்லா மொழியாட்சிப் பகுதிகளிலும் இலக்கணம் உட்பட நிகழும் மொழிப் பயன்பாட்டு விரிவாக்கம் என்பது இச்சொல்லுக்கான விரிவுரை.

எடுத்துக்காட்டாக, தான்சேனியா விடுதலை அடைந்தபோது காலனிய மொழியான ஆங்கிலத்திற்குப் பதிலாக ஸ்வாஹிலியை தேசிய மொழியாக தான்சேனிய அரசு அங்கீகரித்தது. ஆனால், இலக்கியம் உட்பட எந்த ஒரு மொழிப் பயன்பாட்டுத் தளத்திற்கும் போதுமான வளர்ச்சியை ஸ்வாஹிலி பெற்றிருக்கவில்லை. பண்படாத ஒரு பேச்சுமொழியாகவே பல காலம் ஆப்பிரிக்கர்களிடையே வழக்கிலிருந்த ஒரு மொழி என்ற பெருமையைத் தவிர, வேறெந்தச் சிறப்பும் இம்மொழிக்கு இருந்ததில்லை. இருப்பினும், தான்சேனிய அரசின் மொழிக்கொள்கைக்கு இணங்க, வளர்ந்த மொழிகளுக்கு இணையாக எழுத்துருவாக்கம் தொடங்கி எல்லா நிலைகளிலும்

ஸ்வாஹிலியை நவீனப்படுத்திய பெருமை தான்சேனிய அரசுக்கு உண்டு. இன்று தன்னிறைவுபெற்ற மொழியாகக் கருத்துக்களைத் துல்லியமாகப் புலப்படுத்தும் திறன், வெகுசன ஏற்புடைமை என நவீனமயமாக்கத்தின் தகுதிகளைப் பெற்று ஸ்வாஹிலி விளங்குகிறது. தான்சேனிய மக்களின் தேசிய உணர்வும் தாய்மொழிப் பற்றும் உலகத்திற்கு ஒரு முன்மாதிரி. இதைப்போலவே,

"எழுத்துமொழிக்கும் பேச்சுமொழிக்கும் உள்ள இடைவெளி யைக் குறுக்குவது மொழியை நவீனமயமாக்குவதின் முக்கியமான அம்சம். பதினாறாம் நூற்றாண்டில் ஐரோப்பிய மொழிகள், நவீனமொழிகள் ஆனபோது அவை எழுத்துமொழியாக இருந்த லத்தீனிலிருந்து விடுபட்டுப் பேச்சுமொழியின் அடியொற்றி எழுந்து வளர்ந்தன. சென்ற நூற்றாண்டின் கடைசியில் ஜப்பானிய மொழி செம்மொழி நடையை விட்டுப் பேச்சுமொழியைத் தழுவி நவீனமானது. சீனா, பீகிங் பேச்சின் அடிப்படையில் அமைந்த நாடுதழுவிய ஒரு பொதுப் பேச்சுமொழியையும் (Putonghua) அதனடிப்படையில் எழுத்துமொழியையும் நிலைப்படுத்த-முயன்றுகொண்டிருக்கிறது" (அண்ணாமலை 13, மார்ச் 1996).

எந்தவித மொழிநடை ஆரவாரமுமின்றி மொழி நவீன மயமாக்கம் என்றால் என்ன என்பதற்கு அண்ணாமலை தரும் விளக்கம் இங்குப் பொருத்தமாக இருக்கும்:

"ஒரு மொழியை நவீனப்படுத்துவது பலவகைகளில் நடக்கிறது. பழமைப்படுத்துதல் (classicalization) என்ற முறையிலும் நடக்கலாம். வட்டாரப்படுத்துதல் (dialectalization) என்ற முறையிலும் நடக்கலாம். என்னைப் பொறுத்தவரையில் மொழியை நவீனப்படுத்துவது என்பது, நவீன சமூகத்துக்கு ஏற்ற மொழியாக ஆக்குவது, அந்தச் சமூகத்துக்கு ஏற்ற முறையில் மாற்றுவது. அப்போது மொழிக்குச் சில தேவைகள் ஏற்படுகின்றன. சொற்கள் தேவைப்படலாம். பழைய இலக்கியங்களிலிருந்து எடுத்து இந்தத் தேவையை நிரப்புவது ஒரு வழி; ஆங்கிலம் போன்ற உலக மொழிகளிலிருந்து எடுத்து நிரப்புவது ஒரு வழி; பேச்சு மொழியிலிருந்து எடுத்து நிரப்புவது ஒரு வழி. எல்லாவற்றுக்கும் அடிப்படையாக இருக்க வேண்டியது சாதாரண மனிதன் இந்த நவீன சமூகத்தில் இயங்குவதற்கு உதவுகிற மொழியாக இருக்க வேண்டும்" (59, நவம்பர் 2004).

தமிழ் நவீனமயமாக்கம்

தமிழ் ஒரு செவ்வியல் மொழி. கிரேக்கம், இலத்தீன், சமஸ்கிருதம்போன்ற மொழிகளுக்கு இணையான பழமையுடையது. சங்க காலத்திலிருந்தே பல்வேறு கட்டங்களில் தமிழ், நவீன மயமாக்கத்திற்கு உட்பட்டிருக்க வேண்டும். தமிழ் மொழி சமூக அரசியல் வரலாற்றை மேலோட்டமாகப் பார்த்தால் கூடச் சமூக அரசியல் மாற்றங்களோடு காலந்தோறும் தமிழ் மொழியும் மாறி வளர்ந்துவந்த வரலாற்றுச் சுவடுகளை அவதானிக்க முடியும்.

காலனிய காலத்தின் மேற்கத்தியமயமாக்கத்திற்கு முன்னர் இந்திய வரலாற்றில் சமூகம், அரசியல், பண்பாடு, சமயம், கல்வி என எல்லா நிலைகளிலும் ஆரிய நாகரிகம் வளர்ந்த நாகரிகமாக ஏற்றுக்கொள்ளப்பட்டிருந்தது. சமஸ்கிருதமயமாக்கம் நவீன மயமாக்கத்தின் மாதிரிக் கோடாகக் கருதப்பட்டது. குறிப்பாக, இன்றுவரை இந்திய மொழிகள் சமஸ்கிருதமயமாக்கத்தைப் போற்றி, மொழியின் பல்வேறு நிலைகளில் நவீனமயமாக்கத்திற்கு உட்பட்டு வளர்ந்து வருகின்றன. சொல்லேற்றத்திலும் *(lexical transportation)* உரைநடை வளர்ச்சியிலும் மலையாள மொழி இன்றும் நவீனமயமாக்கப் படிமுறையில் சமஸ்கிருதமயமாக்கத்தைப் பெருமையோடு ஏற்றுக்கொள்கிறது. தமிழ்ப் பழஞ்சொற்களை நவீன மலையாளத்தில் கவனமாகத் தவிர்ப்பது இப் படிமுறையின் மற்றொரு அங்கம்.

நவீனம் என்பதைச் சமகாலத்தைப் பின்னணியாகக் கொண்ட கருத்தியல் என்றால், இடைக்காலத் தமிழில் நிகழ்ந்த மாற்றங்கள் நவீனமயமாக்கத்திற்கு உட்பட்டவையே. இடைக்காலத் தமிழ்ச் சமூகம் சமஸ்கிருதமயமாக்கத்தைப் பெருமையுடன் ஏற்றுக்கொண்டிருந்தது. உரைநடை வளர்ச்சியில் சமஸ்கிருதமயமாக்கம் வற்புறுத்திய நவீனமயமாக்கத்தின் விளைவு மணிப்பிரவாளம். இருபதாம் நூற்றாண்டில் தமிழும் சமஸ்கிருதமும் கலந்த இம்மணிப்பிரவாளம் தூய்மையாக்கத்திற்கு உட்பட்டுத் தனித்தமிழாக நவீனமானது. தமிழ் மொழி அரசியல் வரலாற்றில் இவ்விருபடிமுறைகளும் முக்கிய இடம் வகிக்கின்றன. இருப்பினும், தமிழும் பிற இந்திய மொழிகளும் பல்வேறு நிலைகளில் நவீனமயமாக்கத்திற்கு உட்பட்டது இந்தியாவில் காலனியாதிக்கம் நிலைபெற்ற பின்னரே.

காலனியாதிக்கத்தின் போது ஆங்கில மொழியின் வல்லாண்மை காரணமாக இந்தியமொழிகளின் பயன்பாட்டுப் பரப்பில் தேக்கம் ஏற்பட்டது. இத்தேக்கம் தீவிரமான மொழித் திட்டமிடலை எல்லா மொழியாட்சிப்பகுதிகளிலும் கட்டாயப்

படுத்தியது. எல்லா மொழிகளும் எல்லாக் காலத்திலும் எல்லாத் துறைகளிலும் முழுமையாகப் பயன்படுத்தும் ஆற்றல் பெற்றிருக்காது. சமூகத்தில் ஏற்படும் மாற்றங்களுக்கு ஏற்ப மொழியின் பயன்பாட்டுப் பரப்பும் விரிவடைய வேண்டும். இதற்குத் திட்டமிட்ட முயற்சிகள் மொழிப்பயன்பாட்டில் மேற்கொள்ளப்பட வேண்டும். குறிப்பிட்ட ஒரு மொழியாட்சிப்பகுதியில் பயன்படத்தக்க மொழி வகை, சொற்களஞ்சியம், இலக்கணம், புதிய சொற்கள், கலைச்சொற்கள், நடை எனப் பல்வேறு நிலைகளில் சமூக, தொழில்நுட்பத் தேவைக்கேற்ற மாற்றங்கள் மேற்கொள்ளப்பட வேண்டும். நவீனமயமாக்கம், இதற்கான மொழித் திட்டமிடலின் ஒரு நடைமுறைச் செயல்பாடு.

நவீனமயமாக்கம் மொழியியலின் உட்பிரிவான சமுதாய மொழியியலில் மொழித்திட்டமிடுதலின் கீழ் விரிவாகப் பேசப்படுகிறது. எழுத்துச் சீர்திருத்தம், சொல்லாக்கம், கலைச்சொல்லாக்கம், தூய்மையாக்கம், பொதுநிலையாக்கம், கோட்பாட்டாக்கம் என்பன இதனுள் அடங்கும், தமிழில் நவீனமயமாக்கம் குறித்த ஆழமான வாசிப்புக்கு உட்படும்போது பேராசிரியர்கள் இ. அண்ணாமலை, செ.வை. சண்முகம், கி. கருணாகரன், எல். இராமமூர்த்தி போன்ற முக்கியமான ஆளுமைகளை நினைவுகூர்வது முக்கியம்.

இத்தொகுப்பில் இடம்பெறும் பல கட்டுரைகள் வெகுசன ஊடக இயல்பிற்கு மேலாகச் சமூகப் பிரக்ஞையும் ஆய்வுக் கண்ணோட்டமும் நவீனமயமாக்கக் கோட்பாட்டுச் செறிவும் உடையன. இத்தொகுப்பிலுள்ள கட்டுரைகளைக் கீழ்வருமாறு வகைப்படுத்தித் தொகுத்துக் காட்டலாம். இவ்வாறு தொகுத்துக் காட்டும்போது குறிப்பிடும் தலைப்பைக் குறித்தே கட்டுரை முழுவதும் பேசப்படுகிறது என்பது பொருளன்று.

நவீனமயமாக்கம்:	இ. அண்ணாமலை *(2004)*
எழுத்துச் சீர்திருத்தம்:	ஆ.இரா.வேங்கடாசலபதி *(1999)*, மு.சிவலிங்கம் *(2006)*, அ. முத்துலிங்கம் *(2006)*; மாலன் *(2006)*, வெங்கட்ரமணன் *(2006)*, ஜார்ஜ் ஹார்ட் *(2005)*, கண்ணன் *(2010)*, இ.அண்ணாமலை *(1996)*, சிபிச்செல்வன் *(2005)*, கி.நாராயணன் *(2000)*, கி. நாராயணன்*(2005)*.
சொல்லாக்கம்:	நஞ்சுண்டன் *(2011)*, பெ. மாதையன் *(1997)*, ஜி. பாலசுப்பிரமணியன் *(2004)*

கலைச்சொல்லாக்கம்: சி. சிவசேகரம் *(1997)*, சுந்தர ராமசாமி *(1994)*, செ.ச.செந்தில்நாதன் *(2006)*, மு. சிவலிங்கம் *(2006)*

உரைநடையாக்கம்: ஞானக்கூத்தன் *(2005)*, ஆ.இரா. வேங்கடாசலபதி *(2005)*, இளஞ்சேரல் *(2008)*, பெருமாள் முருகன் *(2002)* பா. மதிவாணன் *(2007)*

தூய்மையாக்கம்: இ. அண்ணாமலை *(2004)*, ஜார்ஜ் ஹார்ட் *(2005)*

பொதுநிலையாக்கம்: எம். ஏ. நுஃமான் *(1996)*

கோட்பாட்டாக்கம்: அய்யப்பப் பணிக்கர் *(2006)*, கோவை வாணன் *(2011)*, சு.கி. ஜெயகரன் *(1997)*, இ. அண்ணாமலை *(2004)*

ஒவ்வொரு கட்டுரையையும் தொடர்ந்து, அக்கட்டுரை தொடர்பாக அடுத்து வெளியான கடிதங்களும் எதிர்வினைகளும் விவாதங்களும் சேர்க்கப்பட்டுள்ளன. இவை முன்வைக்கும் கருத்துக்கள் கட்டுரையின் கருத்துக்களுக்கு வலு சேர்ப்பவை. அறிவார்ந்த நிலையில் நிகழும் விவாதங்கள் ஒரு சமூக மொழிப் பிரச்சினையைப் பல கோட்பாட்டுத்தளங்களில் வாசகனுக்கு விருந்தாகப் படைக்கின்றன. நுஃமான் கட்டுரையைத் தொடர்ந்து வேங்கடாசலபதிக்கும் நுஃமானுக்கும் இடையே நடக்கும் விவாதங்கள் ஆரோக்கியமானவை. இதைப்போலவே முதன்மைக் கட்டுரைக்குக் கூடுதல் தகவல் தருமுகமாக அமையும் கடிதங்களும், கட்டுரையாளர் கருத்துக்கு எதிர்வினையாற்றும் கட்டுரைகளும் அக்கட்டுரைக்கு அணி சேர்க்கின்றன.

எழுத்துச் சீர்திருத்தம்

உலகமொழிகளின் நெடுங்கணக்கு வரலாற்றைத் தொகுத்துப் பார்க்கும்போது ஒவ்வொரு மொழியிலும் எழுத்துக்களின் வரிவடிவம், எண்ணிக்கை, எழுதும்முறை ஆகியவற்றில் காலந்தோறும் மாற்றங்கள் நிகழ்ந்துவந்த தடங்களை அவதானிக்க முடியும். வரிவடிவங்களின் எண்ணிக்கைக் கூடுவதும் குறைவதும், பழைய எழுத்து வடிவங்கள் புதிய வடிவங்களால் இடம்பெயர்வதும், மற்றொரு மொழியின் எழுத்து வடிவங்கள் வல்லாண்மை பெறுவதுமான இம்மாற்றங்களுக்குத் தமிழ் நெடுங்கணக்கும் விதிவிலக்காக இருந்ததில்லை. எழுத்துச் சீர்திருத்தம் என்பதின் கீழ் அடங்கும் இம்மாற்றங்கள் மொழி வளர்ச்சியின் முக்கியமான

படிமுறைகளாகக் கருதப்படுவதால், மொழி நவீனமயமாக்கத்தில் இவை விரிவாகப் பேசப்படுகின்றன. சமூகப் பண்பாட்டுக் கூறுகளும் அரசியல் கூறுகளும் இம்மாற்றங்களுக்கு முக்கியக் காரணிகளாக அமைகின்றன. அச்சு, தட்டெழுத்து, கணினி போன்ற தொழில்நுட்பச் சாதனங்களின் அறிமுகமும் வளர்ச்சியும் எழுத்துச் சீர்திருத்தங்களுக்கு ஒவ்வொரு காலகட்டத்திலும் காரணிகளாக இருந்திருக்கின்றன.

தமிழ் எழுத்துச் சீர்திருத்த வரலாறு பல நூற்றாண்டுப் பழமை உடையது. சமூக மாற்றங்களுக்கு ஏற்பத் தமிழ் நெடுங்கணக்கு அந்தந்தக் கால நடைமுறைகளை ஏற்று நவீனமயமாகி வளர்ந்துள்ளது. பதினாறாம் நூற்றாண்டிலிருந்து ஐரோப்பியக் கலாச்சாரப் பரவலாக்கத்தின் விளைவால் ஏடுகளில் புழங்கிய தமிழ் எழுத்துக்கள் தாளிலும் அச்சிலும் ஏறிப் பல மாற்றங்களுக்கு உள்ளாயின. மொழிக்கல்வியும் அரசியல் நிர்வாகமும் விரிவடைந்தபோது எழுத்துச் சீர்திருத்தம் தவிர்க்க முடியாத சமூகக் கட்டாயமானது. பதினேழாம் நூற்றாண்டில் உயிர்க்குறில் மீதும் மெய்யெழுத்துக்கள்மீதும் புள்ளி இடப்பட்டு வந்தது. முதன்முதலாக, வீரமாமுனிவர் என அழைக்கப்பட்ட பெஸ்கி பாதிரியார் உயிர்க்குறில்மீது இடப்பட்டுவந்த புள்ளியை நீக்கி, அவற்றை மெய்யெழுத்துகளிலிருந்து வேறுபடுத்திக் காட்டினார். உயிர் நீட்டத்தைக் குறிக்கும் துணை வடிவங்களையும் இவரே அறிமுகப்படுத்தினார். ஓலைச்சுவடிகளில் பயன்பாட்டிலிருந்த கூட்டெழுத்துமுறை (மெய்யெழுத்துக்களைக் கூட்டி எழுதுதல்) அச்சில் தவிர்க்கப்பட்டதும் இக்காலத்திலேயே. இருபதாம் நூற்றாண்டில் தந்தை பெரியாரால் அறிமுகப்படுத்தப்பட்டுக் கிட்டதட்ட நாற்பத்தைந்து ஆண்டுகளாக அவருடைய பதிப்புகளில் பயன்பட்டு வந்த எழுத்துச் சீர்திருத்தம் தமிழ் நவீனமயமாக்கத்தின் மைல்கல் எனலாம்.

எழுத்துச் சீர்திருத்தம் எந்த வகை மாற்றத்திற்கு உட்பட்டாலும் அதற்கான வலுவான காரணங்களையும், திருத்தத்தை ஏற்றுக்கொள்வதற்கான காரணங்களையும் சமூக ஏற்பு கருதித் தெளிவுபடுத்த வேண்டும். தமிழில் வலுவான காரணங்கள் எதுவுமின்றி தமிழ் எழுத்து முறையையே புதிய எழுத்து முறையால் இடம்பெயர்க்கும் சீர்திருத்தமும், எழுத்துக்களின் எண்ணிக்கையைக் குறைக்கும் சீர்திருத்தமும், துணை எழுத்துக் களில் வடிவ மாற்றங்களை வற்புறுத்திய சீர்திருத்தமும் பல்வேறு காலகட்டங்களில் பலரால் முன்மொழியப்பட்டன. சீர்திருத்தம் என்பதற்கே இடமின்றி தமிழ் எழுத்துமுறைக்குப் பதிலாக மாற்று எழுத்துமுறையை (ரோமன் எழுத்துமுறையை) முன் மொழிந்தவர்கள் மொழி நவீனமயமாக்கத்தின் பொருள்

அறியாதவர். இம்முன்மொழிவுகள் தமிழ் எழுத்துச் சீர்திருத்த வரலாற்றின் கறை படிந்த பக்கங்கள். வேங்கடாசலபதியின் வரிகள் இங்கு முக்கியமானவை.

"இன்றைய தமிழகத்தின் முக்கியமான குடிசைத் தொழில்களில் ஒன்று தமிழ் எழுத்துச் சீர்திருத்தம். (அறிவியல் கலைச்சொல்லாக்கம் மற்றொன்று). தமிழை முன்னேற்றக் கருதும் பலர் தமிழ் நெடுங்கணக்கைச் சீர்திருத்துவதே முதல் வேலை என்று சொல்லிக்கொள்கிறார்கள். ஓய்வுபெற்ற அதிகாரிகளுக்கு இது ஒரு பொழுதுபோக்கு. மீண்டும் தம்மைப் பொதுவாழ்வில் முக்கியப்படுத்திக்கொள்ள ஒரு வழி.

.........புதிய எழுத்துகளை நுழைப்பதால் ஏற்படும் குழப்பங்களைப் பற்றியும் இந்தப் புதுமை நுனிக்கொம்பேறிகள் கவலைப்படுவதாகத் தெரியவில்லை. அச்சுத் தொழில்நுட்பம் தமிழுக்கு வந்து நானூறு ஆண்டுகளுக்கு மேலாகின்றன. அதிலும் சென்ற ஐம்பதறுபது ஆண்டுகளில் அச்சு நூல்களின் எண்ணிக்கை மலைப்பைத் தருவது. இன்றுள்ள வடிவில் தமிழ் எழுத்துகள் தமிழர் மனங்களில் பதிந்து, எழுத்துகளைப் பார்த்தவுடனே இனங்காணும் மௌன வாசிப்புமுறை காலூன்றிவிட்ட பிறகு தமிழ் எழுத்துகளை மாற்றுவதென்பது வன்முறையின்பாற்பட்டதாகவே கருதப்பட வேண்டியது.

..........இந்த நிலையில் புதிய நூல்கள் புதிய வடிவில் அச்சிட்டால் என்னவாகும்? இதுவரை வெளியான தமிழ் நூல்களை எந்தக் கடலில் போடுவது? அவற்றில் உள்ளவற்றை மீட்பது எப்படி? இதுவரை தமிழ் மனங்களில் பதிந்த எழுத்துகளை இல்லாதொழிக்கும் அழிப்பான் யார் சட்டைப் பையில் உள்ளது?" *(26, ஜூலை - செப்டம்பர் 1999).*

இன்றையத் தொழில்நுட்ப வளர்ச்சி மொழிகளின் நெடுங்கணக்கில் வற்புறுத்தும் மாற்றத்திற்கான காரணம் வலுவானது; இன்றைய கணினித்தமிழின் வரலாறு கணினியில் தமிழைக் கையாள்வதற்கான 'எழுத்துரு' உருவாக்கத்தில் தொடங்கியது. பல்வேறு நாடுகளில் தமிழ் அறிஞர்களும் மாணவர்களும் பேராசிரியர்களும் தமிழ் ஆர்வலர்களும் எழுத்தாளர்களும் ஊடகவியலாளர்களும் பல கட்டங்களில் இத்தமிழ் எழுத்துருவாக்கத்திற்குச் சீரிய பங்காற்றியுள்ளனர். 'கணித்தமிழின் காலடித் தடங்கள்' *(76, ஏப்ரல் 2006)* என்னும் சிவலிங்கத்தின் கட்டுரை தமிழ் எழுத்துருவின் வளர்ச்சி வரலாற்றை விரிவாகப் பேசுகிறது. தமிழ் நெடுங்கணக்கில் இம்மாற்றங்களும் வளர்ச்சியும் எழுத்துக்களின் வடிவச்

சார்பானதோ, எண்ணிக்கைச் சார்பானதோ, எழுதும்முறை சார்பானதோ அன்று. இச்சீர்த்திருத்தம் உலகளாவிய நிலையில் தமிழ் நெடுங்கணக்கைக் கணினியில் ஒருங்கமைப்பதற்கான அமைப்பு வழிப்பட்டது.

பல்வேறு தமிழ் எழுத்துருக்கள் பயன்பாட்டில் இருந்த காலத்தில் நீண்ட விவாதங்களுக்குப் பின்னர்க் கணினி பயன்பாட்டிற்கேற்பத் தமிழ் நெடுங்கணக்கு தரப்படுத்தப்பட்டது. இத்தரப்படுத்தம் கணினிவழித் தகவல் பரிமாற்றத்தின் கட்டாயம். இதனடிப்படையில் எழுத்துருக் குறியாக்கமுறையொன்று வடிவமைக்கப்பட்டது. தரப்படுத்தப்பட்ட விசைப்பலகை வடிவமைப்புக்கான மாதிரியும் முன்வைக்கப்பட்டது. இத்தரப்படுத்தமும் அதனைத் தொடர்ந்து உருவான எழுத்துரு குறியாக்கமுறைகளும், உலக அளவில் அனைத்து மொழிகளுக்கும் யூனிகோடு என்னும் பொதுவான ஓர் எழுத்துரு குறியாக்கமுறையில் இடம்பெற வழிவகுத்தன. தமிழ் நெடுங்கணக்கு நவீனமயமாக்கத்தின் உச்ச கட்டம் இது. யூனிகோடு ஒருங்குறி என்ற பெயரில் உலகமொழிகளோடு ஒரே மென்பொருளில் தமிழ் நெடுங்கணக்கும் இணைந்தது. தமிழ் எழுத்துச் சீர்திருத்தத்தை மேலெடுத்துப்போக யூனிகோடுதான் சிறந்த வழி என்கிறார் ஆவரங்கால் சிறீவஸ்.

"இன்னும் சிலர் தமிழ் எழுத்துச் சீர்திருத்தத்துக்கு இதுவே சரியான நேரம் என்று நினைக்கிறார்கள். தமிழ்க் கணினி உலகில் நன்றாக அறியப்பட்ட ஆவரங்கால் சிறீவஸ் ஓர் ஈழத்துக்காரர். முப்பது வருடங்களாக லண்டனில் வசிக்கும் மின்னணுவியல் பொறியாளர். யூனிகோட் அடிப்படைக் கோட்பாடும் தொல்காப்பியக் கோட்பாடும் தர்க்கரீதியில் ஒன்று என்று சொல்லும் இவர், தமிழ் எழுத்துச் சீர்திருத்தத்தை மேலெடுத்துப்போக யூனிகோட் தான் சிறந்த வழி என்கிறார். இவர் உருவாக்கிய பல எழுத்துருக்கள் இன்று உலகம் முழுக்கப் பாவனையில் இருக்கின்றன. திஸ்கி குழுவில் பாடுபட்டவர்களில் இவரும் ஒருவர். இவருடைய ஆவரங்கால் எழுத்துரு திஸ்கியிலும் யூனிகோடிலும் செயல்படும். இப்பொழுது உலகம் முழுவதும் பிரபலமான எகலப்பை யூனிகோட் எழுத்துருவில் ஆவரங்கால் உள்ளடங்கியிருக்கிறது" (முத்துலிங்கம் 76, ஏப்ரல் 2006).

இச்சீர்திருத்தத்தின் விளைவாக நவீனத் தமிழ் அடைந்துள்ள சிறப்பு, மாலனின் வரிகளில்:

"யூனிகோடின் காரணமாகக் கணினியில் தமிழ் புழங்குவதில் பெரும் பாய்ச்சல் ஏற்பட்டிருக்கிறது. உலகெங்கிலுமுள்ள தமிழர்கள் தங்களுக்குள் செய்திகளையும் கருத்துகளையும்

பகிர்ந்துகொள்கிறார்கள். இப்போதுதான் நான் எழுதுவதை நீங்களும், நீங்கள் எழுதுவதை நானும் தடையின்றிப் படிக்க முடியும். இந்த ஒரு வசதியின் காரணமாக வலைப்பூக்கள் (*blogs* என்று ஆங்கிலத்தில் அழைக்கப்படும் *web pages*) நூற்றுக்கணக்கில் மலர்ந்திருக்கின்றன. கடந்த இரண்டு ஆண்டுகளில் தமிழில் ஏறத்தாழ 700 வலைப்பூக்களுக்கு மேல் மலர்ந்திருக்கின்றன. இவற்றில் இலக்கியம், சினிமா, அரசியல், அறிவியல், ஆன்மீகம், பொருளாதாரம், விளையாட்டு, வரலாறு இவற்றோடு அதிகம் எழுதப்படாத துறைகளான மார்கெட்டிங், பங்குச்சந்தை, கணிப்பொறியியல் இவையும் இடம்பெறுகின்றன. எழுதப்படுபவை மீது தணிக்கை, சுருக்கல், நீக்கல், நிராகரித்தல் என எந்தக் கட்டுப்பாடும் இல்லை. இவற்றில் எழுதப்படுபவற்றை எளிதில் பகிர்ந்துகொள்ள முடியும். படித்தவை குறித்து உடனடியாக எழுதியவருக்கே கருத்து தெரிவிக்க முடியும். அந்தக் கருத்தைப் பொதுவிலும் வைக்கலாம்" (76, ஏப்ரல் 2006).

தமிழ் லினக்ஸ், மக்களுக்கான மற்றொரு கணினி. தமிழ் தெரிந்தால் போதும்: கணினியைத் தன் ஆளுகைக்குள் கொண்டு வந்துவிட முடியும் என்கிறார் வெங்கட்ரமணன். தமிழில் கணினி அமைந்தால் மட்டுமே கிராம சுகாதாரம், அடிப்படைக் கல்வி, ஊராட்சி நிருவாகம் போன்ற முக்கியத் துறைகளில் நமக்குக் கணினியின் பயன்பாடுகள் கிடைக்கும் என்று அவர் கூறும்போது இதன்பொருட்டு தமிழ் நெடுங்கணக்கை, சில அடிப்படைத் தேவைகளைக் கருதித் திருத்தங்களுக்கு உட்படுத்தவேண்டிய கட்டாயத்தை நாம் உணர்கிறோம்.

"இணையத்தில் உலாவ, மின்னஞ்சல் அனுப்ப, படங்களைப் பார்க்க, பாட்டு கேட்க என்று எல்லா விதமான நிரலிகளும் தமிழிலேயே கிடைக்கும். விண்டோஸ் இயங்குதளத்தில் நீங்கள் படங்களைக் கொண்ட பயனர் இடைமுகத்தின் (*user interface*) மூலம் என்னவெல்லாம் செய்கிறீர்களோ அந்தக் காரியங்கள் எல்லாவற்றையும் லினக்ஸிலும் அதைப்போலவே செய்ய முடியும்" (76, ஏப்ரல் 2006).

தமிழ் நிரலிகளின் ஒவ்வொரு கட்ட வளர்ச்சியும் சமூக வளர்ச்சி சார்ந்தது.

எல்லாவற்றுக்கும் மேலாகத் தமிழ் நெடுங்கணக்கு அமைப்பு கணினியில் ஏற்றுவதற்குச் சாதகமாக இருந்தது என்று ஜார்ஜ் ஹார்ட் கூறுகிறார்.

"தமிழைக் கணினியில் ஏற்றுவது மற்ற தென்னாசிய மொழிகளிலும் பார்க்க லகுவானது. எண்பதுகளில்

நான் மக்கின்டாஷ் கணினிக்கு ஒரு தமிழ் எழுத்துரு உண்டாக்கினேன். அதேசமயம் மலேசியாவில் முத்து நெடுமாறனும் தனிக் கணினிக்கு ஓர் எழுத்துருவைத் தயாரித்தார். தங்கள் இலக்கியங்களை கம்ப்யூட்டரில் ஏற்றிப் படிப்பதில் தமிழர்களிடம் பெரிய ஆர்வம் இருந்தது. இது நல்ல முன்னேற்றம்தான்" *(70, அக்டோபர் 2005).*

கணினி என்னும் தொழில் நுட்பத்திற்கேற்பத் தமிழ் எழுத்து முறையில் உருவான நவீனத் தளங்களும் மென்பொருள்களும் நம்மை வியக்கவைக்கின்றன. எழுத்துருவும் சொல்லாக்கியும், எழுத்துரு, விசைப்பலகை தரப்படுத்தமும், கையெழுத்து அறிதலும், அகரவரிசையாக்கமும் தேடலும் குறிப்பிடத்தக்கவற்றுள் சில.

இந்நிலையில் இன்று தமிழ் ஒருங்குறி ஒரு புதிய பிரச்சினையைச் சந்தித்துள்ளது. இத்தமிழ் ஒருங்குறிக்குள் ஜ, ஸ, ஷ, க்ஷ, ஹ என்னும் கிரந்த எழுத்துக்களோடு மேலும் 26 கிரந்த எழுத்துக்களைச் சேர்க்க வேண்டும் என்று ஸ்ரீரமண ஷர்மா என்பவரும், கிரந்த ஒருங்குறிக்குள் எ, ஒ, ழ, ற, ன என்னும் தமிழ் எழுத்துக்களைச் சேர்க்க வேண்டும் என்று முனைவர் நாக கணேசன் என்பவரும் ஒருங்குறி ஆணையத்திற்கும் இந்திய அரசுக்கும் தத்தம் பரிந்துரைகளை அனுப்பியுள்ளனர். இதனைத் தொடர்ந்து தமிழ் ஆர்வலர்களிடையே பெரும் விவாதம் எழுந்த நிலையில், 'கிரந்த ஒருங்குறியில் தமிழ் எழுத்துகள் இடம்பெற்றால் தமிழில் வடமொழி புகுந்துவிடும் என்று அச்சப்படத் தேவையில்லை' எனக் காரணகாரியங்களோடு கி. நாச்சிமுத்து தரும் நீண்ட விளக்கம் ஏற்புடையது. தொழில்நுட்பத் தளத்தில் தமிழ் ஒருங்குறி தீக்குளித்து மற்றொரு சீர்திருத்தத்திற்குத் தயாராகிக்கொண்டிருக்கிறது.

எந்தவொரு சீர்திருத்தமும் எதிர்ப்புகளையும் மறுப்புகளையும் தாண்டியே சமூக ஏற்பைப் பெறும். எழுத்துச் சீர்திருத்தமும் இதற்கு விதிவிலக்கல்ல. தமிழ் நெடுங்கணக்கில் எழுத்துக்கள் வரிவடிவ மாற்றங்களுக்கு உட்பட்டதும், புதிய எழுத்துக்கள் கூடுதலாகச் சேர்க்கப்பட்டதும், எழுத்துக்களின் எண்ணிக்கை குறைக்கப்பட்டதுமான வரலாற்று நிகழ்வுகள் இத்தடைகளைத் தாண்டியே நிகழ்ந்துள்ளன. சீர்திருத்தத்திற்கான முயற்சிகள் வலுவான காரண காரியங்களோடு முன்வைக்கப்பட்ட நிலையிலும் ஏற்க மறுக்கும் ஒரு மனித சமூகத்தின் மொழி அரசியல், வர்க்கச் சார்புடையது மாத்திரமன்றி பொதுச் சமூக நவீனமயமாக்கத்திற்கும் எதிரானது. கண்ணன் கூறும் கருத்து இங்கு முக்கியமாகக் கவனிக்கத்தக்கது.

“புதிய எழுத்துருக்களைத் தமிழ் ஒருங்குறிக்குள் கொண்டுவருவதோ தமிழ் எழுத்துகளைக் கிரந்த ஒருங்குறியில் சேர்ப்பதோ எடுத்தேன் கவிழ்த்தேன் என்று செய்துவிட முடியாதவை என்பதில் ஐயம் இல்லை. தொழில்நுட்பம் முதலான பலவிதமான அம்சங்களைக் கணக்கில் கொண்டு விவாதிக்க வேண்டிய பிரச்சினை இது. மொழி அரசியல் சார்ந்த கவலைகளையும் இதில் புறக்கணித்துவிட முடியாது. ஆனால் தமிழுக்கும் வடமொழிக்கும் இடையேயான உறவு சார்ந்த எந்த யோசனை புதிதாக முன்வைக்கப்பட்டாலும் உடனே அதை மொழியின் வல்லாண்மையாகப் பார்க்கும் போக்கு பலவீனமான, தாழ்வு மனப்பான்மை ததும்பும் மனநிலையிலிருந்து வருவதாகவே தோன்றுகிறது. சென்ற நூற்றாண்டின் தொடக்கத்தில் வடமொழி சார்ந்த கற்பிதங்களும் அம்மொழிக்குத் தமிழ்நாட்டில் இருந்த அந்தஸ்தும் தமிழின் பெருமையையும் அதன் இருப்பையும் கேள்விக்கு உள்ளாக்கும் அளவு இருந்தன. அந்தச் சமயத்தில் தமிழின் மதிப்பை மீட்டெடுக்கும்வகையில் பல நடவடிக்கைகள் தேவைப்பட்டன. ஆனால் இன்று நிலைமை மாறிவிட்டது. வடமொழி வல்லாண்மை என்பது இன்று வரலாறு. தமிழ் கோடிக்கணக்கான மக்களால் தொடர்ந்து பேசப்பட்டு வரும் மொழி. கணினியிலும் இணையத்திலும் மிகவும் வலிமையாகத் தன் இருப்பை நிலைநிறுத்திக் கொண்டுள்ள மொழி. மெய்யான மொழிப்பற்றாலும் ஆழ்ந்த அறிவாலும் அயராத உழைப்பாலும் தமிழ் இந்த இடத்தை அடைந்துள்ளது. இன்று தொழிநுட்பரீதியில் தமிழ் சார்ந்து ஏதேனும் யோசனை முன்வைக்கப்பட்டால் அதைத் தொழில்நுட்பரீதியில், மொழியியல் சார்ந்தே எதிர்கொள்ள வேண்டும்” *(132, டிசம்பர் 2010).*

தமிழ் ஒருங்குறியில் சில கிரந்த எழுத்துக்களைச் சேர்ப்பதாலும், கிரந்த ஒருங்குறியில் தமிழ் எழுத்துக்களைச் சேர்ப்பதாலும் மீண்டும் தமிழ் உரைநடையில் மணிப்பிரவாளம் தலைவிரித்தாடிவிடும் என்னும் அச்சம் உள்ளது. இது அர்த்த மற்றது. கடந்துபோன நூற்றாண்டுகளைப் போலல்லாமல் தமிழ் வளர்ச்சி இன்று தமிழ்க் காவலர்களைக் கடந்து சாமானிய தமிழர்களின் சமூகப் பொறுப்பாக மாறியுள்ளது. மொழி நவீனமயமாக்கம் இச்சாமானியர்களைப் புறக்கணித்து நிறைவேறிவிட முடியாது. மணிப்பிரவாளம் ஒரு சில கிரந்த எழுத்துக்களைத் தமிழ் ஒருங்குறியில் சேர்ப்பதன் மூலமாக மட்டுமே மீண்டும் மறுபிறவி எடுக்குமானால் அதனைத் தூக்கி எறிபவர்கள் இச்சாமானியர்களாகவே இருப்பார்கள்.

நவீனமயமாக்கம் இயங்காற்றல் சார்ந்த படிமுறை வளர்ச்சி. எழுத்துச் சீர்திருத்தத்தைப் பொறுத்தவரையில் தமிழ் நெடுங்கணக்கு சமூக அரசியல் கல்வித் தேவைகளின் அடிப்படையில் நவீனப்படுத்தப்பட்டு மாறி வளர்ந்து வந்துள்ளது. இன்னும் எதிர்காலத்தில் அர்த்தமுள்ள மாற்றங்கள் நிகழும். தமிழ் நெடுங்கணக்கில் அதற்கான தேவைகள் இன்னும் உள்ளதாகவே கருதுகிறார் அண்ணாமலை. சமூகப் பொருளாதார அரசியல் நிலைகளில் புதிய மொழிகளோடும் பண்பாடுகளோடும் ஏற்படும் உறவு குறிப்பாக, தமிழ் எழுத்துக்களின் ஒலிப்பு முறையில் மாற்றங்களை வற்புறுத்தும் என்னும் அவரது கணிப்பு முக்கியமாகக் கவனிக்கத்தக்கது. எடுத்துக்காட்டாக, தமிழ்ச் சொல்லில் kg, pb, td போன்ற ஒலி இணைகள் பொருள் வேறுபாடு காட்டுவதில்லை. ஆனால் பல மொழிகளில் இவை பொருள் வேறுபாடு காட்டும் இணைகளாகச் சொல்லில் வருவதுண்டு. பா(p)வம், பா(b)வம் போன்ற இணைகள் மொழியில் அதிகம் ஆகும்போது பொருள் வேறுபடுத்தும் திறனைக் காக்கும் முறையில் புதிய எழுத்துக்கள் தேவைப்படும் என்கிறார் அண்ணாமலை.

> “புதிய தமிழில் இந்தத் தேவை இருக்கிறது. புதுமையாக்கத்தின் ஒரு பகுதி உள்ளடக்கம் விரிவது. மற்ற மொழிகளோடு, நாடுகளோடு தொடர்பு விரிவது. இந்த விரிவு புதிய சொற்களை அறிமுகப்படுத்துகிறது. புதிய சொற்கள் பொதுச் சொற்களாக இருக்கலாம். ஆள், ஊர்ப்பெயர்களாக இருக்கலாம். தமிழகத்தில் பத்திரிகையாளர்கள், சிங்கப்பூர், மரீஷியஸ் போன்ற வெளிநாடுகளில் வசிக்கும் தமிழர்கள் இந்தப் பிரச்சனையைத் தினந்தோறும் சந்திக்கிறார்கள். தங்கள் நாட்டுத் தலைவர்களின் பெயரையே, தாங்கள் இருக்கும் தெருவின் பெயரையே தமிழில் எழுத இடர்ப்படுகிறார்கள் அறிவியலால் வரும் கலைச்சொற்கள் பொருள் வேறுபடுத்தும் புதிய ஒலிகளைத் தமிழுக்குக் கொண்டு வருகின்றன. இவற்றைத் தமிழில் எழுதப் புதிய எழுத்துக்கள் தேவை. இவை தமிழ் நவீனப்படுவதன் தேவைகள். இதில் என்னென்ன இடர்ப்பாடுகள் இருக்கின்றன என்று தரவின் அடிப்படையில் அலசி வழிகாணுவது எழுத்துச் சீர்திருத்தத்தின் முக்கியமான அம்சமாக இருக்க வேண்டும்” *(13, மார்ச் 1996).*

கணினி தொழில்நுட்பப் பார்வையில், தமிழ் நெடுங்கணக்கு எழுத்துருக் குடியேற்றம், மற்றும் விசைப்பலகைத் தரப்படுத்தம், ஒளிவருடி, தமிழ் தேடல் இயந்திரம், கணினி மொழிபெயர்ப்பு போன்ற தொழில்நுட்பங்கள் கணித்தமிழைப் பின் நவீன யுகத்திற்கு எடுத்துச் செல்வதற்கான முதல் படியாக சிபிச்செல்வன் *(61, ஜனவரி 2005)* கருதிய நாளிலிருந்து கணினிவழி ஒட்டுமொத்த தமிழ்

நவீனமயமாக்கம் மேற்கத்திய நவீனமயமாக்கத்திற்கு இணையான வளர்ச்சியை அடையாளப்படுத்தியுள்ளது குறிப்பிடத்தக்கது.

கான்பூர் *IIT*யிலுள்ள கணினி மையம், கணினி தொழில் நுட்பத்தைக் கொண்டு மொழி சார்ந்த பல சாதனைகளை நிகழ்த்தி வருகிறது என்றும், ஆங்கிலத்தில் சாத்தியமாகியிருக்கும் பலவற்றையும் இந்தியில் சாத்தியமாக்கும் முயற்சிகள் நடந்து வருகின்றன என்றும், பாணினி வகுத்த பண்டைய இலக்கணத்தை இன்றையத் தேவைக்கு ஏற்ப நவீனப்படுத்தவும், அதன்மூலம் இந்தியா முழுமைக்கும் ஒரே சீரான மொழி இலக்கணம் கொண்டு வரவும், மொழிகளுக்கிடையான பரிமாற்றம் துரிதகதியில் நிகழவும், அதற்கேற்பக் கணினிவழி மொழிபெயர்ப்பை மேம்படுத்தவும் முயற்சிகள் மேற்கொள்ளப்பட்டு வருகின்றன என்றும் நாராயணன் *(26, ஜூலை – செப்டம்பர் 1999)* குறிப்பிடுகிறார். இப்பணிகளில் இன்று வியக்கத்தக்க மாற்றங்கள் ஏற்பட்டுள்ளன. இந்தி மொழியை நவீனப்படுத்துவதற்கென்றே தன் வாழ்வை அர்ப்பணித்துள்ள வினித் சைதன்யாக்கள் தமிழிலும் தோன்றியுள்ளார்கள்; இந்தியைப்போல் தமிழும் அதி நவீனப்படும் காலம் வெகு தொலைவில் இல்லை *(நாராயணன் 61, ஜனவரி 2005).*

சொல்லாக்கம்

ஒரு மொழியின் வளர்ச்சியில் சொல்லுருவாக்கம் முக்கியப் பங்கு பெறுகிறது. மாறி வளரும் சமூகம் அதன் தேவைகளை நிறைவுசெய்து முன்னேறப் பிற மொழிகளிலிருந்து கடன் வாங்குதல், புதிய சொற்களை உருவாக்குதல் என்னும் பொதுவான அமைப்பில் நிகழ்ந்தாலும், வேர்ச்சொல்லோடு விகுதிகளை இணைத்தல், இரண்டோ இரண்டிற்கு மேற்பட்டோ வினைச்சொற்களையோ பெயர்ச்சொற்களையோ இணைத்தல், பெயரோடு துணைவினைகளை இணைத்தல், கூட்டுச் சொல்லாக்குதல் என்னும் உத்திகளே பெரும்பாலும் சொல்லுரு வாக்கத்தில் பயன்படுத்தப்படுகின்றன, தமிழில் வேர்ச்சொல்லோடு விகுதிகளை இணைத்து உருவாக்குதல் அதிக அளவில் நடைபெறுகிறது என்பர் சமுதாய மொழியியலாளர்.

மொழிநடையில் வினை மாறிகளைப் பயன்படுத்தும் நோக்கில் துணை வினைகளைக்கொண்டு புதிய சொற்கள் உருவாக்கப்படுகின்றன. வினைப்படுத்திகள் என்று இவற்றை வகைப்படுத்தும் நஞ்சுண்டன், இவற்றால் உருவாக்கப்படும் கூட்டு வினைகளைக்காட்டிலும் தனிவினைகள் செறிவு நிறைந்தவை என்று குறிப்பிடுவார் *(137, மே 2011).* கணினித் தொழில்நுட்பமும் தமிழ்ச் சொல்லமைப்பைக் கணினி பயன்பாட்டிற்கேற்ப வடிவமைத்துக் கொள்ளும் முயற்சிகள் இன்னும் தொடர்ந்து

வருகின்றன. சொல் பிரித்தல், சொல்/ இலக்கணப் பிழைதிருத்தம் இரண்டும் முக்கியமான ஆய்வுக்களன்கள்.

புதிய மொழிப் பயன்பாட்டு விரிவாக்கத்திற்கு உட்படும் சொற்களும் கலைச்சொற்களும் அகராதிகளாகத் தொகுக்கப் படுதல் நவீனமயமாக்கத்தின் இயல்பான நடவடிக்கைகளில் ஒன்று. 'க்ரியா'வின் 'தற்காலத்தமிழ் அகராதி' தமிழ் நவீனத்திற்கு ஒரு சான்று. தொடர்ந்து வெளிவந்துள்ள மரபுத்தொடர் அகராதியும் இதற்கு விதிவிலக்கன்று. 'மொழிப்பயன்பாட்டில் உணர்வு வெளிப்பாட்டுக்கு மிக முக்கிய இடமுண்டு. நேரடிப் பொருள்தரும் சொற்பயன்பாடுகளைக் காட்டிலும் மறைமுகமான, குறிப்பான பொருள் தரும் சொல், தொடர்ப்பயன்பாடுகள் உணர்வு வெளிப்பாட்டிற்குப் பெரிதும் பயன்படுகின்றன' என்று கூறும் மாதையன், இன்றைய பொருட்புலப்பாட்டுச் சூழல்கள் மரபுத்தொடர் அகராதி உருவாக்கத் தேவையை முன்னிறுத்துகின்றன என்று கூறுகிறார் (19, அக்டோபர் – டிசம்பர் 1997).

இரண்டு மொழிகளுக்குள் பரிமாற்றம் நிகழும்போது ஒரு மொழியிலிருந்து உருபுகள், சொற்கள், வாக்கியங்கள் என்று எல்லாவித மொழியமைப்புகளையும் மற்றொரு மொழி கடன்வாங்குவது இயல்பு. மொழியின் இவ்வியங்கு தளம் குறிப்பாக இரண்டு முறைகளில் அமைவதுண்டு. முதலாவது முறை, கடன்வாங்குதல். இம்முறையில் பெரும்பாலும் சொற்களே, அதிலும் பெயர்ச்சொற்களே அதிகம் இடம்பெறும். இவை காலவோட்டத்தில் தாய்மொழியின் மொழியமைப்பையொட்டித் தற்சமமாகவோ தற்பவமாகவோ நிலைபெறும். மற்றொருமுறை, மொழித்தாவல். இம்முறையில் பொருத்தமான மொழிச் சொல் இல்லாதநிலையில் இரண்டாம் மொழியின் சொல், பயன்பாட்டிற்குத் தேர்வாகும். இவ்வகைச்சொற்கள் கடன்வாங்கிய சொற்களைப்போல் தாய்மொழி அமைப்பின் எந்த இயல்பையும் பெறுவதில்லை. தாய்மொழிச் சொல் நிறைவேற்ற முடியாத ஒரு சொல்லின் இடத்தை நிரப்ப இது உதவும். சொற்றொடர், வாக்கியம் முதலான நிலைகளிலும் இம்மொழித்தாவல் நிகழ்வதுண்டு. இதனை மொழிக்கலப்பு என்பர் (54, ஜூன் 2004). இக்கலப்புமொழிப் பயன்பாடும் ஒருவகை நவீனமயமாக்கமே.

கலைச்சொல்லாக்கம்

கலைச்சொல்லாக்கம் என்றவுடனேயே மேற்கத்திய கலாச்சாரப் பின்னணியில், மேற்கத்திய மொழியில் மேற்கொள்ளும் ஒரு நடவடிக்கை என்ற பிம்பமே உருவாக்கப்படுகிறது. தனிநிலை அறிவியலானாலும் சமூக அறிவியலானாலும் இப்பின்னணியில் உருவாகும் சில கற்பிதங்கள்தாம் கலைச்சொல்லாக்கத்தின்

வழிகாட்டி என நாம் கருதுகிறோம். நம் தாய்மொழியில் புதிது புதிதாகச் சொற்களை நாம் அன்றாடம் உருவாக்கும் உத்திகளைப் பற்றிச் சிந்திப்பதில்லை. ஒவ்வொரு துறைவழக்கிலும் நாம் *(Register)* மேற்கொள்ளும் முயற்சியின் கனத்தையும் நாம் உணர்வதில்லை. கலைச்சொல்லாக்கம் என்னும் சொல்லுருவாக்கம் மேற்கத்தியக் கலாச்சாரம் வளர்ந்த காலம்வரை நாம் அறியாத ஒன்று என்னும் மாயை இன்னும் விலகவில்லை. இதற்கு அடிப்படைக் காரணம் மேற்கத்திய அறிவியலுக்கு இணையான அறிவியல் வளர்ச்சியை நாம் பெறவில்லை என்பதே. இது தவறு. மேற்கத்திய விஞ் ஞானத்திற்கு இணையான இயற்கை விஞ்ஞானத்தை நம்மாழ்வாரால் பேச முடிந்தது. புதிய கருத்தியலாக்கங்களையும் கலைச்சொற்களையும் நம் இயற்கை விஞ்ஞானத்தில் இருந்தே மேற்கத்திய கலாச்சாரத்திற்கு இணையாக அவரால் உருவாக்க முடிந்தது. இது மாதிரியான ஓர் அணுகுமுறை நமக்கேன் சாத்தியப்படாமல் போயிற்று என்பதற்கு இன்னும் விடையில்லை.

> "கலைச்சொல்லாக்கம் தொடர்பான பிரச்சனையே தமிழில் விஞ்ஞான விருத்தியின் அதி முக்கியமான பிரச்சனையாகக் காணப்படுவதாலும் ஆங்கிலச் சொற்களை ஒலிபெயர்ப்பதும் மொழிபெயர்ப்பதும் அவற்றுக்குரிய மாற்றுக்களைத் தமிழுக்குள் தேடுவதுமே பெரும் கவனத்துக்கு உரியனவாக வுள்ளன.
>
> ஆங்கிலத்தின் மேலாதிக்கம் பற்றிய நம் மறுப்புணர்வு வலுவீனமானது என்பதால் ஆங்கில மொழிவழிச் சிந்தனை களைத் தமிழில் எவ்வாறு வழங்குவது என்பதுதான் தமிழில் விஞ்ஞானம் பற்றிய அடிப்படைப் பிரச்சனையாகிவிட்டது. இது சமூகவியல், இலக்கியம்போன்ற துறைகளில் ஓங்கியுள்ள ஒரு போக்காக இருக்கும்போது, ஆங்கிலம் வாயிலாகவே நம்மை வந்தடையும் விஞ்ஞான அறிவில் இப்பண்பு மேலோங்கியிருப்பதில் வியப்பென்ன? (சிவசேகரம் **19**, அக்டோபர் - டிசம்பர் **1997**).

இலக்கியக் கலைச்சொல்லாக்கச் சிந்தனைப்போக்கிலும் இந்நிலையே நிலவுகிறது. உலக இலக்கியங்களுக்கெல்லாம் பொதுவான துறை இலக்கியத் திறனாய்வியல். அறிவியல் துறைகளில் மட்டுமன்றி இன்று இத்துறையிலும் கலைச்சொல்லாக்கம் முழு வீச்சில் நடைபெறவேண்டியுள்ளது. இதுவரை பல சொற்கள் உருவாக்கப்பட்டிருக்கின்றன. ஆனால், அறிவியல் துறைகளில் போல தனி முயற்சி எதுவும் இதுவரை மேற்கொள்ளப்படவில்லை. இருப்பினும், அவ்வப்போது மேற்கொள்ளும் சிறு முயற்சி களின்போதும் இரண்டாயிரம் ஆண்டுப் பழமையுடைய நம் இலக்கியங்களும் உரைகளும் இலக்கியவியல், திறனாய்வியல்

சார்ந்த கலைச்சொல்லாக்கத்திற்கு வலுவான தளங்களாக கருதப்படவில்லையே என்று ஆதங்கப்படுகிறார் சுந்தர ராமசாமி.

> "இலக்கியத் துறையில் நாம் இன்று பயன்படுத்தும் கலைச்சொற்கள் அதிகமும் மேற்கத்திய உலகின் சிந்தனை ஆய்வுகளில் இருந்து உருவாகி வந்தவை. நமது இலக்கியங்களிலிருந்து நாம் அனுபவம் பெறவில்லையா? நமக்கு நீண்ட இலக்கிய மரபு இல்லையா? அவற்றில் சில படைப்புகளேனும் உலகப் படைப்புகளுக்கு நிகரானவை என்று தமிழ் விமர்சகர்கள் கூறியதில்லையா? நமது இலக்கியங்களிலிருந்து அனுபவம் பெற்று அவ்வனுபவத்தின் சாரங்களைக் கண்டறிந்து நமது கலைச்சொற்களை உருவாக்க நமக்கு என்ன தடை?" ***(9, அக்டோபர் 1994).***

கலைச்சொல்லாக்கம் என்னும் கருத்தியலாக்கத்தை இலக்கியத்துறைக்கும் கடைவிரித்த பெருமை சுந்தர ராமசாமிக்கே உண்டு. இலக்கியக் கலைச்சொல்லாக்கம் குறித்த சுந்தர ராமசாமியின் கருத்து ஒவ்வொரு இலக்கியப் படைப்பாளியும் மனங்கொள்ளத்தக்கது:

> "மேற்கத்திய கலைச்சொற்களை விரவி நேற்றைய கவிதை இலக்கியத்தை ஆராயும்போது இலக்கிய விமர்சனத்தின் மிக உறுதியான அடிப்படைகளை உருவாக்குகிறோம் என்று மனப்பால் குடிக்கிறோம். இது பொய்யான கற்பனை. இந்தக் கற்பனையை உருவாக்கியவர்களும், அதில் தங்கி நிற்பவர்களும், அதைத் தங்கள் உத்தியோக வெற்றியாக மாற்றியிருப்பவர்களும் அதிகமும் கல்லூரி ஆசிரியர்கள் தான். விமர்சனத்தில் நாட்டம் கொண்ட படைப்பாளிகளுக்கு இதில் பங்கு கிடையாது.
>
> விமர்சனம் ஓங்கப் படைப்பிலிருந்து பெறும் அனுபவம் முக்கியமானது. சுய அனுபவத்தின் சாரத்திலிருந்துதான் நுட்பமான கலைச்சொற்கள் உருவாகி வரும். ஆனால், நாம் நம் இலக்கியத்திலிருந்து பெற வேண்டிய இயற்கையான அனுபவத்திற்குக் குந்தகமாக நிற்கிறது மேற்கத்திய கலைச்சொற்கள் சார்ந்த பார்வை. மற்றொரு வாழ்க்கை யின் ஊடாக நம்முடைய வாழ்க்கையை நாம் பார்த்தோம் என்றால் அந்தப் பார்வையில் எப்படித் தெளிவு கூடும்?" ***(9, அக்டோபர் 1994).***

தமிழில் அறிவியல் கலைச்சொல் உருவாக்கம் பெரும்பாலும் அறிவியலிலும் மொழியிலும் சம புலமைபெற்ற வல்லுநர்களின் கூட்டுமுயற்சியாலேயே நடைபெற்று வந்துள்ளது. இக்கூட்டுமுயற்சியில் தீவிர மொழிப்பற்றுடைய சில

வல்லுநர்களால் ஏற்படும் பிரச்சனைகள் கலைச்சொல்லின் பொருத்தத்தையும் ஏற்புடைமையையும் பாதித்துவிடுவதுண்டு. பல சந்தர்ப்பங்களில் சில வல்லுநர்கள் குழுக்கூட்டத்தையே புறக்கணிக்கத் தயங்குவதில்லை. செந்தில்நாதன் மிகச் சரியாகவே தன் கட்டுரையில் இதனை வெளிப்படுத்துகிறார்.

"தமிழக அரசின் கலைச்சொல்லாக்கக் குழுவில் தொடக்கத்தில் நானும் பங்கெடுத்தேன். அப்போது கணிப்பொறி அறிவியலில் பயன்படுத்தும் *Object Oriented Programming* அல்லது *debugging* போன்ற கலைச்சொற்கள் வேறு என்றும், விண்டோஸ் போன்ற *GUI* மென்பொருள்களில் பயன்படுத்தப்படும் *File, Edit, Options* போன்ற சொற்கள் வேறு என்றும், *GUI* சொற்கள் கலைச்சொற்களல்ல, அவற்றுக்கு இணையான சொற்களை நாம் புதுமையாக ஆக்குவதே சரி என்றும் வாதிட்டிருக்கிறேன். மிகவும் சாதாரணமான *GUI* சொற்களைத் தமிழ் அறிஞர்கள் ஒன்றுகூடிக் கடுமையான சொற்களாக அப்போது மாற்றிக்கொண்டிருந்தார்கள். நம்ம பருப்பு வேகாது என்று தெரிந்துகொண்ட பிறகு அந்தக் கலைச்சொல் கமிட்டி பக்கமே நான் தலைகாட்டவில்லை.

தமிழ் ஆர்வம், தமிழ்ப் பற்று போன்றவை கணித்தமிழை நோக்கிய பயணத்தில் முதல் படி மட்டுமே. இன்று நாம் பார்க்கும் கணித்தமிழ் வளர்ச்சியில் பங்கேற்றவர்களைப் பின்னிப் பிணைக்கும் ஓர் இழையாக இருப்பது தமிழ்ப் பற்றுதான். ஆனால் அதைத் தாண்டிச் சென்று, மொழியின் அனைத்து அம்சங்களையும் கணக்கில் எடுத்துக்கொண்டு மக்களின் தகவல் மற்றும் தகவல் தொடர்பாட்டுத் தேவைகளின் அடிப்படையில் மென்பொருள் இயற்றுவது, அதற்கான சந்தையை மேம்படுத்துவது அல்லது உருவாக்குவது, நவீனத் தமிழ் பிராண்ட்களை உருவாக்குவது போன்றவை முக்கியம்" (76, ஏப்ரல் 2006).

சுந்தர ராமசாமி கூறுவதுபோல, 'மேற்கத்திய கலைச்சொற்கள் ஒன்றுவிடாமல் மொழிபெயர்க்கப்பட வேண்டும். அவற்றை மொழிபெயர்க்கும்போது தூய தமிழில் மொழிபெயர்க்க வேண்டும்' என்ற பிடிவாதமும் கலைச்சொல் உருவாக்கத்துக்கு உதவாது.

கலைச்சொல் உருவாக்கத்திற்கு அப்பால் கணினி அறிவியலைப் பற்றிப் பேசுவதற்கும் எழுதுவதற்குமான ஒரு துறைவழக்கை உருவாக்கிக்கொள்வது மிகவும் அவசியம். இவ்வழக்கில் பயன்கொள்ளும் சொற்கள், சொற்றொடர்கள், வாக்கியங்கள், கருத்தாடல் அமைப்பு ஆகியவை பற்றிய தெளிவான அறிவும் பயன்படுத்தும் திறனும் கைவரப்பெற வேண்டும்.

சிவசேகரம் கூறுவதைப்போல, 'கலைச்சொல்லாக்கத்தைவிட அடிப்படையானது சிந்தனை முறை தொடர்பான சொல்லாக்கம். மெய்யியல், அளவையியல், கணிதம் ஆகிய துறைகளில் அடிக்கடி சந்திக்கும் கோட்பாடுகள் பற்றிய தெளிவும், சொல்லாக்கத்தில் தமிழரிடையே உடன்பாடும் மிக அவசியமானவை?' (19, அக்டோபர் - டிசம்பர் 1997). கணினி கலைச்சொல் உருவாக்கத்தில் தமிழர் அனைவரின் கணிசமான பங்கும் உடன்பாடும் இங்குக் குறிப்பிடத்தக்கவை.

"கணிப்பொறியின் கலைச்சொற்களை உருவாக்கியதில் பலரது பங்களிப்பு உள்ளது. கணித்தமிழ் ஆர்வலர்கள், இணையத்தில் இயங்கும் சமூகக் குழுக்கள், தமிழ் நாளிதழ்கள், வார, மாதப் பத்திரிகைகள், நூலாசிரியர்கள், அரசு மற்றும் பல்கலைக்கழகங்கள் அமைத்த கலைச் சொல்லாக்கக் குழுக்கள், சங்கங்கள் ஆகிய அனைவருமே கணித்தமிழ்க் கலைச்சொல்லாக்கத்தில் கணிசமாகப் பங்காற்றியுள்ளனர்" (76, ஏப்ரல் 2006)

என்று குறிப்பிடுகிறார் சிவலிங்கம்.

உரைநடையாக்கம்

உரைநடையாக்கமும் நவீனமயமாக்கத்தின்பாற்படும். காலந்தோறும் நவீனமயமாகி வளர்ந்துவரும் ஒரு மொழி வகை ஆகும் உரைநடை. மனிதன் தன் கருத்துக்களைக் கோவைப்படுத்தி நேரடியாகப் புரியவைக்க மொழியைப் பேச்சு நடையிலிருந்து சிறிது பண்படுத்திய காலந்தொட்டே உரைநடை வளர்ச்சி பெறத் தலைப்பட்டது. ஒவ்வொரு காலகட்டத்திலும் அக்காலத்தில் வளர்ந்த மொழியாகக் கருதப்பட்ட மொழிக்குச் சமூக மதிப்பு தந்து, அதனை மாதிரியாகக் கொண்டு தமிழ் உரைநடை ஏற்றம் கண்டுவந்துள்ளது. இடைக்காலத் தமிழ்மொழி வரலாற்றில் இதன் மாதிரியாக சமஸ்கிருதம் இருந்தது. தமிழில் கிடைக்கின்ற பல பழைய கல்வெட்டுக்கள் நமக்கு இதனை உணர்த்துகின்றன. இவை பெரும்பாலும் பிராமி எழுத்துக்களில் எழுதப்பட்டதாகக் கூறுவர். தான் பேசிய மொழியிலிருந்து விலகி, மக்கள் பேசிய மொழியை இம்முயற்சியில் கையாண்டதன் மூலம் செய்யுள் நடையிலிருந்து மாறி மற்றொரு நடையைப் பயன்படுத்திய பாங்கை உணர முடியும்.

தாம் பேசிய சொற்களோடு புதிய சொற்களைச் சேர்த்தும், சமஸ்கிருத மொழியிலிருந்து கடன்வாங்கியும் எழுதப்பட்டுள்ள பல கல்வெட்டுக்கள் இன்று கிடைக்கின்றன, இவை கி.பி. மூன்றாம் நூற்றாண்டிலிருந்து ஒன்பதாம் நூற்றாண்டுவரை தமிழகத்தை

ஆண்ட பல்லவர் காலத்தவை. இவை அக்கால இலக்கிய நடையிலிருந்து வேறானவை. எழுதுவதற்குப் பயன்படுத்திய இவ்விலக்கிய நடை தமிழ் இலக்கிய இலக்கணங்களைக் கற்பிக்கப் பயன்படுத்தப்பட்டது. இடைக்கால மொழிச்சூழமைவில் சமஸ்கிருதம் சமூக மதிப்பும் அரசியல் செல்வாக்கும் பெற்று வளர்ந்தபோது தமிழும் சமஸ்கிருதமும் சமமாகப் பயன்கொண்ட ஒரு நடைவகையாக இது உருவாகியது. சமயப் பரப்பலை முக்கிய நோக்கமாகக் கொண்ட சமண, பௌத்த சமயத்தினர் இவ்வுரைநடையைப் போற்றினர். மணிப்பிரவாளம் எனப் பெயர் பெற்ற இவ்வுரைநடை தமிழில் மட்டுமல்லாமல் இந்தியமொழிகள் அனைத்திலுமே எல்லோராலும் ஏற்றுக்கொள்ளப்பட்டிருந்தது. இருபதாம் நூற்றாண்டில் தமிழில் மொழித் தூய்மையாக்கம் வலுவான மொழிச் சீர்திருத்தமாக உருவானபோது மணிப்பிரவாளம் மறுக்கப்பட்டுத் தனித்தமிழ் உரைநடை வளர்ந்தது.

இலக்கிய, இலக்கண உரையாசிரியர்களின் எழுத்தாணிக்குள் வாழ்ந்திருந்த உரைநடை, வணிகம் மற்றும் கிறித்தவ சமயப் பரப்பல் பொருட்டுத் தமிழ்நாட்டுக்கு வந்த ஐரோப்பியர் காலத்தி லிருந்து வெகுசனத் தொடர்பைக் குறிக்கோளாகக்கொண்டு சமய வளர்ச்சி, பொதுக்கல்வி எனப் பிற சமூகத்தளங்களுக்கும் விரிவடைந்தது. இருப்பினும், செய்யுள் நடையே கல்விமுறையில் பெரும்பங்கை வகித்திருந்தது. ஆக்கிலேயர்களுக்காக எளிய தமிழ் இலக்கணம் ஒன்றை எழுதிய பாதிரியார் ஒருவர் குறிப்பிடுவதை ஞானக்கூத்தன் கீழே தருகிறார்.

> "இந்த நாட்டை ஆண்டுகொண்டிருக்கும் ஆங்கிலேயர்கள் இலக்கணம், இலக்கியம், கணிதம், வானியல் ஆகிய விஷயங்களைக் கவிதையில் சொல்லிக் கொடுப்பதை நிறுத்திவிட்டார்கள்; அவற்றைத் தெளிவான உரைநடையில் சொல்லித் தருகிறார்கள். எனவே அவர்கள் தேசத்துக் குழந்தைகள் குறைந்த கால அளவில் கற்றுத் தேர்ந்து பணிகளில் திறமையுடையவர்களாகிறார்கள். ஆனால் நமது தேசத்தில் இந்த விஷயங்கள் குழந்தைகளுக்குக் கூடக் கடினமான செய்யுளில் எழுதப்படுகின்றன. அகராதிகளைக் கொண்டும், விளக்கவுரைகளைக் கொண்டும் இவற்றைக் கற்கும்முறை எந்தத் துறையில் தேர்ச்சி பெறுவதற்கும் தடையாக உள்ளது, விரைவில் கற்றுக்கொள்வதற்கு உதவியாக விஷயங்களை உலக வழக்கிலுள்ள மொழியைப் பயன்படுத்துவது நல்லது" (72, டிசம்பர் 2005).

தமிழ் உரைநடையின் பயன்பாட்டுப் பரப்பின் இவ்விரிவாக்கம் ஆங்கில உரைநடையின் மொழிக் கட்டுமானத்தையும் புதுமையை யும் எளிமையையும் உள்வாங்கி வளர வாய்ப்பளித்தது.

இவ்வளர்ச்சி கல்வித்துறையில் மட்டுமன்றி அக்காலப் பண்டிதர் தமிழ் நடையிலும் மிகுந்த மாற்றத்தை ஏற்படுத்தியது. இருபதாம் நூற்றாண்டின் முற்பகுதியில் தமிழறிஞர்களால் எழுதப்பட்ட பல நூல்களில் ஆங்கிலத்திற்கு இணையான உரைநடை வளர்ச்சியைக் காணலாம். வெகுசன வாசகர்களை நோக்கிக் குறிப்பாக அக்காலப் பத்திரிகைகளில் வெளியான கட்டுரைகளில் இம்மொழிநடையை அவதானிக்க முடியும். உ.வே.சா.வே இதற்கு விதிவிலக்காக இல்லை எனப் பேராசிரியர் வையாபுரிப் பிள்ளை ஐயப்பட்டிருப்பதைத் தன் கட்டுரையில் மேற்கோளாக வேங்கடாசலபதி காட்டுகிறார்.

> "இப்பிற்காலத்தில் பல வசன நூல்களும் ஐயரவர்களால் வெளியிடப்பெற்றுள்ளன. இவைகள் இவர் நெடுங்காலமாகத் திரட்டிவைத்துள்ள குறிப்புக்களினின்றும் எழுதப்பட்டவை. இவர் எழுதியது என நாம் நன்கறிந்துள்ள உரைநடைக்கும் இவ்வசன நூல்களிலுள்ள உரைநடைக்கும் பெரிதும் வேறுபாடுள்ளது. ஆங்கில மணமும் இளமை எழுச்சியும் கலையுணர்ச்சியும் இவற்றில் பெரிதும் காணப்படுகின்றன"
> (63, மார்ச் 2005).

செய்யுள் நடை நவீனமயமானதன் நகைமுரணாக இக்கால உரைநடை செய்யுளியல்பைப் பெறுவதையும் இங்குக் குறிப்பிட்டாக வேண்டும். 'சர்வதேசக் கவிதைகளின் மொழிபெயர்ப்புகளை நாம் வாசிக்கும்பொழுதும் இந்திய மொழிகளில் நவீனத் தன்மையுடனான கவிதைவடிவங்களின் அம்சங்களைக் காணும்பொழுதும் உரைநடையில் கவிதை மொழியை உருவாக்குகிற சாத்தியம் ஆகி வருகிறது' என்று இளஞ்சேரல் (103, ஜூலை 2008) குறிப்பிடுகிறார்.

பொதுநவீனச் சிந்தனைகளின் வடிவமாகஏற்றுக்கொள்ளப்பட்ட உரைநடை ஒரு படைப்பாளியை அடையாளம் காணும் நிலைக்கு இன்று வளர்ந்துள்ளது. இவ்வளர்ச்சி, உரைநடை வளர்ச்சியின் உச்சக்கட்டம். "வாக்கியத்தின் நீளம், வாக்கியங்களாலான பத்திகளின் நீளம், வாக்கியத்தில் தென்படும் பாதிப்புகள் எல்லாமாகச் சேர்த்துப் பார்க்கும்போதுதான் உரைநடையைக் கணிக்க முடிகிறது. வாசகனின் மனத்தில் இவையும் சலனத்தை மறைமுகமாகத் தூண்டுகின்றன. சுந்தர ராமசாமியின் உரைநடை, வட்டார வழக்கு அரசியல் மற்றும் தத்துவம் சாராத சிந்திப்புகள் முதலியவற்றால் உருக்கொள்கிறது" என்று ஞானக்கூத்தன் கூறும்போது படைப்பாளியின் இத்தனி அடையாளத்தை இனங்காண்பது சாத்தியமே என்பதை நம்ப முடிகிறது.

செந்தமிழ், இயல்தமிழ், இசைத்தமிழ், நாடகத்தமிழ், தனித் தமிழ், அறிவியல் தமிழ், ஆட்சித் தமிழ், பத்திரிகைத் தமிழ், ஊடகத் தமிழ், கணினித் தமிழ் என எழுத்தில் இயங்கும் தமிழ் நடைவகைகள் இன்று பலவாகப் பெருகிக்கொண்டிருக்கின்றன. 'மெல்லத் தமிழினி சாகும் என்று உரைத்தவன் பேதை' என்ற பாரதியின் வரிகளின் முணுமுணுப்புக்குச் செவிகள் தப்பவில்லை. இந்நிலையில் செந்தமிழ், தனித்தமிழ் என்னும் தமிழ் வளர்ச்சிக்கு எதிரான வாதங்கள் தமிழ்ச் சமூகத்தைப் பின்னோக்கித் தள்ளுபவை என்பதோடு மொழி வளர்ச்சிக்கும் குந்தகமாக அமையும்.

ஒரு திட்டமிட்ட மொழி வளர்ச்சியில் மொழி மனப்பாங்கு முக்கியப் பங்கு வகிக்கிறது. மொழி நவீனமயமாக்கப் படிமுறை வளர்ச்சியில் இம்மனப்பாங்கு விரிவும் ஒரு வலுவான கூறாக அவ்வப்போது ஏற்றுக்கொள்ளப்படுவதுண்டு. தனித்தமிழ்ப் பற்றையும், தனித்தமிழையே பேச்சிலும் எழுத்திலும் பயன்படுத்த வேண்டும் என்ற உறுதிப்பாட்டையும் கொள்கையாகக் கொண்டு ஒரு சமூகம் உருவாக முயற்சிக்குமானால், ஆங்கில, சமஸ்கிருத வல்லாண்மைப்போக்கிற்கு எதிரான மொழிச் செயல்பாடுகள் ஏற்பிற்குரியன. ஆனால், மிதமிஞ்சிய பழமைப் பற்றும், பிறமொழி வெறுப்பும், குறிப்பாக சமஸ்கிருதம், ஆங்கில மொழிகள் மீதான காழ்ப்புணர்வும், புதுமையில் நாட்டமின்மையும் தனித்தமிழ்க் கொள்கையை வலுவிழக்கச் செய்வதோடு மொழித்திட்டமிடுதலின் எந்தவொரு தளத்திலும் சாதகமான கருத்தாடலை உருவாக்கி நவீனமயமாக்கத்தை ஊக்குவிக்காது. தனித்தமிழறிஞர் பெருஞ்சித்திரனாரை ஓர் இயக்கமாகக் கருதினால் பெருமாள் முருகனின் தனிமனித அனுபவம் (39, ஜனவரி – பிப்ரவரி 2002) நமக்கு உணர்த்தும் பாடம் இது. அறுபதுகளில் மொழியியல் என்னும் விஞ்ஞானப் பாடத்திற்கு பெருஞ்சித்திரனார் தனித்தமிழ் இயக்கம் காட்டிய அர்த்தமற்ற எதிர்ப்பு இங்குக் குறிப்பிடத்தக்கது.

இன்று இந்நடைவகைகளை எழுத்தில் இயங்குவதற்கு விதியாகக் கூறாமல் பரிந்துரையாக நிறுத்தற்குறிகளும் பிறவும் உரைநடை நவீனமயமாக்கத்துடன் துணை சேர்ந்துள்ளதை குறிப்பிட்டுக் கூற வேண்டும். நம் பழைய உரைநடையில் நிறுத்தற்குறிகளைப் பயன்படுத்தும் மரபில்லை. ஐரோப்பிய பாதிரிமார்கள் தமிழில் உரைநடையைப் பயன்படுத்த ஆரம்பித்த காலத்திலிருந்துதான் நிறுத்தற்குறிகள் பயன்பாட்டுக்கு வந்தன. குறிப்பாகப் பதினெட்டாம் நூற்றாண்டில் எழுதப்பட்ட விவிலிய மொழிபெயர்ப்பின் மூலம் நிறுத்தற்குறிகள் தமிழ் உரைநடையிலும் புழங்க ஆரம்பித்தன. 'உயிரோடு இயங்குகிற ஒரு மொழியை விதிகளுக்குள் அடக்கிவிட முடியாது. ஆனால்,

எந்த வரையறையுமின்றி ஒரு மொழி இயங்கவும் முடியாது. மொழி பற்றிக் குறைந்தபட்சம் பொறுப்புணர்ச்சியாவது வேண்டும் என்பதை ஏற்றுக்கொண்டால் நடைக் கையேடுகளின் இன்றியமையாமை புலப்படும்' ***(40,*** மார்ச் - ஏப்ரல் ***2007)*** என்று தமிழ் உரைநடைச் சீர்மைக்கும் தெளிவுக்கும் சில நெறிமுறைகள் பின்பற்றப்பட வேண்டியதன் முக்கியத்துவத்தை உரைநடை நவீனமயமாக்கத்தின் ஓர் அங்கமாக மதிவாணன் வலியுறுத்துகிறார்.

தூய்மையாக்கம்

கொடுக்கல் வாங்கலுக்கு மொழி விதிவிலக்கல்ல. இருந்தாலும், கூடுதலாக வாங்கலையே தொடர்ந்து மேற்கொள்ளும்போது தனித்தன்மை இழப்பு தவிர்க்கமுடியாதது. பிறமொழிகளிலிருந்து மிதமிஞ்சிய கடன்வாங்கலால் தமிழில் பாதி இழந்து தமிழ் மணிப்பிரவாளம் என்னும் அர்த்தநாரீஸ்வர அவதாரம் எடுத்தது தமிழ்மொழி வரலாற்றில் நிகழ்ந்த ஒரு விபத்து. அதிலிருந்து மீள்வதற்கு முன்னரே காலனிய மொழியான ஆங்கிலத்தால் விளைந்த மொழிக்கலப்பு வலுவான மொழித்தூய்மை இயக்கத்துக்குத் தமிழர்களை நெறிப்படுத்தியது. மறைமலை அடிகளார் தனித் தமிழ் இயக்கத்தை ஆரம்பித்தார். சமஸ்கிருதத்திலிருந்தும் ஆங்கிலத்திலிருந்தும், அங்கொன்றும் இங்கொன்றுமாகப் பிற மொழிகளிலிருந்தும் வாங்கப்பட்ட சொற்களைத் தமிழிலிருந்து நீக்கித் தூய்மைப்படுத்துவது இவ்வியக்கத்தின் நோக்கமானது. இருபதாம் நூற்றாண்டின் பிற்பகுதி ஐம்பதுகளில் திராவிட முன்னேற்றக் கழகமும் இவ்வியக்கத்தில் அதிக ஈடுபாடு காட்டத் தனித் தமிழ் இயக்கம் பேரியக்கமாக வளர்ந்தது. தமிழ் மொழிநடை செய்யுள் நடையிலும் உரைநடையிலும் அழகும் ஏற்றமும் கண்டது இக்காலத்தில்தான். கல்வித்துறையில் ஏற்பட்ட மாற்றங்களும் வளர்ச்சியும் தனித்தமிழ் நடைமுறைப்படுத்தத்திற்குத் துணைபோயின.

இம்மொழியியக்கத்தின் செயற்பாட்டு வேகத்தில் மொழி நவீனத்துவமும் சமூக வளர்ச்சியும் மொழிப்பழமைப்பற்றாலும், அக்கால மொழி அரசியலாலும் மறுக்கப்பட்ட நிலை உருவானது. எல்லாவற்றுக்கும் மேலாக, சமூக அரசியல், பொருளாதாரப் பிரச்சனைகளை மக்கள்முன் வைக்கவும், பல பிரச்சனைகளுக்கு மக்கள் தீர்ப்பைவேண்டிக் கொண்டுசெல்லவும் தனித்தமிழ்ச் சொற்களும் பண்டித நடையும் தடைச்சுவர்களாயின. தமிழ் நவீனமயமாக்கம் தவறாக அர்த்தப்படுத்தப்பட்டது இப்போக்கின் மற்றொரு விளைவு. மொழித்தூய்மையாக்கம் கண்மூடித்தனமான மொழிப்பற்றை வளர்த்தது. அண்ணாமலை,

"நவீனத் தமிழ் உருவாக்கத்தில் பல சக்திகள் பங்கேற்றிருக்கின்றன. அதில் பல நிலைகள் இருக்கின்றன. தமிழைத் தூய்மைப்படுத்துதல் என்பது ஒரு நிலை. அதேபோல, விளிம்பு நிலையிலுள்ள மக்களிடமிருந்து சொற்களையும் பொருள்களையும் கொண்டுவர வேண்டுமென்பது மற்றொரு சக்தி நிலை. இவ்வாறு பல சக்திகளின் ஊடாட்டத்தில் தான் நவீனத் தமிழ் பிறக்கிறது. தூய்மைப்படுத்தல் என்பது சில சமூக நிகழ்வுகளுக்கு எதிர்வினை. ஆகவே அதை மொழி இயக்கமாக மட்டுமல்லாமல் சமூக இயக்கமாகவும் பார்க்க வேண்டும். தமிழ் நாட்டின் சமூக வரலாற்றைப் பார்க்கும்போது போன நூற்றாண்டின் தொடக்கத்தில் தூய்மைப்படுத்தும் தேவை இருந்தது. அந்தத் தேவை ஒரு *corrective action* என்ற முறையில் இருந்தால் தமிழுக்கு நல்லது என்பது என் எண்ணம். அதுவே தமிழ் முழுவதுமாக ஒரு *preventive action*ஆக விடக்கூடாது. அது தமிழை நவீனமயமாக்குவதைத் தடைபடுத்தும் என்பது என் கருத்து" ***(59, நவம்பர் 2004)***

என்று தனித்தமிழ் இயக்கம் குறித்த தம் கருத்தைத் தெளிவு படுத்துகிறார். ஒருவகையில் பிறமொழிச் சொற்களுக்கும் வட்டார வழக்குகளுக்கும் நாம் நம் மொழியில் இடம் தரவேண்டியது தவிர்க்க முடியாதது. இந்நிலையில் தூய தமிழ்ச்சொற்கள் என மொழிநடையில் வலிந்தேற்றிச் சேர்க்கும்போது கருத்துப் புலப்படுத்தத்தில் நிகழும் இடர்ப்பாடும் இங்குக் கவனத்திற்குரியது.

"தூய்மைப்படுத்தல் இந்தவகையில் நவீனத்துக்குத் துணைபோகிறதா என்பது முக்கியமான கேள்வியாக இருக்கவேண்டும். மக்களுடைய வழக்கில் எது பழக்கமாயிருக்கிறதோ அதுதான் எளிமையாக இருக்கும். வேர்ச்சொல் தமிழாக இருந்தால் அது எளிமை என்கிற கருத்தை விட்டுவிட்டோமானால், தூய தமிழ்ச் சொற்கள் மக்களுடைய மொழிப்பயன்பாட்டுக்கு எந்த அளவு உதவுகின்றன என்று பார்ப்பது முக்கியமாகும். அப்படிப் பார்க்கும்போது வேற்றுமொழிச் சொற்களுக்கு, வட்டார வழக்குகளுக்கு நாம் இடம் கொடுக்கவேண்டியிருக்கும்"***(59, நவம்பர் 2004)***

என்னும் அண்ணாமலையின் கருத்தை நாம் ஏற்றுக்கொண்டாக வேண்டும். இது தமிழ் நவீனமயமாக்கம் வற்புறுத்தும் கட்டாயமும் ஆகும் என்பது உணரப்பட வேண்டும். மேலைத் தமிழறிஞர் ஜார்ஜ் ஹார்ட்டின் கருத்தும் நம் கருதலுக்கு உரியது.

"தமிழ் மொழி பற்றி, அதன் கலாச்சாரம், வரலாறு பற்றி ஒரு பகுத்தறிவான, சமநிலையான அணுகுமுறையை நாங்கள்

உருவாக்க வேண்டியது அவசியம். தமிழ் ஒரு தென்னாசிய மொழி. தமிழ் இலக்கியமும் சமஸ்கிருத இலக்கியமும் சேர்ந்துதான் ஒரு தென்னாசியக் கலாச்சாரத்தை உருவாக்கியிருக்கின்றன. தமிழின் தொன்மை குறித்து வெறித்தனமாகப் பாராட்டுவதோ அல்லது சமஸ்கிருதத்தின் மரபு பற்றி எதிராக எண்ணுவதோ தவறு.

உலகத்து மொழிகள் அனைத்தையும்போல, கலாச்சாரங்கள்போல தமிழும் ஆதியிலிருந்து வேற்று சக்திகளால் மாற்றமடைந்து வந்திருக்கிறது. தமிழ் தன் தனித்தன்மையையும் பண்பையும் வீரியத்தையும் 200 வருடங்களாகக் காப்பாற்றியிருக்கிறது. இந்தக் காலகட்டத்தில் அது பலவிதக் கலாச்சாரங்களுடன், மரபுகளுடன், சமயங்களுடன் கொடுத்தும் வாங்கியுமிருக்கிறது. இதுதான் அதன் பலம். இதை மனதில்கொண்டு தமிழ்க் கல்விமான்கள் சமஸ்கிருதத்தின் மேன்மையையும் மதிப்பையும் உணர வேண்டுவது முக்கியம். சமஸ்கிருதம் பல்லாயிரம் வருடங்களாகப் புலவர்களின் மொழியாகத் தென்னாசியாவில் இருந்ததோடு இந்து, புத்த, ஜைன மதங்களின் மொழியாகவும் இருந்திருக்கிறது" (70, அக்டோபர் 2005)

என்னும் அவரது வரிகள் ஒவ்வொன்றும் ஒவ்வொரு தமிழ்க்குடிமகனின் ஆழமான கருதலுக்கு உரியன. தமிழ் செவ்வியல் மொழி அங்கீகாரம் பெற்றிருக்கும் இத்தருணத்தில் ஹார்ட் முன்னிறுத்தும் இக்கருத்துக்கள் செவ்வியல் தமிழாய்வை மேற்கொள்ளும் நிறுவனங்களும் ஆய்வாளரும் நெஞ்சில் நிறுத்த வேண்டியவை.

பொதுநிலையாக்கம்

மொழிப் பொதுநிலையாக்கம் நவீனமயமாக்கத்தின் மற்றொரு மொழி வளர்ச்சிக் கூறு. எல்லோருக்கும் பொதுவான, எல்லோராலும் ஏற்றுக்கொள்ளக்கூடிய, எல்லா மொழியாட்சிப்பகுதிகளிலும் பயன்படத்தக்க ஒரு மொழி மாதிரி பொதுமொழியாக நிலைபெறும் படிமுறை மொழிப் பொதுநிலையாக்கம் எனப்படும். இந்நிலைக்கு உயரும் ஒரு மொழி வட்டார மொழிகளுக்கும் சமூகக் கிளைமொழிகளுக்கும் மேலான மொழியாகச் சமூக அந்தஸ்து பெறுகிறது. கல்வி, அரசியல் நிருவாகம், அறிவியல் என எல்லாத் தளங்களிலும் இம்மொழியே பயன்படுத்தப்படுகிறது.

ஒரு மொழியின் எல்லாக் கிளைமொழிகளிலிருந்தும் ஒரு கிளைமொழி தேர்வாகி, சமகால சமூக மற்றும்

அறிவியல் வளர்ச்சிக்கும் மக்கள் மனத்திற்கும் உகந்ததாய், நவீனத்துக்கு நவீனமாய் வளர்ந்து நிலைபெறும் மொழி பொதுநிலை மொழி. நவீனமயமாக்கத்துக்கு உட்படும் மொழி இதுவாக இருப்பதால் நவீனமயமாக்கத்தின் ஒரு கூறாகவே பொதுநிலையாக்கம் கருதப்படுகிறது. எழுதும் முறை, சொற்களஞ்சியம், கலைச்சொற்கள், இலக்கணம், அகராதி, பாடநூல்கள் என எல்லாமே பொதுநிலையாக்கத்துக்கு உட்படுவன. இவை எளிமையாக்கம், விரிவாக்கம் என இரு படிமுறைகளில் நிலைபெறும்.

> "பல்வேறு கிளைமொழிகள் நிலைகொண்டுள்ள ஒரு மொழிச் சமூகத்தில், சமூகரீதியில் மேலாதிக்கம் உடைய சமூகக் குழுவினரின் கிளைமொழியே பொதுமொழியாக அங்கீகாரம் பெறுகின்றது. அவ்வாறு பெற்றுக்கொண்ட பிறகு அதுவே எல்லாக் குழுவினருடைய பொதுப் பயன்பாட்டுக்குரிய மொழியாகிவிடுகின்றது. அதுவே சிறந்ததும், சரியானதும் என்றாகிவிடுகின்றது. தமிழ்! இதற்கு விலக்கல்ல. செந்தமிழ் அவ்வாறு உருவாகியதுதான். இன்று அது எந்த ஒரு சமூகக் குழுவினரதும் பேச்சுமொழியாக இல்லாவிட்டாலும் எழுதுவதற்கும் மேடைத் தொடர்பாடலுக்கும் கல்விக்கும் உரிய மொழியாக அங்கீகாரம் பெற்றுவிட்டது" *(15, செப்டம்பர் 1996)*

என்னும் நுஃமானின் குறிப்பு இங்குச் சுட்டத்தக்கது. இச்செந்தமிழ், பொதுநிலையாக்கம் பெற்ற வரலாற்றை ஆழமான கவனத்துக்கு உட்படுத்தும் நுஃமான் கீழ்வருமாறு கூறுகிறார்:

> "கடந்த சுமார் ஒரு நூற்றாண்டுக்கு மேலாக தமிழ்மொழி வளர்ச்சிக்குப் பங்களிப்பு செய்த ஆறுமுக நாவலர் முதல் அண்ணாதுரைவரை "படித்த மேல்வர்க்கத்தினரின் நாகரீக மொழியையே" பயன்படுத்தினர் என்பது முக்கியமான கவனத்துக்குரியது. 'உலகம் என்பது உயர்ந்தோர் மேற்றே' என்று கூறிய தொல்காப்பியர் காலம் முதல் தொடரும் நிலைமை இது. அடிநிலை மக்கள், தாழ்த்தப்பட்டவர் ஆகியோரின் மொழி பற்றிய பேச்சுக்கே இங்கு இடம் இருக்கவில்லை. அது கொடுந்தமிழ் என்று ஏற்கனவே ஒதுக்கப்பட்டுவிட்டது. சமூக உயர்குழாத்தினரின் மொழியே செந்தமிழ் என்று ஏற்கப்பட்டது. அதுவே பொதுமொழியாக, இலக்கிய மொழியாகக் கடந்த இரண்டாயிரம் ஆண்டுகட்கு மேலாக வழங்கி வந்துள்ளது. இந்த நூற்றாண்டு முழுவதிலும் தமிழை நவீனப்படுத்துவதில் சம்பந்தபட்டிருந்த சக்திகள் எல்லாம் இந்தப் பொதுமொழியை – செந்தமிழைக் காலத்தின் தேவைக்கும் தங்கள் கருத்துநிலைக்கும்

ஏற்ப வளர்த்தெடுப்பது பற்றியே அக்கறை செலுத்தின. அடிநிலை மக்களின் பேச்சுமொழி மட்டுமன்றி உயர் வர்க்கத்தினரின் பேச்சுமொழி கூடச் செந்தமிழின் இடத்தைப் பெறமுடியவில்லை என்பதை மனம்கொள்ள வேண்டும்" (15, செப்டம்பர் 1996).

தமிழ் பொதுநிலையாக்கத்தில் ஊடுருவியிருந்த அரசியலைத் தாண்டி, அறிவியல் தமிழ், கணினித்தமிழ் என்றெல்லாம் துறைவழக்கு வேறுபாடுகளால் மேலும் நவீனமயமாக்கத்திற்கு உட்பட்டு, நவீனமயமாக்கத்தின் அர்த்தப் பரிமாணமும் உள்ளடக்கமும் மாறிக்கொண்டிருக்கின்றன என்பது இன்றைய யதார்த்தம்.

நுஃமான் பேசும் படைப்பிலக்கிய மொழியும் இச்சமூகப் படிமுறை வளர்ச்சிக்கு அப்பாற்பட்டதல்ல. ஓர் இலக்கியப் படைப்பை ஒரு முழுமையான, தன்னிறைவுள்ள ஒரு தனி மொழி அலகாகக் கருதவேண்டும் என்றும், சொல், சொற்றொடர், வாக்கியங்கள் தரும் பொருளும், அவை சேர்ந்து உருவாக்கும் இலக்கியப் படைப்பு தரும் பொருளும் என்று இரு தள அமைப்புடையதாக இலக்கியம் செயற்படுகின்றது என்றும் நுஃமான் கூறுகிறார். இவ்விரு நிலைகளிலும் நவீனத்தை நடப்பாக்கி ஒவ்வொரு அடியையும் எடுத்துவைக்கும் படைப்பாளனின் கால்வழித் தடங்கள் மொழி நெடுஞ்சாலையில் புதுமைக்குப் பாதை வகுக்கின்றன.

"ஒரு இலக்கியப் படைப்பாளி பொது மொழியையே தன் படைப்புக்குப் பயன்படுத்துகிறான். எனினும், அந்த மொழி அமைப்பின் சாத்தியப்பாடுகளை உச்ச அளவில் பயன்படுத்தி அந்த மொழியின்மூலம் பிறிதொரு மொழியை உருவாக்குகிறான். அவ்வகையில் ஒரு இலக்கியப் படைப்பு மொழியினால் ஆன மொழி எனலாம்.

........இலக்கியம் மொழியினாலேயே ஆக்கப்படுகின்றது. ஒலியன், உருபன், சொல், சொற்றொடர், வாக்கியம் என்ற கூறுகளால் ஆனது மொழி. இவற்றை மொழியின் வடிவக்கூறுகள் (formal unis) என்பர். இந்த வடிவக் கூறுகள் மூலமே தொடர்பாடல் தகவல் அல்லது பொருண்மை வெளிப்படுத்தப்படுகின்றது. மொழி அர்த்தமுள்ள ஒரு சமூகச் செயல்பாடாக மாறுகின்றது. ஒரு இலக்கியப் படைப்பாளி இந்த மொழிச் சாதனங்களைத் தனக்கு வேண்டியவாறு ஒழுங்கமைத்து இலக்கியப் படைப்பை உருவாக்குகின்றான். இவ்வாறு உருவாக்கப்பட்ட வடிவம் வாக்கியங்களின் பொருண்மையைத் தருவதோடு மட்டுமல்லாமல் இலக்கியப் பிரதியின் பொருண்மைசார் உள்ளடக்கத்துக்கு ஒரு புதிய

பரிமாணத்தையும் சேர்க்கின்றது. இவ்வாறு இலக்கியப் படைப்புக்கு இருதள அமைப்பு கிடைக்கின்றது. ஒன்று எழுத்து, சொல், வாக்கியங்களால் ஆன அடிப்படை அமைப்பு. மற்றது, இவற்றின் ஒருங்கிணைப்பினால் கட்டப்பட்ட முழுமையான இலக்கிய அமைப்பு. ஒரு படைப்பின் இலக்கிய அமைப்பு அது கட்டி எழுப்பப்பட்ட அடிப்படை அமைப்பை ஒதுக்கிவிடுவதில்லை. அந்த அடிப்படை அமைப்பின் ஊடாகவே நாம் இலக்கிய அமைப்புக்குள் பிரவேசிக்கிறோம்" (15, செப்டம்பர் 1996).

ஒரு மொழியியலாளனின் பணி இவ்வடிப்படை அமைப்பை விளக்குவதோடு நிறைவு பெற்றுவிடுகிறது. இத்துடன் அவன் விடைபெற்றுவிடுகிறான் என்பர் நடையியலாளர். இனி, இலக்கியத் திறனாய்வாளன் பணி தொடர வேண்டும். ஏனெனில், இலக்கியத் திறனாய்வு மொழி ஆய்வுக்கு உட்பட்டதல்ல. இருப்பினும், இந்த அடிப்படை ஆய்வின் முடிவுகளை ஒரு குறிப்பிட்ட படைப்பாளியின் நடையியல் பண்புகளையும் உத்திகளையும் விளக்க மொழியியலாளனால் இயலும். ஒரு மொழித்திறனாய்வாளனாக இலக்கியத்திறனாய்வாளனோடு இணைந்து இலக்கியத் திறனாய்வின் இறுதிவரை இலக்கிய மொழிக்கும் அதன் நவீனத்துக்கும் காவலனாக அவனால் பயணிக்க முடியும்.

கோட்பாட்டாக்கம்

விரிந்த அளவில் நவீனமயமாக்கம் என்பது சமூக மாற்றங்கள் வற்புறுத்தும் தேவைகளுக்கேற்ப மொழியின் பயன்பாடு விரிதலாகும். இவ்விரிவாக்கம் மொழியின் எந்தக் கூறு சார்ந்த வளர்ச்சியாகவும் இருக்கலாம். நெடுங்கணக்கு சார்ந்தோ, சொல்லுருவாக்கம் சார்ந்தோ இலக்கணம் சார்ந்தோ, மொழி நடை சார்ந்தோ, தூய்மையாக்கம் போன்ற மொழி இயக்கம் சார்ந்தோ, இலக்கிய நவீனத்துவம் சார்ந்தோ, குறிப்பிட்ட ஒரு மொழிவகையின் பொதுநிலையாக்கம் சார்ந்தோ நவீனமயமாக்கம் அமையலாம். நவீனக் கருத்துக்களையும் கருத்தாக்கங்களையும் புலப்படுத்துவதற்குப் போதுமான அளவு வள ஆதாரங்களை மேம்படுத்துவது நவீனமயமாக்கத்தின் நோக்கமாக இருக்க வேண்டும். இலக்கிய வளர்ச்சி இந்நவீனமயமாக்கத்துக்கு விதிவிலக்காக இருக்கமுடியாது. அய்யப்பப் பணிக்கரின் கருத்து இங்கு உன்னிப்பாகக் கவனிக்கப்பட வேண்டும்.

"இலக்கியப் படிப்பின் முக்கியமான விஷயமான அழகியல் – திறனாய்வு (சாகித்ய மீமாம்ஸ), பல்வேறான வரலாற்றுக் கட்டங்கள்வழி வளர்ச்சி பெற்று வந்திருப்பதாகப் பொது

வாகச் சொல்வதுண்டு. படைப்பிலக்கியத்தால் ஏற்படுகின்ற சலனங்களைபோலவே இலக்கியத் தரிசனத்திலும் அதாவது இலக்கியப் படைப்பைச் சுவைக்க உதவும் தத்துவச் சிந்தனையிலும் பரிணாமச் செயல்பாடு தொடர்ந்து கொண்டிருக்கிறது. அந்தந்தக் காலத்தில் உருவாகிற இலக்கியப் படைப்புகளைப் படிக்கவும் ஆய்வு செய்யவும் விவாதிக்கவும் உதவும் கோட்பாடுகளும் மாறிமாறி வருகின்றன. புதிய படைப்புகளுக்குப் புதிய அணுகல்முறை அவசியமாகிறது. தொடர்ந்து புதுப்பித்தல் – சீர்திருத்தம் – படைப்பிலக்கியத்திலும் இலக்கியப் படிப்பிலும் நடந்து கொண்டேயிருக்கிறது.

இலக்கியப் படைப்புகளில் தொடர்ந்து வந்துகொண்டிருக்கும் மாற்றங்களின் அடிப்படையில்தான், அவற்றின் தாக்கங்களில்தான் கோட்பாடுகள் புதுப்பிக்கப்படுகின்றன. புதிய படைப்புகள் உருவாகும்போது புரிந்துகொள்ளலில் வரும் மாற்றங்கள் கவனிக்கப்படுகின்றன. அதற்குத் தகுந்தவாறு கோட்பாடுகளிலும் மாற்றங்கள் நிகழ்கின்றன. இந்த மாற்றங்களை உள்வாங்கிக்கொண்டு புதிய ரீதியில் படைப்புகள் படைக்கப்படுகின்றன. மீண்டும் சுவைத்தலில் வரும் வேறுபாடு இலக்கியப் படைப்பிலும், தொடர்ந்து ரசனையிலும் மாற்றங்களுக்குக் காரணமாகிவிடுகிறது. மாற்றங்களுக்குப் பின்னாலுள்ள தத்துவங்கள், அவற்றை ஊக்குவித்த தன்மைகள் கவனிக்கவும் படுகின்றன: பிறகு ஒழுங்குபடுத்தவும்படுகின்றன" ***(82, அக்டோபர் 2006).***

அய்யப்பப் பணிக்கரின் தொல்காப்பியம் என்னும் ஒரு பழம் பெரும் இலக்கணத்தின் அன்றைய சிந்தனைகள் காலந்தோறும் நவீனக் கோட்பாட்டுச் சிந்தனைகளுக்கு அணியமாகி மாறி வளர்ந்து வந்துள்ளதைக் கவனிக்க முடிகிறது. தொல்காப்பியரின் திணை பற்றிய கருத்தாக்கத்தைச் சமகால இலக்கியத்தின் நவீனப் பார்வைகளுக்குச் சாதகமாக்க வெகுவாகத் துணை புரியும் என்கிறார் பணிக்கர். திணைப் பெருக்கம் என்னும் இக்கருத்தாக்கத்தின் எடுத்துக்காட்டாக மலையாளத்தில் கோவிலனின் ஹிமாலயம், முகுந்தனின் டெல்ஹி, வங்க மொழியில் விபூதிபூஷ்ணனின் ஆரண்யக், தமிழில் ஜோ டி குருஸின் ஆழிசூழ் உலகு, நீல. பத்மநாபனின் பள்ளிகொண்டபுரம் போன்ற நாவல்கள் – இந்தப் படைப்புகள் ஒவ்வொன்றையும் தனித்தனியாக எடுத்துக்கொண்டு, மேலே தொல்காப்பியம் விதித்திருக்கும் திணைகளிலிருந்து இவை பிறந்திருக்கின்றனவா, எங்கே ஒன்றுபடுகின்றன, பிறந்திருக்கிறதென்றால் திணைப் பெருக்கத்திற்கு வழிவகுக்குமா என்றெல்லாம் விரிவாக

ஆய்வு செய்ய வேண்டும். திணையிணக்கம், திணைமயக்கம், திணைப்பிணக்கம் என்னும் கருத்தாக்கங்களையும் பிற மொழி படைப்புகளில் பொருத்திக் காணலாம் என்று கூறும்போதும் இலக்கியக் கோட்பாட்டு நவீனமயமாக்கத்தை அய்யப்பப் பணிக்கர் உறுதிசெய்கிறார்.

க. ஜவஹர், தனது 'திணைக்கோட்பாடும் தமிழ்க் கவிதையியலும்' என்னும் ஆய்வேட்டில் பணிக்கர் முன்வைத்துள்ள கோட்பாட்டின் முறைமைத் தகுதியை அவர் மேலே காட்டிய நெறிமுறையைப் பின்பற்றியே உறுதிப்படுத்த முயன்றிருக்கிறார். ஆய்வின் இவ்வடிப்படைத் தத்துவத்தை நம் ஆய்வு மாணவர்களில் எத்தனை பேர் புரிந்துகொண்டிருக்கிறார்கள்? கோவைவாணன் எழுப்பும் பல வினாக்கள் ஆய்வைப் பற்றிய அவரது புரிதலை ஐயப்படவைக்கின்றன. *(140, ஆகஸ்டு 2011).*

இவ்வணுகுமுறையை, ஒப்பிலக்கணக் கோட்பாட்டைத் தமிழோடு ஜப்பானிய மொழியை ஒப்பிட்டுப் பார்க்கும் ஆய்வுத் தளத்திற்கும் விரித்துப் பார்க்கலாம். சென்ற நூற்றாண்டில் ராபர்ட் கால்டுவெல் தாம் எழுதிய திராவிடமொழி ஒப்பிலக்கணத்தில் தமிழுக்கும் ஜப்பானிய மொழிக்கும் இடையே ஒற்றுமைகள் சில இருப்பதாகக் குறிப்பிட்டிருந்தார். கால்டுவெல்லின் இக்கருத்தையொட்டித் தில்லி பல்கலைக் கழகத்தைச் சேர்ந்த ஆய்வாளர் பாலாம்பாள் தமிழுக்கும் ஜப்பானிய மொழிக்கும் இடையேயுள்ள ஒற்றுமையைக் குறித்து எழுதிய ஆய்வுரை, தோக்கியோ கக்குசெயின் பல்கலைக்கழக மொழித்துறையில் பணியாற்றும் சுசுமு ஓனோவை ஈர்க்க, ஒப்பிலக்கணக் கோட்பாட்டின் அடிப்படையில் தமிழ் – ஜப்பானிய ஒற்றுமையை ஆய்வுக்கு உட்படுத்தினார். 'தமிழ் – ஜப்பானிய மொழிகளில் இலக்கண ஒப்புமை' என்னும் இவரது நூலில் காணும் பல சொற்கள் தமிழ் – ஜப்பானிய பண்பாட்டு ஒற்றுமையையும் நிறுவுகின்றன என்கின்றனர் சண்முகதாசும் மனோன்மணியம் சண்முகதாசும் *(ஜெயகரன் 19, அக்டோபர் – டிசம்பர் 1997).*

தமிழின் செவ்வியல் தகுதிக்கு அரசியல் அங்கீகாரம் கிடைத்துள்ள இன்று அரசியல் செய்வதையும் வெற்று மேடை முழக்கங்களையும் தவிர்த்து மேம்பாட்டுக்கான சிந்தனைகளை ஒருமுகப்படுத்துவதில் நம் கவனம் குவியவேண்டும். தமிழ், செவ்வியல் இயல்பெல்லாம் கூடிய ஒரு செம்மொழி மட்டுமல்ல, அது ஒரு நவீன மொழியும் கூட. நவீனமயமாக்கம் என்பது மொழியின் ஒரு குறிப்பிட்ட கால வரலாற்று நிகழ்வாக முடிந்து போவதன்று. ஒரு சமூகத்தின் வளர்ச்சியோடும் தேவைகளோடும் தொடரும் பரிணாம வளர்ச்சி. நவீன சமூகத்துக்கேற்ப

நவீனமயமாகி வளர்தல் அதன் இயல்பென்றாலும் வளர்த்தல் அதே சமூகத்தின் கடமையும் கூட. மொழி வளர்ச்சி, மொழிப் பாதுகாப்பு என்பதற்கெல்லாம் இப்படித்தான் பொருள்கொள்ள வேண்டும்.

இத்தொகுப்பிலுள்ள எல்லாக் கட்டுரைகளும் ஏதோ ஒரு வகையில் சமுதாய மொழியியல் கோட்பாடுகளைச் சார்ந்து உள்ளன. சில கட்டுரைகள் புலப்படுத்தும் கருத்துக்கள் கோட்பாட்டு நிலையில் கருதப்பட வேண்டியனவாக இருப்பது தற்செயலான விளைவு அன்று. சில கருத்துக்கள் எதிர்வினையாற்றத் தகுதி உடையன. சில, சமூகத்தில் மொழியின் பயன்பாடு பற்றிய சில கருதுகோள்களை அடிப்படை நிலையிலேயே கேள்விக்குறியாக்குவதோடு புதிய கருதுகோள் உருவாக்கத்திற்கான தரவுத் தளங்களாக அமைகின்றன. ஒரு மொழியியலாளன் பார்வையில், மொழியின் இப் பல்வேறு முகங்கள் வெகுசன ஊடகத்தில் வாசித்து இன்புறத்தக்கவையாக சாத்தியப்பட்டிருக்கின்றன. அதேநேரத்தில் மொழியியலின் கோட்பாட்டு நிலைப்பாடுகளை அங்கொன்றும் இங்கொன்றுமாக மாற்றுச் சிந்தனைக்கு உட்படுத்தவேண்டி வருமோ என்னும் ஐயமும் எழும். எல்லாவற்றுக்கும் மேலாக, வாசகரிடையே மொழியியல் புலனறிவு சார்ந்த வளர்ச்சியும் இவ்வாசிப்பினால் ஓரளவு சாத்தியப்பட்டுள்ளது. அண்ணாமலையின் மொழியியலைப் பற்றிய அறிமுகம் மொழியியல் என்றால் என்ன என்பதைச் சாதாரண வாசகன் கூடப் புரிந்துகொள்ளும் வாய்ப்பை அளிக்கிறது.

> “ஆங்கிலேய ஆதிக்கம் ஆசியாவில் காலூன்றியபோது அங்குள்ள மொழிகளுக்கு இடையே இருந்த தொடர்பு பற்றிய ஆர்வத்தைத் தூண்டியது. அமெரிக்க காலனிய ஆதிக்கம் அமெரிக்காவிலிருந்த பழங்குடி மக்களின் மொழியைப் பற்றித் தெரிந்துகொள்ளும் ஆர்வத்தை ஏற்படுத்தியது. இந்த ஆர்வம் ஓரளவு வரலாற்றுப் பார்வை கொண்டதாக இருந்தாலும் முக்கியமாக அந்த மொழிகளின் இலக்கணத் தன்மைகளைப் பற்றி ஆராயக்கூடிய அறிவாக வளர்ந்தது. மானிடவியலின் ஒரு பகுதியாகவே மொழியியலின் வளர்ச்சியும் அமைந்தது. மொழி ஒரு கலாச்சாரத்தின் அங்கம் என்ற முறையில் கலாச்சாரத்தைப் படிக்கும்போது மொழியையும் படிக்கவேண்டிய நிலை ஏற்பட்டது. அமெரிக்க இந்திய மொழிகளை ஆராய்ச்சி செய்தவர்கள் அமைப்பு மொழியியல் என்ற ஒன்றை அமெரிக்காவில் உருவாக்கினார்கள். ஐரோப்பாவிற்கும் அது பரவியது. நாம் இன்று மொழியியல் என்று சொல்லும்போது குறுகிய

நிலையில் காலனிய ஆதிக்கக் காலத்தில் தோன்றிய மொழி பற்றிய ஆய்வையே குறிக்கிறோம்" (55, ஆகஸ்ட் 2004).

இருப்பினும், மொழியியல் இன்றுவரை மரபு சார்ந்த இலக்கணப் படிப்பின் ஒரு நவீன அணுகுமுறை என்பதற்கு மேலாகத் தமிழறிஞர்களின் மதிப்பைப் பெறவில்லை. அண்ணாமலையே வேங்கடாசலபதிக்கு அளித்த நேர்காணலின்போது,

"மொழியியலுக்குத் தமிழகத்தில் வரவேற்பு அவ்வளவு நன்றாக இல்லை. மொழியியல் என்றால் இலக்கணம். தமிழில் ஏற்கனவே நல்ல இலக்கணங்கள் இருக்கின்றன. நல்ல இலக்கணப் பாரம்பரியம் இருக்கிறது. எனவே புதிதாகத் தெரிந்துகொள்வதற்கு ஒன்றும் இல்லையென்ற ஒரு கருத்து நிலவியது. நம் முன்னோர்களுக்குத் தெரிந்ததைத்தான் இப்போது ஆங்கிலத்தில் பேசுகிறார்கள் என்ற மனப்பான்மை இருந்தது. இரண்டாம் காரணம், பழங்குடி மக்களின் மொழிகளைப் பற்றி அடங்கிய மொழியியலில் பேச்சுமொழிக்கு முக்கியத்துவம் தரப்பட்டது. இது தமிழ் மரபுக்குப் புறம்பானது. இலக்கணம் எழுதிப் பேச்சு மொழிக்கு உன்னதம் தருகிறார்கள் என்றும் கருதப்பட்டது. இந்த எதிர்ப்பு உணர்ச்சி இப்போது அதிகமாக இல்லையென்று நினைக்கிறேன்" (55, ஆகஸ்டு 2004)

என்று குறிப்பிடுகிறார். இலக்கணத்திற்குப் புதிய விளக்கம் தருவதில் பழைய மரபுச் செல்நெறிகளுக்கு இணக்கமான, அதேநேரத்தில் அறிவியல் பூர்வமான நிலைப்பாட்டை மேற்கொள்வது நவீனமயமாக்கம் என்னும் விளக்கத்தை ஏற்றுக்கொள்வோமேயானால், தமிழ்ப் பழமைப் பற்றாளர் தம் பழைய நிலைப்பாட்டிலிருந்து இன்னும் மாறவேயில்லை என்று தான் கூற வேண்டும். மாறுவதில் இருக்கும் மொழி அரசியல் நமக்கு இன்னும் புலப்படவில்லை. ஆனால், இத்தொகுப்பிலுள்ள கட்டுரையாளர்களின் சிந்தனை வீச்சில் மொழியியல் என்னும் சமூக விஞ்ஞானத்தின் கொள்கைகளையும் கோட்பாடுகளையும் இனங்காண்பதின் மூலம் ஒவ்வொரு கட்டுரையும் மொழியியலின் ஏற்புடைமைக்கு உகந்ததாக மதிப்பீடு செய்யப்படுகிறது.

மொழி, இலக்கியம் சார்ந்த ஒரு துறைவழக்கு மட்டும் அல்ல. அதற்குப் பல முகங்கள் உள்ளன. மொழி சமூக மாற்றத்தின் ஒரு காரணியாகக் கருதப்படும்போது அதன் முக்கியத்துவம் சமூக வளர்ச்சியில் முதன்மை பெறுகிறது. எனவே, இலக்கியவாதிக்குக் கூடுதல் மொழி பற்றிய அறிவு தேவையில்லை என்னும்

தன்னடக்கம் சரியல்ல. இலக்கியம் உட்கொள்ளும் சமூக விழுமியங்கள் அதன் கருவாக அமையும்போது புனைவுக்குப் பயன்படும் மொழியும், அதன்வழி உருவெடுக்கும் வடிவங்களைப் பற்றிய புரிதலும் முக்கியமானவை. இன்றைய இலக்கியப் படைப்பாளியை வெறும் கதைசொல்லியாக மட்டும் காண முடியாது. சமூகப் பிரச்சினைகளை இயல்பாகப் புலப்படுத்த வாசகன் சார்ந்த புரிதல் உணர்வை இலக்கியப் படைப்பாளி வளர்த்துக்கொள்ள வேண்டும். மொழிப்பயன்பாடு, மொழி நடை, வட்டார வழக்கு, மொழிபெயர்ப்பு போன்ற துறைகளில் வாசகனைச் சார்ந்த புரிதல் படைப்பை இன்னும் ஆழமான இரசனைக்கு உட்படுத்த முடியும். இலக்கிய வாசிப்பை இன்னும் நவீனப்படுத்தும் தளங்களாக இவை கருதப்பட வேண்டும். இவை பன்முக அறிவியல் நோக்குடன் அணுகப்படும் பயனாக்கக் கிளைப்பிரிவுகளாக இன்று மொழியியல் என்னும் சமூக விஞ்ஞானத்தில் வளர்ந்துள்ளன.

செவ்வியல் தமிழ், மணிப்பிரவாளம், தற்காலத் தமிழ், இசைத் தமிழ், நாடகத்தமிழ், அறிவியல் தமிழ், கணினித் தமிழ், இணையத் தமிழ் என்னும் வடிவங்களும் அவை சார்ந்த மொழி அரசியலறிவும் சமூக விஞ்ஞானத்தின் தவிர்க்க முடியாத தேவைகளாகிவிட்டன. இன்றைய நவீனப் படைப்பாளி இவற்றுக்கெல்லாம் அப்பாற்பட்டவனல்ல. இதன் வெளிப்பாடாகவே இத்தொகுப்பிலுள்ள அனைத்துக் கட்டுரைகளையும் காணமுடியும். மொழியின் பல்வேறு பரிமாணங்களைத் தொட்டுப் பேசும் கட்டுரையாளர்களுள் பெரும்பாலோர் அடிப்படையில் இலக்கிய உணர்வு மிக்கவர்கள். மனித உள்ளுணர்வுகளை யதார்த்த உலகு சார்ந்த பிரச்சனைகளோடு வாசகனுக்கு முன்வைப்பவர்கள். மொழியியலின் புலனறிவைக் காட்டிலும் செயலறிவுத்திறன் மிக்கவர்கள் இவர்களுள் பலர். இத்திறன் வெகுசன ஊடகத்தின்வழி வெளிப்படுவதை ஒவ்வொரு கட்டுரையிலும் உணரமுடியும். ஒரு மொழியியல் கோட்பாட்டாளனைப்போல் இல்லாமல் மொழிக்கும் சமூகத்துக்கும் இடையேயுள்ள உறவைத் தான் உணர்ந்தவாறு தன் படைப்பின் மூலம் இப்படைப்பாளி வெளிப்படுத்துகிறான். இக்கருத்தாடலில் படைப்பாளி சமூக எல்லைகளுக்கு அப்பால் நிற்பதில்லை.

மொழியியல் விஞ்ஞானத்தின் இருப்பை இன்றைய சமூக, அரசியல் தளங்களில் உறுதி செய்ய இவ்வணுகுமுறை காலம் கடந்த முயற்சி என்றாலும், உடனடித் தேவை. பல்கலைக்கழக நிலையில் செல்வாக்கை இழந்துவரும் மொழியியலின் முக்கியத் துவம் உணரப்பட வேண்டுமானால், இன்றைய சமூக வளர்ச்சிக்கு

அதன் பங்களிப்பும் இன்றியமையாமையும் எடுத்துரைக்கப்பட வேண்டும். இரண்டாயிரம் ஆண்டுக் காலமாகத் தமிழ் மொழி சமூக மாற்றங்களை உள்வாங்கி, நவீனமயமாகி அனைத்துலக அளவில் வளர்ந்த மொழிகளுள் ஒன்றாக நிலைபெற்றுள்ளதை மொழியியல் புலனறிவால் மட்டுமே முழுவதுமாகப் புரிந்து கொள்ள முடியும். ஒரு வெகுசன அச்சு ஊடக வடிவத்தில் அறிவார்ந்த வாசகனுக்குக் கிட்டத்தட்ட இருபது ஆண்டுகளாக 'காலச்சுவடு' இப்புலனறிவு கிட்ட ஆற்றிவந்திருக்கிற பணி குறிப்பிடத்தக்கது.

பல்கலைக்கழகம் என்னும் சட்டகத்துள் நிறுவனமய மாக்கப்பட்டிருக்கும் மொழியியல் வெறும் பாடப்பொருளாகப் பட்டம் வாங்க மட்டும் பயன்படுவதில் சிறப்பில்லை. கணினி விஞ்ஞானம் இச்சட்டகத்தைத் தகர்த்துச் சமூகத்தின் ஒவ்வொரு தளத்திலும், மொழியியல் உட்பட அதன் பயன்பாட்டு முக்கியத் துவத்தை உறுதிசெய்துள்ளது. பிளேட்டோ, அரிஸ்டாடில், பாணினி, தொல்காப்பியன் காலத்திலிருந்து பேசப்படும் மொழியும் அதன் அறிவியல் வளர்ச்சியும் பல்கலைக்கழகப் படி தாண்டி வரவேண்டும். இலக்கியத் திறனாய்வும் திறனாய்வாளர்களும் இருபதாம் நூற்றாண்டின் இரண்டாவது பாதியிலிருந்து புற்றீசலாய் வெளிப்பட்டதுபோல மற்றொரு நிகழ்வு பல்கலைக்கழக மொழியியலாளர்களால் நிகழுமானால் மொழியியல் வெறும் பாடப்பொருள் மட்டுமே என்ற பிம்பம் உடையும்.

இந்நிலையிலும் மொழியின் பல்வேறு பரிமாணம் சார்ந்த படைப்புகள் பிற இந்திய மொழிகளின் வெகுசன ஊடகங்களில் தமிழைப்போல் இடம்பெற்றதில்லை. தமிழ் இலக்கண, இலக்கியச் சிந்தனைகளுக்கு அப்பால் சமூக அரசியல் விழுமியங்கள் தமிழ் மொழியில் வற்புறுத்திய நவீனமயமாக்கம் சார்ந்த எழுத்துக்கள் இத்தொகுப்பில் இடம்பெற்றுள்ளன. அமெரிக்க – ஐரோப்பிய முலாம்பூசி இருபதாம் நூற்றாண்டின் அறுபதுகளில் தமிழகத்தில் அறிமுகமான மொழியியல், தமிழுக்கான ஆய்வுத் தளத்தை நிறுவிக் கிட்டதட்ட இரண்டு தலைமுறைகளாகிவிட்டன. இருப்பினும், மொழியியல் ஒரு துறைப் படிப்பாக அங்கீகாரம் பெற மொழிப் பழமைவாதங்களும், தமிழிலக்கியப் பேராசிரியர்களின் சுயலாபக் கணக்குகளும் வேகத்தடைகளாக இன்றுவரை இருந்துவருவது துரதிருஷ்டவசமானது.

இத்தொகுப்பில் இருபது ஆண்டுகளாக வெளிவந்துள்ள பல கட்டுரைகள், நேர்காணல்கள், மதிப்புரைகள், விவாதங்கள், எதிர்வினைகள் முதலானவை காலச்சுவடு வாசகனின் மொழிப்

புலனறிவில் சலனத்தை ஏற்படுத்தியுள்ளன. ஒவ்வொரு வாசகனும் பெற்றுள்ள மொழியியல் குறிப்பாக, மொழி நவீனமயமாக்கம் குறித்த செயலறிவு மொழியியலின் மீது நேரிய மனப்பாங்கை இக்கட்டுரையின் வாயிலாக வளர்த்துள்ளது காலச்சுவடின் பெரும் பங்களிப்பாகும்.

இத்தொகுப்பு வடிவாக வந்திருக்கிறதென்றால், அதற்கு முழுப் பொறுப்பும் கட்டுரையாளர்களே. இரண்டாவதாக, இத்தொகுப்பு வெளிவர எல்லா வகைகளிலும் ஊக்குவித்த திரு. கண்ணனும், செம்மையான வெளியீடாக வர உதவிய காலச்சுவடு பதிப்பக நண்பர்களும். இவர்களுக்கு என் நன்றி.

நாகர்கோவில்
10.10.2014

சு. இராசாராம்
பதிப்பாசிரியர்

1

*தமிழ் எழுத்துச் சீர்திருத்தமும் திராவிடப் பொது எழுத்தும்

இ. அண்ணாமலை

புதுக்கவிதையை இனங்காட்டுவது அதன் உள்ளடக்கமும் உருவமும். புதுத்தமிழையும் அதன் உள்ளடக்கத்தையும் உருவத்தையும் வைத்துத்தான் இனங்காண வேண்டும். தமிழைப் புதுமொழியாக – நவீனமொழியாக – ஆக்க விரும்புபவர்கள் உருவத்துக்குக் கவனம் தந்த அளவு உள்ளடக்கத்தில் கவனம் செலுத்தவில்லை. புதிய தமிழ் புதுக்கவிதையின் வீச்சையும் கையாள வேண்டும்; புதிய அறிவியலின் வளத்தையும் தனதாக்க வேண்டும். இவற்றை இயல்பாக, திறனோடு செய்ய மொழியின் உருவம் தன்னை வளர்த்துக்கொள்ள, மாற்றிக்கொள்ள வேண்டும். உருவத்தைத் தயார்படுத்துவதில் எழுத்து முறையும் சொல்லாக்கமும் அடங்கும்; ஆனால் இவை இரண்டோடு மட்டும் நின்றுவிடுவதில்லை. இருப்பினும், தமிழர்கள் எழுத்துச் சீர்திருத்தத்துக்கும் கலைச் சொல்லாக்கத்துக்கும் தந்த நேரத்தையும் விவாதத்தையும் மற்றவற்றுக்குத் தரவில்லை. இந்த இரண்டையும்கூட குறுகிய கண்ணோட்டத்திலேயே பார்க்கிறார்கள். எழுத்துச் சீர்திருத்தம் எழுத்தின் வடிவத்தையும் எண்ணிக்கையையும் (நெடுங்கணக்கு) பெரும்பாலும் கவனத்தில் கொள்கிறது; கலைச்சொல்லாக்கம் சொல்லைத் தூய்மைப்படுத்துவதில் அதிகக் கவனம் செலுத்துகிறது. கலைச்சொல்லாக்கத்துக்கும் எழுத்துச் சீர்திருத்தத்துக்கும் நெடுங்கணக்கின் எண்ணிக்கை, சொல்லில் எழுத்துக்கள் வரும் முறை பற்றிய விவாதத்தில் தொடர்பும் உண்டு.

---

* தமிழ் எழுத்துச் சீர்திருத்தமும் திராவிடப் பொது எழுத்தும், கோ. ஜெயபாலன். சிலிக்குயில் வெளியீடு, கும்பகோணம்.

புதிய தமிழுக்கான எழுத்துச் சீர்திருத்தம் பெஸ்கியில் துவங்கி ஆரவாரமில்லாமல் செய்யப்பட்ட சொற்களுக்கிடையே இடம் விட்டு எழுதுவது, சந்தி பிரித்து எழுதுவது, நிறுத்தக்குறிகள் போடுவது முதலானவை வழியாகத் தொடர்ந்து செய்யப்பட்டு வந்திருக்கிறது. செய்ததைவிட அதிகமாகப் பேசப்பட்டு வந்திருக்கிறது. ஜெயபாலனின் நூல் இதில் ஒன்று. எழுத்துச் சீர்திருத்தம் எழுத்து மொழிச் சீர்திருத்தத்துக்காகச் செய்கிற ஒன்று. எழுத்து மொழி பேச்சை எழுதுகின்ற மொழி அல்ல; அதற்கென்று தனி இலக்கணம் உண்டு; தனித் தன்மைகள் உண்டு; தனிப் பயன்பாடுகள் உண்டு. ஆயினும் எழுத்துமொழிக்கும் பேச்சு மொழிக்கும் உள்ள இடைவெளியைக் குறுக்குவது மொழியை நவீனமயமாக்குவதில் முக்கியமான அம்சம். பதினாறாம் நூற்றாண்டில் ஐரோப்பிய மொழிகள் நவீனமொழிகள் ஆனபோது அவை எழுத்துமொழியாக இருந்த லத்தீனிலிருந்து விடுபட்டுப் பேச்சுமொழியின் அடியொற்றி எழுந்து வளர்ந்தன; சென்ற நூற்றாண்டின் கடைசியில் ஜப்பானியமொழி செம்மொழி நடையை விட்டுப் பேச்சுமொழியைத் தழுவி நவீனமானது. சீனா பீகிங் பேச்சின் அடிப்படையில் அமைந்த நாடு தழுவிய ஒரு பொதுப் பேச்சுமொழியையும் (Putonghua) அதனடிப்படையில் எழுத்துமொழியையும் நிலைப்படுத்த முயன்றுகொண்டிருக்கிறது. இந்த மாற்றத்தில் எல்லா மொழிகளிலும் எழுத்து முறையிலும் மாற்றங்கள் ஏற்படுகின்றன. தமிழைப் பொறுத்தவரை எழுத்துச் சீர்திருத்தம் பற்றிப் பேசுபவர்கள் எழுத்துத் தமிழைப் பேச்சுத் தமிழுக்குப் பக்கத்தில் கொண்டுவருவதற்குத் தேவையான எழுத்துச் சீர்திருத்தம் – எழுத்து மொழிச் சீர்திருத்தம் – பற்றிப் பேசுவதில்லை. ஜெயபாலனும் அதற்கு விலக்கல்ல. பேச்சு மொழியின் சில உச்சரிப்பை எழுத்து மொழியில் காட்டச் சில குறியீடுகள் தருவதோடு நின்றுவிடுகிறார். அவற்றையும் உரையாடலை எழுதும்போது பயன்படுத்துவதற்கே தருகிறார்; எழுத்துமொழி மரபை மாற்றுவதற்காக அல்ல.

எழுத்துச் சீர்திருத்தத்தில் எழுத்து வடிவத்தை மாற்றுவது, எழுத்தின் எண்ணிக்கையை (alphabet) மாற்றுவது, சொற்களை எழுதும் முறையை (spelling) மாற்றுவது என்ற மூன்றும் அடங்கும். ஜெயபாலன் மூன்றையும் பேசுகிறார். திராவிட மொழிகள் நான்கிற்கும் பேசுகிறார். பலமொழிகளுக்குப் பொது எழுத்து வடிவம் பற்றிப் பேசுவது தனிப்பிரச்சனை; அதற்கும் மொழி நவீனத்துவத்துக்கும் நேரடித் தொடர்பு இல்லை. அதற்கும் அரசியலுக்கும் நேரடித் தொடர்பு உண்டு. அதைப் பற்றி இந்த விமர்சனக் கட்டுரையில் மேலே ஒன்றும் சொல்லவில்லை. தமிழுக்குச் சொல்லும் எழுத்துச் சீர்திருத்தத்தில் ஜெயபாலன் ஒலிப்பு வேறுபாடு இழந்த சில எழுத்துக்களை நீக்கி, ஒலிப்பு வேறுபாட்டைக் காட்டச் சில எழுத்துக்களைச் சேர்த்து (இவை

alphabet, spelling என்ற இரண்டில் அடங்கும்), எழுத்து வடிவத்தை வேறுபாடு குறைத்து நேர்படுத்தித் *(linearize)* தருகிறார்.

எழுத்துச் சீர்திருத்த விவாதத்தில் இரண்டு அம்சம் உண்டு. ஒன்று திருத்தத்தின் தேவைக்கான காரணங்களைக் கூறுவது; மற்றொன்று திருத்தத்தை ஏற்றுக்கொள்வதற்கான காரணங்களைக் கூறுவது. முதலாவதன் காரணங்களாக ஜெயபாலன் உள்ளிட்டுப் பலரும் கூறுவது தொழில்நுட்பச் சாதனத் தேவைகள்; கற்பதில் உள்ள இடர்ப்பாடுகள்; தருக்க ரீதியாக ஒழுங்குபடுத்துதல் *(rationalization)* ஆகியவை. கணினி முதலான தொழில் நுட்ப வளர்ச்சியால் இப்போது தொழில் நுட்ப வசதிக்காக எழுத்தை மாற்றும் விவாதத்தின் வலு குறைந்துவிட்டது. எவ்வளவு சிக்கலான எழுத்து முறையையும் புதிய தொழில் நுட்பம் கையாள முடியும். தமிழ் எழுத்தைவிட எத்தனையோ மடங்கு சிக்கலான ஜப்பானிய எழுத்தை இப்போது கணினியில் பயன்படுத்துகிறார்கள். தமிழையும் அச்சிடுவது முதலான பலவற்றுக்கும் எளிதாகப் பயன்படுத்துகிறார்கள். புதிய பலவகையான எழுத்தமைப்புகளை *(font designs)* உருவாக்கும் வசதியும் இன்று கணினியில் இருக்கிறது. எனவே இப்போது தொழில் நுட்பத்தைப் பயன்படுத்துவதற்காக மட்டுமே எழுத்தை மாற்றுவது தேவை இல்லை; மாறாக, எழுத்தின் தேவைக்கேற்றபடி தொழில் நுட்பம் வளைந்து கொடுக்கிறது.

தமிழைக் கற்பதில் உள்ள கஷ்டங்கள் பேச்சு மொழிக்கும் எழுத்து மொழிக்கும் உள்ள பெரிய இடைவெளியினாலேயே பெரிதும் ஏற்படுகின்றன. இதைச் சில ஆய்வுகளும் காட்டுகின்றன. உயிர்மெய் வடிவங்கள் மெய்களைப் பொறுத்து (னா, னை போன்று), உயிர்களைப் பொறுத்து (உகரம், ஒகரம் போன்று) மாறுபடுவது துவக்கத்தில் இடர்ப்பாடு தந்தாலும் தொடர்ந்து நிலைத்த கஷ்டங்களாக இருக்கின்றன என்பதற்கு ஆய்வுச் சான்று எதுவும் இல்லை. மாறாக, மேலே சொன்ன இடைவெளியே அயல் நாட்டு மாணவர்களையும் வெளிநாட்டில் உள்ள தமிழ் இனத்தைச் சார்ந்தவர்களையும் பயமுறுத்துகிறது; இரண்டு மொழி படிக்கும் முயற்சி தேவைப்படுகிறது என்கிறார்கள். தமிழகத்தில் எழுத்தறிவு குறைவாக இருப்பதற்கும் தமிழ் எழுத்துமுறை காரணம் அல்ல. இதைவிடச் சிக்கலான எழுத்துமுறை கொண்ட ஜப்பானிய மொழியைப் பேசுபவர்கள் நூறு சதவிகிதம் எழுத்தறிவு பெற்றவர்கள். இது எழுத்துமொழி பேச்சுமொழியோடு இணைந்த பிறகு ஏற்பட்டது. ஜெயபாலன் சொல்வதுபோல் எழுத்தறிவில் சிறந்த கொரியர் மொழி ரோமன் வரி வடிவில் *(alphabetic script)* எழுதப்படவில்லை; பதினைந்தாம் நூற்றாண்டில் திட்டமிட்டு உருவாக்கிய ஒரு வகை ஒலி அடிப்படை அசை எழுத்துமுறையில் *(syllabic phonetic writing)* எழுதப்படுகிறது.

எந்த மொழியிலும் எழுத்துமுறை தர்க்கரீதியில் இருப்ப தில்லை. எழுத்து ஒரு கலாச்சார அடையாளம். காலச்சார அடையாளங்கள் நம்பிக்கையின் அடிப்படையில் சமூக மதிப்பீடுகளின் அடிப்படையில், சமூகப் பகிர்வின் அடிப்படையில் கொள்ளப்படுபவை. எனவே தருக்க அடிப்படை எழுத்துச் சீர்திருத்தத்துக்கு வலுவான காரணம் ஆகாது.

புதிய எழுத்துவடிவங்களை 'எளிமை', 'சீர்மை' கருதித் தமிழுக்குக் கொண்டுவரும்போது லாபநஷ்டக் கணக்குப் பார்க்க வேண்டும். உயிர்நெடில்களை குறிலின் விரிவாக (ஆ = அ, அ அல்லது அா) எழுதலாம் என்ற கருத்துக்களை விமரிசிக்கும் போது ஜெயபாலன் தனிஎழுத்துக்களின் எண்ணிக்கை குறைவு என்ற லாபத்தைவிட வரியில் அதிக இடம் எடுக்கும் என்ற நஷ்டம் அதிகம் என்பதால் ஏற்கவில்லை. இதேபோலப் புதிய எழுத்துவடிவங்கள் தேவைப்படுத்தும் பழைய இலக்கியங்களைப் புதிய வரிவடிவில் அச்சிடுவது; புதிய வரிவடிவில் எழுத்தறிவு தருவது, எழுத்து மொழி அந்நியமான கலாச்சார உணர்வை ஏற்படுத்துவது முதலிய நஷ்டங்களை, வலுவில்லை என்று மேலே நான் சொன்ன தொழில் நுட்ப வசதி, கற்றல் எளிமை, தருக்கமுறை முதலிய லாபங்களோடு ஒப்பிட்டு முடிவுக்கு வரவில்லை. ஒப்பீட்டில் லாபம் அதிகம் இருப்பதாகத் தெரியவில்லை.

புதிய எழுத்துக்களின் தேவை பற்றிச் சொல்லும்போது வரும் இடத்தை வைத்து ஒலிப்பை அறியும் நிலையிலும் ஒலிப்பு வேறுபாடு இருக்கும் காரணத்தால் வேறு எழுத்து வேண்டும் என்று சொல்வது – அதாவது மெய்யெழுத்துக்குப் பின்வரும் பகரம் ஒலிப்புடன் தீ போன்று ஒலிப்பதால் ககரத்தை இந்த இடத்தில் மாற்ற வேண்டும் என்று சொல்வது – மொழி இலக்கணத்தின் அடிப்படைக்கு மாறானதாகும். இது ஊகமுறை ஒலிப்பு அல்ல; விதி அடிப்படையில் உள்ள ஒலிப்பு முறை; இந்த விதி மொழி சிக்கனமான எண்ணிக்கையில் எழுத்துக்களை உருவாக்க உதவும் விதி; இந்த ஒலிப்பு வேறுபாடுகள் சொல்லின் குறிப்பிட்ட இடத்தில் பொருள் வேறுபாடு தராத வேறுபாடுகள்.

இதே ஒலிப்பு வேறுபாடுகள் வேறு இடங்களில், எடுத்துக் காட்டாக மொழி முதலில் – பொருள் வேறுபாடு தரலாம், பா(ஜீ)வம், பா(தீ)வம் போன்று. இத்தகைய இணைகள் மொழியில் அதிகமாகும்போது மொழியின் பொருள் வேறுபடுத்தும் திறனைக் காக்கும் முறையில் புதிய எழுத்துக்கள் தேவைப்படும். புதிய தமிழில் இந்தத் தேவை இருக்கிறது. புதுமையாக்கத்தின் ஒரு பகுதி உள்ளடக்கம் விரிவது; மற்ற மொழிகளோடு, நாடுகளோடு தொடர்பு விரிவது. இந்த விரிவு புதிய சொற்களை அறிமுகப்படுத்துகிறது. புதிய சொற்கள் பொதுச்சொற்களாக இருக்கலாம்; ஆள், ஊர்ப்பெயர்களாக இருக்கலாம். தமிழகத்தில் பத்திரிகையாளர்கள்,

சிங்கப்பூர், மரீஷியஸ் போன்ற வெளிநாடுகளில் வசிக்கும் தமிழர்கள் இந்தப் பிரச்சனையைத் தினந்தோறும் சந்திக்கிறார்கள். தங்கள் நாட்டுத் தலைவர்களின் பெயரையே, தாங்கள் இருக்கும் தெருவின் பெயரையே தமிழில் எழுத இடர்ப்படுகிறார்கள். அறிவியலால் வரும் கலைச்சொற்கள் பொருள் வேறுபடுத்தும் புதிய ஒலிகளைத் தமிழுக்குக் கொண்டு வருகின்றன. இவற்றைத் தமிழில் எழுதப் புதிய எழுத்துக்கள் தேவை. இவை தமிழ் நவீனப்படுவதன் தேவைகள். இதில் என்னென்ன இடர்ப்பாடுகள் இருக்கின்றன என்று தரவின் அடிப்படையில் அலசி வழிகாணுவது எழுத்துச் சீர்திருத்தத்தின் முக்கியமான அம்சமாக இருக்க வேண்டும். ஜெயபாலன் அனுபவத்தில் எதிர்ப்படும் இடர்ப்பாடுகளை விட்டுவிட்டுக் கற்பிதமான இடர்ப்பாடுகளைப் பற்றிப் பேசுகிறார்.

தமிழைக் கையால் விரைவாக எழுத முடியாது என்பதற்கு எந்தச் சான்றும் தரவில்லை. இது கற்பிதமான குறை. பிறமொழிச் சொற்களை அடையாளம் காட்டக் குறி போடவேண்டும் என்று சொல்லும்போது அது நடைமுறை சாத்தியமில்லாதது மட்டுமல்ல – பொதுமக்கள் அகராதியை வைத்துக்கொண்டு எழுதுவதில்லை; அகராதி தயாரிப்பவர்களே பல இடங்களில் வேற்றுமொழிச் சொல் என்று முடிவுக்கு வரத் தடுமாறுவார்கள் – மொழியை நவீனப்படுத்துவதன் ஒரு அம்சமான மொழியைப் பரவலாக்குவதற்கும் முரணானதாகும்.

எழுத்துக்களைக் குறைக்கும் யோசனையில் பேச்சுத் தமிழில் ஒலிப்பு வேறுபாடு இழந்துவிட்ட எழுத்துக்களை (ர, ற; ந, ன போன்று) விட்டுவிடுவது முக்கியமான ஒன்று; சிக்கலான ஒன்று. எழுத்துத் தமிழைப் பேச்சுத் தமிழுக்குப் பக்கத்தில் கொண்டுவரும் நோக்கத்தில் தேவையான ஒன்று. ஆனால் முன்னால் சொன்னது போலப் பேச்சுமொழியே எழுத்துமொழி அல்ல. சில ஒலிப்பு வேறுபாடு இழப்புகள் (ன,ண; ல,ள போன்று) பொதுப் பேச்சுத் தமிழில் *(standard spoken Tamil)* ஏற்றுக்கொண்டவை அல்ல. எழுத்துமொழி பொதுப் பேச்சுமொழியை அடியொற்றி இருக்குமே ஒழிய வட்டாரப் பேச்சுகளை அடியொற்றி அல்ல. பொதுப் பேச்சுத் தமிழில் ஒலிப்பு வேறுபாட்டை இழந்த எழுத்துக்களைப் பொறுத்தவரை லாபநஷ்டக் கணக்குப் பார்க்க வேண்டும். எழுத்துக்களைக் குறைத்தால் பல பொருள் ஒரு சொல் அதிகமாகி (கரி / கறி வாங்கு) கருத்துப் பரிமாற்றத்தில் இடர்ப்பாடு வருமா (ஜப்பானிய மொழியில் ஓரசைச் சொற்கள் அதிகமாக இருப்பதால் பல பொருள் ஒரு சொல் அதிகம் உண்டு; எனவே அவர்கள் பேசும் போது விரலால் எழுத்து வடிவத்தை வரைவதைக் காணலாம்), சந்தியில் இடர்ப்பாடு வருமா (ஊரை, ஆற்றை) என்று சோதனை செய்து பார்த்து முடிவு செய்யவேண்டும். பேச்சு மொழியை அடியொற்றி எழுத வேண்டும் என்னும்போது ஊறுகாய் என்பதை

ஊருகாய் என்று எழுதுவதைப் பற்றி மட்டுமல்லாமல் ஊருகா என்று எழுதுவதைப் பற்றியும் கணக்கிட வேண்டும். பொருள் மயக்கம் வராத போது எழுத்துமுறை பேச்சை ஒட்டி வருவது பற்றிக் கணக்கிடும் பிரச்சனை இல்லை; லாபமே இருப்பதால் எழுத்துக் கூட்டுவதைப் பேச்சை ஒட்டிச் செய்யலாம்; மடையன் என்பதை மடயன் என்று எழுதலாம். மடயன் என்று எழுதுவது ஐகாரத்தை அய் என்று மாற்றி மடய்யன் என்று எழுதுவதைவிடத் தமிழுக்குத் தேவையான மாற்றமாகும்.

சீர்திருத்தங்களை ஏற்றுக்கொள்ளச் சொல்லும் காரணங்களில் ஜெயபாலன் பல இடங்களில் பழமைவாதக் காரணங்களை முன்வைக்கிறார். தமிழிலிருந்து போன மலையாள எழுத்துத்தான் என்பதால் ஏற்றுக்கொள்ளலாம்; இன்றைய கன்னடம் காட்டுகிறபடி இது பழைய தமிழ் உச்சரிப்பின் பிரதிபலிப்பு என்பதால் ஏற்றுக்கொள்ளலாம் என்பது போன்ற காரணங்களைக் கூறுகிறார். தமிழின் புதுமையாக்கத்துக்கு இந்த மாற்றங்கள் தேவை என்பதை இந்த இடங்களில் வலியுறுத்தவில்லை. புதுமைக்குப் பழமையைத் துணைக்கு அழைப்பது எழுத்துச் சீர்திருத்தத்துக்கான ஆணிவேரையே அசைக்கிறது. பேச்சுமொழி ஒலிப்பிற்கேற்ப எழுத்துமுறையை மாற்றவேண்டும் என்று சொல்லும் நேரத்தில் 'ழ'வை விட வேண்டாம்; 'ச'வுக்கு பழைய *cha* என்ற உச்சரிப்பு வேண்டும் என்று சொல்வதும் பழமைப் பற்றைக் காட்டுகின்றன. தமிழை நவீன மொழியாக்க முயல்வது தமிழ்ப்பற்றே. தமிழ்ப் பற்றைக் காட்ட விழைந்து கொள்கை முரணில் முடியக்கூடாது.

தமிழ் எழுத்துச் சீர்திருத்தவாதிகள் தமிழைப் புதுமைப்படுத்த ஆங்கிலத்தை – ஆங்கில எழுத்துமுறையை – முன்மாதிரியாகக் கொள்கிறார்கள். ஒலியன் எழுத்துமுறை (*alphabetic writing*) ஐரோப்பிய சமூகங்களின் அறிவியல் வளர்ச்சிக்கும் தொழில் நுட்ப முன்னேற்றத்துக்கும் முக்கியமான காரணம் என்ற பரவலான கருத்து இன்று மொழி வல்லுநர்களால் ஏற்றுக் கொள்ளப்படுவதில்லை. ஆங்கிலம் முதலிய ஐரோப்பிய மொழிகள் போல எல்லா நவீனத் தேவைகளுக்கும் வளர்ச்சிக்கும் பயன்படுத்தப்படும் ஜப்பானிய மொழி போன்ற ஆசிய மொழிகள் எப்படி நவீனப்படுத்தப்பட்டன என்று அறிவது தமிழ் வளர்ச்சிக்குப் பயனுள்ளதாக இருக்கும். ஆசியாவை நோக்கிப் பார்வையைத் திருப்புவது தமிழுக்கு நல்லது.

காலச்சுவடு 13, மார்ச் 1996

2

விண்சமைப்போரும் தமிழன்னை வழிபாடும் – தமிழ் எழுத்துச் சீர்திருத்தம் பற்றிய குறிப்புகள்

ஆ.இரா. வேங்கடாசலபதி

இன்றைய தமிழகத்தின் முக்கியமான குடிசைத் தொழில்களில் ஒன்று தமிழ் எழுத்துச் சீர்திருத்தம். (அறிவியல் கலைச்சொல்லாக்கம் மற்றொன்று.) தமிழை முன்னேற்றக் கருதும் பலர் தமிழ் நெடுங்கணக்கைச் சீர்திருத்துவதே முதல் வேலை என்று சொல்லிக்கொள்கிறார்கள். ஓய்வுபெற்ற அதிகாரிகளுக்கு இது ஒரு பொழுதுபோக்கு; மீண்டும் தம்மைப் பொதுவாழ்வில் முக்கியப்படுத்திக்கொள்ள ஒரு வழி.

தமிழ்க் குதிரை விண்ணைச் சாடி அறிவியல் உலகுக்குப் பிய்த்துக்கொண்டு செல்லவிருப்பதாகவும், ஆனால் அதன் கால்கள் தமிழ் எழுத்துகளால் பிணிக்கப்பட்டு, தமிழ்ப் புலவர்களின் கையில் அவ்விலங்கின் சாவி இருப்பதாகவும் ஒரு தோற்றம் தமிழ் எழுத்துச் சீர்திருத்தம் பேசுவோரிடம் வெளிப்படுகின்றது. அறிவியல் பற்றிய இவர்களுடைய பார்வை பத்தொன்பதாம் நூற்றாண்டு ஐரோப்பிய சிந்தனை எல்லைகளுக்குட்பட்டு, ஆய்வுக் கூடத்தில் பள்ளிக்கூட மாணவர்களின் சோதனைக் குழாய் பரிசோதனை தரத்திலேயே பெரிதும் இருக்கின்றது. 'விண்ணில் ஆப்பிள் பயிரிடுவோம்', 'விண் சமைப்போர் வருக' என்றவாறு இவர்கள் எழுதும் கவிதைகள் இதற்குப் பருக்கைச் சோற்றுப் பதம். தமிழுக்குப் பகைவர்களாக இவர்கள் உருவகப்படுத்திக் காட்டும் தமிழ்ப் புலவர்கள் சோளக்காட்டுப் பொம்மையின் சாயலை உடையவர்கள். இந்தப் பொம்மைகளோடு சண்டையிட்டுத்தான் எழுத்துச் சீர்திருத்தத்தின் வக்கீல்கள் தம்மை நியாயப்படுத்திக் கொள்கின்றனர்.

சென்ற பத்து பதினைந்து ஆண்டுகளில் ஈழத் தமிழர்கள் புலம்பெயர்ந்து, ஒரு புதிய தலைமுறை வேற்று மொழிச் சூழலில் பிறந்து, அவர்களுக்குத் தமிழ் சொல்லிக் கொடுப்பதில் ஏற்பட்ட சிக்கல்களும் பண்பாட்டுக் கவலைகளும், ஈழத் தமிழரையும் எழுத்துச் சீர்திருத்தப் பல்லவியைப் பாடவைத்துள்ளன.

'F இல்லை'; 'Z இல்லை'; 'காபிக்குத் தமிழ் என்ன?' என்றவாறு எழத்தொடங்கிய கேள்விகள், தமிழை அறிவியல் மயமாக்குவதற்கும் இவையே தடைகள் என்ற மாயையை உருவாக்கியுள்ளன. தமிழ் எழுத்துகள் தமிழை எழுதுவதற்காகவே உருவாக்கப்பட்டவை என்ற எளிய உண்மையைச் சொல்வோர் கட்டுப்பெட்டியாகவும், தமிழ்ப் புலவராகவும் கிண்டல் செய்யப்படும் நிலை ஏற்பட்டுவிட்டது.

வேற்றுமொழிச் சொற்களை அம்மொழிக்காரர்கள் பலுக்குவது போலவே பலுக்கவேண்டும் என்று ஒரு தேவை இருப்பதாகவும், இதற்குத் தமிழில் புதிய எழுத்துகளைச் சேர்க்கவேண்டும் என்றும் கூறப்படுகிறது.

அண்மைக் காலத்தில் ஐரோப்பிய மொழிகள் பலவற்றோடு தொடர்புகொள்ளும் வாய்ப்புக் கிடைத்துள்ள தமிழர்களுக்கு இந்த நிலைப்பாட்டின் அபத்தம் மேலோட்டமாக எண்ணிப்பார்த்தாலே புலப்படாமல் போகாது. பெயர்ச் சொற்கள் ஊருக்கு ஒருவகையாக ஒலிக்கப்படுவதும், அவற்றின் சாயல் உள்ளவாறு ஒலித்தாலும்கூட அம்மொழிக்காரர்களுக்குப் புலப்படுவதில்லை என்பதும் ஐரோப்பிய நகரங்களின் இரயில், பேருந்து, தகவல் நிலையங்களில் முகவரி விசாரிப்பவர்களின் அன்றாட அனுபவம்.

எழுத்துக்கும் ஒலிக்கும் உள்ள இடைவெளி, சொல்லுக்கும் பொருளுக்குமான இடைவெளிக்குச் சிறிதும் குறைந்ததில்லை. உலகத்திலுள்ள ஒவ்வொரு மொழியினரும் உச்சரிக்கும் ஒலிகளெல்லாம் தமிழ் நெடுங்கணக்கில் சிறைப்பட வேண்டும் என்பது என்ன நியாயம்? அப்படியே அவற்றுக்கெல்லாம் எழுத்துகளை உருவாக்கினாலும் தமிழர்கள் அவற்றைப் பலுக்கத்தான் முடியுமா?

வைணவ மணிப்பிரவாள உரைகளுக்காக கிரந்த எழுத்துகள் உருவாயின. வடமொழியிலுள்ள வர்க்க எழுத்துகளுக்கெல்லாம் ஈடாக கிரந்த எழுத்துகள் உண்டாக்கப்பட்டன. ஆனால் இன்று எஞ்சி இருப்பவை என்னவோ ஜ, ஷ, ஸ, ஹ, ஸ்ரீ மட்டுமே. சென்ற நூற்றாண்டில் அச்சிடப்பட்ட கிரந்த எழுத்து நூல்களெல்லாம் நூற்பட்டிகூடத் தயாரிக்க முடியாமல் பழம் நூலகங்களில்

முடங்கிக் கிடக்கின்றன. தமிழை அரபு எழுத்தில் வடிக்கும் அரபுத் தமிழின் நிலை இதைவிட மோசம். (தமிழ் தெரியாமல் அரபு மட்டுமே அறிந்தவர் அரபுத் தமிழை 'வாசிக்க' முடியாது என்பதை எழுத்துச் சீர்திருத்த ஆர்வலர்கள் கவனிக்கவேண்டும்.)

தமிழில் நிலைபெற்றுவிட்ட கிரந்த எழுத்துகளிலும் 'ஸ்ரீ'யின் நிலையைக் கொஞ்சம் பார்ப்போம். 'ஸ்ரீ'யை 'ஷ்ரி' என்று ஒலிக்காமல் 'ஸ்ரி' என்றே ஒலிக்கிறோம். ஈழத் தமிழர்கள் இந்த பாவனையைக் கூடச் செய்வதில்லை. 'சிறீலங்கா', 'சிறீ சபாரத்தினம்' என்றே எழுதுகின்றனர். (நம்மாழ்வாரும் 'சிறீதரன்' என்றே பாடுகிறார்.) ஆயிரம் ஆண்டுகளாகப் பழகிய ஒலியே இந்தப் பாடுபடுகின்றதென்றால், புதிய ஒலிகள் தமிழர் நாவில் பிசகின்றி நடைபயிலும் என்பதற்கு யார் உறுதிகூறப் போகிறார்கள்?

மேலும், புதிய எழுத்துகளை நுழைப்பதால் ஏற்படும் குழப்பங்களைப் பற்றியும் இந்தப் புதுமை நுனிக்கொம்பேறிகள் கவலைப்படுவதாகத் தெரியவில்லை. அச்சுத் தொழில்நுட்பம் தமிழுக்கு வந்து நானூறு ஆண்டுகளுக்கு மேலாகின்றது. அதிலும் சென்ற ஐம்பதறுபது ஆண்டுகளில் அச்சு நூல்களின் பெருக்கம் மலைப்பைத் தருவது. இன்றுள்ள வடிவில் தமிழ் எழுத்துகள் தமிழர் மனங்களில் பதிந்து, எழுத்துகளைப் பார்த்த உடனே இனங்காணும் மௌன வாசிப்பு முறை காலூன்றிவிட்ட பிறகு, தமிழ் எழுத்துகளை மாற்றுவதென்பது வன்முறையின்பாற்பட்டதாகவே கருதப்பட வேண்டியது. எழுத்தறிவு குறைவாகவும், அதிகாரத்தோடு எழுத்து நேரிடைத் தொடர்புடையதாகவும் இருந்த காலகட்டங்களில் தமிழ் வரிவடிவங்கள் மாறிவந்துள்ளனவே என்று கல்வெட்டுகளைச் சான்று காட்டிப் பேசும் வாதம் இன்றைக்குச் செல்லுபடியாகாது.

ஓலைச்சுவடிக் காலத்தில் சிக்கனம் கருதி உருவாக்கப்பட்ட கூட்டெழுத்துகளைக்கூட நானூறாண்டு அச்செழுத்து தமிழ்ப் பண்பாட்டிலிருந்து விலக்க முடியவில்லை. அச்செழுத்துகளுக்குப் பழகிய பாரதி, புதுமைப்பித்தன் போன்றோர்கூட, கையால் எழுதும்போது கூட்டெழுத்துகளைப் பயன்படுத்தியுள்ளனர். தமிழ்நாட்டுத் தென்மாவட்டங்களின் சுவரெழுத்துகளில் இன்றும்கூட அவை வழக்கில் உள்ளன. ('இந்தியன்' திரைப்படத்தில், கூட்டெழுத்தை வைத்து, கொலையாளி முதியவர் என்று துப்பறியும் நிபுணர் கண்டுபிடிக்கும் அபத்தம் இங்கு நினைவுக்கு வருகிறது.) இந்த நிலையில், புதிய நூல்கள் புதிய வடிவில் அச்சிட்டால் என்னவாகும்? இதுவரை வெளியான தமிழ் நூல்களை எந்தக் கடலில் போடுவது? அவற்றில் உள்ளவற்றை மீட்பது எப்படி? இது வரை தமிழ் மனங்களில் பதிந்த எழுத்துகளை இல்லாதொழிக்கும் அழிப்பான் யார் சட்டைப்பையில் உள்ளது?

இவற்றுக்கெல்லாம் மேலாக, எழுத்துச் சீர்திருத்தம் எதற்குத் தேவை என்ற ஆதாரமான கேள்வியும் உண்டு. தமிழை நவீனமயமாக்கும், அறிவியல்மயமாக்கும் சமூக நிறுவனத் தேவை என்ன? உயர்கல்விவரை தமிழ் பயிற்று மொழியாக உள்ள நாடு எது? தமிழ் ஆட்சிமொழியாகவோ, உயர் தகவல் தொடர்பு மொழியாகவோ எங்கு விளங்குகின்றது? எந்த அறிவுத் துறை (இங்கு நான் அறிவியலை மட்டுமே சுட்டவில்லை) தமிழ்வழிச் செயல்பட்டுக் கொண்டிருக்கிறது? தமிழில் சட்டமியற்றி, நடைமுறைப்படுத்தும் நீதிமன்றங்கள்தாம் உண்டா? கணினியில் தரவு ஆய்வு *(data processing)* தமிழிலேயே செய்ய வேண்டும் என்று கேட்போர் யார்?

தமிழ் ஓரெழுத்துக்கூடப் பயிலாமல் பட்டம் பெறலாம். தமிழே தெரியாமலும்கூட எந்தச் சிக்கலும் இல்லாமல் அன்றாட வாழ்க்கையை நடத்திவிடக்கூடிய சமூக வர்க்கம் தமிழ்நாட்டின் பெருநகரங்களில் வளர்ந்து வருகின்றது. தமிழில் ஒரு சொல் பேசினாலும் தண்டக் கட்டணம் வசூலிக்கும் பள்ளிக்கூடங்கள் சென்னையில் ஏராளம். குழந்தைகள் தமிழில் பேசினால் அசூயைப்படும் பெற்றோர்கள் மத்தியதர வர்க்கத்தையும் தாண்டிப் பெருகி வருகின்றனர். (தமிழ் எழுத்துகளின் எண்ணிக்கையைக் குறைத்துவிட்டால், குழந்தைகள் தமிழ் பயிலத் தொடங்கிவிடுவார்கள் என்று நினைக்கும் புகலிடத் தமிழர்கள் இதைப் பற்றிச் சிந்திக்க வேண்டும்.)

இந்தச் சூழ்நிலையில், தமிழ் நவீன மொழியாக உருவாகாமலிருப்பதற்கு அதன் நெடுங்கணக்குதான் காரணம் என்று சொல்பவர்களை என்னென்பது? கணக்கு வாய்ப்பாடுபோல் தோற்றமளிக்கும் புதிய 'தமிழ்' எழுத்துகளை உருவாக்குபவர்களின் கேளிக்கையாகத் தானே எழுத்துச் சீர்திருத்தம் இருக்க முடியும். தமிழின் இன்றைய நிலையை மாற்ற முயல்வதென்பது, தமிழ்ச் சமூக அமைப்பையும், அதில் ஊடாடும் அரசியல்/ அதிகாரப் பின்னல்களையும் எதிர்கொள்வதாகும். அவ்வாறு எதிர்கொள்வதென்பது, அவ்வமைப்பில் செல்வாக்குமிக்க இடங்களைப் பெற்றவர்களுக்கு இடர்களையே தேடித் தரும். தமிழ் எழுத்தைக் கிள்ளுக்கீரையாக நினைத்து, நடுப்பக்க கட்டுரைகளில் மட்டும் வீறாப்பைக் காட்டுபவர்கள், பிரச்சனைகளை நேரிடையாகச் சந்திக்காமல் நழுவிச் செல்வது, இந்த ஆபத்தை அவர்கள் அறிந்திருக்கிறார்கள் என்பதையே உணர்த்துகிறது.

தமிழை உயர்கல்விப் பயிற்றுமொழி ஆக்குவதற்கான ஒரு சிறு அடியைத் தமிழக அரசு இரண்டாண்டுகளுக்கு முன் எடுத்து வைத்தது. பொறியியல் பட்டப்படிப்பைத் தமிழிலும்

வழங்குவதென்ற இத்திட்டத்தின் அடிப்படையில் அண்ணா பல்கலைக்கழகம் இதற்கு மாணவர்களிடமிருந்து விண்ணப்பங்களை வேண்டியது. இதற்கு அகில இந்தியத் தொழில்நுட்பக் கல்விக்குழு அனுமதி நல்க மறுத்துவிட்டதாகச் செய்தி அடிபட்டதையொட்டி இப்பிரிவில் மாணவர்கள் சேர்க்கப்படாமல் விண்ணப்பித்தவர்கள் நட்டாற்றில் விடப்பட்டனர். மேற்குறிப்பிட்ட குழுவில், தமிழ் அறிவியல் மொழியாக வேண்டும், தமிழ் எழுத்தைச் சீர்திருத்த வேண்டும் என்று ஓயாமல் வலியுறுத்திவரும் முனைவர் வா.செ. குழந்தைசாமியும் ஓர் உறுப்பினர். குழுவில் இப்படிப்பட்டவர் உறுப்பினராக இருந்துமா இந்த நிலை என்று அவரிடம் விளக்கம் கேட்டபோது, அவர் தந்த விடை இது:

அனுமதி மறுக்கும் அதிகாரம் கவுன்சிலுக்குக் கிடையாது. அனுமதி இல்லை என்று அவர்களால் அரசுக்கு உறுதியாகப் பதில் சொல்லவே முடியாது. மேலும் இது அவசரப்பட்டு எடுக்கும் முடிவும் அல்ல. எல்லா நிலைகளிலும் யோசித்துத்தான் முடிவு எடுக்க வேண்டியது வரும். அதே சமயம் முடியாது என்று சொல்லவும் மாட்டார்கள். மனித வள மேம்பாட்டுத் துறையில் இருந்து பதில் வந்ததும் கலந்து ஆலோசித்து ஒரு நல்ல முடிவு எடுக்க உள்ளோம். *(குமுதம், 25.12.1997)*

நாடாளுமன்றத்தில் சொல்லப்படும் பதில்களுக்கு ஈடான இந்தக் கற்றாழைத் துவையல், தமிழுக்கு அடிப்படையான ஆக்கம் தேடும் முயற்சிகளுக்கு உள்ள தடைகளை எதிர்மறையாகவேனும் தெற்றென உணர்த்துகின்றது.

இந்தச் சிக்கல்களைத் தவிர்ப்பதற்கு எளிய வழி, தமிழ் எழுத்துச் சீர்திருத்தம் பேசுவது; அதற்குத் தடையாக உள்ள கற்பனை எதிரிகளோடு நிழல் யுத்தம் செய்வது.

தமிழ்ச் சமூகத்திற்குள் தமிழ் அதற்குரிய இடத்தை என்றேனும் ஒரு நாள் பெறலாம். அப்போது தமிழ் நெடுங்கணக்கின் போதாமை புலப்படலாம். அப்போது பேசலாமே எழுத்துச் சீர்திருத்தம் பற்றி.

அதுவரை விண்சமைப்போர் சமைக்கட்டும். தமிழன்னையை வழிபடுவோர் வழிபடட்டும்.

காலச்சுவடு 26, ஜூலை — செப்டம்பர் 1999

3

தடைகளைத் தகர்த்த யூனிகோட்

மாலன்

கட்டுரையாளர் எழுத்தாளர், இதழியலாளர், திசைகள் (www.thisaigal.com) என்னும் இணைய இதழின் கௌரவ ஆசிரியர். இவரது பிளாக்: maalanblog.blogspot.com

சில ஆண்டுகளுக்கு முன் ஒரு பிரபல வாரப் பத்திரிகை கணினியைப் பயன்படுத்தித் தமிழில் எழுதும் எழுத்தாளர்கள் என்று சுஜாதாவையும் என்னையும் குறிப்பிட்டு ஒரு செய்தி வெளியிட்டிருந்தது. அன்று மாலை என் வீட்டிற்கு வந்திருந்த ஒரு நண்பர், "கணினியைக் கொண்டு தமிழில் எழுதுகிறீர்களாமே! அந்தக் கணினியை நான் பார்க்கலாமா?" என்றார். காண்பித்தேன். எல்லோரும் பயன்படுத்தும் ஆங்கில எழுத்துக்கள் கொண்ட QWERTY என அழைக்கப்படும் விசைப்பலகைதான் என்னுடையதும். 'ஆங்கில எழுத்துகளாக இருக்கின்றனவே, இதைக் கொண்டு எப்படித் தமிழில் எழுத முடியும்?' என்று என்னைச் சற்றே சந்தேகமாகப் பார்த்தார் நண்பர்.

நான் ஆச்சரியப்படவில்லை. ஏனெனில் பலர் கணினி என்பது ஆங்கிலத்தில் இயங்குகிறது என்றுதான் நினைத்துக்கொண்டிருக்கிறார்கள். உண்மையைச் சொன்னால் கணினிக்கு ஆங்கிலம் தெரியாது. தமிழும் தெரியாது. எந்த ஒரு மொழியுமே தெரியாது. அதற்குத் தெரிந்ததெல்லாம் எண்கள். அதுவும் இரண்டே எண்கள். 'சுழி', 'ஒன்று' என்ற எண்கள்.

நீங்கள் மின்விளக்கைப் போடப் பயன்படுத்தும் ஸ்விட்ச் – ஏன் எந்த ஸ்விட்ச்சுமே – எப்போதுமே, இயக்கு அல்லது நிறுத்து என்ற இரண்டு நிலைகளில் ஏதோ ஒன்றில்தான் இருக்க முடியும். இரண்டுக்கும் இடைப்பட்ட ஒரு நிலை என்பது அதற்குக் கிடையாது. அதுதான் கணினியின் அடிப்படையும். எனவே

அதற்கு இரண்டு எண்கள் போதும். இரண்டு எண்களைக் கொண்டே எல்லா எண்களையும் எழுதிவிட முடியும் என்பதால் இரண்டு எண்கள் போதும். இயக்கு, நிறுத்து என்பதில் எந்த நிலையில் இருக்கிறது என்பதைக் குறித்த தகவல்தான் (தரவு / data) இருப்பதிலேயே மிகச் சிறிய தரவு. அதை ஒரு பிட் என்று அழைத்தார்கள். எட்டு பிட்டுகளைக் கொண்டது ஒரு பைட்.

ஒரு பைட்டை (அதாவது எட்டு பிட்கள்) கொண்டு 0 முதல் 255 வரை எழுதிவிட முடியும். இந்த பைனரி எண்ணுக்கு இந்த எழுத்து என்று இட ஒதுக்கீடு செய்துவிட்டால் நீங்கள் எழுத்தால் எழுதுவதைக் கணினி எண்ணாக மாற்றிப் புரிந்து கொண்டு சேமித்து வைக்கும். உதாரணமாக, நீங்கள் ஸ் என்ற ஆங்கில எழுத்தைத் தட்டச்சு செய்கிறீர்கள் என்றால் கணினி, அந்த எழுத்துக்கு ஒதுக்கப்பட்ட எண்ணின் தொகுதியாக அதை உள்வாங்கிக் கொண்டு சேமித்துக்கொள்ளும். இந்த இட ஒதுக்கீட்டைக் குறியீடு (character encoding) என்கிறார்கள். இதைப் பயன்படுத்தி ஆளாளுக்கு அவரவருக்குப் பிடித்த விதத்தில் எண் தொகுதிகளை ஒதுக்கி, ஏராளமான குறியீடுகளை உருவாக்கிக்கொள்ளலாம். ஆனால் அதனால் குழப்பம்தான் மிஞ்சும்.

ஆனால் நீங்கள் ஸ் என்ற எழுத்துக்குக் கொடுத்த எண்களின் தொகுப்பை நான் என் நிரலில் (Programme) வேறு ஒரு எழுத்திற்கு ஒதுக்கியிருந்தால் நீங்கள் எழுதியதை நீங்கள் எழுதியவாறே நான் படிக்க முடியாமல் போகும். நீங்கள் காலச்சுவடு என்று எழுத நான் பாதச்சுவடு எனப் படிக்க நேரிடலாம். குழப்பத்தைத் தவிர்க்க இந்த இட ஒதுக்கீட்டில் எல்லோரும் ஒரு ஒழுங்கைப் பின்பற்றியாக வேண்டும். அமெரிக்கர்கள் ஆங்கிலத்திற்குப் பொதுவான ஒரு குறியீட்டுமுறையை உருவாக்கினார்கள். ஆஸ்கி (ASCII -American Standard Code for Information Interchange) என்ற அந்தக் குறியீட்டுமுறை இன்றும் பரவலாக வழக்கில் இருக்கிறது.

ஆனால் தமிழில் நிலைமை அவ்வளவு எளிதாக இல்லை. நாம் தமிழர்கள் அல்லவா? ஒருவருக்கொருவர் சளைத்தவர்கள் இல்லையே! அதனால் ஆளுக்கொரு குறியீடு வைத்துக்கொண்டோம். அதனால் என் கணினியில் என் மென்பொருளைக் கொண்டு நான் எழுதியதை நீங்கள் உங்கள் வீட்டுக் கணினியில் படிக்க முடியாது. அப்படிப் படிக்க வேண்டுமானால் நான் பயன்படுத்திய அதே எழுத்துரு உங்களிடம் இருக்க வேண்டும்.

நீண்ட நெடிய சர்ச்சைக்குப் பின் குறியீடுகள் தரப்படுத்தப் பட்டன. அதுவரை உலகம் காத்துக்கொண்டிருக்கவில்லை. யூனிகோட் கன்சார்ஷியம் (Unicode consortium) என்ற ஒரு சர்வதேச அமைப்பு உலகில் உள்ள எல்லா மொழிகளுக்கும்

பொதுவான ஒரு குறியீட்டு முறையை உருவாக்கியது. அதுதான் யூனிகோட். இதனால் கிடைத்த நன்மை என்னவென்றால் உங்களிடத்தில் இருக்கும் ஒரே ஒரு மென்பொருளைக் கொண்டு ஆங்கிலத்தில் எழுதலாம், பிரெஞ்ச் மொழியில் எழுதலாம், ரஷ்யனில் எழுதலாம், சீனத்தில் எழுதலாம், இந்தியில் எழுதலாம், தமிழிலும் எழுதலாம். ஒவ்வொன்றிற்கும் தனித் தனி மென்பொருள்கள் வாங்க வேண்டியதில்லை. உங்கள் கணினியில் சிறிய மாற்றங்கள் (அதைத் தற்காலிகமாக வேண்டுமானாலும் செய்துகொள்ளலாம்) செய்துகொண்டால் போதும். சுருக்கமாகச் சொன்னால் மொழி என்கிற மதில் சுவரைத் தொழில் நுட்பம் இடித்துத் தகர்த்துவிட்டது.

என்ன நடந்தது?

8 பிட்கள் கொண்ட ஒரு பைட்டைப் பயன்படுத்தினால் 255 இடங்கள் கிடைக்கின்றன. ஆஸ்கி அதில் முதல் 128 இடங்களை ஆங்கில எழுத்துக்களுக்கு ('பெரிய' (A-Z) மற்றும் 'சிறிய' *(a-z)* எழுத்துகள், கால் புள்ளி, ஆச்சரியக் குறி, வினாக்குறி போன்ற *punctuations* இவற்றிற்கு) எடுத்துக்கொண்டு மீதி 127 இடத்தைக் காலியாக விட்டுவைத்தது. அவரவர் தேவைக்கு ஏற்ப அதை நிரப்பிக்கொண்டார்கள். உதாரணமாக, மேற்கு ஐரோப்பியர்கள் தங்கள் மொழியில் பயன்படுத்தும் கொம்பு தாங்கிய எழுத்துகளை *(accents)* எழுத அதைப் பயன்படுத்திக்கொண்டார்கள். சற்று நகர்ந்து இஸ்ரேலுக்கு வந்தால் அந்த 127 இடங்கள் அவர்கள் தேவைக்கு ஏற்ப வேறு எழுத்துகளுக்கு ஒதுக்கப்பட்டன. இன்னும் சற்று நகர்ந்து இந்தியாவிற்கு வந்தால் அங்கு அவை வேறு எழுத்துகளுக்குப் பயன்பட்டன. தாய்லாந்துக்குப் போனால் பிரிதொரு எழுத்துகளுக்கு. அதாவது 255இல் ஆங்கிலத்திற்கான 128தான் உலகம் முழுதும் ஒரே மாதிரி. மற்ற 127 இடத்திற்கு இடம் மாறுபடும். இதனால் ஒரு கணினியில் அதிக பட்சம் இரண்டு மொழிகளைத்தான் பயன்படுத்த முடியும். அதில் ஒன்று ஆங்கிலம்.

ஆனால் யுனிகோட் 16 பிட்களைப் பயன்படுத்தி உருவானது. இப்போது 255 இடங்கள் இல்லை. 65536 இடங்கள். அதனால் எல்லோருக்கும் இடம் கொடுக்கலாம். ஒரு குறிப்பிட்ட பைனரி எண் உலகம் முழுவதும் ஒரு குறிப்பிட்ட எழுத்துக்குத் தான். ஊருக்கு ஊர் அது மாறாது. எப்படி ஆங்கிலத்திற்கு நிரந்தரமான இடம் இருந்ததோ அதேபோல உலகின் முக்கிய மொழிகள் அனைத்திற்கும் நிரந்தர இடம். முரசு. காமின் முத்து நெடுமாறன் வார்த்தையில் சொன்னால் தமிழுக்கு என்று ஒரு சொந்த வீடு. 2944லிருந்து 3072 வரை (0B80 முதல் 0BFF வரை) 128 இடங்கள் தமிழுக்கு ஒதுக்கப்பட்டுள்ளன. உலகில் எங்கிருந்து பயன்படுத்தினாலும் இந்த இடத்தில் தமிழ் இருக்கும்.

சுருக்கமாகச் சொன்னால் ஆஸ்கி குறியீட்டின் கீழ் இருமொழிப் புலவராக இருந்த கணினி, யூனிகோடின் கீழ்ப் 'பன்மொழிப் புலவ'ராக ஆகிவிட்டது. ஆங்கிலம்தான் கணினியின் மொழி என்ற ஏகபோகத்தை முறியடித்து, ஒருவித சமத்துவத்தைக் கொண்டுவந்தது யூனிகோட்.

65536 இடங்கள் என்பது அண்மையில் வெளிவந்த யூனிகோட் பதிப்பில் (4.1) 97720 வரை அதிகரித்திருக்கிறது. பத்து லட்சம் இடங்கள்வரை போகும் என்கிறார்கள்.

யூனிகோடின் காரணமாகக் கணினியில் தமிழ் புழங்குவதில் பெரும் பாய்ச்சல் ஏற்பட்டிருக்கிறது. உலகெங்கும் உள்ள தமிழர்கள் தங்களுக்குள் செய்திகளையும் கருத்துகளையும் பகிர்ந்துகொள்கிறார்கள். இப்போதுதான் நான் எழுதுவதை நீங்களும் நீங்கள் எழுதுவதை நானும் தடையின்றிப் படிக்க முடியும். இந்த ஒரு வசதியின் காரணமாக வலைப்பூக்கள் (*blogs* என்று ஆங்கிலத்தில் அழைக்கப்படும் *Weblogs*) நூற்றுக்கணக்கில் மலர்ந்திருக்கின்றன. கடந்த இரண்டு ஆண்டுகளில் தமிழில் ஏறத்தாழ 700 வலைப்பூக்களுக்கு மேல் மலர்ந்திருகின்றன. இவற்றில் இலக்கியம், சினிமா, அரசியல், அறிவியல், ஆன்மீகம், பொருளாதாரம், விளையாட்டு, வரலாறு இவற்றோடு தமிழில் அதிகம் எழுதப்படாத துறைகளான மார்க்கெட்டிங், பங்குச் சந்தை, கணிப்பொறியியல், இவையும் இடம்பெறுகின்றன. இந்த வலைப்பூக்களைத் தொடங்குவது முற்றிலும் இலவசம். எழுதப்படுபவை மீது தணிக்கை, சுருக்கல், நீக்கல், நிராகரித்தல் என எந்தக் கட்டுப்பாடும் இல்லை. இவற்றில் எழுதப்படுபவற்றை எளிதில் பகிர்ந்துகொள்ள முடியும். படித்தவை குறித்து உடனடியாக எழுதியவருக்கே கருத்துத் தெரிவிக்க முடியும். அந்தக் கருத்தைப் பொதுவிலும் வைக்கலாம். தமிழில் வலைப்பூக்கள் விரைவிலேயே பெரும் எண்ணிக்கையில் வளர்ச்சி காணும்.

யூனிகோட் குறியீட்டு முறையை மைக்ரோ சாஃப்ட் போன்ற பன்னாட்டு நிறுவனங்கள் ஆதரிப்பதால் கணினியில் தமிழ் பெரும் வளர்ச்சி காண வாய்ப்பு ஏற்பட்டிருக்கிறது. உலகில் உள்ள கணினிகளில் 80 சதவீதக் கணினிகள் மைக்ரோ சாஃப்ட் மென்பொருள்களைப் பயன்படுத்துகின்றன. பரவலாக அதிகம் பேரால் பயன்படுத்தப்படும் எம்எஸ்வேர்ட், எம்எஸ் எக்சல் போன்ற மென்பொருள்கள் இப்போது தமிழிலேயே கிடைக்கின்றன. மின் அஞ்சல் அனுப்ப/பெறப் பயன்படுத்தப்படும் மைக்ரோ சாஃப்ட் அவுட்லுக்கும் தமிழில் கிடைக்கிறது. இதனால் குறைந்தபட்ச ஆங்கில அறிவு இருப்பவர்கள்கூடக் கணினியைப் பயன்படுத்த முடியும் என்ற நிலை ஏற்பட்டிருக்கிறது.

கணினிப் பயன்பாட்டில் பன்னாட்டு நிறுவனங்களின் ஆதிக்கத்தை மட்டுப்படுத்த வேண்டும் என விரும்பும் தன்னார்வத்

தொண்டர்கள் 'திறவூற்று' (open source) என்னும் லட்சியத்தின் அடிப்படையில் பல மென்பொருள்களை உருவாக்கி இலவசமாகத் தருகிறார்கள் (www.opensource.org). இவை தமிழிலும் கிடைக்கின்றன. இந்த மென்பொருள்களும் தன்னார்வத் தொண்டர்களும் கணினித் தமிழ் பரவ, மதப் பிரசாரகர்களைப் போலப் பெரும் உற்சாகத்தோடும் உறுதிப்பாடோடும் உழைத்து வருகிறார்கள்.

யூனிகோட் பிரபலமாவதற்கு முன்பு தமிழில் மேற்கொள்ளப்பட்ட தன்னார்வ முயற்சிகளும் யூனிகோடிற்குத் தங்கள் மென்பொருள்களில் இடமளித்துள்ளார்கள். முத்து நெடுமாறனின் முரசு அஞ்சல் (www.murasu.com), முகுந்த ராஜ் உருவாக்கிய எ-கலப்பை (www.ekalappai.com) ஆகியவை பரவலாகப் பயன்பாட்டில் உள்ள, தமிழ் எழுதப் பயன்படுத்தப்படும் மென்பொருள்கள். இவை யூனிகோடிற்கு இடமளித்துள்ளன.

ஒரு பொதுவான குறியீட்டு முறை உருவாகிவிட்டதால் இதுவரை இருந்துவரும் வலையகங்கள், இணைய இதழ்கள், மடலாடற்குழுக்கள், வலைப்பூக்கள், செய்தி ஓடை என்ற அமைப்புகளைத் தாண்டிப் பல புதிய திசைகளில் கணினித் தமிழ் அடியெடுத்து வைக்கும் நிலை இன்று ஏற்பட்டிருக்கிறது. கணினியைப் பயன்படுத்தி ஒரு மொழியிலிருந்து இன்னொரு மொழிக்கு மொழி பெயர்ப்பது சாத்தியமாகிவிட்டால் இந்தியா போன்ற பல மொழிகள் வழங்கும் ஒரு நாட்டில் மொழிப் பிரச்சினை தீர்ந்துவிடும். வாய்மொழியாக இடும் கட்டளைகளை, சொற்களை, எழுத்து வடிவில் திரையில் காட்டும் தொழில்நுட்பம் சாத்தியமாகும் நாள் தொலைவில் இல்லை. அண்ணா பல்கலைக்கழகம், எஸ்.ஆர்.எம் பொறியியல் கல்லூரி, பெங்களூரில் உள்ள இந்திய அறிவியல் கழகம் இவற்றில் ஆய்வுகள் நடந்துவருகின்றன. இது சாத்தியமானால் இந்தியா போன்ற எழுத்தறிவு குறைந்த நாட்டிற்குப் பேருதவியாக இருக்கும். திரையில் தோன்றும் எழுத்துகளை ஒலிபெயர்த்து ஒலிவடிவில் வழங்குவதும் இயலும். பார்வையிழந்தவர்கள் கணினியைப் பயன்படுத்த இது உதவும்.

தனிமனிதர்களின் பயன்பாட்டிற்கு என்று இருந்துவரும் கணினியைச் 'சமுதாயத்திற்குக் கணினி' (computer for society) என்ற தளத்திற்கு எடுத்துச் செல்ல யூனிகோட் வழிவகுத்துள்ளது. அதன் முதல் கட்டமாக, தமிழர்கள் கணினியில் தமிழில் எழுத முன்வர வேண்டும். அதற்கு இன்று அதிகம் பொருட்செலவாகாது. பெரிய தொழில்நுட்ப அறிவு தேவையில்லை. சில மணிநேரப் பயிற்சி போதும். கணினியில் தமிழ் வளர இனித் தடை ஏதும் இல்லை. என் தாய் மொழி எந்த மொழிக்கும் இளைத்தது இல்லை என்ற மன எழுச்சி ஒன்றுதான் வேண்டும்.

காலச்சுவடு 76, ஏப்ரல் 2006

4

தமிழ், கிரந்த ஒருங்குறிகள்

கண்ணன்

கணினித்தமிழ் குறித்த சர்ச்சைகள் அவ்வப்போது எழுவதும் மொழியியல், தொழில்நுட்ப எல்லைகளைத் தாண்டி அவை விரிவதும் புதிதல்ல. அண்மையில் ஏற்பட்டுள்ள விவாதமும் அத்தகையதே. கிரந்த ஒருங்குறிக்குள் தமிழ் எழுத்துகளைச் சேர்ப்பது, தமிழ் ஒருங்குறிக்குள் ஏற்கனவே உள்ள ஜ, ஸ, ஷ, க்ஷ, ஹ ஆகியவற்றுடன் மேலும் சில கிரந்த எழுத்துகளைச் சேர்ப்பது தொடர்பான பரிந்துரைகள் தமிழ்க் கணினி உலகில் தற்போது விவாதத்தை ஏற்படுத்தியுள்ளன. இதில் தமிழ் அறிஞர்கள், தொழில் நுட்ப அறிவுடன் கணினித்தமிழை அணுகும் ஆர்வலர்கள் ஆகியோர் தத்தமது கருத்துகளை முன்வைத்து விவாதிக்க, அரசியல்வாதிகள் விவாதத்தைத் திசை திருப்பிக்கொண்டிருக்கிறார்கள். தமிழுக்கு அபாயம் என்ற ஒப்பாரியும் கேட்கிறது.

தமிழ் ஒருங்குறியில் ‘ஸ, ஷ, க்ஷ, ஜ, ஹ’ என்னும் ஐந்து கிரந்த எழுத்துகளும் முன்பே உள்ளன. இவை அல்லாமல், மேலும் 26 கிரந்த எழுத்துகளைச் சேர்க்க வேண்டுமென்று ஸ்ரீரமண ஷர்மா என்பவர் ஒருங்குறி ஆணையத்துக்கும் இந்திய அரசுக்கும் கடிதம் எழுதினார். அதுபோல் உலகத் தமிழ் தகவல் தொழில் நுட்ப மன்றம் (உத்தமம்) என்னும் தன்னார்வ அமைப்பின் வட அமெரிக்கத் தலைவர் முனைவர் நாக கணேசன் ஒருங்குறி ஆணையத்துக்கு ஒரு முன்மொழிவைச் சமர்ப்பித்தார். கிரந்த ஒருங்குறி எழுத்துப் பட்டியலில் தமிழுக்கே உரிய எ, ஒ, ழ, ற, ன ஆகிய எழுத்தொலி வடிவங்களையும் சேர்க்கலாம் என்பதே அந்த முன்மொழிவு. இந்த இரு யோசனைகளும்தாம் தற்போதைய சர்ச்சைக்குக் காரணம்.

ஒருங்குறி அட்டவணையில் புதிதாகச் சேர்க்கக் கருதும் கிரந்த எழுத்துப் பட்டியலில் தமிழுக்கே உரியதான எ, ஒ,

ழ, ற, ன ஆகிய எழுத்தொலி வடிவங்களையும் சேர்க்கும் விஷயத்தில் எழுந்துள்ள கருத்து வேறுபாடுகளைக் கணக்கில் எடுத்துக்கொண்டு, முடிவை ஒத்திவைக்க வேண்டுமென்று முதல்வர் கருணாநிதி மத்திய தகவல் தொழில் நுட்பத் துறைக்குக் கடிதம் எழுதியுள்ளார். இதையடுத்து, இது தொடர்பான முடிவு தற்போதைக்கு ஒத்திப் போடப்பட்டுள்ளது.

தமிழில் வடமொழிக்கு நிகராகப் பல பேச்சொலிகளைக் குறிக்கும் எழுத்துகள் இல்லை என்ற வாதத்தை மறுத்து ராஜாஜி 'தமிழ் எழுத்துகள்' கட்டுரையில் (மறு பிரசுரம் இளந்தமிழன் நவம்பர் 2010) குறிப்பிடுவதுபோல், "தமிழ்ச் சொற்களுக்கும் தமிழருக்குமே தமிழ் எழுத்துக்குறிகள் உண்டாக்கப்பட்டவை. பிற பாஷைகளைத் தமிழ் எழுத்துகளைக்கொண்டு எழுதப்புகின் பல குறைகள் தோன்றும். அதைக்கொண்டு தமிழ் எழுத்துகளை நாம் குறைகூறுவதோ இகழ்வதோ கூடாது." மேலும் கசடதபற எழுத்துகள் அவை சொற்களில் இடம்பெறும் நிலை சார்ந்து பேச்சொலியில் மாறுவதைச் சுட்டிக்காட்டிய ராஜாஜி கூடுதல் எழுத்துகள் தமிழுக்குத் தேவையில்லை என்று சரியாகவே குறிப்பிட்டுள்ளார். பிறமொழிச் சொற்களைத் தமிழில் மூலமொழியின் சரியான ஒலி உச்சரிப்புடன் எழுத வேண்டுமெனப் பல தமிழ் ஆர்வலர்கள் கருதுகின்றனர். இவர்கள் வேண்டும் எழுத்துச் சீர்திருத்தம் செயல்படுத்தப்படாத நிலையில் அதற்குப் பதிலீடாகச் சிலரேனும் மேலும் கிரந்த எழுத்துகளைத் தமிழில் புகுத்த முனையக்கூடும். எனவே ஏற்கனவே அங்கீகரிக்கப்பட்டுள்ள ஐந்து கிரந்த எழுத்துகளுக்கும் மேலாகப் புதிய கிரந்த எழுத்துக்களை ஒருங்குறியின் தமிழ் வரிசையில் சேர்ப்பது தவிர்க்கப்பட வேண்டும். ஒருங்குறி ஆணையம் ஏற்கனவே இந்த வேண்டுகோளை நிராகரித்துவிட்டது.

○

இந்தப் பிரச்சினைக்குள் போவதற்கு முன்பு ஒருங்குறி மற்றும் கிரந்தம் பற்றிய அடிப்படையான சில விஷயங்களை நினைவுபடுத்திக்கொள்ளலாம். தமிழ் எழுத்துகள் உலகளாவிய ஒருங்குறிக்குள் (யூனிக்கோட்) இணைக்கப்பட்டதைக் கணினித் தமிழ்ப் பயன்பாட்டில் முக்கியமான திருப்பம் என்று சொல்லலாம். அதுவரையில் தனித்தனி எழுத்துருக்கள் புழக்கத்தில் இருந்ததில் ஒருவர் உருவாக்கிய கோப்பை வேறொருவர் படிக்கவோ பயன்படுத்தவோ முடியாத நிலை இருந்தது. அவ்வாறு பயன்படுத்த வேண்டும் எனில் அந்தக் குறிப்பிட்ட எழுத்துரு வேண்டும். இணையம் வளர்ந்த சூழலிலும் இந்தப் பிரச்சினை நீடித்துக் கணினித் தமிழின் பரப்பையும் வீச்சையும் முடக்கிக்கொண்டிருந்தது.

யூனிகோட் எனப்படும் ஒருங்குறி முறையென்பது, உலகளவில் உள்ள அனைத்து மொழிகளின் எழுத்துகளையும் உள்ளடக்கி உருவாக்கப்பட்ட கணினி எழுத்துக் குறியீட்டு முறை. இம்முறையில் ஒவ்வொரு மொழிக்கும் இடம் வழங்கப்பட்டிருக்கிறது. உலகம் முழுவதிலும் இருந்த தமிழ் ஆர்வலர்களின் இடையறாத முயற்சியின் காரணமாக ஒருங்குறிக்குள் தமிழ் இடம்பெற்றது. வெவ்வேறு எழுத்துருக்களைப் பரஸ்பரம் மாற்றிக்கொள்வதற்கான வசதிகளும் உருவாக்கப்பட்டன. கணினியின் எல்லாச் செயல்களிலும் எல்லா மென்பொருள்களிலும் தமிழை உள்ளிடவும் படிக்கவும் வசதி ஏற்பட்டது.

கிரந்தம் என்பது வடமொழியை எழுதத் தென்னிந்தியாவில் பயன்படுத்தப்பட்டுவந்த ஒரு எழுத்து முறை (லிபி – வரிவடிவம்). முற்காலப் பல்லவர்கள் கி.பி. 4ஆம் நூற்றாண்டில் தோற்றுவித்ததாக அறிஞர்கள் கருதும் இந்த எழுத்து முறை, பிற்காலச் சோழர்கள் காலத்தில் தரப்படுத்தப்பட்டது. தமிழகத்தில் உள்ள எண்ணற்ற கல்வெட்டுகள், செப்பேடுகள், ஓலைச்சுவடிகள் ஆகியவற்றில் உள்ள எழுத்துகள் கிரந்த எழுத்துகள், தற்காலத் தமிழ், முற்காலத் தமிழ் வட்டெழுத்துகள் எனப் பல்வேறு கலப்பு முறைகளில் காணப்படுகின்றன. கிரந்தமும் தமிழும் கலந்த மணிப்பிரவாள நடையில் எண்ணற்ற வைணவ உரைநூல்கள் உள்ளன. வடமொழியை எழுதத் தமிழகத்திலும் 20ஆம் நூற்றாண்டில் தேவநாகரி புழக்கத்துக்கு வந்தது. அதுவரை தமிழகத்தில் கிரந்த எழுத்துகள் அச்சிலும் இருந்தன.

வரலாற்று நூல்களை ஆராயும் அறிஞர்களும் இந்து சமய ஆர்வலர்களும் இந்தக் கிரந்த எழுத்துகளை ஒருங்குறி என்னும் யூனிகோடு குறியீட்டு முறைக்குள் கொண்டுவரக் கடந்த சில ஆண்டுகளாக அரும்பாடுபட்டு வந்திருக்கிறார்கள். கடந்த செப்டம்பர் 6 அன்று புதுதில்லியில் கூடிய அறிஞர் கூட்டம் பல்வேறு அறிஞர்கள் கொடுத்த முன் மொழிவுகளை ஒருங்கிணைத்து எல்லோரையும் ஒன்று கூட்டி ஓர் இறுதி முன்மொழிவை ஒருங்குறி நுட்பக் குழுவின் முன்னர் வைக்க முடிவுசெய்தது. தமிழ்நாட்டில் கிரந்த எழுத்துகள் கொண்ட கல்வெட்டுகள் நிறைய உள்ளன. அது தொடர்பான ஆய்வுகளும் இங்கே நடந்துவருகின்றன. ஆனாலும் இந்தக் கூட்டத்தில் கலந்துகொள்ளத் தமிழ்நாட்டிலிருந்து எந்தக் கல்வெட்டு ஆய்வாளரையும் தமிழறிஞரையும் அழைத்ததாகத் தெரியவில்லை. தமிழக அரசின் சார்பிலும் யாரும் கலந்துகொள்ளவில்லை. இக்கூட்டத்தில் கலந்துகொண்ட கிரந்தப் புலவர்கள் 14 பேரில் முனைவர் ஆர். கிருஷ்ணமூர்த்தி சாஸ்திரி, ஸ்ரீரமண ஷர்மா (காஞ்சி சங்கரமடம்) ஆகிய இருவர் மட்டுமே தமிழ்நாட்டைச் சேர்ந்தவர்கள்.

கிரந்த எழுத்துகளை ஒருங்குறி ஆணைய அட்டவணையில் இடம்பெறச் செய்வதன் மூலம் பழைய எழுத்து முறையைப் பாதுகாக்க முடியும். பழைய, இலக்கிய வரலாற்று ஆவணங்களைப் புரிந்துகொள்ளவும் தரவுகளாக்கிப் பயன்படுத்திக்கொள்ளவும் இயலும். எனவே ஒருங்குறி ஆணைய அட்டவணையில் பழைய கிரந்த எழுத்துகள் இடம்பெறுவதில் யாருக்கும் மறுப்பில்லை. பழைய கிரந்த எழுத்துப் பட்டியலில் இதுவரை இடம்பெறாத தமிழுக்கே உரிய எ, ஒ, ழ, ற, ன எனும் ஐந்து வடிவங்களை அப்படியே சேர்த்துக்கொள்வது குறித்தே அச்சங்களும் ஐயங்களும் வெளிப்படுத்தப்படுகின்றன.

கிரந்தம் தென்னிந்திய மொழிகளுக்கு மட்டுமன்றி வடமொழிகளுக்கும் உரிய எழுத்தாகப் பயன்பட்டிருக்கிறது. இன்றைய நிலையில் இந்திய மொழிகள் அனைத்துக்குமான எழுத்தாகக் கிரந்த எழுத்துகளை வளர்த்தெடுத்துக் கொண்டால், ஒரே வரிவடிவத்தைக் கொண்டு பல இந்திய மொழிகளையும் படிக்க முடியும் என்று கிரந்த அறிஞர்கள் கருதுகிறார்கள். தமிழுக்கே உரிய தனி ஒலிவடிவங்களான ஐந்தும் (எ, ஒ, ழ, ற, ன) தற்போது கிரந்தத்தில் இடம் பெறவில்லை என்பதால் தமிழைக் கிரந்தத்தின் மூலம் முழுமையாகப் படிக்க முடியாது. எனவே தமிழுக்குரிய இந்த ஐந்து ஒலிவடிவங்களைக் கிரந்த எழுத்துப் பட்டியலில் புதிதாகச் சேர்த்துக்கொள்ள வேண்டும். இது தமிழுக்கும் தமிழர்களுக்கும் வளம் சேர்க்கும் என்று அவர்கள் கூறுகிறார்கள்.

கிரந்தத்தில் புதிதாகத் தமிழ் எழுத்துகளைச் சேர்க்க வேண்டாமென்று ஒரு தரப்பினர் கருதுகிறார்கள். கடந்த காலத்து இலக்கிய வரலாற்று ஆவணங்களைப் படித்துப் பயன்படுத்திக்கொள்ள அக்காலத்துக் கிரந்த எழுத்துகளே போதுமானவை என்பது இவர்கள் கருத்து. “புதிதாகக் கிரந்தத்தில் தமிழ் எழுத்துகள் ஐந்து சேர்க்கப்படுவதால் தமிழின் கடந்தகால நூல்களும் வருங்கால நூல்களும் இதழ்களும் பத்திரிகைகளும் தமிழ் கலந்த கிரந்த எழுத்திலேயே அமையும் நிலை ஏற்பட்டு, மீண்டும் மணிப்பிரவாள நடைக்கு மாற வேண்டிய கட்டாயம் ஏற்படும். மற்ற தமிழ் எழுத்துகள் பயன்படாமல் மறைந்துபோகும்” என்று இது குறித்துத் தமிழ்ப் பல்கலைக்கழகத்தின் துணைவேந்தர் ம. ராசேந்திரன் தினமணி நாளிதழில் எழுதியுள்ளார்.

தமிழுக்கு மட்டுமல்ல, உலகின் பல மொழிகளுக்கும் பெரும் அச்சுறுத்தலாக வளர்ந்துவருவது ஆங்கிலம். இன்று தமிழகத்தில் ஆங்கிலத்தைத் ‘தாய்மொழியாக’க் கருதும் ஒரு தலைமுறை வளர்ந்து விரிவுபெற்று வருவது வெளிப்படை. தமிழ் வரிவடிவத்திற்கு ஒரு பதிலீடு உருவாகுமானால் அது ரோமன்

வரிவடிவமாகவே இருக்க முடியும், கிரந்த வரிவடிவம் அல்ல. கடந்த நூற்றாண்டில் உலக மொழிகளில் தம் வரிவடிவத்தை மாற்றியனவும் (உ-ம்: துருக்கி) அல்லது தமக்கான வரிவடிவத்தைப் புதியதாக உருவாக்கியனவும் (உ-ம்: மலாய்) ரோமன் வரிவடிவத்தையே ஏற்றுக்கொண்டுள்ளன. பல லட்சம் தமிழர்கள் பத்தாண்டுகளுக்கும் மேலாக ரோமன் வரிவடிவத்தில் தமிழைக் கணினியிலும் கைப்பேசி குறுஞ்செய்திகளிலும் சகஜமாகப் பயன்படுத்தி வருகின்றனர். இவற்றையெல்லாம் கண்டு அஞ்சாத, அசலான சவால்களை எதிர்கொள்ளும் திராணியற்ற தமிழ்க் காவலர்கள் கிரந்தத்தில் தமிழ் எழுதப்படும் ஆபத்து தோன்றி யிருப்பதாகப் பூச்சாண்டி காட்டுவது கண்டிக்கத்தக்கது. தமிழின் தனிச் சிறப்பையும் புனிதத்தையும் வரையறுக்கக் கிளம்பும் பேராசிரியப் பெருந்தகைகள் வரிக்கு வரி ஆங்கிலத்தில் அடைப்புக்குறி கொடுத்து எழுதுவதை என்னவென்று சொல்ல? எ, ஒ, ழ, ற, ன ஒலிவடிவங்களைக் கிரந்தத்தில் சேர்க்க அனுமதிப்பது தமிழின் தனிச்சிறப்பைக் குறைக்கும் என்று கருதப்படுகிறது. நம்மிடம் இருப்பவற்றைப் பிறருக்குக் கொடுப்பது நமது சிறப்பைக் கூட்டுமேயன்றி ஒருபோதும் குறைக்காது. இருப்பவற்றைக் கொடுப்பதும் இல்லாதவற்றை, நமது தேவை கருதி எடுத்தாள்வதுமே அறிவியல் அணுகுமுறையாக இருக்கும்.

புதிய எழுத்துருக்களைத் தமிழ் ஒருங்குறிக்குள் கொண்டு வருவதோ தமிழ் எழுத்துகளைக் கிரந்த ஒருங்குறியில் சேர்ப்பதோ எடுத்தேன் கவிழ்த்தேன் என்று செய்துவிட முடியாதவை என்பதில் ஐயம் இல்லை. தொழில்நுட்பம் முதலான பலவிதமான அம்சங்களைக் கணக்கில்கொண்டு விவாதிக்க வேண்டிய பிரச்சினை இது. மொழி அரசியல் சார்ந்த கவலைகளையும் இதில் புறந்தள்ளிவிட முடியாது. ஆனால் தமிழுக்கும் வடமொழிக்கும் இடையேயான உறவு சார்ந்து எந்த யோசனை புதிதாக முன்வைக்கப்பட்டாலும் உடனே அதை மொழியின் வல்லாண்மையாகப் பார்க்கும் போக்கு பலவீனமான, தாழ்வு மனப்பான்மை ததும்பும் மனநிலையிலிருந்து வருவதாகவே தோன்றுகிறது. சென்ற நூற்றாண்டின் தொடக்கத்தில் வடமொழி சார்ந்த கற்பிதங்களும் அம்மொழிக்குத் தமிழ்நாட்டில் இருந்த அந்தஸ்தும் தமிழின் பெருமையையும் அதன் இருப்பையும் கேள்விக்குள்ளாக்கும் அளவுக்கு இருந்தன. அந்தச் சமயத்தில் தமிழின் மதிப்பை மீட்டெடுக்கும் வகையில் பல நடவடிக்கைகள் தேவைப்பட்டன. ஆனால் இன்று நிலைமை மாறிவிட்டது. வடமொழி வல்லாண்மை என்பது இன்று வரலாறு. தமிழ் கோடிக்கணக்கான மக்களால் தொடர்ந்து பேசப்பட்டுவரும் மொழி. கணினியிலும் இணையத்திலும் மிகவும் வலிமையாகத் தன் இருப்பை நிலைநிறுத்திக் கொண்டுள்ள மொழி. மெய்யான

மொழிப்பற்றாலும் ஆழ்ந்த அறிவாலும் அயராத உழைப்பாலும் தமிழ் இந்த இடத்தை அடைந்துள்ளது. இன்று தொழில்நுட்பரீதியில் தமிழ் சார்ந்து ஏதேனும் யோசனை முன்வைக்கப்பட்டால் அதைத் தொழில்நுட்பரீதியில், மொழியியல் சார்ந்தே எதிர்கொள்ள வேண்டும். அப்படி எதிர்கொள்ளும் வல்லமை தமிழுக்கும் தமிழர்களுக்கும் உண்டு. மாறாக, வடமொழி ஆதிக்கம் என்ற உளுத்துப்போன புலம்பல்களால் எந்தப் பலனும் இல்லை.

பேராசிரியர் கி. நாச்சிமுத்து இவ்விஷயத்தில் கூறியுள்ள கருத்து கவனிக்கத்தக்கது. தமிழுக்கும் வடமொழிக்கும் இடையேயான உறவையும் கிரந்த எழுத்துக்களின் பங்கையும் வரலாற்றுரீதியில் விவரித்துக்கொண்டு போகும் அவர், இப்படியெல்லாம் உறவாடியபோதிலும் தமிழில் சில கிரந்த எழுத்துகள்தாம் வந்தனவே ஒழிய வடமொழி எழுத்து முறை முற்றிலும் தமிழுக்கு வரவில்லை என்பதைச் சுட்டிக் காட்டுகிறார். "எனவே கிரந்த ஒருங்குறியில் தமிழ் எழுத்துக்கள் இடம்பெற்றால் தமிழில் வடமொழி புகுந்துவிடும் என்று அச்சப்படத் தேவையில்லை" என்கிறார். இரண்டாயிரம் ஆண்டுகளாகத் தன் தனித்துவத்தைப் போற்றியிருக்கும் தமிழுக்கு இன்று சவாலாக இருப்பது ஆங்கில வல்லாண்மையே என்கிறார் அவர். "தமிழ் நெடுங்கணக்குத் தெரியாமல் ஆங்கில நெடுங்கணக்கு முறையில் அகரவரிசைப் பட்டியல் அமைக்கிறார்கள் இக்காலத் தமிழர். பேசுவது தமிங்கிலம். மொழிக் கலப்பும் (குறி மாற்றமும்) மொழித் தாவலும் (குறி தாவல்) வழக்காகிவிட்டன. தமிழை ஆங்கில முறையில் தட்டச்சு செய்கிறோம். நம்மவர்க்கு ஆங்கிலம் வழிதான் தமிழ் வருகிறது. உயிரோடுள்ள இந்த வல்லாண்மையை எதிர்க்க வேண்டும். உயிர்போன வடமொழி வல்லாண்மை வரலாறாகிக்கொண்டிருக்கிறது" என்று அவர் குறிப்பிடுகிறார் (http://nirappirikai.blogspot.com/).

கிரந்த ஒருங்குறியில் தமிழ் எழுத்துக்கள் சிலவற்றைச் சேர்ப்பதால் நாளடைவில் கணினியில் கிரந்தத்திலேயே தமிழை எழுதும் நிலை வரலாம் என்பது அர்த்தமுள்ள அச்சமாகத் தோன்றவில்லை. கிரந்த / வடமொழி விசுவாசிகள் சிலர் தமிழ்ப் பிரதிகளைக் கிரந்த எழுத்தில் உள்ளீடு செய்து அதைப் பதிவேற்றம் செய்யத் துடிக்கலாம். அப்படிச் செய்வதால் தமிழுக்கு எந்தப் பாதிப்பும் வராது என்பதே யதார்த்தம். கணினியிலும் இணையத்திலும் இயங்கிவரும் லட்சக்கணக்கான தமிழர்கள் தமிழுக்குப் பதில் கிரந்த எழுத்துகளைப் பயன்படுத்தத் தொடங்கினால் மட்டுமே இணையத்தில் தமிழ் வரிவடிவம் காணாமல்போகும். அது நடக்க வாய்ப்பில்லை என்பதால் அது பற்றிப் பூச்சாண்டி காட்ட வேண்டிய அவசியம் இல்லை. கணினித்

தமிழும் இணையத் தமிழும் வளர்ந்தது அரசியல்வாதிகளின் தயவினாலோ அரசாங்கங்களின் முன்முயற்சியாலோ அல்ல. ஆயிரக்கணக்கான தமிழர்களின் ஆர்வத்தாலும் உழைப்பாலும் முனைப்பாலும் வளர்ந்தது. ஒருசில எழுத்துருக்களை அங்கும் இங்கும் சேர்ப்பதால் இந்த வளர்ச்சியைத் தடுத்துவிட முடியும் என்பது சிறுபிள்ளைத்தனமான வாதம்.

கணேசன்களும் ஷர்மாக்களும் என்ன சொல்கிறார்கள் என்பதோடு, ஏன் சொல்கிறார்கள் என்று பார்க்க வேண்டியது அவசியம்தான். ஆனால் பாதுகாப்பற்ற மனநிலையிலிருந்து எழும் பீதியுற்ற மனநிலையிலிருந்து பிரச்சினைகளை அணுகுவது பலன் தராது. இந்தப் பதற்றங்களுக்கெல்லாம் அவசியம் இல்லாத அளவுக்கு அறிவும் செயலூக்கமும் பெற்றதாகவே தமிழ்ச் சமூகம் இருக்கிறது என்பதைத் தமிழின் பெயரால் கோஷம் எழுப்பும் அரசியல்வாதிகள் உணர்ந்துகொள்வது நல்லது. நாச்சிமுத்து சொல்வதுபோல ஆங்கில வல்லாண்மையால் தமிழ் பயன்படுத்தப்படும் முறை பற்றியே நாம் இன்று பெரிதும் கவலைப்பட வேண்டியிருக்கிறது. மெய்யான பிரச்சினைகளுக்கு முகம் கொடுக்காமல், அதற்காக உழைக்காமல் ஆதிக்கம், சதி போன்ற கற்பனைப் போர்க்களங்களில் அட்டைக் கத்தியை வீசிக்கொண்டிருக்கும் கோமாளித்தனங்களுக்கு எந்த மதிப்பும் இல்லை.

தமிழைச் சுரண்டி வளர்ந்த அரசியல்வாதிகளுக்கும் அரசியலை அண்டி வளர்ந்த கல்வித் துறைப் பிரமுகர்களுக்கும் தமிழை வளர்க்க உலகம் மதிக்கும் நிறுவனங்களை உருவாக்கும் ஆற்றல் இல்லை. இருக்கும் நிறுவனங்களைச் சீரழிக்காமல் பாதுகாக்கும் பண்பும் இல்லை. ஆழமும் தீவிரமும் கொண்ட தமிழ் ஆய்வாளர்களை வளர்க்கும் திட்டம் இல்லை. இத்தகைய இன்மைகளின் பட்டியல் முடிவில்லாமல் நீளக்கூடியது. இந்த இன்மைகளுக்குப் பதிலீடாக இவர்களிடம் இருப்பது தமிழ் உணர்ச்சியைத் தூண்டும் அரசியலும் தமிழ்க் காவலர் வேஷமும் கையாலாகாத பதற்றங்களும்தாம். தமிழணங்கிற்குக் கையாலாகாதவர்களால் எந்தப் பயனும் இல்லை. அவர்களிடம் எதையும் சாதிக்கும் திறம் இருக்காது என்பதால் எஞ்சியிருப்பது பதற்றமாகவே இருக்கும். இத்தகைய பதற்றங்களால் தமிழுக்கும் நமக்கும் எந்தப் பயனும் இல்லை. தமிழுக்குத் தேவை போலிக் காவலர்களல்ல; செறிவான பங்களிப்பாளர்கள்.

***காலச்சுவடு* 132, டிசம்பர் 2010**

5

'கரித்தாள் தெரியவில்லையா தம்பீ ...'
பெருமாள்முருகன்

தனித்தமிழ் மீது எப்போதும் எனக்குப் பற்று இருந்ததில்லை. பொருத்தமான தமிழ்ச்சொல் இருக்கும்போது வலிந்து பிறமொழிச்சொல்லைப் பயன்படுத்துவதை எதிர்க்கும் அதே சமயத்தில் வலிந்து எழுதப்படும் தனித் தமிழும் எனக்கு உவப்பானதல்ல. தனித்தமிழ் இயக்கத்தவர் எழுதும் உரைநடை மக்களிடமிருந்து அன்னியப்பட்டு நிற்கும் கடுநடை. செய்யுள் நடையைத்தான் உரைநடையாக எழுதுகிறார்கள் என்றும் சொல்லலாம். மறைமலையடிகள், தேவநேயப்பாவாணர் வரிசையில் வரும் தனித்தமிழ் இயக்கத் தலைவரான பாவலரேறு பெருஞ்சித்திரனார் அவர்களிடம் கொஞ்சநாள் 'அணுக்கத் தொண்டனாக' இருந்து பணியாற்றும் வாய்ப்புப் பெற்றேன். அப்போதும் தனித்தமிழ் பற்றிய என் கருத்தில் மாற்றமெதுவும் ஏற்படவில்லை.

ஆராய்ச்சிப் பட்டப் படிப்பிற்காகப் பல்கலைக்கழகத்தில் சேர்ந்துவிட்டுத் திருவல்லிக்கேணியில் 'மேன்சன்' ஒன்றில் அறை எடுத்துத் தங்கியிருந்தேன். செலவைச் சமாளிக்கப் பகுதிநேர வேலை ஒன்றைத் தேடிக்கொள்வது அவசியமாயிருந்தது. பல்கலைக்கழக நேரம் போக மிச்ச நேரத்தில் வேலைதேடி அலைந்தேன். முதுகலை படித்தவனுக்குத் தெருவெல்லாம் வேலை கொட்டிக்கிடக்கும் என்ற நினைப்பு. எல்லாப்புறங்களிலும் அடைத்திருந்த சுவர்களில் மோதிமோதி விட்டெறிந்த தகர டப்பாபோல் நசுங்கிப் போனேன். திருவல்லிக்கேணியில் வேலைதேடித் தெருவலம் வந்து கொண்டிருந்த மாலை நேரமொன்றில் எதேச்சையாகத் 'தென்மொழி அச்சக'மும் அதன்முன் 'கோப்பாளர் தேவை' என்று எழுதப்பட்ட பலகையும் தென்பட்டன. நான் 'கோப்பாளர்' இல்லை எனினும் கேட்டுப் பார்க்கலாம் என்னும் தைரியத்தில் உடனே உள்ளே நுழைந்துவிட்டேன்.

புத்தகக் கட்டுகளும் எந்திரங்களும் நிரம்பியிருந்த அந்தச் செவ்வகத்தின் உள்புறம், வெள்ளை உடையும் திருவள்ளுவர் தாடியும், வெற்றிலைப் பாக்கு வாயுமாய் அவர் உட்கார்ந்திருந்தார். 'என்னங்க தம்பீ . . .' என்று விளிக்கும் கம்பீரக் குரலும் தோரணையும் சற்றே அச்சமூட்டின. 'தென்மொழியைப் படித்திருக்கிறீர்களா? என் பெயரை அறிந்திருக்கிறீர்களா?' என்பதுதான் நேர்காணலின் முதல் உசாவல் (விசாரணை). தமிழ்நாட்டின் லட்சோபலட்சம் மக்களைப் போலவே அவற்றை நானும் அறிந்திருக்கவில்லை. தென்மொழியைப்பற்றி மட்டும் கேள்விப்பட்டு அது 'தென் மொழியா? தேன் மொழியா?' என்று குழம்பியதுண்டு. சங்க காலத்தில் இருந்த பெருஞ்சித்திரனார் பற்றிப் படித்த நினைவு. உண்மையைச் சொன்னதும் என்மேல் வருத்தமும் எனக்குத் தமிழ்ப் பயிற்றுவித்த ஆசிரியர்கள் மீது கோபமும் கொண்டார். தமிழுக்குத் தமிழாசிரியர்களே எதிரி என்றும், முதுகலை படித்த மாணவனுக்குத் தென்மொழியை அறிமுகப்படுத்தாத ஆசிரியர்களின் சுயநலம் குறித்தும் வைது வெகுநேரம் விவரித்தார். பொறுமையாகக் கேட்டிருந்த நான் பெரும் குற்றவுணர்வால் பீடிக்கப்பட்டுத் தலை கவிழ்ந்தேன். ஆனால் அன்றைக்கே வேலை கிடைத்துவிட்டது.

எனக்கு அங்கே இன்ன வேலை என்பது இல்லை. 'அலுவலக உதவியாளர்' என்னும் பொதுப்பதவி. மேஜை துடைப்பது, தேநீர் சொல்வது, படி எடுப்பது, பிழை திருத்தம், வெற்றிலை பாக்கு வாங்கி வருதல், வங்கிக்கும் அஞ்சலகத்திற்கும் சென்று வருதல், வீட்டிற்குச் சென்று சோறு எடுத்து வருதல், அவர் பேருந்தேறும் வரை உடன் செல்லல் என விரிவான பல வேலைகளைக் கொண்டது என் பதவி. பிற்பகல் இரண்டு மணிக்குத்தான் எனக்கு வகுப்பு. எனவே முற்பகல் முழுநேரமும் மாலையிலும் என வேலைகள் தொடரும். வேலை ஒன்றும் கடினமானதல்ல. முதுகலை படித்துவிட்டு இந்த வேலைகள் செய்வதா என்று அவ்வப்போது கழிவிரக்கம் தோன்றும். வேலை எளிதானதாக இருந்தாலும் பெருஞ்சித்திரனாரிடம் வேலை செய்வதுதான் கடினமாக இருந்தது.

பெருஞ்சித்திரனார், தமது அச்சக வேலைக்கு வருபவர்களின் பெயர்களை முதலில் தனித்தமிழாக மாற்றிவிடுவார். 'ராஜன்' அரசனாவார். 'விஜயலட்சுமி' வெற்றிச் செல்வியாவார். 'குணசுந்தரி' – குணவழகி. இது போல மாறும். 'சாந்தி' என்னும் பெயர்கொண்ட ஒருவர் பணிக்கு வந்துகொண்டிருந்தார். அவர் பெயரைமட்டும் ஏனோ மாற்றவில்லை.

‘அமைதி’ என்று கூப்பிட்டால் கூட்டத்தில் கத்துவது போலிருக்கும் எனக் கருதினாரோ என்னவோ? வேறு சொல்லெதுவும் அவர் உருவாக்காமல் விட்டிருந்தது ஆச்சரியமாக இருந்தது. பயத்தினால் கடைசிவரை கேட்கவில்லை நான். என்னுடைய பெயர் தமிழாகவே இருந்ததால் மாற்றவேண்டியிருக்கவில்லை. அத்தோடு அவர் கடவுள் நம்பிக்கை உடையவர். தமிழ்க் கடவுளான முருகனை வழிபடுபவர். ஆகவே அவருக்கு நான் வேலைக்குச் சேர்ந்ததில் இரட்டிப்பு மகிழ்ச்சி.

நான் வேலையில் சேர்ந்தது, அவரது இளைய மகன் திரு. பொழிலன் வெடிகுண்டு வழக்கில் கைதாகியிருந்த நேரம். ஆகவே அவருக்குக் காவல்துறையின் தொந்தரவுகள் அதிகம். தென்மொழி, தமிழ்நிலம், தமிழ்ச்சிட்டு ஆகிய மூன்று இதழ்களை நடத்திக்கொண்டிருந்தார். உலகத் தமிழின முன்னேற்றக்கழகம் என்னும் அமைப்பும் அவர் தலைமையில் இயங்கியது. இதழ், இயக்க வேலைகள் காவல்துறையின் தொந்தரவால் பெருமளவு தடைப்பட்டிருந்ததால் மிகுந்த எரிச்சல் கொண்டிருந்தார். ஆனால் அவருக்குத் தம்முடைய செயல்பாட்டின் வரம்பு குறித்த தெளிவிருந்தது. வெடிகுண்டு விஷயத்தை அவர் ஆதரிக்கவில்லை. ‘எழுதுவதும் பேசுவதுமான அறிவுப்பூர்வமான வேலைதான் நம்மால் முடிவது’ என்று சொல்வார். சிறையிலிருந்து பொழிலன் எழுதும் உணர்ச்சிப்பூர்வமான கடிதங்களைப் படியெடுக்கும்போது, வியப்பாக இருக்கும். சாதிக்கத் துடிக்கும் அதீதக் கனவுகளின் உச்சமாக அவற்றை உணர்ந்தேன். பொழிலன் மீது மிகையுணர்ச்சி நிறைந்த மரியாதை தோன்றியிருந்தது.

பெருஞ்சித்திரனார் தம்மை அறிவு வகையில் நிறைவு பெற்றவராகக் கருதிக்கொண்டிருந்தார். அறிவுரைகள் சொல்வது அவருக்கு மிகவும் பிடிக்கும். எல்லா அறிவுரைகளிலும் திருக்குறள் இருக்கும். ‘திருக்குறள்ல எல்லாத்தையும் சொல்லி வெச்சிருக்கறான்’ என்பார். அறிவுரையைப் பொறுமையாகக் கேட்டுக்கொள்ளும் வயதில் நானில்லை. என்ன சொல்கிறார் என்பதைவிட எப்போது முடிப்பார் என்பதிலேயே என் கவனம் இருக்கும். பேசும்போது அவர் அறிவுரை சொல்வதற்கென்றே பிறந்தவர் போலவும் எதிரில் இருப்பவர் கேட்டுக்கொள்ளக் கடமைப்பட்டவர் போலவும் தோன்றும். அந்தக் காட்சியை நான் ரொம்பவும் வெறுத்தேன். பிறரிடம் இருந்து தெரிய வேண்டிய எதுவுமே இல்லை அவருக்கு. ராஜன் என்பவர் சில வேலைகள் செய்துகொண்டு அங்கிருந்தார். அப்போது அச்சகக் கதவு பழுதாகியிருந்தது. அதை எப்படிச் சரி செய்யலாம் என்று பேசிக்கொண்டிருந்தபோது பெருஞ்சித்திரனார் சொன்ன எதையோ மறுக்கும் விதமாக ‘அய்யா . . . அது உங்களுக்குத் தெரியாதய்யா’ என்று ராஜன் சொல்லிவிட்டார்.

அவ்வளவுதான். நெருப்புப் புயலே தொடங்கிவிட்டது. 'தம்பீ ... அதத் தெரிஞ்சுக்க நான் எந்தப் புத்தகத்தப் படிக்கணும் தம்பி ... சொல்லுங்க' என்று கத்தத் தொடங்கிவிட்டார்.

அவருக்குக் கோபம் வந்துவிட்டால் சுற்றுப்புறம் முழுவதும் உயிர்மூச்சும் அற்று அமைதியாகப் போகும். அவருடைய கோபத்திற்கு அவர் குடும்பத்தினரிலிருந்து யாரும் விலக்கல்ல. கோபம் வந்துவிட்டால், சிறுநீர் கழிக்கத் தயாராக இருக்கும் பையனைப் போலத்தான் நிற்பேன். அச்சகத்தில் வேலை செய்துகொண்டிருந்த பெண்ணொருவரைப் பார்ப்பதற்கு அவருடைய தம்பி வந்தார். நான் அவரிடம் 'நீங்க யாருங்க' என்றேன். அதற்கு 'அவங்க பிரதர்' என்றார். நான் உள்ளே வந்து அப்படியே 'அவங்க பிரதராம்... பாக்க வந்திருக்கறாங்க' என்று சொல்லிவிட்டேன். 'தமிழ்ப் படிச்ச நீங்க பிரதர்னு எப்படிச் சொல்லலாம்' என்று பிடித்துக்கொண்டார். அவர் குரல் ஓங்கிவிட்டால் அதன்முன் பேச்சற்று நின்றுவிட வேண்டும். நாம் காக்கும் அமைதி நம்மைக் குற்றவாளி என்றே கருதச் செய்யும். அதுதான் அவருடைய கோபத்தை எதிர்கொள்வதற்கான ஒரே வழி.

மற்றொரு சமயம், ஏதேதோ பொருள்கள் வாங்கிவரக் கடைக்கு அனுப்பினார். வெளியே சென்ற என்னைத் திரும்ப அழைத்து 'அப்படியே கரித்தாள் வாங்கி வாங்க தம்பி' என்றார். கரித்தாள் என்பது என்னவென்று எனக்குச் சட்டென நினைவு வரவில்லை. அவருக்கு முன்னால் நிற்கும்போது என்ன சொல்வாரோ என்கிற தவிப்பில் யோசனைகள் சூன்யமாகிவிடும்.

என் நினைவின் ஆழத்தில் எவ்வளவோ துழாவிப் பார்த்தும் 'கரித்தாள்' என்னவென்று பிடிபடவில்லை. வேறு வழியற்று அதைக் கேட்டுவிட்டேன் 'நீங்கள் இங்கே வந்து எத்தனை நாளாகிறது ... கரித்தாள் தெரியவில்லையா தம்பீ ... நான் எத்தனைமுறை பேச்சில் பயன்படுத்தியிருக்கிறேன். எப்படி நீங்கள் கவனிக்காமல் போனீர்கள் தம்பி? இது மிகப்பெரிய தகுதிக்குறைவு' என்றபடி என்னவெல்லாமோ பேசினார். பதில் ஏதுவும் கூறாமலே நின்றேன். அவருக்குப் பிடித்த திருக்குறளிலிருந்து 'செல்லா இடத்துச் சினம்தீது செல்லிடத்தும் இல் அதனின் தீய பிற' என்னும் குறளை மனதிற்குள் சொல்லிக்கொண்டேன். இதில் முதல் பகுதி எனக்கும் அடுத்த பகுதி அவருக்கும். ஆனால் என்னுடைய மந்திரத்தால் பயனில்லை. அவர் 'இப்படி நடந்தால் வெளியேற்றிவிடுவேன்' என்றெல்லாம் கோபம் குறையாமலே கத்திக்கொண்டிருந்தார். மரக்கட்டை மாதிரி இருந்தால்தான் அவர் அருகிலிருந்து வேலைசெய்ய முடியும். சிறு விஷயங்களுக்குக் கூடப் பெரிய வார்த்தைகளைச் சொல்லி அவமானப்படுத்திவிடுவார்.

தனித்தமிழ் இயக்கத்தவர்களில் பெரும்பான்மையோரைப் போலவே அவரிடமும் நவீன உணர்வு கிடையாது. 'அவர் மாதம் முழுக்கச் செய்கிற அச்சக வேலையை ஒரே நாளில் முடித்துவிடலாம்' என்று அவருடைய மூத்த மகனும் எனது வகுப்புத் தோழருமான பூங்குன்றன் சொல்வார். நவீன எந்திர வளர்ச்சிகளைப் பற்றிய உணர்வுகூட இல்லாதவரிடம் நவீன இலக்கியப் பரிச்சயத்தை எதிர்பார்க்க வேண்டியதே இல்லை. பிறமொழிச் சொற்களை முழுமையாகத் தவிர்த்துவிட்டு நவீன இலக்கியம் எழுதப்பட்டிருக்குமானால் ஏற்றுக்கொள்ள ஒருவேளை அவர் பரிசீலித்திருக்கலாம். செய்யுள் வடிவத்தில் அவர் நிறைய எழுதியிருக்கிறார். ஆவேசம் ஊட்டும் கருத்துக்களை உணர்ச்சிபூர்வமான நடையில் அழகாகவே கையாண்டிருக்கிறார். என்றாலும் அவை அனைத்தும் செய்யுள்களாகவே நின்றுவிட்டவைதாம். அவற்றை மிக உயர்ந்த இலக்கியங்களாக அவர் மதித்தார். 'நூறாசிரியம்' என்னும் தம் நூலில் இல்லாத கருத்துக்களே இல்லை என்பார். அவர் எழுதிய செய்யுள்களுக்கு அவரே உரையும் எழுதிய நூல் அது.

இலக்கியத்தைப் போலவே பல விசயங்களிலும் அவருக்குப் பழமை மனப்பான்மைதான். பெண்களைக் கணவனைக் காக்கும் கடமை உள்ளவர்களாக, வீட்டுப் பதுமைகளாக மட்டுமே கருதினார். அச்சகத்தில் வேலை செய்யும் பெண்களிடம் நானோ அவர்கள் என்னிடமோ பேசுவதைத் துளியும் விரும்பமாட்டார். வேலை நிமித்தமாகப் பேசும்போதே அவர் கண்கள் பின்தொடர்ந்து கொண்டே இருக்கும். ராஜீவ் காந்திக்கு அவர் அறம் பாடி வைத்திருந்தார். உடல் சிதைந்து கொடூரமாக ராஜீவ் காந்தி சாக வேண்டும் என்று அந்தச் செய்யுளில் பெருஞ்சித்திரனார் குறிப்பிட்டபடியே ராஜீவ் கொல்லப்பட்டபோது அவரைக் கைது செய்தது அரசு. அறம் பாடுதலை விதந்தோதியும் அவரைப் புகழ்ந்தும் அப்போது பலர் பாராட்டினர். அந்தச் செய்யுள் 'முண்டையின் மகனே முண்டையின் மகனே' என்று தொடங்கும். ஒரு பெண்ணை 'முண்டை' என்றழைக்கும் மனப்பான்மையை என்னால் சகித்துக்கொள்ளவே முடியவில்லை.

அவர் தமது வேலையைத் 'தொண்டு' என்பார். அந்தத் தொண்டில் சிறிதுகாலம் நானும் பங்கு கொண்டமைக்கு மிகக்குறைந்த ஊதியமே கிடைத்தது. ஆனால் அவருடன் இருந்த காரணத்தால் எனக்குக் கிடைத்த பலன்களும் உண்டு. சக மனிதர்களை அணுகிச் சாதாரண விசாரிப்புகளுக்குக் கூடத்தயங்கும் மனோபாவம் கொண்ட என்னை அவர் மாற்றினார். 'அவர்களும் மனிதர்கள்தானே தம்பி . . .' 'அது நம்முடைய உரிமையில்லையா தம்பி . . .' என்று அதட்டி அதட்டி

என் மனதைத் திடம்கொள்ளச் செய்தார். சென்னை வாசத்தின் தொடக்கத்திலேயே அவர் தொடர்பு கிடைத்ததால் பின்னால் பல ஆண்டுகள் எந்தச் சூழலையும் சமாளித்து அங்கு வாழும் தைரியம் எனக்குக் கிடைத்தது.

அவர்மேல் நான் இன்றும் கொண்டிருக்கும் மதிப்புக்கும் மரியாதைக்கும் காரணம் அவரது நேர்மை. எழுதவும், பேசவும் கொள்கையை வைத்துக்கொண்டு நடைமுறையில் வேறாக வாழ்ந்தவர் அல்லர். அவர் என்ன சொன்னாரோ அதற்காகவே வாழ்ந்தார். அதுவாகவே வாழ்ந்தார். அவருடைய குடும்பம் தனித்தமிழ்க் குடும்பம். சின்னஞ்சிறு குழந்தையும் தனித்தமிழைத் தயக்கமில்லாமல், தடுமாற்றமில்லாமல் பேசுவதைப் பார்க்கத் தனித்தமிழ்க் கொள்கை நடைமுறையில் சாத்தியம்தான் என்பதை வலுக்கட்டாயமாக நம்ப வேண்டியிருக்கும். 'அறிவு இருந்தால் மட்டும் போதாது. அதை நம் வாழ்நாளிலேயே வெளிப்படுத்திக் காத்து நிலைப்படுத்த வேண்டும்' என்று சொல்வார். அந்த நோக்குடனேயே இயங்கினார்.

தனித்தமிழ், தனித்தமிழ்நாடு ஆகியவை அவருடைய குறிக்கோள்கள். பார்ப்பனியத்தையும் பார்ப்பனர்களையும் கடுமையாக எதிர்த்தார். ஆனால் உண்மையான பணியை யார் செய்தாலும் அங்கீகரிக்கும் மனமும் கொண்டிருந்தார். உ. வே. சாமிநாதய்யரின் கிழிந்த படம் ஒன்று பரண்மீதிருந்து கிடைத்தது. உடனே பதறிப்போய் அப்படத்தைத் தூசி தட்டித் துடைத்துக் கிழிந்த பகுதிகளைச் சேர்த்து ஒட்டினார். 'இவர் பெரிய அறிஞர். இவரில்லாது போயிருந்தால் கழக (சங்க) இலக்கியமேது? தமிழேது?' என்றவர், 'சில பார்ப்பனர்கள் தமிழுக்குப் பெருஞ்சேவை செய்துள்ளனர். அவர்களில் இவர் மிகப் பெரியவர்' என்று கூறிக்கூறி மாய்ந்தார்.

அவர் தம் கருத்துக்களை ஒளிக்காமல் எல்லா இடங்களிலும் பேசினார். ஏறத்தாழ இருபதுமுறை சிறை சென்றிருக்கிறார். தடாவிலும்கூட. ஒருமுறைகூடச் சொந்தக் காரணங்களுக்காக அல்ல. அவரது கருத்துக்களோடும் குணாம்சங்களோடும் பெருமளவு முரண்பாடு கொண்டிருந்த போதிலும் ஒரு பணியில் அர்ப்பணிப்பு உணர்வு கொண்டவரின் அருகில் கொஞ்ச நாட்கள் இருந்து வேலை செய்ததைப் பெருமையாகச் சொல்லிக்கொள்ளவே விரும்புகிறேன்.

காலச்சுவடு 39, ஜனவரி - பிப்ரவரி 2002

6

நெஞ்சு பதைக்கிறது
நஞ்சுண்டன்

மொழி: நடையும் நயமும்

ஒரு தமிழ்ப் பத்திரிகை அலுவலகத்தில், 'இந்த இடத்தில் பெரிய ற வருமா சின்ன ர வருமா?' என ஓர் உதவி ஆசிரியர் வினவியதைக் கேட்க நேர்ந்தது. எனக்கு மிகுந்த வருத்தமாக இருந்தது. பெரிய ற, சின்ன ர, இரண்டு சுழி ன, மூன்று சுழி ண என்றெல்லாம் யாரேனும் சொன்னால், உடன் என் ஞாபகத்துக்கு வருவது

      நெஞ்சு பதைபதைக்கிறது
      யாரேனும் அருவியை
      நீர்வீழ்ச்சி என்று சொல்லிவிட்டால்

என்னும் விக்கிரமாதித்தனின் கவிதைதான். ஒரு கவி மனம் மட்டுமல்ல, மொழி சார்ந்த ஒரு சிந்தனையும் இக்கவிதையில் வெளிப்படுகிறது. அருவி என்பதுதான் சிறந்த தமிழ்ச் சொல். அதைவிடுத்து, *water falls* என்னும் ஆங்கிலச் சொல்லின் அப்பட்டமான தமிழாக்கமாகிய நீர்வீழ்ச்சி என்பதைப் பயன்படுத்துவது மொழிப் பிரக்ஞையற்ற செயல். அதோடு, இன்னொன்றையும் இங்கே கவனிக்க வேண்டும். ஒரு பொருளை அல்லது செயலைச் சுட்ட அதை விவரிக்கும் ஒரு வார்த்தை அல்லது சொற்றொடரைப் பயன்படுத்துவது அது பற்றிய சொல்லறிவைக் காட்டாது. நீர்வீழ்ச்சி, இரண்டு சுழி ன, மூன்று சுழி ண என்பவையெல்லாம் விவரிப்புகள் என்பதை மனங்கொள்க.

    ஒவ்வொரு தொழில் சார்ந்தும் பல கலைச்சொற்கள் பெருமளவில் உருவாகிப் பயன்படுத்தப்படும் காலம் இது. அப்படியிருக்க, சின்ன ர, பெரிய ற, இரண்டு சுழி ன என்றெல்லாம், அதிலும் எழுத்துத்துறையிலிருப்பவர்கள், சொல்வது தவறு. பிறகு

78   தமிழ் நவீனமயமாக்கம்

எவ்வாறு இந்த எழுத்துகளை வேறுபடுத்திச் சுட்டுவது? அது மிகவும் சுலபம்.

தமிழ் நெடுங்கணக்கின் ணகர, நகர, னகர எழுத்துகள் அவற்றுக்கு முன்னதாக அமையும் எழுத்துகளின் இனங்களாக அழைக்கப்படுகின்றன. 'ட'வுக்கு அடுத்து 'ண' அமைவதால், 'ண'வை டண்ணகரம் என அழைக்க வேண்டும். போலவே, 'ந' தந்நகரம், 'ன' றன்னகரம்.

தமிழில், 'ர' இடையின எழுத்து; 'ற' வல்லினம். எனவே, 'ர'வை இடையின ரகரம் எனவும், 'ற'வை வல்லின றகரம் என்றும் சொல்ல வேண்டும்.

தமிழில் மூன்று லகரங்கள் இருப்பதால், பலரும் 'பல்லிக்கு வருகிற ல', 'பள்ளிக்கூடத்துக்கு வருகிற ள' என்றெல்லாம் சொல்வதைக் கேட்டிருக்கிறேன். இந்த எழுத்துகளுக்குத் தனித்த பெயர்கள் இருப்பதை அறியாததால்தான் இந்த நிலைமை. சரியான உச்சரிப்பை நாம் இழந்துவிட்டதும் இந்த அவலத்துக்கு ஒரு காரணம். லகரம் (ளகரம் என உச்சரித்தாலும்) என்பது 'ல'வைக் குறிக்கும். 'ள' பொது ளகரம். 'ழ' சிறப்பு ழகரம். நாம் சரியான தமிழ் உச்சரிப்பை இழந்துவிட்டதும் இந்தக் குழப்பங்களுக்கு ஒரு காரணம்.

இனி, ரண்டு சுழி ன, பெரிய ற, மத்தளத்துக்கு வருகிற ள என்றெல்லாம் சொல்லாமல், அவ்வவற்றிற்குரிய பெயர்களால் குழப்பமில்லாமல் அழைக்கலாம்.

***காலச்சுவடு*, 67, ஜூன் 2005**

7

வினைப்படுத்திகள்
நஞ்சுண்டன்

சிறந்த இலக்கியப் படைப்பின் பண்புகளில் ஒன்று செறிவு. சங்க இலக்கியம் என்றதும் நினைவுக்கு வருவது செறிவு. பல்வேறு உத்திகளால் உரைநடைக்கும் செறிவூட்டலாம். ஒரு சொல் ஒரு வாக்கியத்தில் ஒன்றுக்கு மேற்பட்டமுறை இடம்பெறுவதைத் தவிர்த்தல், பிரதிப்பெயர்ச்சொற்களைப் பயன்படுத்துதல், நெகிழ்ச்சியாக அமையும் சொற்றொடருக்கு நிகரான ஒரே சொல்லை எடுத்தாளுதல் போன்ற பலவற்றைக் குறிப்பிடலாம். இவற்றோடு வினைப்படுத்திகளைத் தவிர்த்தலும் உரைநடையைச் செறிவாக்கும்.

பொதுவாகப் பெயர்ச்சொற்களைவிட வினைச்சொற்களின் எண்ணிக்கை குறைவு. இது எல்லா மொழிகளுக்கும் பொது. வினைப்படுத்திகள் பெயர்ச்சொற்களை வினைச்சொற்களாக்குகின்றன. பெயர்ச்சொல்லான 'சரி'யுடன் 'செய்'யைச் சேர்க்கும்போது, 'சரிசெய்' என வினைச்சொல்லாகிறது. அதாவது 'செய்' வினைப்படுத்தி (verbaliser).

ஆக்கு, ஆற்று, இடு, உறு, படுத்து, பண்ணு போன்றவையும் வினைப்படுத்திகளே. மக்களின் பேச்சு மொழியில் நிறைய வினைப்படுத்திகளைக் காணலாம். இவை சொற்களின் பயன்பாட்டைப் பரவலாக்குகின்றன என்பது உண்மைதான். ஆனால் ஒரு செயலைக் குறிக்கத் தனிவினைச்சொல் இருக்க, தொடர்புடைய பெயர்ச்சொல்லுடன் வினைப்படுத்திகளை இணைத்து வினைச்சொல்லாகப் பயன்படுத்துவதைத் தவிர்க்க வேண்டும். எடுத்துக்காட்டாக, 'முயற்சிசெய்தார்' எனப் பரவலாக எழுதப்படுகிறது. ஆனால் 'முயல்' என்னும் வினையடியே 'முயற்சிசெய்' என்பதைச் செறிவாகக் குறிக்கும்போது, 'முயற்சிசெய்' என எழுதுவதைத் தவிர்க்கலாம். 'அவர் முயற்சிசெய்தார்' என்பதைவிட 'அவர் முயன்றார்' செறிவாக அமைவதைக்

கவனியுங்கள். தேவையில்லாமல் வினைப்படுத்திகளைப் பயன்படுத்துவதற்கு மேலும் சில எடுத்துக்காட்டுகள்:

நிரல் 1	நிரல் 2
அலங்காரம்செய்தார்	அலங்கரித்தார்
ஆட்சேபம்செய்தார்	ஆட்சேபித்தார்
அர்ப்பணம்செய்தார்	அர்ப்பணித்தார்
ஆராய்ச்சிசெய்தார்	ஆராய்ந்தார்
உதவிசெய்தார்	உதவினார்
சமையல்செய்தார்	சமைத்தார்
பரிந்துரைசெய்தார்	பரிந்துரைத்தார்
மணம்செய்தார்	மணந்தார்

நிரல் 2இல் உள்ள வினைவடிவங்கள் நிரல் 1இல் இருப்பவற்றைவிடச் செறிவானவை.

வினைப்படுத்திகளைத் தவிர்க்க வேண்டும் எனக் கூறுவதை அவற்றைப் பயன்படுத்தவே கூடாது என்பதாகத் தவறாகப் புரிந்துகொள்ளலாகாது. 'அவர் சுத்தம்செய்தார்' என்னும் தொடரை 'அவர் சுத்தினார்' என எழுதுவது பேரனர்த்தம். தனிவினைகள் இருந்தாலும், தொடர்புடைய பெயர்ச்சொற்களோடு வினைப்படுத்திகளைச் சேர்ப்பதால் கிடைக்கும் வினை வடிவங்கள் நுட்பமான பொருள் வேறுபாட்டைத் தந்து பயனுள்ளவையாக அமையும். எடுத்துக்காட்டாக, (அ) 'அவர் அந்த நான்கு பேரை விடுவித்தார்', (ஆ) 'அவர் அந்த நான்கு பேரை விடுதலைசெய்தார்'. இவ்விரு தொடர்களுக்கும் உள்ள வேறுபாட்டை மனங்கொள்க. ஆகவே வினைப்படுத்திகளின்றி அமையாது தமிழ் உரைநடை.

பெயர்ச்சொற்களை வினையாக்கும்போது பொருத்தமான வினைப்படுத்திகளைப் பயன்படுத்துவதிலும் கவனம் தேவை. தமிழ் மரபு பற்றிய பிரக்ஞை இதற்குப் பெரிதும் உதவும். உதாரணமாக,

நிரல் 1	நிரல் 2
செம்மைசெய்தார்	செம்மைப்படுத்தினார்
செயலாக்கினார்	செயல்படுத்தினார்
செயல்செய்தார்	செயலாற்றினார்
துன்பம்செய்தார்	துன்புறுத்தினார்
பணிசெய்தார்	பணியாற்றினார்
போர்செய்தார்	போரிட்டார்.

நிரல் 1இல் உள்ள வினைவடிவங்களைவிட நிரல் 2இல் காணப்படுபவை தமிழ் மரபுக்கு உகந்தவை.

சொற்களைச் சேர்த்தும் பிரித்தும் எழுதுவது தொடர்பான கவனம் சமீபத்தில்தான் வளர்ந்துவருகிறது. இரண்டு சொற்களை ஒரே பத்தியில் ஓரிடத்தில் பிரித்தும் மற்றோர் இடத்தில் சேர்த்தும் எழுதப்படுவதைப் பல இதழ்களிலும் நூல்களிலும் இன்றும் காணலாம். துணைவினைகளைச் சேர்த்தெழுதுவது போலவே, வினைப்படுத்திகளையும் சேர்த்தெழுத வேண்டும். அதாவது 'சரி செய்தார்' என இடம்விட்டு எழுதாமல் 'சரிசெய்தார்' என இணைத்து எழுத வேண்டும்.

வினைப்படுத்திகளைத் தவிர்க்கச் சொல்வது எழுத்து வழக்கின் செறிவுக்காக. ஒரு புதினத்தில் கதாபாத்திரம் ஒன்று 'அவர் அதற்காக முயற்சிசெய்துகொண்டிருக்கிறார்' எனப் பேசுவதாக அமைவது பிழையல்ல. இது மற்ற வினைப்படுத்திகளுக்கும் பொருந்தும்.

காலச்சுவடு 137, மே 2011

8

*தற்காலத் தமிழ் மரபுத்தொடர் அகராதி

பெ. மாதையன்

மொழிப்பயன்பாட்டில் உணர்வு வெளிப்பாட்டுக்கு மிக முக்கிய இடமுண்டு. நேரடிப் பொருள்தரும் சொற்பயன்பாடுகளைக் காட்டிலும் மறைமுகமான, குறிப்பான பொருள்தரும் சொல், தொடர்ப்பயன்பாடுகள் உணர்வு வெளிப்பாட்டிற்குப் பெரிதும் உதவுகின்றன. இவ்வகை உணர்வு வெளிப்பாட்டுக்குப் பயன்படும் மொழிக்கூறுகளில் மரபுத்தொடரும் ஒன்று. மரபுத் தொடர்கள் கவிதைமொழி போன்றவை. 'அவன் எல்லோரையும் ஏமாற்றிவிட்டான்' என்பது இயல்பான வாக்கியம். 'அவன் எல்லோர் தலையிலும் மிளகாய் அரைத்துவிட்டான்' என்பது மரபுத் தொடர் வாக்கியம். இவ்விரு தொடர்களும் தரும் பொருள் ஒன்றுதான் என்றாலும் 'ஏமாற்றிவிட்டான்' என்பதைவிடத் 'தலையில் மிளகாய் அரைத்துவிட்டான்' என்பது கருத்தை ஆற்றலுடன் முழு வீச்சுடன் ஆழமாகவும் அழுத்தமாகவும் வெளிப்படுத்துகிறது. *கால்கட்டுப் போடு, தார்க்குச்சிப் போடு* எனும் இரு தொடர்களும் முறையே 'கால்நடைகளுக்குக் கழுத்தில் / மூக்கில் கட்டப்பட்ட கயிற்றைக் காலோடு சேர்த்துக் குறுக்கிக் கட்டுதல்'; 'மாடுகளை விரைவாக ஓட்டுவதற்கான குச்சியைக் கொண்டு விரைந்து ஓடும்படி அவற்றைக் குத்துதல்' எனும் இயல்பான சொல்லுக்குச் சொல்லான பொருட்களுடன், காலப்போக்கில் அணிநய *(figurative)* அடிப்படையில் *திருமணம் செய்தல், ஒருவரை* (குறிப்பிட்ட வேலையைச் செய்யும்படி) *தூண்டிவிடுதல்* எனும் பொருட்களையும் பெற்றுள்ளன. இவ்விரண்டாவது பொருட்பயன்பாடுகள் அவற்றை மரபுத் தொடர்களாக்கியுள்ளன.

---

* 'தற்காலத் தமிழ் மரபுத்தொடர் அகராதி', மொழி கலாச்சார வள மேம்பாட்டு அறக்கட்டளை வெளியீடு, சென்னை.

ஆக மரபுத்தொடர்கள் என்பன இரண்டும் இரண்டிற்கு மேற்பட்ட சொற்களையும் உடையனவாய்க் கூட்டுச்சொற்களின் இயல்பான பொருளைத் தராதனவாய்க் கூட்டுச்சொற்களின் சேர்க்கையால் குறிப்பான வேறு ஒரு பொருளைத் தருவனவே ஆகும். பல்வேறு உணர்வு வெளிப்பாட்டை வெளிப்படுத்தும் இவற்றின் பயன்பாடு எழுத்து வழக்கைக் காட்டிலும் பேச்சு வழக்கில் மிகுதியும் உள்ளது. எனவே இவை மொழியின் சொற்றொகுதியில் முக்கிய இடம் வகிக்கின்றன.

அகராதியியலறிஞரான சுகுஸ்தா (Zgusta) அகராதிச் சொல் (Lexical unit) பற்றிக் குறிப்பிடும்பொழுது சற்றே பரந்த பொருளில், அகாராதிக்கூட்டுச்சொல் (Multiword Lexical Unit) எனும் சொற்றொகுதியுள் மரபுச் சொற்சேர்க்கைகளான (Set Combination) சொற்றொடர் (Phrase or Lexicalized phrase), வரையறுத்த சொல்லிணைவுகள் (Fixed or Set Collocation), மரபுத்தொடர் (idiom) எனும் மூன்றையும் அடக்கிக் காட்டுகிறார். எனவே, மரபுத்தொடர்களும் அகராதி உருவாக்கத்தில் முக்கிய இடம்பெறுகின்றன. பேச்சுவழக்குப் பயிற்சி மிகுதி, அகராதிச் சொல் எனும் இவ்வியல்புகளுடன் பொருட்புலப்பாட்டுச் சூழல்களும் மரபுத் தொடர் அகராதி உருவாக்கத் தேவையை முன்னிறுத்துகின்றன.

தமிழ் அகராதியியல் மரபில் பொது அகராதி உருவாக்கத்திலும் சிறப்பு அகராதி உருவாக்கத்திலும் மரபுத்தொடர்கள் முக்கிய இடம் பெற்றுள்ளன. 1924 – 1936ஆம் ஆண்டுகளில் உருவான சென்னைப் பல்கலைக்கழகப் பேரகராதியில் 'மரபுத் தொடர்' எனும் பதிவு இடம்பெறாவிட்டாலும் தனி அகராதி ஒன்று உருவாக்கும் அளவிற்கு ஏராளமான மரபுத்தொடர்கள் பதிவுகளாய்த் தரப்பட்டுள்ளன. இவ்வகராதிக்கு முன்பே வெளிவந்த இராட்லர் அகராதியிலும் (1834), வின்சுலோ அகராதியிலும் (1862) ஆங்காங்கே மரபுத்தொடர்கள் இடம்பெற்றுள்ளன. இவ்வகராதிகளுக்கு முன்பும் பின்பும் Phrase Book or Idiomatic Exercises in English and Tamil arranged under several heads with an Index (1841), English and Tamil Grammatical Vocabulary : Useful words and idiomatic sentences (1881), Tamil Idioms:An aid to Translation (1900), மரபுத்தொடர் அகர வரிசை (1953), மரபுத்தொடர்களும் சொற்றொடர்களும் (1977) எனும் சில சிறப்பு அகராதிகளும் வெளிவந்துள்ளன.

இந்த மரபின் தொடர்ச்சியாகத் தற்காலத் தமிழுக்கான பொது அகராதி ஒன்றை 1991இல் வெளியிட்ட க்ரியா நிறுவனத்தினர் மொழி கலாச்சார வளமேம்பாட்டு அறக்கட்டளை சார்பில் ஆறாண்டுக்காலக் கடின உழைப்புக்குப்பின் மார்ச்சு 1997இல்

தற்காலத் தமிழ் மரபுத்தொடர் அகராதி எனும் இந்தச் சிறப்பு அகராதியை வெளியிட்டுள்ளனர். செம்மையான உருவாக்க நடைமுறையோடு பார்த்தவுடன் வாங்கத்தூண்டும் அட்டை வடிவமைப்புடன் செம்மையான அழகிய அச்சுருவில் வெளிவந்துள்ள இந்த அகராதி உள்ளடக்க நிலையிலும் பதிவமைப்பு நெறிமுறையிலும் சிறந்ததாய்த் தமிழ் அகராதியியலுக்கு வளம்சேர்ப்பதாய் அமைந்துள்ளது.

அகராதியின் சிறப்புகள்

தற்காலத் தமிழ் மரபுத் தொடர்களுக்கான களஞ்சியமாய் விளங்கும் இந்த அகராதி, அகராதிப் பயன்பாட்டாளருக்கு மட்டுமல்ல அகராதிக் கலைஞருக்கும் மரபுத்தொடர்ப் பதிவமைப்பு நெறிமுறைகளைக் காட்டும் கையேடாகவும் அமைந்துள்ளது. இந்த அகராதி அறிமுகம், அகராதிப்பதிவின் அமைப்பு (மாதிரிப் பதிவு), அகராதியைப் பயன்படுத்தவுதவும் குறிப்புகள் எனும் முன்பகுதிகளோடு மரபுத்தொடரின் குறிப்பிட்ட சொல் மட்டுமே தெரிந்த நிலையில் அச்சொல் அமைந்த தொடரை அறியவும், அச்சொல் இடம்பெற்ற ஏனைய தொடர்களைக் காணவும் உதவும் ‘தொடர்களில் உள்ள சொற்களுக்கு அடைவு’ எனும் பின்னிணைப்புப் பகுதியையும் கொண்டுள்ளது. இவை அனைத்துமே இந்த அகராதியின் சிறப்புக்கூறுகள்.

திட்டமிடப்பட்ட எந்த ஒரு நல்ல அகராதி உருவாக்கத்திலும் முன்னுரைக்கு ஒரு முக்கிய இடமுண்டு. அத்தகைய முன்னுரை அகராதியின் பயன்பாட்டை முழுமையடையச் செய்வதாய் அமையும். அந்த வகையில் இந்த அகராதியின் ‘அறிமுகம்’ முக்கியத்துவம் வாய்ந்ததாய் உள்ளது. சிக்கலானதும் ஆற்றல் வாய்ந்ததுமான மரபுத்தொடர்களின் பண்புகள், வரையறைகள், வரையறை மீறல்கள், வகைகள், பழமொழி, மரபுத் தொடர் வேறுபாடு, மரபுத்தொடர் அல்லாத தொடர்கள், தனிச் சொல் மரபுத்தொடர் ஒற்றுமை, பொது, சிறப்பு அகராதி மரபுத் தொடர்களின் பதிவமைப்புத் தொடர்கள், தரவுமூலம், மரபுத் தொடர் அகராதிப் பதிவுக் கூறுகளின் அமைப்பு எனும் பல்வேறு தகவல்களையும் கொண்ட நல்ல முன்னுரையாய் இந்த ‘அறிமுகம்’ அமைந்துள்ளது.

பதிவின் ஒவ்வொரு பகுதியையும் குறிப்பிட்டுக் காட்டும் ‘மாதிரிப் பதிவு’ பயன்பாட்டாளரின் உடனடி வழிகாட்டியாய் அமைவது. மாதிரிப் பதிவு தரும் அகராதியியல் மரபு அண்மைக் காலத் தமிழ் அகராதியியல் நடைமுறையாய் இடம்பெற்று வருகிறது. இந்த அகராதியிலும் இப்பகுதி ‘அகராதிப் பதிவின்

அமைப்பு' எனும் தலைப்பில் இடம்பெற்றுள்ளது. அகராதிப் பதிவு பல்வேறு பதிவுக்கூறுகளையும் உடையதாய் இருக்கையில் அவற்றை மாதிரிப் பதிவில் குறிப்பிட்டுக் காட்டுவதோடு மட்டுமல்லாமல் அப்பதிவுக்கூறுகள் எந்தெந்த அடிப்படைகளில் எவ்வாறு தரப்பட்டுள்ளன என்பதைப் பயன்பாட்டாளருக்கு விளக்கும் பயன்பாட்டாளர் குறிப்புகளும் தனியே தரப்படும். இந்த அகராதியில் இப்பகுதி 'அகராதியைப் பயன்படுத்த உதவும் குறிப்புகள்' எனும் தலைப்பில் விரிவாய்த் தரப்பட்டுள்ளது. இந்த மூன்று பகுதிகளையும் படிக்காமல் இந்த அகராதியை முழுமையாய்ப் பயன்கொள்ள இயலாது.

இந்த அகராதியின் தனிச்சிறப்புகளில் குறிப்பிட்டுச் சொல்லத்தக்கவை 1. திட்டமிடல் 2. முதன்மைத் தரவுகள் என்பன. எந்த ஒரு பணியும் செம்மையாய் நிறைவேறத் திட்டமிடலே அடிப்படை. அதிலும் அகராதி உருவாக்கத்திற்குத் திட்டமிடல் மிக அவசியமானது. அகராதி உருவாக்கக் குழுவுடன் அகராதி உருவாக்க நடைமுறைச் சிக்கல்களை ஆய்ந்து வழிகாட்டும் ஆலோசனைக்குழு ஒன்றையும் கொண்டதான இவ்வகராதி உருவாக்கத்தில் திட்டமிடல் முழுமையாய்ச் செயற்படுத்தப்பட்டுள்ளது. இந்தச் செயற்பாடே இந்த அகராதியின் வெற்றிக்கு அடிப்படை. இனித் தரவுகள் எனும் நிலையில் முன்வந்த அகராதிகளை இரண்டாம்நிலைத் தரவுகளாய்ப் பயன்படுத்தாமல் முதன்மை ஆதாரங்களிலிருந்து மட்டுமே தரவுகள் திரட்டப்பட்டுள்ளன. அவையும் உருவாக்கக் குழுவிலும் ஆலோசனைக் குழுவிலும் இடம்பெற்ற பலரின் உள்ளுணர்வுக்கும் ஆட்படுத்தப்பட்டுப் பொருள் வரையறை செய்யப்பட்டுள்ளன.

சொற்களுக்கான பொருள் வரையறைகள், பயன்பாட்டுச் சூழல்கள் இல்லாமல் முழுமைபெறுவதில்லை. இப்பயன்பாட்டுச் சூழல்களை அகராதிகளில் தருவதற்கான இடம் மேற்கோள் பகுதியே ஆகும். மேற்கோள் தொடர்கள் இந்த அகராதியில் பேரளவில் இடம்பெற்றுள்ளன. ஏறத்தாழ 80,000 அச்சிட்ட பக்கங்களிலிருந்து திரட்டப்பட்ட 1930 பதிவுத் தொடர்களுக்கு 14,500 மேற்கோள் தொடர்கள் தரப்பட்டுள்ளன. இவ்வகையில் இந்த அகராதி தரவுத்தொகுதியாகவும் மரபுத் தொடர்ப் பயன்பாடுகளின் ஆவணமாகவும் அமைந்துள்ளது.

பதிவமைப்பு

தமிழ் அகராதியியல் மரபுக்குப் புதிய பதிவமைப்பு முறை ஒன்றை இந்த அகராதி அறிமுகப்படுத்தியுள்ளது. இப்பதிவமைப்பு இரண்டு கூறுகளைக் கொண்டதாய் உள்ளது.

பதிவின் இடப்புறப்பகுதியில் பதிவுத்தொடர், பொருள் (தமிழ், ஆங்கிலம்), மேற்கோள் தொடர் என்பனவும் வலப்புறப்பகுதியில் பதிவுத்தொடரின் மாற்றுவடிவம், பதிவுத்தொடரில் இடம் பெறும் மாற்றுச் சொற்கள், பதிவுத் தொடரில் இடம்பெற்ற சொல்லின் இலக்கண வேறுபாட்டு வடிவம், பதிவுத்தொடரின் இலக்கண மாற்றத்தைத் தெரிவிக்கும் பொதுவிதிகள், மேற்கோள் தொடர்களில் சேர்ந்தும் விடுபட்டும் வரும் இடைச்சொற்கள், பதிவுத்தொடரின் செயப்பாட்டு வடிவம், பிறவினைக்குறிப்பு என்பன இடம்பெற்றுள்ளன. இந்த இலக்கணத் தகவல்கள் எல்லாம் பதிவின் வலப்புறப்பகுதியில் தனியே தெரியும் வகையில் தரப்பட்டுள்ளன. இதுதான் இந்த அகராதி அறிமுகப்படுத்தியுள்ள புதிய பதிவமைப்பு நெறி.

பொருள் வரையறை

மரபுத் தொடர்களுக்குப் பொருள் வரையறை செய்துள்ள முதல் அகராதி இதுவே. பொருள் தருவதில் வழக்கமான அகராதிகளைப் போல் *தரித்திர நாராயணன்* – பரமஏழை, *நொடிக்கு நூறுதரம்* – அடிக்கடி, *நெஞ்சை நிமிர்த்திக்கொண்டு* – பெருமிதத்துடன், *கையோடு* – கூட என ஒருபொருட் பல சொற்களும் பொருட்சொற்களாய்த் தரப்பட்டுள்ளன. பல பதிவுகளில் *காற்றுள்ளபோதே தூற்றிக்கொள்* – சூழ்நிலை சாதகமாக இருக்கும் போதே தனக்கு வேண்டியதை முடித்துக் கொள்ளுதல் என விளக்கச் சொற்பொருளே இடம்பெற்றுள்ளது. இவ்விளக்கச் சொற்பொருளோடு மரபுத்தொடரின் பயன்பாட்டுச் சூழல்களும் கூடுதல் செய்திகளும்

> தலைகால் தெரியாது*: (கர்வம், மகிழ்ச்சி முதலியவை மிகுந்து விடும்போது) கட்டுப்பாடும் நிதானமும் இருக்காது (இது பண்பான நடத்தை அல்ல என்று மற்றவர் கருதுவது): behave unrestrainedly. நாலு காசு கையில் வந்துவிட்டால் அவனுக்குத் தலைகால் தெரியாது. / அதிக அதிகாரம் இல்லாத பதவி கிடைத்ததற்கே இவர்கள் தலைகால் தெரியாமல் ஆடுகிறார்களே. / இந்திப் படத்தில் நடிக்கும் வாய்ப்புக் கிடைத்துவிட்டதால் அவருக்குத் தலைகால் தெரியவில்லை!
>
> ---
>
> *புரியாது பெ.வி.4

என்றவாறு தரப்பட்டுள்ளன. அடைப்புக்குறிக்குள் பொருளுக்கு முன்னே உள்ளது பயன்பாட்டுச்சூழல், பின்னே உள்ளது கூடுதலான பொருட்குறிப்பு. இவ்வாறு சூழ்நிலை

களும் உணர்வு வெளிப்பாட்டு நிலைமைகளும் பதிவில் குறிப்பிட்டுக் காட்டப்பட்டுள்ளன. இவை மரபுத்தொடர்ப் பயன்பாட்டின் முழுப்பரிமாணத்தையும் தரும் பதிவுகூறுகளாய் உள்ளன.

அகராதியின் மறுபுறம்

ஒவ்வொரு அகராதிக்கும் குறைபாடுகள் எனும் ஒரு மறுபுறம் உண்டு. 'தீங்கற்ற அடிமை வேலை' என ஜான்சன் குறிப்பிடும் அகராதி உருவாக்கம் பல்வேறு விதமான கடுமையான பணிச்சுமைகளை உடையது என்பதுதான் இதற்குக் காரணம். ஒவ்வொரு மனிதனின் மொழித்திறனும் வேறுபட்டது; இது போல் வட்டார மொழியும் வேறுபட்டது. எனவே ஒரு சிறிய அகராதி உருவாக்கக் குழுவே சொல், பொருள் எனும் இரு நிலையிலும் ஒரு மொழியின் முழுப் பயன்பாட்டையும் பரிமாணத்தையும் இனங்கண்டுவிட இயலாது. மரபுத்தொடர்களைப் பொறுத்தமட்டில் எழுத்து மொழியைவிடவும் பேச்சு மொழியைத்தான் அதிகமாக நம்பவேண்டியுள்ளது. பேச்சு மொழியிலிருந்து தரவுகளைத் திரட்டுவது அவ்வளவு எளிய வேலையல்ல. இவ்வகை இடர்ப்பாடுகளின் காரணமாக இவ்வகராதிப் பதிவமைப்பிலும் சில குறைபாடுகள் உள்ளன.

நாக்குச் செத்துப்போ – (சுவையற்ற சாப்பாட்டைத் தொடர்ந்து சாப்பிட வேண்டியிருப்பதால்) நாக்கு சுவை அறியும் தன்மையை இழந்துவிடுதல் எனும் பதிவில் தரப்பட்ட பொருள் நாக்கு உண்மையிலேயே சுவை அறியும் இயல்பை இழந்து விடும் என்பதைப் போல் உள்ளது. இப்பொருள் 'சுவை அறியும் இயல்பை இழந்துவிட்டதைப்போல் உணர்தல்' என இருக்கலாம். மேலும் ஒருவகை உணவைத் தொடர்ந்து உண்ணல், நோய்வாய்ப்பட்ட நிலையில் ரொட்டி, கஞ்சி போன்றவற்றைத் தொடர்ந்து உண்ணல் போன்ற சூழல்களிலும் பயன்படுத்தப்படும். எனவே இதன் பொருளிலும் பயன்பாட்டுச் சூழல்களிலும் மாற்றம் தேவை. கப்பல் மாதிரி எனும் பதிவில் 'மிகப் பெரிய அளவிலான' எனும் அதன் பெயரடைப்பொருளும் 'கப்பல்மாதிரி வீட்டில் வசிக்கிறார்' எனும் மேற்கோளும் தரப்பட வேண்டும். இவ்வாறு சில பதிவுகளில் வரும் பொருட் சிக்கல்கள் இனிவரும் பதிப்புகளில் மாற்றப்பட வேண்டும்.

சில மரபுத்தொடர்ப் பதிவுகளில் பொருள்விடுபாடுகள் இடம்பெற்றுள்ளன. கை வை – திருத்துதல், கைக்குள் போடு – ஒருவரைத் தன்வயப்படுத்திக்கொள்ளுதல், கண்ணை மூடு – உறங்குதல், கையேந்து – உதவிக்கேட்டல் என்றவாறு சில

பொருள்விடுபாடுகள் உள்ளன. இவ்வாறே மேலோட்டமாக, மேலும் கீழும் பார்த்தல், மண்ணோடு மண்ணாக்கு, மூக்குடை, இரண்டுக்குப் போ, இரண்டுக்கு இரு என்றாற்போல் சில பதிவுகளும் விடுபட்டுப் போயுள்ளன.

வட்டார வழக்கு வேறுபாட்டின் காரணமாக இடம்பெறும் ஒரு பதிவுத்தொடரின் மாற்று வடிவங்களும் பதிலீட்டுச் சொற்களும் சில பதிவுகளில் தரப்படவில்லை. இவ்வாறே மரபுத் தொடரில் சேர்ந்து வரும் இடைச்சொற்களும் சில பதிவுகளில் குறிப்பிடப்பெறவில்லை. *நகமும் சதையும் போல், ஒருநாளைப் போல* எனப் போல், போல எனும் சொற்களைக் கொண்டு முடியும் பதிவுகள் அனைத்திலும் இருசொற்களையும் பதிலீடு செய்யலாம். இம்மாதிரிப் பதிவுகளை எல்லாம் ஒரே சொல்லைக் கொண்டு முடியுமாறு தந்துவிட்டு ஏனைய சொல் பதிலீட்டுச் சொல்லாய் வரும் என்பதை முன்னுரையில் குறித்திருக்கலாம்.

ஒரே பதிவில் பல்வேறு மாற்று வடிவங்களையும் குறிப்பிட்டுக் காட்டும்பொழுது அப்பல்வேறு மாற்று வடிவங்களும் இடம்பெறும் வகையில் மேற்கோள்கள் தரப்பட வேண்டும். இந்நெறி இந்த அகராதியில் இடம்பெற்றாலும் அது முழுமையாய்ப் பின்பற்றப்படவில்லை. பல பதிவுகளில் மாற்றுவடிவத்திற்கான மேற்கோள்கள் இடம்பெறவில்லை. பொதுவான ஒன்றிற்கு மேற்பட்ட மேற்கோள் தொடர்கள் எல்லாப் பதிவுகளிலும் தரப்பட்டுள்ளன. குழிபறி எனும் பதிவில் இரண்டு மேற்கோள்கள் தரப்பட்டுள்ளன. இவ்விரண்டிலும் 'குழிபறி' என்பது இடம்பெற்றுள்ளது. மாற்றுவடிவங்களான *தோண்டு, வெட்டு* என்பனவற்றை ஒரு மேற்கோளில் ஆண்டிருக்கலாம். இவ்வாறே *சிகரம் வைத்தாற்போல்* என்றது போன்ற பதிவுகளில் இரண்டு மேற்கோள்கள் தரப்பட்டிருந்தபோதிலும் 'சிகரம் வைத்த மாதிரி' என்பது போன்ற மாற்று வடிவ மேற்கோள்கள் தரப்படவில்லை. எதிர்காலப் பதிப்பில் இதில் ஒருமித்த போக்கைப் பின்பற்றுவது நல்லது.

மொத்தத்தில் திட்டமிடல், ஆற்றல் வாய்ந்த பதிப்புக்குழு, நல்ல பதிப்பாசிரியர், கடுமையான உழைப்பு, முறையான அகராதி உருவாக்கச் செயற்பாடுகள், பதிவுகளை உருவாக்க குழுவினர் பார்வைக்கு உட்படுத்திக் கருத்தறிதல், முதன்மைத் தரவு மூலச் சேகரிப்பு, போதுமான காலவரையறை எனும் இவை காலங்காலமாய் நின்று பயன்படும் நல்ல அகராதி உருவாக்கத்திற்கு அடிப்படை என்பது இருபதாம் நூற்றாண்டின் தொடக்கத்தில் பேராசிரியர் எஸ். வையாபுரிப் பிள்ளையால் உறுதிப்படுத்தப்பட்டது. இந்த உண்மை இதே நூற்றாண்டின்

இறுதிப்பகுதியில் மொழி கலாச்சார அறக்கட்டளையால் உருவாக்கப்பட்ட தற்காலத் *தமிழ் மரபுத்தொடர் அகராதி* வழியும் நிரூபிக்கப்பட்டுள்ளது. இந்த வகையில் இந்த அகராதியின் பதிப்புக் குழுவினர் பாராட்டுக்குரியவர்கள்.

'க்ரியா'வின் தற்காலத் தமிழ் அகராதி விற்பனையான அளவுக்கு அதுபற்றி ஆக்கப்பூர்வமான விமர்சனங்கள் வெளிவர வில்லை. இந்த அகராதி வெளிவந்திருக்கும் இன்றைய சூழலில் பயன்பாட்டாளர்கள் தங்கள் உளம் திறந்த விமர்சனங்களை முன்வைப்பதும் விடுபட்ட தொடர்களைத் தெரிவிப்பதும் அகராதியியல் மனப்பாங்கு வளரவும் இந்த அகராதியின் எதிர்காலப் பதிப்பு மேலும் செழுமை பெறவும் வழிகோலும்.

***காலச்சுவடு* 19, அக்டோபர் டிசம்பர் 1997**

9

*வளர்தமிழில் அறிவியல்
சி. சிவசேகரம்

அனைத்திந்தியத் தமிழ்க் கழகத்தின் ஆறாவது மாநாட்டிற் படிக்கப்பட்ட 31 கட்டுரைகள் ஒரு நூலாகத் தொகுக்கப்பட்டுள்ளன. அறிவியற் தகவல்களைத் தமிழிற் தருவதில் உள்ள சிரமங்களைப் பற்றி நானோ வேறெவருமோ புதிதாக அதிகம் சொல்ல அவசியமில்லை. ஆயினும் இச்சிரமங்கட்குக் காரணமாக உள்ள பிரச்சனைகளில் சில மட்டுமே திரும்பத் திரும்ப நமது கவனத்துக்கு உள்ளாகின்றன. பெருவாரியான தமிழறிஞர்களதும் தமிழில் விஞ்ஞானம் பற்றி ஆர்வமுடையவர்களதும் அக்கறை விஞ்ஞானத் தகவல்களை எவ்வாறு தமிழில் வழங்குவது என்பதையே மையமாகக் கொண்டது. இதையொட்டி எழும் மொழிசார்ந்த பிரச்சனைகள் பொதுவாகச் சொற்களின் தமிழ்த் தன்மை தொடர்பானவை. இதைவிட அடிப்படையான சமூக – அரசியல், விஞ்ஞான – தொழில்நுட்ப – மருத்துவ நடைமுறை பற்றிய பல பிரச்சனைகள் தீர்க்கப்படாதவரை, தமிழில் விஞ்ஞானம் என்பது ஒட்டுமொத்தத்தில் ஒரு ஏட்டுச்சுரைக்காயே தான். நாம் தேடும் தீர்வுகள் படிப்பறிவும் தமிழார்வமுமுள்ளவர்களது ஆத்ம திருப்தியை மையமாகக் கொண்டுள்ளதன் விளைவாக நமது ஆய்வுகளில் மொழி விருத்தி என்பது 'சான்றோரால்' நிர்ணயமாகும் ஒன்றாகவே இருப்பது இயல்பு. ஆயினும், இக்குறைபாடு, தமிழ் மொழி விருத்திக்கான பங்களிப்புகளைத் தாழ்வாகக் கருத இடமளிக்கக் கூடாது.

தொகுப்பின் கட்டுரைகள் ஒன்றோடொன்று ஒப்பிடத்தக்க தரத்தினவும் அல்ல. கட்டுரைகளின் தெரிவு, எல்லாக் கட்டுரைகளிலும் சில குறைந்தபட்ச ஆய்வுத் தராதரங்களைப்

---

* *வளர்தமிழில் அறிவியல்*, அனைத்திந்திய அறிவியல் தமிழ்க்கழகம் வெளியீடு, தஞ்சாவூர்.

பேணுவதற்கான தேவையை நினைவூட்டுகிறது. கட்டுரைகள், அவற்றின் கூறுபொருளுக்கு ஏற்ப வகைப்படுத்தப்பட்டிருப்பின், அது வாசிப்பவர்கட்கு அதிக வசதியளித்திருக்கும். முடிந்த வரை, தேவைகள், பிரச்சனைகள், தீர்வுகள் என்ற வகையிலான ஒரு வரிசைக் கிரமமும் துறைசார்ந்த பகுப்பும் விரும்பத்தக்கன.

கலைச்சொல்லாக்கம் தொடர்பான பிரச்சனையே தமிழில் விஞ்ஞான விருத்தியின் அதி முக்கிய பிரச்சனையாகக் காணப்படுவதாலும் ஆங்கிலமே உலகின் பிரதான நவீன மொழி என்ற கருத்து ஏற்கப்பட்டுள்ளதாலும் ஆங்கிலச் சொற்களை ஒலிபெயர்ப்பதும் மொழிபெயர்ப்பதும் அவற்றுக்கு உரிய மாற்றுக்களைத் தமிழுக்குள் தேடுவதுமே பெருவாரியான கட்டுரையாளர்களது கவனத்துக்கு உரியனவாகவுள்ளன. இவை தொடர்பான வாதங்கள், தமிழ் என்றால் என்ன என்று ஒவ்வொரு கட்டுரையாளரும் கருதுவதற்கு ஏற்ப முன்வைக்கப்படுகின்றன. ஆயினும், ஒன்று மட்டும் தெளிவாக உள்ளது. ஆங்கிலத்தின் மேலாதிக்கம் பற்றிய நம் மறுப்புணர்வு வலுவீனமானது என்பதால் ஆங்கில மொழிவழிச் சிந்தனைகளைத் தமிழில் எவ்வாறு வழங்குவது என்பதுதான் தமிழில் விஞ்ஞானம் பற்றிய அடிப்படைப் பிரச்சனையாகிவிட்டது. இது சமூகவியல், இலக்கியம் போன்ற துறைகளில் ஓங்கியுள்ள ஒரு போக்காக இருக்கும்போது, ஆங்கிலம் வாயிலாகவே நம்மை வந்தடையும் விஞ்ஞான அறிவில் இப்பண்பு மேலோங்கியிருப்பதில் வியப்பு என்ன?

குறிப்பான விடயங்களில் தத்தமது அணுகுமுறைக்கு ஏற்பச் சொல்லாக்க பிரச்சனைகளைத் தீர்ப்பதில் கணிசமான ஆற்றலை நாம் காணலாம். அந்தளவில் ஆற்றலுக்கான தட்டுப்பாடு மட்டுமே தமிழில் விஞ்ஞான அறிவு வளர்ச்சிக்குத் தடையாக இல்லை என்பது உறுதி. இவ்வளவு ஆற்றலும், தமிழில் விஞ்ஞானம் பற்றிய பிரச்சனையின் பலவேறு கோணங்களையும் கருத்திற்கொண்டு, விஞ்ஞானத்தைச் சமூகவாழ்வுடன் இணைத்துச் செல்ல வேண்டியுள்ளது.

பலவேறு கட்டுரைகளிலும் விமர்சிக்கவும் விவாதிக்கவும் மறுக்கவும் நிறைய உள்ளன. அது இவ்விடத்து இயலுமானதல்ல. எனவே சில பொதுவான போக்குக்கள் பற்றி மட்டுமே குறிப்பிடுவது கூடியளவு பொருந்தும்.

1. தமிழில் விஞ்ஞானச் சொற்களைப் புனைவதில் ஆங்கிலத்தை விலக்குவதற்கு வேறு இந்தியத் துணைக் கண்ட மொழிகளின் சொற்கள் உதவுமாயின் அவற்றைப் பயன்படுத்துவது தகுமா?

2. தமிழில் விஞ்ஞானச் சொல்லாக்கத்திலும், விஞ்ஞான அறிவைப் பரவலாக்குவதிலும் அண்டை மொழிகளான சிங்களம், மலையாளம், வங்காளி போன்றவற்றின் நேர் / எதிர் அனுபவங்களை நாம் பயன்படுத்தக்கூடாதா?

3. தமிழ் நாட்டுக்கு வெளியே, குறிப்பாக ஈழத்தில், விஞ்ஞானச் சொல்லாக்கம், கட்டுரையாக்கம், உயர் கல்வி போன்ற துறைகளில் வழங்கப்பட்டுள்ள பெரும் பங்கைக் கணிப்பில் எடுப்பது பயன் தராதா?

4. மாற்றுச்சொற்களையும் அயல் ஒலிகளையும் தமிழில் வழங்க எடுக்கும் முயற்சிகள், தமிழில் ஏற்கெனவே வழக்கில் உள்ள சொற்கள், சொற்றொடர்கள், ஒலிப்பு முறைகள் ஆகியவற்றுக்கு ஊறு செய்யாத வண்ணம் காக்க முடியுமா?

5. தமிழில் எழுத்துத் தட்டுப்பாடு என்பது, வெறுமனே அயற்சொற்களை மட்டுமல்லாமல், தமிழின் ஒரு பகுதியாகிவிட்ட பல அயற்சொற்களைச் சரிவர எழுதுவதில் உள்ள பிரச்சனையுமாகிவிட்டது. இது தமிழ் ஆய்வாளர்கள் காண மறுக்கும் ஒரு பிரச்சனையாகவே தெரிகிறது.

6. எந்த மொழியிலும், ஒலிப் பிரச்சனை, அயற் சொற்களை அவை மூலத்தில் ஒலிக்கப்படுமாறே ஒலிப்பதன் பிரச்சனை அல்ல. மாறாக, அம்மொழி பேசும் சமூகத்தினர் அடிக்கடி சந்திக்கும் சொற்களைத் தெளிவாக விளங்கிக் கொள்வது பற்றியதே. ஒவ்வொரு மொழியிலும் இவ்வாறான இடர்ப்பாடுகள் இருப்பினும், தமிழினது பிரச்சனை, மற்ற எந்தத் தென்னாசிய மொழியினதினும் பெரியது.

7. கலைச்சொல்லாக்கத்தை விட அடிப்படையானது சிந்தனை முறை தொடர்பான சொல்லாக்கம். மெய்யியல், அளவையியல் கணிதம் ஆகிய துறைகளில் அடிக்கடி சந்திக்கும் கோட்பாடுகள் பற்றிய தெளிவும் சொல்லாக்கத்தில் தமிழரிடையே உடன்பாடும் மிக அவசியமானவை.

தமிழில் விஞ்ஞானம் பற்றிய நடைமுறையை அவதானிக்கும் போது, ஈழத்து அனுபவமும் தமிழகத்து அனுபவமும் உணர்த்துவது ஒன்றே. தமிழ் விஞ்ஞானிகளிற் பெரும்பாலோரது சமூகநோக்கு ஆங்கில மையமானது. வேலை வாய்ப்புக்கள், ஆராய்ச்சி போன்ற அனைத்தும், சமகாலச் சமூக, பொருளாதாரக் காரணிகளால், பரந்துபட்ட சமூகத் தேவையுடன் நமது விஞ்ஞானக் கல்வியை

நெருக்கமாகக் கொண்டுவரத் தடையாயுள்ளன. மக்கள் மத்தியில் வெறும் விஞ்ஞானத் தகவல்கள் பற்றிய அறிவைவிட விஞ்ஞான முறையிலான சிந்தனை முக்கியமானது. இது விஞ்ஞான நூல்கள் மூலமே கிடைக்கக்கூடிய ஒன்றல்ல. இது பற்றி நாம் அனைவருமே ஆழமாகச் சிந்திக்க வேண்டும்.

'ஹெல்த்', 'தமிழ் கம்ப்யூட்டர்' போல வியாபார நோக்குள்ள ஏடுகளால் தமிழோ தமிழில் விஞ்ஞான அறிவோ தமிழ்ச் சமூகமோ உயர்வடையப் போவதில்லை. தமிழ் மக்களின் உயர்வின்றித் தமிழின் உயர்வு என்பது பொருளற்றது.

'அறிவியல் தமிழாக்கம்' தொகுப்புக்குப் பங்களித்தோரின் ஆற்றலும் ஆர்வமும், தமிழில் விஞ்ஞானம் பற்றிய செயற்பாடுகளில், மொழிக்கும் சமுதாயத்தின் அன்றாட வாழ்வுக்குமுள்ள உறவுக்கும் பரந்துபட்ட மக்கள் திரளை எட்டும் தேவைக்கும் மக்கள் மூலமே சமுதாயத்தில் விஞ்ஞான அறிவுத் தரத்தை உயர்த்துவதற்கும் கூடிய பங்களிப்பது அவசியம். தமிழ் மூலம் விஞ்ஞானம் என்பது, முதற்கண், பெரும்பான்மையான தமிழ் மக்களுக்கானது என்பதை நாம் மறக்கலாகாது.

காலச்சுவடு 19, அக்டோபர் - டிசம்பர் 1997

10

தமிழ் படைப்புலகம் இன்றும் நாளையும்
சுந்தர ராமசாமி

கலைகள் பற்றி, இலக்கியங்கள் பற்றி விளக்க நேரும் போது அந்தத் துறைகளுக்கே உரித்தான பல கலைச்சொற்களைப் பயன்படுத்துகிறோம். அறிவு சார்ந்த தெளிவு உறுதி பெற்ற நிலையில் சில குணங்கள் சார்ந்து கலைச்சொற்கள் உருவாகி வருகின்றன. அவற்றைப் பயன்படுத்தாமல் அடியைப் பிடித்து விவரித்துக்கொண்டிருந்தோம் எனில் கருத்துலகில் குறிக்கோளைச் சென்றடைவது முடிவற்ற காரியமாகிவிடும். அறிந்தவற்றைத் தாண்டி அறியாதவற்றுக்கு விரைய கலைச்சொற்கள் உதவுகின்றன. சுருங்கச் சொல்லி விளங்க வைக்கப் பயன்படும் கலைச்சொற்கள் கருத்துப்பரிமாற்றத்தைத் துரிதப்படுத்துகின்றன.

இலக்கியத் துறையில் நாம் இன்று பயன்படுத்தும் கலைச்சொற்கள் அதிகமும் மேற்கத்திய உலகின் சிந்தனை ஆய்வுகளில் இருந்து உருவாகி வந்தவை. நமது இலக்கியங்களிலிருந்து நாம் அனுபவம் பெறவில்லையா? நமக்கும் நீண்ட இலக்கிய மரபு இல்லையா? அவற்றில் சில படைப்புகளேனும் உலகப் படைப்புகளுக்கு நிகரானவை என்று தமிழ் விமர்சகர்கள் கூறியதில்லையா? நமது இலக்கியங்களிலிருந்து அனுபவம் பெற்று அவ்வனுபவத்தின் சாரங்களைக் கண்டறிந்து நமது கலைச்சொற்களை உருவாக்க நமக்கு என்ன தடை?

கலைச்சொற்களை நாம் உருவாக்கவில்லை என்ற கவனமே இப்போது இல்லை. மேற்கத்திய கலைச்சொற்கள் ஒன்று விடாமல் மொழிபெயர்க்க வேண்டும். அவற்றை மொழிபெயர்க்கும்போது தூய தமிழில் மொழிபெயர்க்க வேண்டும். இந்த இரண்டு கவனங்கள்தான் நமக்கு இருக்கின்றன. வாழ்க்கை நிலையிலிருந்து இலக்கியத்தைப் பிரிக்க முடியாது. இலக்கியத்தின் சாரங்களில் இருந்து மேலெழுந்து வருபவை கலைச்சொற்கள். அப்படியென்றால் ஒரு கலைச்சொல்லைத் தனிக் குணங்கள் கொண்ட ஒரு

வாழ்க்கையிலிருந்து வெளிப்பட்டது என்று சொல்லலாம். எந்த வாழ்க்கை கலைச்சொல்லை உருவாக்கிற்றோ அந்த வாழக்கை நமக்கு அந்நியமானது எனில் அந்தக் கலைச்சொல்லும் நமக்கு அந்நியமானதுதானே? இதுபற்றியும் நாம் யோசித்தது கிடையாது.

மேற்கத்தியக் கலைச்சொற்கள் விரவி நேற்றைய கவிதை இலக்கியத்தை ஆராயும்போது இலக்கிய விமர்சனத்தின் மிக உறுதியான அடிப்படைகளை உருவாக்குகிறோம் என்று மனப்பால் குடிக்கிறோம். இது பொய்யான கற்பனை. இந்தக் கற்பனையை உருவாக்கியவர்களும், அதில் தங்கி நிற்பவர்களும், அதைத் தங்கள் உத்தியோக வெற்றியாக மாற்றியிருப்பவர்களும் அதிகமும் கல்லூரி ஆசியர்கள்தான். விமர்சனத்தில் நாட்டம் கொண்ட படைப்பாளிகளுக்கு இதில் பங்கு கிடையாது.

விமர்சனம் ஓங்கப் படைப்பிலிருந்து பெரும் அனுபவம் முக்கியமானது. சுய அனுபவத்தின் சாரத்திலிருந்துதான் நுட்பமான கலைச்சொற்கள் உருவாகி வரும். ஆனால் நாம் நமது இலக்கியத்திலிருந்து பெற வேண்டிய இயற்கையான அனுபவத்திற்குக் குந்தகமாக நிற்கிறது மேற்கத்திய கலைச்சொற்கள் சார்ந்த பார்வை. மற்றொரு வாழ்க்கையின் ஊடாக நம்முடைய வாழ்க்கையை நாம் பார்த்தோம் என்றால் அந்தப் பார்வையில் எப்படித் தெளிவு கூடும்?

நம் திறனாய்வுகளை ஆங்கில அறிவு சார்ந்த திறனாய்வுகள் என்றும், அனுபவத்திற்கு அழுத்தம் தரும் திறனாய்வுகள் என்றும் இரண்டாகப் பிரிக்கலாம். இவற்றில் அனுபவத்திற்கு அழுத்தம் தரும் திறனாய்வுதான் படைப்புகளை அவை வெளிவந்த காலங்களில் இனங்கண்டு முக்கியமான படைப்புகளை வாசகர்களின் கவனத்திற்குக் கொண்டு வந்திருக்கிறது. படைப்பிலிருந்து சுய அனுபவம் பெறுபவர்களின் எண்ணிக்கை குறைந்து போன நிலையில் இவ்விமர்சனங்களின் அளவும் குறைந்து போனதில் வியப்பில்லை. சுய அனுபவம் பெறாத நிலையில் நிகழ்த்தப்படும் ஒப்பியல் விமர்சனங்களும் புதிய கண்டுபிடிப்புகளுக்கு இட்டுச் செல்லாது. வாழ்க்கையையோ, கலாச்சார நிலையையோ, படைப்பாளியின் பின்னணியையோ கணக்கெடுத்துக் கொள்ளாமல் ஒப்புமைகள் செய்யப்படுகின்றன. ஒப்பியல் இலக்கியம் என்பது அனுபவமோ, பார்வையோ இல்லாத நிலையிலும் சொற்களை விவரிப்புத் தளத்தில் பெருக்கி உள்ளீடற்ற பக்கங்களை ஆராய்ச்சியாகக் காட்டும் தந்திரமாகவே முடிந்திருக்கிறது. ஒப்பியல் இலக்கிய ஆராய்ச்சி உருவாக்கப்பட்டதின் நோக்கங்களும் அடிப்படைகளும் மேலானவையாக இருக்கலாம். இவை பற்றி எனக்குத்

தெரியவில்லை. சுய அனுபவம் பெற முடியாதவர்களுக்கும் நம் வாழ்க்கையோடு இணைந்து நம் மூல பாடங்களை ஆழ்ந்தறிய திறனற்றவர்களுக்கும் ஆராய்ச்சி பட்டங்கள் பெற அனுசரிக்கப்படும் குறுக்குவழியாகத்தான் அது தமிழில் முடிந்திருக்கிறது என்பதற்கு நிறைய உதாரணங்கள் இருக்கின்றன. பட்டங்களைப் பெற்றுத் தரும் கல்லூரி ஆராய்ச்சிகள் அநேகம் புத்தக வடிவம் பெறுவதில்லை. அவை வெளியாகி ஒரு நுட்பமான விமர்சன மனம் அவற்றைப் பரிசீலனைச் செய்யவும் நேர்ந்தால் ஆராய்ச்சித் துறை சார்ந்த செயல்பாட்டின் அவலம் அப்போது தெரியவரும்.

தமிழில் படைப்பைப் பற்றிப் பேசும்போது மூல பாடத்தைக் கவனிக்கும் வாய்ப்பு மட்டுமே நமக்கு இருக்கிறது. நேற்றைய படைப்பாளிகளின் வாழ்க்கை பற்றிய குறிப்புகள் கூட நம்மிடம் இல்லை. அரிதாகவே உள்ளன. இன்றைய படைப்பாளிகளின் வரலாறுகளும் மிக அரிதாகவே உள்ளன. இன்றைய படைப்பாளி தன் படைப்புகளை உருவாக்க நேர்ந்த முகாந்திரங்கள் பற்றிய பதிவுகளும் இல்லை. படைப்பைச் சரியாகப் புரிந்துகொள்ள உதவும் விமர்சனங்கள், படைப்பைத் தவறாகப் புரிந்துகொள்ள உதவும் எழுத்துக்களின் அளவுக்குக்கூட இல்லை. மூலபாடங்களை நுட்பமாக, சுய கற்பனைகளை ஒதுக்கிவிட்டுப் பார்க்கும் ஒழுக்கம் நம்மிடம் இருக்கிறதா? மாணவர்களுக்கு இவ்வொழுக்கத்தைக் கற்றுத் தருவது ஒருவிதத்தில் அவர்களை வாழ்க்கையோடு இறுகப் பிணைக்கும் காரியம் என்பதை நம் ஆசிரியர்கள் உணர்ந்திருக்கிறார்களா? எழுத்தை ஊடுருவி ஆராய்வது என்பது நவீன வாழ்க்கையைப் புரிந்துகொள்ள மிகத் தேவையான ஒரு ஒழுக்கம். பொதுவாக நாம் வளர்த்துக் கொண்டு வரும் மனோபாவம் மூலத்தை அசட்டையாகவே பார்க்க வைக்கிறது. படைப்புகள் சார்ந்து நம் கற்பனையைப் படரவிட்டு விளக்கங்களை விவரிப்பது புலமை சார்ந்த திறனாகவே தமிழில் அடையாளம் காணப்படுகிறது.

இவ்வளவு பின்னணிகளும் ஒரு இளம் படைப்பாளி தொழில்படும் சூழலுக்கு எதிரானவை. இன்றைய இளம் படைப்பாளி தான் செய்ய வேண்டிய காரியம் பற்றித் தெளிவில்லாமல் இருப்பது மொத்தச் சமூகத்தில் ஊடுருவியிருக்கும் தெளிவின்மையின் குறியீடாகவே இருக்கிறது. ஆனால் ஏதும் புதுமை செய்ய வேண்டும் என்ற துடிப்பு அவனுக்கு இருக்கிறதே. அது வரவேற்க வேண்டிய விஷயம். ஆனால் அந்தப் புதுமை எங்கிருந்து வரும்? இறக்குமதி அறிவுகளிலிருந்து நம் வாழ்வோடு இணையும் புதுமை வருமா? நம் இலக்கியங்களிலிருந்து இளம் படைப்பாளி சுய அனுபவங்களைப் பெறவில்லை என்றால்

வாழ்க்கையைப் புரிந்துகொள்ளும் அவன் முயற்சியில் நிரப்பப் படாத இடைவெளிகள் இருக்கின்றன என்றுதான் அர்த்தம். யதார்த்தத்தின் மீது பிடிப்பு இல்லாத ஒரு மனம் எப்படி படைப்பை நிகழ்த்த முடியும்? ஆழந்த புரிதல் மூலமும் மறுபரிசீலனை மூலமும் வெளிப்படுவது புதிய விமர்சனம். புதிய விமர்சனம் தரும் பார்வைதான் புதிய படைப்புகளை உருவாக்குகிறது.

இருப்பைச் சார்ந்த பிரச்சினைகளை ஒற்றைப் பரிமாணத்தில் பிரதிபலித்துப் படைப்பை உருவாக்க முடியாது. படைப்பில் ஒன்றைச் சொல்லும்போது சொல்லப்படாதவற்றின் அதிர்வுகளும் அதில் இருக்கின்றன. வாழ்க்கையின் முழுமையை உணர்வதற்கான தேடலில் நின்று – பகுதிகளைக் கூறும்போதுகூட – இந்த அதிர்வுகள் உருவாகின்றன. இன்றைய பெரும்பான்மையான எழுத்துக்கள் பொறிகளில் விழும் கோலங்களில் பிரச்சினைகளைத் திணித்துக்கொண்டிருக்கின்றன. பிரச்சினைகளின் சமூக முக்கியத் துவம் பிரதிபலிப்புகளைப் படைப்பாக்கிவிடும் என்பது அவற்றை உருவாக்குகிறவர்களின் எதிர்பார்ப்பு. இந்த எதிர்பார்ப்பைப் பூர்த்தி செய்து தர ஏதாவது ஒரு இயக்கம் சார்ந்த உறவுகளையே அவர்கள் நம்பிக்கொண்டிருக்கிறார்கள். ‘நானும் என்னைச் சுற்றியிருப்பவர்களும் சோகமாக இருக்கிறோம்’ என்பதை அரற்றிக்கொண்டிருக்க ஒரு படைப்பாளி தேவையில்லை. இந்தப் பிரதிபலிப்பே சாத்தியமாக இருக்கும் எழுத்தாளன் பிரதிபலிப்புகளையே படைப்பின் அடையாளமாக மாற்றித் தன்னைத் தக்கவைத்துக்கொள்ளும் முயற்சியில் தன்னை யொத்தவர்களுடன் கைகோர்த்துத் திரளுகிறான். ஆனால் படைப்பு வாழ்க்கையில் சாரத்தை எதிர்நோக்கும் வாசகனின் ஆமோதிப்பில் அதன் உயிரை வைத்துக்கொண்டிருக்கிறது. தட்டை எழுத்தை இயக்க விசுவாசம் காரணமாகத் தூக்கிப் பிடிக்கும் வாசகன்கூடத் தட்டை எழுத்தில் அலுப்புத் தாக்கக் காலப்போக்கில் மனஞ்சுருங்கிப் போகிறான். தான் உருவாக்கும் பொய் தான் எடுத்த வாந்திபோல் அவனுக்குப் படத் தொடங்குகிறது.

இன்றைய வாசகனுக்கு யதார்த்தம் என்ற பெயரில் உருவாகிவரும் தட்டை எழுத்தின் மீது மிகுந்த அலுப்பு ஏற்பட்டுவிட்டது. இந்நிலையில் யதார்த்தம் பற்றிய நம் புரிதலையே நாம் மறு பரிசீலனை செய்ய வேண்டியிருக்கிறது. உண்மையில் நம் வாசகர்களுக்கு யதார்த்தத்தின் மீது அலுப்பா? அல்லது நம் தட்டை எழுத்தாளர்களின் சுவையற்ற, வறண்ட ஈர்ப்பற்ற, கண்டுபிடிப்புகளற்ற, ஆழமற்ற வேற்று விவரணைகளின் மீது அலுப்பா?

கலைச்சொற்களின் விளக்கங்கள் எப்போதும் துல்லிய மானவை அல்ல. கூரான விமர்சகன் தவிர்க்க முடியாத நேரங்களில் கலைச்சொற்களைப் பயன்படுத்தி அச்சொற்களுக்குச் செழுமை சேர்த்துக்கொண்டு போகும்போது தட்டை விமர்சகன் தன் பார்வையற்ற தன்மையையும் சாராம்சம் காண முடியாத நிலையையும் மறைக்கக் கலைச்சொற்களை அள்ளிப்போட்டு அவற்றை மழுங்கடிக்கிறான். போலி விமர்சனத்தில் கலைச் சொற்கள் இடம்பெறும் அளவுக்கு அசல் விமர்சனத்தில் கலைச்சொற்கள் இடம்பெறுவதில்லை.

யதார்த்தம் என்பது ஸ்தூலகத்தின் விவரிப்பு அல்ல. யந்திர ரீதியான படப்பிடிப்பும் அல்ல. படைப்பாளி அறிந் திருப்பவற்றையெல்லாம் மொழியில் கவிழ்ப்பதும் அல்ல. கலை என்பது புற உலகை அக உலகு மோதும் நிலையில் அதன் சாராம்சம் கண்டு அக உலகைச் செழுமைப்படுத்துவதுதான். கலையைப் படைக்கத் தேர்வு மிக முக்கியம். தேர்வுகள் தொகுக்கப்படும் விதமும் முக்கியம். தேர்வுகளை முன்வைக்கும் அடுக்கில் ஒருமைகூட வேண்டுமானால் பார்வை வேண்டும். வாழ்க்கையைச் சுயமாகக் கண்டடைவதிலிருந்து வெளிப்படும் விமர்சனம்தான் பார்வைக்கு வலுவூட்டுகிறது.

இன்றைய வாசக அலுப்பு உண்மையில் யதார்த்தத்தின் மீது அல்ல. தட்டை எழுத்தின் மீதுதான். நம்மை எங்கும் இட்டுச் செல்லாத, நம்மை விரிவுபடுத்தாத பயணத்தின் மீதான வெறுப்பு புற உலகத்தின் சருமத்தின் மீது படிந்து உதிர்ந்து வெறுமையைக் குவிக்கும் சொற்களின் மீதான வெறுப்பு.

தமிழில் தட்டை எழுத்துக்களின் அவலம் புதிய எதிர்வினை களை உருவாக்கி வருகிறது. வாழ்க்கையின் சாரத்தை வெற்றுச் சொற்களில் பறிகொடுக்கும் அவலத்திற்கு எதிர்நிலையில் கற்பனைத் திளைப்பில் வாழ்க்கையைப் பறிகொடுக்கும் எழுத்துக்கள் பரிகாரமாக உருவாகின்றன. சாரத்தைக் குறிக்கோ ளாகக் கொள்ளாத வறட்டுச் சொற்களும், சாரத்தை ஸ்பரிசிக்கத் தவறும் கற்பனைச் சொற்களும் எதிரும் புதிருமாக நிற்கின்றன. யதார்த்தத்தின் மெய்யான வெற்றியைப் பறைசாற்ற பெரிய படைப்புகளும் வரக் காணோம்.

2

நாளைய படைப்புலகம் தமிழில் எப்படி இருக்கும் என்ற கேள்வி சுவாரஸ்யமானது. வறட்டு யதார்த்தம் இயக்கத்தின் வலுவைச் சார்ந்து உயிர் வாழ்ந்துகொண்டிருக்கிறது. இவர்களின் கூட்டுக் கத்தல்களை ரகசியமாக மறுத்துக்கொண்டிருக்கின்றன.

வாசக அனுபவங்கள். தட்டை எழுத்து அது தோன்றிய காலத்தில் இயக்கம் சார்ந்து வலுவாக நிற்பது போன்ற பிரமிப்பைத் தந்து காலப்போக்கில் வாசக அனுபவத்தின் சூட்சும வலுவால் பின்னகர்த்தப்படுகிறது. வாழ்பவையும் வாழத் துடிப்பவையும்தான் இலக்கியமாக இருக்க முடியும்.

புதிய சோதனைகள் வரவேற்கப்பட வேண்டியவைதான். அவை புதிய சோதனைகள் என்பதால் வெளிவந்த நேரத்தில் முழுமையாகத் தங்களை வெளிப்படுத்திக்கொள்ள வேண்டும் என்பதில்லை. பல படைப்புகள் வெளிப்பட்ட நேரங்களில் முழுமையாகப் புரிய வந்தவையும் அல்ல. அவற்றைப் புரிந்துகொள்ள கால அவகாசம் தேவைப்பட்டிருக்கிறது. இக்குணங்கள் கொண்ட படைப்புகள் நவீன இலக்கியத்தில் அபூர்வமானவையும் அல்ல. ஆனால், புதிர்த்தன்மையை ஒரு எழுத்துக் கொண்டிருக்கும் காரணத்தினாலேயே அது மேலான படைப்பு என்ற முடிவுக்கு வர முடியாது. காலப்போக்கில் அது தன்னை வெளிப்படுத்திக்கொள்ளும் என்ற முடிவுக்கு வரமுடியாது. புதிர்த்தன்மை கொண்ட படைப்பும் அது வெளிவரும் காலத்தில் அதன் உயிரைக் கலாச்சாரத்தோடு பிணைத்துக்கொண்டிருக்கிறது. என்றே நினைக்கிறேன். புதுமைப்பித்தனின் சில கதைகள் அல்லது மௌனியின் பல கதைகள் அவை வெளிவந்த நேரத்தில் புதிர்த்தன்மை கொண்டவையாக இருக்கலாம். அப்போதும் அவை நம் வாழ்வுடனான இணைப்பை ஏதோ ஒரு விதத்தில் உணர்த்தின என்று நினைக்கிறேன். இந்த இணைப்பின் வழியாகத்தான் நாம் அவற்றுள் காலப்போக்கில் ஊடுருவிப் போயிருக்கிறோம். ஆனால் அந்நியமான ஒரு வாழ்வின் தளத்தில் நிகழும் புதிர்த்தன்மையை நாம் நகல் செய்யும்போது அந்தப் புதிர்த்தன்மையும் அந்நியமாக நிற்கிறது.

இந்நிலைகளை எல்லாம் நாளைய இளம் படைப்பாளி எந்த அளவுக்குப் பரிசீலனை செய்யப்போகிறான்? புதுமையை நிகழ்த்திக் காட்ட வேண்டும் என்ற ஆர்வம் இருக்கும் அளவுக்கு அவன் விவேகம் கொண்டவனாகவும் இருப்பானா?

வாழ்க்கையை அறிவுபூர்வமாகக் கட்ட முயன்றுகொண்டிருக்கிறார்கள். இதில் அடைபடல்களும் இருக்கின்றன; திமிறல்களும் இருக்கின்றன. நேற்றையத் திமிறல்களைக் கட்டி முடித்துத் தலைநிமிரும்போது இன்றையத் திமிறல்கள் தலைகாட்டுகின்றன. மனிதனின் மனத்தையோ அல்லது உடலையோ இதப்படுத்தும் என்று நம்பப்படும் பண்டங்கள் உற்பத்தி செய்யப்பட்ட வண்ணம் இருக்கின்றன. இதன் அடிப்படை லாப வேட்கை இந்தப் பொருட்களைப் பாய்ந்து பிடிக்கும் அளவுக்கு வாழ்க்கையின் செழுமைகூடும் என்ற பேதலிப்பை மனித மூளைக்குள் நிரந்தரம்

திணித்து வருகின்றன நவீன விளம்பர சாதனங்கள். நவீன விளம்பரச் சாதனத்திற்கு மனிதனும் ஒரு பண்டம். அந்தப் பண்டத்தைக் கொண்டு மற்றொரு பண்டம் வாங்கச் செய்வது அதன் வெற்றி. பண்டமாகச் சுருங்கும் மனிதன் தன் உயிர்ப்பைச் சிலிர்த்துக்கொள்ள இன்று எந்தச் சமூக அமைப்பும், எந்த நிறுவனமும் எந்த அரசும் உதவிக்கு இல்லை. கலைகள் மட்டுமே அவனுக்கு இருக்கின்றன. முக்கியமாக இலக்கியம் நாளையப் படைப்பாளி மனிதனின் புதிய துக்கங்களைப் பதிவு செய்தாக வேண்டும். மனிதன் நெருக்கடியில் தத்தளித்துக் கொண்டிருக்கும் காலம் வரையிலும் அவன் தூக்கிப்பிடித்துக்கொண்டிருகும் அறிவுக்கொடி அரைக்கம்பத்தில்தான் தொங்கிக்கொண்டிருக்கும். புதிய அறிவுகள் மூலம் அவன் பெற்ற வசதிகளையும் உருவாகி வரும் நெருக்கடிகள் விழுங்கிக்கொண்டிருக்கின்றன. நவீன மனிதன் தான் உருவாக்கும் வாழ்க்கை தன்னையே அழித்துவிடுமோ என்ற அச்சத்துடன் இருக்கிறான். இந்த அம்சம் பல்வேறு முகங்கள் கொண்டு நாளைய இலக்கியத்தில் பிரதிபலிக்கும்.

விலைமதிப்பற்ற சொத்துக்களான இயற்கை, காற்று, நீர்நிலைகள் ஆகியவை அழிக்கப்படுகின்றன. பெரிய மிருகங்களிலிருந்து புழுக்கள் வரையும் சகல ஜீவராசிகளும் அழிக்கப்படுகின்றன. மண்வளம் அழிக்கப்படுகிறது. புதையுண்டு கிடக்கும் செல்வங்கள் சூறையாடப்படுகின்றன. மரணத்தைத் தழுவுவதில் மனிதர்களுக்குள் போட்டா போட்டி இருக்கிறதோ என்று நினைக்கும் அளவுக்கு அவன் தன் பழக்கவழக்கங்களில் சரிந்துகொண்டிருக்கிறான். இன்றைய மரணங்களை அதிகமும் நாம் தற்கொலைகள் என்றுதான் சொல்ல வேண்டும். சக்தி உடலில் தேய்ந்து வர, சக்தியின் மறு உருவாக்கத்திற்கு உடல் திறனிழந்து நிற்கும்போது கூடும் அமைதியே மரணம். மரணத்தின் இந்த இயற்கையான முகம் மனித குலத்திற்கு அந்நியமாகிவிட்டது. பெரும்பான்மையான மனிதர்ப்பட்ட மனிதனின் கற்பனைகளுக்கும் விவேகமான வாழ்க்கைக்கும் இடையே அவலம் புகுந்துகொண்டிருக்கிறது. இந்த அவலம் சார்ந்த கவலைகளை நாளைய இலக்கியம் கவனிக்கலாம். படைப்பாளி குறையான வாழ்க்கையை நிறைவானதாக நம்பி ஏமாறக்கூடியவன் அல்லன். அவன் இயற்கைக்கும் மனிதனுக்குமான உறவைப் போற்றுகிறவன். மனிதன் பெறும் மன நிறைவுகளை வைத்து அவனுடைய வாழ்க்கையை அளக்கிறவன். போலி வாழ்க்கையில் மயங்காதவன்.

காலச்சுவடு 9, அக்டோபர் 1994

11

தமிழ், மலையாள மொழிகளில் ஆங்கிலக் கலப்பு

ஜி. பாலசுப்ரமணியன்

படித்த இரண்டு தமிழர்கள் தங்களுக்குள் தமிழில் உரையாடிக்கொள்வதை மலையாளி கேட்க நேர்ந்தால் 'தமிழர்கள் ஏன் இப்படி ஆங்கிலச் சொற்களைக் கலந்து பேசுகிறார்கள்' என்று தோன்றுவது இயற்கை. இது கடந்த பன்னிரண்டு ஆண்டுகளாகக் கேரளாவில் வாழ்ந்துவரும் ஒரு தமிழனான என்னிடம் மலையாளிகள் பலர் திரும்பத் திரும்பக் கேட்கின்ற கேள்வி. இரண்டு மலையாளிகள் தங்களுக்குள் மலையாளத்தில் பேசிக்கொள்வதைக் கேட்கும் ஒரு தமிழனுக்கும் இதுபோன்ற கேள்வி எழுவதுண்டு. தமிழ், மலையாளம் ஆகிய மொழிகளைப் பேசும் இருசாராருக்கும் ஆங்கிலம் கலந்து பேசுவதைப் பற்றி பரஸ்பரம் இப்படித் தோன்றுவதற்குக் காரணம் என்னவாக இருக்க முடியும்? இதில் யாருடைய 'கருத்து' உண்மையாக இருக்க முடியும்? இப்படிப்பட்ட கேள்விகளுக்கு விடை காண்பது மொழியைப் பற்றிச் சிந்திப்பவர்களுக்கு அவசியமாகிறது. அப்படியொரு விடையைக் கண்டுபிடிக்கும் முன்பு இவ்விரு மொழிகளும் பிறமொழிகளுடன் கொண்டிருந்த / கொண்டிருக்கிற உறவின் உறவைக் குறித்து ஆராய வேண்டும்.

கடன்வாங்கல்

திராவிட மொழிக்குடும்பத்தில் தமிழும் மலையாளமும் மிகவும் நெருக்கமான ஒரு ஜோடி மொழிகள் என்பது எல்லாருக்கும் தெரிந்ததுதான். மலையாள மொழியில் மிகவும் புகழ்வாய்ந்த அகராதியை உருவாக்கித்தந்த ஹெர்மன் குண்டர்ட் கூறியது போல, பல சந்தர்ப்பங்களில் தமிழ் மற்றும் மலையாளச் சொற்கள் ஒன்று போலவே தோன்றும்; வேறுபடுத்திக் காண்பது மிகக் கடினமாகும். இவ்விரண்டு மொழிகளுக்குள்ளும் இருக்கும்

மிக நெருக்கமான ஒற்றுமையே இதற்குக் காரணம். சமஸ்கிருத மொழிச் சொற்களைப் பயன்படுத்தும் விதத்தில்தான் (குறிப்பாக எழுத்துமொழியில்) இவ்விரண்டு மொழிகளும் பெரிதும் வேறுபட்டு நிற்கின்றன. சமஸ்கிருதத்தின் தாக்கம் போலவே ஆங்கிலத்தின் தாக்கமும் இவ்விரண்டு மொழிகளுக்குள்ளும் குறிப்பிடத்தக்க வேறுபாடுகளை (சொல் அளவில்) உருவாக்கியுள்ளது. இரண்டு மொழிகளுக்குள் பரிமாற்றம் நிகழும்போது ஒரு மொழியிலிருந்து உருபுகள், சொற்கள், வாக்கியங்கள் என்று எல்லாவிதமான மொழி அமைப்புகளையும் மற்றொரு மொழி கடன் வாங்குவது இயல்பு. 'ஞானம்', 'தர்மம்', 'தாசில்தார்', 'திவான்', 'பஸ்', 'டாக்டர்', 'ரோடு', 'ஸ்டாம்ப்', 'பார்லிமெண்ட்' என்பன இதுபோலக் கடன் வாங்கப்பட்டவையே. முதலாவதாக, கொடுக்கும் மொழியின் சில கூறுகள் கடன் வாங்கும் மொழியின் கூறுகளாக மாறுவதற்கு வாய்ப்பு உண்டு. எடுத்துக்காட்டாக, சமஸ்கிருதத்திலிருந்து கடன் வாங்கப்பட்ட துர் – என்ற முன்னொட்டு 'மணம்', 'நாற்றம்' என்ற தமிழ்ச் சொற்களோடு இணைந்து துர்மணம், துர்நாற்றம் என்று பயன்படுத்தப்படும். பொதுவாகக் கடன் கொடுக்கும் மொழியின் உச்சரிப்பு கடன் வாங்கிய மொழியின் உச்சரிப்பு அமைப்போடு இயைந்து மாறும். இவ்வகை மாற்றங்கள் ஒரு குறைந்த கால அளவிற்காவது வழக்கில் நிற்கும். இம்மாற்றங்கள் மொழியில் நிலைத்து நிற்க வேண்டும் என்ற நியதி இல்லை. மாறிக்கொண்டே இருப்பதல்லவா மொழியின் இயல்பு? பாரதியாரின் 'சும்மா' (1920) என்ற கதையில் வரும் ஒரு சொற்றொடர் இது: 'ஹிந்துஸ்தானத்து மஹா யோகிகளின் மஹிமையால் இந்தத் தேசம் இன்றும் பிழைத்திருக்கிறது.'

இச்சொற்றொடரை இன்று எழுத நேர்ந்தால் 'மஹா' என்ற சொல்லுக்குப் பதிலாகப் 'பெரிய' என்றும், 'மஹிமை' என்பதற்கு இணையாகச் 'சிறப்பு' என்றும், 'தேசம்' என்பதற்கு 'நாடு' என்றும் எழுதலாம். இவ்வகையான தமிழ்மயமாக்கல் இருபதாம் நூற்றாண்டின் மத்தியப் பகுதியில் தொடங்கி இன்றுவரை தொடர்கின்றது.

இரண்டாவதாக, கடன் கொடுத்த மொழிக் கூறுகள் கடன்கொண்ட மொழியின் வழக்காக மிக இயல்புடன் வழங்கி வரும். 'இயல்பு' என்று சொல்வதற்குக் காரணம் கடன்கொண்ட மொழியைப் பேசும் ஒரு சராசரி நபர் கடன்வாங்கப்பட்ட மொழிக்கூறுகளை வேறொரு மொழியின் கூறுகளாக உணர்வ தில்லை. எடுத்துக்காட்டாக 'டாக்டர் இல்லை.' 'பஸ் எப்ப வரும்?' என்பன போன்ற பயன்பாடுகளில் வேறொரு மொழியைக் கலந்து பேசும் உணர்வு ஏற்படுவதில்லை. இதுபோன்ற மொழிப் பயன்பாடுகளை மலையாளத்திலும் பெருவாரியாகக் காணமுடியும். 'ஒன்னு அட்ஜஸ்ட் செய்து இரிக்கு' (கொஞ்சம்

அட்ஜஸ் பண்ணி உட்காருங்க) என்ற மலையாளச் சொற்றொடரில் வரும் 'அட்ஜஸ்' என்ற சொல்லுக்குப் பதிலாக ஒரு மலையாள சொல்லைத் தருமாறு கேட்டால் மெத்தப் படித்த மலையாள அறிஞர்கள்கூடச் சற்றே யோசிப்பார்கள். 'பஸ்' என்ற சொல்லுக்குப் பதிலாகப் 'பேருந்து' என்ற சொல்லைப் பயன்படுத்தி ஒரு சராசரி தமிழனிடம் பேசினால் 'புரியறாப்ல தமிழ்ல்ல பேசுப்பா' என்று அந்தத் தமிழன் கூறக்கூடும். மேற்கண்ட எடுத்துக்காட்டுகள், கடன் வாங்கிய மொழிக்கூறுகள் ஒரு மொழியின் கூறாகவே மாறிவிடும் என்பதற்கான எடுத்துக்காட்டுகளாகும்.

மூன்றாவது, கடன் வாங்கப்பட்ட மொழிக்கூறுகள் (குறிப்பாகச் சொற்கள்) அம்மொழிக்குரிய கூறுகள் போலவே உருபுகளை ஏற்கும். டாக்டரை, டாக்டருக்கு, டாக்டரால், டாக்டரோடு என்றெல்லாம் தமிழில் எழுதவும், பேசவும் முடியும். நான்காவதாக, கடன் வாங்கிய மொழிக்கூறுகளைத் தாய்மொழியாக, தாய்மொழி போலவே குழந்தைகள் கற்றுக்கொள்ளும்.

மொழிக்கலப்பு

மேலே கூறப்பட்ட கடன் வாங்குதலிலிருந்து வேறுபட்டது மொழிக்கலப்பு. ஒரு நபர் அல்லது சமூகம் தான் / தாங்கள் பேசும் மொழியில் மற்றொரு மொழியின் கூறுகளைப் (குறிப்பாகச் சொற்களை) பல்வேறு சூழல்களில் கலந்து பேசுவதை மொழிக்கலப்பு என்று அழைக்கலாம். ஆங்கில அறிவு உள்ள தமிழர்களும் மலையாளிகளும் ஆங்கிலத்தை இவ்விதம் கலந்து பேசுவது ஒரு பொதுப் பண்பாகும். கலப்பு மொழி பேசுவதை இரண்டு வகையில் காணமுடியம். ஒன்று: ஒரு தொடர் உரையாடல் சூழலில் *(Discourse context)* ஒன்று அல்லது மேற்பட்ட வாக்கியங்களைக் கலந்து பேசுவது. இதைச் சரியாக விளக்க வேண்டும் என்றால், இதை மொழிக்கலப்பு அல்ல; மொழித்தாவல் *(code-switching)* என்றுதான் கூறவேண்டும். மற்றொன்று: ஒரு வாக்கியத்தின் உள்ளேயே வேறொரு மொழியின் தொடர், சொல், ஒலி இவற்றைக் கலந்து பேசுவது. இதில் ஒரு மொழியின் முறையில் சொன்னால், வாக்கியம் தமிழாகவோ அல்லது மலையாளமாகவோ இருக்கும். அவ்வாக்கியத்தில் இடம்பெற்றிருக்கும் சில அல்லது பல சொற்கள் ஆங்கிலமாக இருக்கும். 'ரொம்ப இன்டரஸ்டிங்கா இருக்கு' என்ற தமிழ் வாக்கியமும் 'கேட்டில்லே ஆயாளுட டயலாக்' என்ற மலையாள வாக்கியமும் எடுத்துக்காட்டுகளாகும். கடன் வாங்கல் போலல்லாது மொழிக்கலப்பை எளிதில் அடையாளம் காண முடியும். 'கொஞ்சம் கேப் கெடைக்குமான்னு பாரு' என்ற சொற்றொடரில் 'கேப்' என்ற சொல்லை எளிதாக அடையாளம் காண முடியும். இந்த வாக்கியத்தில் கலந்துள்ள சொற்கள் 'பஸ்',

'டாக்டர்' போன்ற சொற்கள் அல்ல. அதுபோல மொழிக்கலப்பு மூலம் வந்து சேர்ந்துள்ள சொற்கள் கலக்கப்படும் மொழியோடு இரண்டறக் கலந்து சேருவதில்லை. 'இன்ட்ரஸ்ட்டாயிருந்தது' 'இன்ட்ரஸ்டிங்காயிருந்தது' என்ற இவ்விரண்டு சொல்லாட்சிகளில் எது சரி என்ற ஐயம் எழ வாய்ப்புண்டு.

மேலே கண்ட செய்திகளோடு மொழிக்கலப்பின் வேறு சில பண்புகளையும் (இவற்றில் பல இ. அண்ணாமலை போன்றவர்கள் முன்பே கூறியவைதான்) தொகுத்துக் கொள்வது நல்லது. ஆங்கிலச் சொற்களைக் கலந்து பேசுவது இந்தியர்கள் அனைவரின் (மொழி வேறுபாடு இன்றி) பொது இயல்பு. அனைத்து இந்திய மொழிகளிலும் ஆங்கில மொழிக் கலப்பின் சூழல் ஒன்றுதான். கலப்பு மொழியைப் பயன்படுத்துவது கல்வியறிவு உள்ளவர்களும் சமூகத்தில் உயர்நிலையில் உள்ளவர்களும்தான். நமது தாய்மொழி வாக்கியங்களுக்கும் ஆங்கிலத்தைக் கலந்து பேசும் கலப்பு வாக்கியங்களுக்கும் வேறுபாடு இல்லை. தாய்மொழியின் ஒரு வழக்கு வேறுபாடு போலவே கலப்பு வாக்கியங்கள் உணரப்படுகின்றன. மொழியைக் கலத்தல் என்பது மொழித் தொடர்பின் ஒரு விளைவு ஆகும். ஆனால் மொழித் தொடர்புக்கு இரண்டு மொழிகள் பேசும் சமூகங்கள் நேரடியாகத் தொடர்புகொள்ள வேண்டுமென்பதில்லை. எனவே மொழிக்கூறுகளைக் கொடுத்த மொழிச்சமூகத்துடன் கலப்பு மொழியை உபயோகித்துக் கருத்துப்பரிமாற்றம் நடத்த இயலாது. எடுத்துக்காட்டாக, தமிழில் ஆங்கிலத்தைப் பெருவாரியாகக் கலந்து பேசுவதன்மூலம் அக்கலப்பு மொழியை உபயோகித்து ஆங்கிலேயர்களுடன் கருத்துப் பரிமாற்றம் நிகழ்த்த இயலாது. இக்கலப்பு மொழியைப் பயன்படுத்துவதால் எப்பொழுதும் ஒரு நபரின் கௌரவம் அல்லது அந்தஸ்து உயரும் என்று எதிர்பார்க்க முடியாது. அதாவது இக்கலப்பு மொழியைச் சமூகத்தில் உயர்ந்த அந்தஸ்தில் உள்ளவர்கள் உபயோகிக்கிறார்கள் என்று தோன்றினாலும் நல்ல தமிழிலோ நல்ல மலையாளத்திலோ பேசுபவர்களுக்குத்தான் உண்மையில் அதிக மதிப்பு கிடைக்கிறது. தமிழைப் பொறுத்தவரை சம்பிரதாயச் (formal) சூழல்களில் கலப்பு மொழியைப் பயன்படுத்துவதில்லை. இது மொழி குறித்த மதிப்பிடலில் உள்ள இரட்டை நிலை என்று கூறலாம்.

கலப்பு மொழியைப் பயன்படுத்துவோருக்குக் கிடைக்கின்ற 'லாபங்கள்' பல. ஒன்று – அம்மொழியைப் பயன்படுத்துகின்ற நபரின் வட்டார அடையாளத்தையும் சமூக அடையாளத்தையும் வெளிப்படுத்தாமல் இருக்க இதை ஓர் உத்தியாக, பொதுமொழிக்கு ஈடாகக் கையாள முடியும். 'வாப்பா வரச்சொன்னதால இன்னைக்கே கௌம்பறேன்' என்ற வாக்கியத்தில் கேட்போருக்குக் கிடைக்கும் பேசுபவரின் சமூக அடையாளம் 'பாதர் வரச்

சொன்னதாலே இன்னைக்கே ஸ்டார்ட் பண்றேன்' என்ற கலப்பு வாக்கியத்தில் மறைக்கப்படுகிறது. 'என் மனைவி' மிகவும் செயற்கையாகப் படலாம். 'என் வீட்டுக்காரி', 'என் பொண்டாட்டி' என்று சொல்வது கல்வியறிவு இல்லாத ஒரு நாட்டுப்புறத்தானின் பேச்சாகிப்போகும். அதனால் 'என் வொய்ஃப்' என்று கூறித் தன்னுடைய 'மதிப்பை' கொஞ்சம் கூட்டிக் கொள்ளமுடியும். ஒரு மொழியின் விலக்குச் சொற்களாக (taboos) உள்ள சொற்களைச் சர்வசாதாரணமாக உபயோகிக்கக் கலப்புமொழி பயன்படும். பொதுவாக, தமிழில் 'மூத்திரம்' என்ற சொல்லை மற்றவர் முன்னிலையில் பயன்படுத்துவதில்லை. அதற்கு இணையான 'யூரின்' என்ற ஆங்கிலச் சொல்லைப் பயன்படுத்துகிறார்கள். மது அருந்தி போதை ஏறும்போது சிலர் ஆங்கிலத்திலோ, ஆங்கிலம் கூடுதலாகக் கலந்தோ பேசுவதைப் பார்க்க முடியும். இதன் காரணம் என்ன என்பது ஆராயப்பட வேண்டும்.

இந்தக் கலப்பு மொழியைப் பயன்படுத்துவோர் தம்மிலும் பயன்படுத்தும் விதத்திலும், ஜாதி, மதக் கல்விநிலை ஏற்றத்தாழ்வுகள் குறிப்பிடத்தக்க மாற்றங்களை ஏற்படுத்த வாய்ப்புண்டு. அது போல ஒரே நபரின், மொழிப்பயன்பாட்டில் வேறுபட்ட சந்தர்ப்ப சூழல்களுக்கு இயைந்து கலப்பு மொழியின் விகிதாச்சாரம் மாறுபடும். உதாரணமாக, ஒருவர் தனது வீட்டுச் சூழல் அல்லது கிராமச் சூழலில் பேசுவதிலிருந்து வேறுபட்டு அவருடைய அலுவலகத்தில் பயன்படுத்தும் மொழியில் கூடுதலான ஆங்கிலச் சொற்களைக் கலந்து பேசக்கூடும். இருவரும் ஒரே மொழியைப் பேசுபவர்களாக இருந்தபோதிலும் முன்பின் பழக்கமில்லாத ஒரு நபருடன் பேச முற்படும்போது கலப்பு மொழியைக் கூடுதலாக உபயோகிக்க வாய்ப்புண்டு.

தமிழ், மலையாள மொழிகளைப் பேசுபவர்களுக்கிடையில் மொழியைப் பற்றிய மனப்பான்மையிலும் வேறுபாடு உண்டு. மொழிக்கலப்பை எதிர்க்கும் தனித்தமிழ் இயக்கம் தமிழ்நாட்டில் நீண்ட காலமாக வேரூன்றி நிலைத்துச் செயல்பட்டு வருகிறது. 'பச்சமலையாள' இயக்கம் போன்றவை (19ஆம் நூற்றாண்டு பிற்பாதியில் தொடங்கியது) மலையாளத்தில் காலூன்ற இயலவில்லை என்றாலும் அவ்வப்போது 'சுத்த மலையாளத்தைப் பற்றிய விவாதங்கள் நடப்பதுண்டு; அதன் சலனத்தை அவ்வப்போது உணரமுடியும். ஆயினும், 'calling bell' என்றால் 'அழைப்பு மணி' என்றும் 'e-mail'க்கு 'மின் அஞ்சல்' என்றும் தமிழில் வழங்குவதை அறியும்போது 'தமிழர்களைப்போல நாங்கள் நல்ல மொழிபெயர்ப்பாளர்கள் அல்ல' என்று எனது கேரள நண்பர்கள் நகைச்சுவைக்காகவோ அல்லது உண்மையாகவோ சொல்வதுண்டு.

மொழிக்கலப்பு நல்லதா, கெட்டதா என்று இங்கு விவாதிக்க விரும்பவில்லை. மொழிக்கலப்புக்குக் காரணம் யார் என்ற கேள்விக்கு எளிதில் பதில் கூற முடியாது. ஆனால் ஒன்றை மட்டும் சந்தேகத்திற்கிடமின்றி உறுதியாகக் கூறமுடியும். இதற்குக் காரணமாக இருப்பவர்கள் ஏதாவது ஒருவகையில் ஆங்கிலம் படித்தவர்கள். இக்கலப்பு மொழியிலிருந்து பின்னர்க் கடன் வாங்கி – கல்வியறிவு இல்லாதவர்கள்கூடப் பயன்படுத்தக் காரணம் என்ன? முழுமுதற் காரணம் பொதுமக்களின் மனப்பான்மை. மனப்பான்மை மட்டுமின்றிப் பொதுமக்களோடு எப்போதும் தொடர்புகொள்ள வாய்ப்புள்ள டாக்டர்கள், வழக்கறிஞர்கள், ஆசிரியர்கள் முதலானவர்களும் இக்கலப்பு மொழியில் பெரும்பங்கு வகிக்கின்றனர். இவர்கள் இக்கலப்பு மொழியை அறிந்தோ, அறியாமலோ பொதுமக்கள் தலையில் அவர்களுக்குப் புரிந்தாலும், புரியாவிட்டாலும் 'கட்டி'விடுகின்றனர்.

இக்கட்டுரையின் தொடக்கத்தில் ஆங்கிலம் கூடுதலாகக் கலந்து பேசுவது தமிழர்களா, மலையாளிகளா என்று எழுப்பிய கேள்வியை ஆழமாகச் சிந்திக்கும்போது தமிழர்களும் மலையாளிகளும் ஆங்கில மொழியைக் கலந்து பேசும் விதத்தில் உள்ள வேறுபாடே இவ்விதம் தோன்றுவதற்குக் காரணம் என்று கூறிவிட முடியும்.

தமிழ் மலையாளக் கலப்பு மொழியைக் கவனிக்க முக்கியக் காரணமாக அமைவது ஆங்கிலச் சொற்களை இரண்டு சமூகங்களும் உச்சரிக்கும் விதத்திலுள்ள வேறுபாடாகும். தமிழர்கள் 'மேனேஜர்', 'காலேஜ்', 'ஆட்டோ' என்று உச்சரிப்பார்கள். மலையாளிகள் 'மானேஜர்', 'கோலேஜ்', 'ஓட்டோ' என்று சொல்வார்கள். இவ்வகையிலான உச்சரிப்பு வேறுபாடுகள் பேச்சில் மேலெழுந்து நிற்கும்போது பிறர் (மலையாளிக்குத் தமிழர்களும், தமிழர்களுக்கு மலையாளியும்) ஆங்கிலம் கூடுதலாகக் கலந்து பேசுவதாகத் தோன்றுகிற சாத்தியமுண்டு. அதனால் அவரவர்கள் மொழியில் பயன்படுத்தும் கடன் வாங்கிய சொற்கள்கூட மற்றவர்கள் கலந்து பேசுவதாகத் தோன்றும்.

இவ்விரு மொழி பேசுபவர்களும் ஆங்கிலச் சொற்களை பயன்படுத்துகின்ற சந்தர்ப்பங்களில் நல்ல வேறுபாட்டைக் காணமுடியும். "இத்தரயிக் கதிகம் அடுத்த பரிச்சயமுண்டாயிட்டும் ஆயாள் என்னெ மைண்ட் செய்திட்டேயில்ல" (இவ்வளவு நெருங்கிய பழக்கமிருந்தும் அந்த மனுசன் என்னைக் கண்டுக்கவே இல்லை) என்று கூறுவதிலுள்ள 'மைண்ட்' என்று கூறுவதற்குப் பதிலாக 'கண்டுக்கவே' என்று கூறுவதுதான் தமிழர்களின் இயல்பு. அதே வேளையில் தமிழர்கள் ஹோட்டலுக்குச் சென்று காலையில் 'டீயும்' மதியம் 'ரைசும்' சாப்பிடுவார்கள்.

மலையாளிகள் 'சாயா'வும்', 'சோறும்' கேட்பார்கள். மலையாளிகள் காய்கறிக் கடையில் 'காப்பேஜ்' வாங்குவார்கள். அதே சந்தர்ப்பத்தில் தமிழர்கள் 'முட்டைகோஸ்' என்று சொல்லிக் கேட்பார்கள். தமிழர்கள் 'மாடி' அல்லது 'மச்சில்' அமர்ந்து காற்று வாங்கும்போது மலையாளிகள் 'டெரஸ்ஸில்' உட்கார்ந்து காற்று வாங்குவார்கள். தமிழர்கள் வேலைக்குச் சேரும்போது மலையாளிகள் 'சர்வீஸில்' சேருவார்கள். தமிழர்கள் 'பிஸியாக' இருக்கும்போது மலையாளிகள் 'திரக்கா'யிருப்பார்கள். ஒரு சாரார் "அவன் வொய்ஃப் ஹவுசில் போயி" என்று சொல்லும்போது மற்றொரு சாரார் "அவன் மாமனார் / மாமியார் வீட்டுக்குப் போயிருக்கான்" என்று சொல்லுவார்கள்.

இதுமட்டுமின்றி, சந்தர்ப்பங்கள் ஒன்றாகவே அமைந்த போதிலும் இரு சாராரும் சொற்களைக் கையாளுகின்ற விதம் வேறுபட்டதாக உள்ளது. தமிழிலும் மலையாளத்திலும் 'ரெடி' என்ற சொல்லைப் பயன்படுத்துவர். மலையாளத்தில் 'ஊணு ரெடி' என்று ஹோட்டல்களில் எழுதிவைத்துள்ளதில் கிடைக்கிற 'தயார்' என்ற அர்த்தம் எல்லா இடத்திலும் கிடைப்பதில்லை. குறிப்பாக மலபார் பிரதேசங்களில் ஒரு டெய்லர் இச்சொல்லைப் பயன்படுத்தும்போது, எடுத்துக்காட்டாக, 'இது சாரினு ரெடியாயிரிக்கும்' என்று சொல்லும்போது 'இது சாருக்குச் சரியாக இருக்கும்' (அல்லது) 'கரக்டா' இருக்கும் என்ற அர்த்தமாகும். மலையாளத்தில் 'கஸ்டடி' என்று சொல்கின்ற சந்தர்ப்பங்களில் தமிழில், 'அரஸ்ட்' என்று கூறுவார்கள். அவன் 'பெட்டிசன் கொடுத்து' என்று மலையாளத்தில் சொன்னால் 'அவன் போலீஸ் ஸ்டேஷனில் வழக்கு பதிவு செய்தான்' என்றுதான் பொருள். அதே வேளை தமிழில் 'பெட்டிசன்' என்று சொன்னால் வட்டாட்சியருக்கோ மாவட்ட ஆட்சித்தலைவருக்கோ அமைச்சருக்கோ மனு கொடுத்ததாகப் பொருள்படும். மலையாளத்தில் 'கம்ளெயிண்ட்' என்ற சொன்னால், தமிழில் 'பெட்டிசன்' கொடுக்க முடிகிற இடத்திலெல்லாம் கொடுக்க முடியும். ஆனால் தமிழ்நாட்டின் பெரும்பாலான வட்டாரங்களில் காவல் நிலையத்தில் மட்டுமே 'கம்ளெயிண்ட்' கொடுக்க முடியும்.

ஒட்டுமொத்தத்தில் தமிழர்களும், மலையாளிகளும் பொதுவான இந்தியத் தன்மைக்கு ஒத்து ஆங்கிலத்திலிருந்து கடன் வாங்குகிறார்கள்; கலந்து பேசுகிறார்கள். இதில் ஒரு சாரார் மற்றொரு சாராரைவிடக் கூடுதலாகவோ, குறைவாகவோ கலப்பு மொழியைப் பயன்படுத்துகிறார்கள் என்று சொல்ல முடியாது. தோன்றுவது ஒன்று; உண்மை மற்றொன்று.

காலச்சுவடு 54, ஜூன் 2004

12

உதிராத மலர்கள்

ஆ.இரா. வேங்கடாசலபதி

> (உ.வே. சாமிநாத) அய்யரவர்கள் தமிழ் இலக்கியத்தின் மெய்க்காப்பாளர் மட்டுமல்ல; பழைய சம்பிரதாயங்கள், பழைய மனப்பான்மைகள் இவற்றின் பிரதிநிதி. அரசியல் நிலைமையாலும் மற்றும் இதர சந்தர்ப்ப விசேஷங்களாலும் வேகத்தை அடிப்படையாகக்கொண்ட நாகரிகப் போக்கின் தன்மைபெற்ற தீவிர மனப்பான்மை கொண்டவர்களுக்குப் பொறுமையும் ஸ்ரீ அய்யரவர்களுக்கு அவகாசமும் இணைவது துர்லபம். ஆனால் இச்சிறு கோவைகளான 'நினைவுச் சாளரங்கள்' இவ்விருவர்களிடையிலும் ஒரு தொடர்பை ஏற்படுத்த ஒரு சிறந்த சாதனமாகும் . . .[1]
>
> **புதுமைப்பித்தன்**

உ.வே.சா.வின் 'நல்லுரைக் கோவை' நூல் மதிப்புரை, தினமணி, 19 ஜூலை 1937. 'அன்னை இட்ட தீ' (பதிப்பு: ஆ. இரா. வேங்கடாசலபதி), காலச்சுவடு பதிப்பகம், 1998, பக். 140.

I

1855இல் உ.வே. சாமிநாதையர் பிறந்தபொழுது தமிழகத்தில் இரயில் வண்டிகள் ஓடத் தொடங்கியிருக்கவில்லை. இருப்புப்பாதையிலேயே பெரிதும் பயணம் செய்து தமிழகமெங்கும் பழந்தமிழ் ஏடுகளைத் தேடிய உ.வே.சா., ஜப்பானிய விமானக் குண்டுத் தாக்குதலுக்கு அஞ்சி, சென்னை நகரைப் பலரும் காலி செய்து சென்றபொழுது, திருக்கழுக்குன்றத்திற்குக் குடிபெயர்ந்து 1942இல் மறைந்தார். 'முதல் விடுதலைப் போர்' எனப்படும் 1857ஆம் ஆண்டின் எழுச்சி அவர் பிறந்த இரண்டாண்டுகளுக்குப் பிறகே நிகழ்ந்தது. கிழக்கிந்தியக் கம்பெனி ஆட்சியில் பிறந்த உ.வே.சா. காலமானபொழுது இந்தியா விடுதலை பெறுவது முடிவாகிவிட்டிருந்தது. இரயிலறியாத காலம் முதல் விமானத் தாக்குதல் சாதாரணப் போர் நடவடிக்கையாக மாறிவிட்ட காலம் வரை ஒரு நெடுங்காலத்தை உ.வே.சா. நேராகப் பார்த்தறிந்தார்.

பத்தொன்பது, இருபது என இரண்டு நூற்றாண்டுகளின் செம்பாகமும் அவருடைய வாழ்வோடு ஒட்டி அமைந்திருந்தது.

எல்லிஸ் முதல் புதுமைப்பித்தன் வரை தமிழுக்குத் தொண்டுசெய்வோரை விரைவில் கவர்ந்துசென்ற 'அறனில் கூற்றத்திடமிருந்து நல்லூழாக உ.வே.சா.வை மட்டும் தமிழன்னை எப்படியோ காத்துவிட்டாள்.

எண்பத்தேழு ஆண்டுகள் நிறைவாழ்வு வாழ்ந்த உ.வே.சா., மகாவித்துவான் மீனாட்சிசுந்தரம் பிள்ளையிடம் பழமுறைப்படி தமிழ்க் கல்வி கற்று, திருவாவடுதுறை மடத்தில் மாணவராகவும் பின்பு ஆசிரியராகவும் அமர்ந்து, மேற்கத்தியக் கல்விமுறையில் அமைந்த கும்பகோணம் மற்றும் மாநிலக் கல்லூரிகளில் அரசுப் பணியாற்றினார். பழந்தமிழ் நூல்களைத் தேடித்தேடிப் பதிப்பிப்பதையே ஒரே நோக்கமாகக் கொண்டு, வேறு திசை திரும்பாமல் முழுமூச்சாகப் பணியாற்றினார். தமிழ்ப் பதிப்பியலின் முன்னோடியான சி.வை. தாமோதரம் பிள்ளை 1901இல் மறைந்து, 1920களில் வையாபுரிப் பிள்ளை பதிப்பாசிரியராக மலரத் தொடங்கும்வரை இத்துறையில் உ.வே.சா.வுடன் போட்டியிடுவாரில்லை. உ.வே.சா.வின் அரும்பணிக்கு உரிய அங்கீகாரம் இயல்பாக வாய்த்தது. வடமொழி அறிஞர்களுக்கு மட்டுமே பெரிதும் வழங்கப்பட்ட 'மகாமகோபாத்யாய' (பெரும் பேராசிரியர்) பட்டத்தைத் 'தமிழ்ச் செவ்வியறியாத' ஆங்கிலேயரிடமிருந்து தமிழ் மட்டுமே அறிந்த உ.வே.சா. பெற்றார். (இப்பட்டம் பெற்ற மற்றொரு தமிழறிஞரான பண்டிதமணி மு. கதிரேசன் செட்டியார் வடமொழியிலும் வல்லவர்). இதனால் பாரதியின் வாழ்த்தும் கிடைத்தது (இதன் சிறப்பை அவர் உணர்ந்திருந்தாரா என்பது வேறு). சென்னைப் பல்கலைக்கழகம் அவருக்கு மதிப்புறு டாக்டர் பட்டத்தை 1932இல் வழங்கியது (யாப்பியல் பற்றி ஆய்வேடு எழுதி முதன்முதலில் தமிழில் டாக்டர் பட்டத்தை அ. சிதம்பரநாதன் செட்டியார் அண்ணாமலைப் பல்கலைக்கழகத்தில் பெற்றார். சென்னைப் பல்கலைக்கழகத்தில் இவ்வாறு முதலில் பிஎச்.டி. பட்டம் பெற்றவர் மு.வ. படித்துப் பெறும் இப்பட்டங்களெல்லாம் உ.வே.சா.வின் மறைவுக்குப் பிறகே இயல்வதாயின. மேலும், 1970கள் வரையும்கூடத் தமிழில் பிஎச்.டி. பட்டம் பெறுவதற்கு ஆங்கிலத்தில்தான் ஆய்வேடு அமைய வேண்டியிருந்தது). அரசாங்கப் பட்டங்கள் ஒருபுறமிருக்க, காஞ்சி மடம் இவருக்கு 'தாக்ஷிணாத்ய கலாநிதி' (தென்கலைவாணர்) என்ற பட்டம் வழங்கியது. காந்தியடிகளின் தலைமையில் உரையாற்றிய பெருமையும் இவருக்கு உண்டு. இரவீந்திரநாத தாகூர் இவரை நேரில் வந்து சந்தித்ததாகவும் சொல்வார்கள். அவருடைய எண்பதாண்டு நிறைவு தமிழகமெங்கும் கொண்டாடப்பட்டதோடு,

ஓர் அரிய மலரும் வெளியிடப்பட்டது. மறைந்த பின்பு சிலையும் அமைக்கப்பட்டது.

நிறைவாழ்வு வாழ்ந்து, தமிழுக்கு அளப்பரிய தொண்டாற்றிய உ.வே.சா.வுக்கு, ஒரு தமிழறிஞர் நினைத்தும் பார்க்க முடியாத அனைத்துப் பெருமைகளும் தம் வாழ்நாளிலேயே அடையும் அரிய பேறும் வாய்த்திருந்தது. எவரின் ஆற்றலையும் முழு மலர்ச்சி பெறவிடாத தமிழ்ச் சூழலில் உ.வே.சா என்னும் ஆளுமையின் விகசிப்பு எவ்வளவு அரிதானது என்று சொல்லவேண்டியதில்லை.

அரிய தமிழ் நூல்களைத் தேடியெடுத்துச் செம்மையாகப் பதிப்பித்த உ.வே.சா. எழுதிய 'என் சரித்திரம்' நூலுக்கு நவீனத் தமிழில் ஒரு தனி இடம் உண்டு. இந்த நிறைவுபெறாத தன்வரலாறு தவிர, இரண்டாயிரம் பக்கங்களுக்கு மேற்பட்ட சுயசரிதைத் தன்மையிலான ஏறத்தாழ நூற்றைம்பது கட்டுரைகளும் ஐந்து வாழ்க்கை வரலாறுகளும் உ.வே.சா. எழுதினார். நவீனத் தமிழ்ச் சமூகத்தின் உருவாக்கத்தைப் புரிந்துகொள்ள உ.வே.சா.வின் இத்தன்மையிலான எழுத்துகள் மிக முக்கியமான சான்றாதாரங்கள் என்பதில் இரண்டு கருத்துகள் இருக்க முடியாது. கணிசமான அளவுக்கு இந்த வகையான, சுயசரிதைத் தன்மையிலமைந்த கட்டுரைகள் எழுதுவதற்கு உ.வே.சா.வின் நீண்ட வாழ்நாள் அனுபவங்களும் அவருக்குக் கிடைத்த சமகால அங்கீகாரமும் முக்கியக் காரணிகளாக அமைந்தன.

கல்லூரிப் பணியிலிருந்து ஓய்வுபெற்று, பதிப்புப் பணியினையே முழுநேர வேலையாக உ.வே.சா. கைக்கொண்ட காலகட்டத்தில்தான் தமிழகத்தில் பத்திரிகைகள் வெகுசனத்தன்மை அடைந்து, விரிவான சுற்றெண் பெற்றுவரலாயின. பத்தாயிரக்கணக்கில் தமிழ் இதழ்கள் விற்பனையானது 1920களில்தான். இவ்விரிவாக்கத்தோடு, தொழில்நுட்ப வளர்ச்சியால் 'ஆப்டோன்' அச்சுக்கட்டைகளும் பரவலாகி, மலிவானபொழுது, இந்தப் பத்திரிகைகள் தீபாவளி, பொங்கல் மற்றும் ஆண்டு மலர்கள் வெளியிடலாயின. கௌரவமான பிரமுகர்களிடம் கட்டுரை பெற்று வெளியிடுவதும் பெருவழக்கானது. இந்தச் சூழலில் உ.வே.சா.வின் கட்டுரை இடம்பெறாத சிறப்பு மலர்களே இல்லையென்ற நிலை 1920களின் பிற்பகுதியிலிருந்து ஏற்பட்டுவிட்டது. 'ஆனந்த விகடன்', 'தினமணி', 'சுதேசமித்திரன்', 'ஜெயபாரதி', 'ஹனுமான்', 'தனவணிகன்' முதலான இதழ்களின் மலர்களில் உ.வே.சா.வின் கட்டுரைகள் வெளிவந்தன. உ.வே.சா.வின் மாணவர் எனத்தக்க பா. தாவூத் ஷா தம்முடைய 'தாருல் இஸ்லாம்' மலரில் கட்டுரை பெற்று வெளியிட்டார். 1932இல் தொடங்கப்பட்ட 'கலைமகள்' ஒவ்வோர் இதழிலும்

உ.வே.சா.வின் எழுத்தையோ பதிப்பையோ தாங்கிவருவதெனக் கங்கணம் கட்டியிருந்ததாகத் தோன்றுகிறது. டி.கே.சி., கல்கி ஆகிய இருவரும் நேரில் சென்று வற்புறுத்தியதாலேயே உ.வே.சா. 1940 முதல் 'ஆனந்த விகட'னில் தம் சுயசரிதையை எழுதத் தலைப்பட்டார். மேலும் அக்காலத்தில் பாடநூல்களாக அங்கீகரிக்கப்பட்ட கட்டுரை நூல்களிலும் உ.வே.சா.வின் கட்டுரைகள் மறுபதிப்பிடப்பட்டு வந்தன. 'மீனாட்சிசுந்தரம் பிள்ளை சரித்திரம்' தவிரப் பிற உரைநடை நூல்கள் அனைத்தும் பத்திரிகைகளிலேயேதான் முதலில் வெளியாயின என்பதையும் மறப்பதற்கில்லை. மரபுவழிப்பட்ட தமிழ்ப் பெரும் புலவராக விளங்கிய ஒருவர் வெகுசனம் நோக்கி எழுதத் தலைப்பட்டதன் பொருண்மைப் பின்னணி இது.

உ.வே.சா.வின் உரைநடையைப் பற்றிப் பேராசிரியர் வையாபுரிப் பிள்ளை ஐயப்பட்டிருக்கிறார்.

இப்பிற்காலத்தில் பல வசன நூல்களும் ஐயரவர்களால் வெளியிடப்பெற்றுள்ளன. இவைகள் இவர் நெடுங்காலமாகத் திரட்டிவைத்துள்ள குறிப்புக்களினின்றும் எழுதப்பட்டவை. இவர் எழுதியது என நாம் நன்கறிந்துள்ள உரைநடைக்கும் இவ்வசன நூல்களிலுள்ள உரைநடைக்கும் பெரிதும் வேறுபாடுள்ளது. ஆங்கில மணமும் இளமை எழுச்சியும் கலையுணர்ச்சியும் இவற்றில் பெரிதும் காணப்படுகின்றன. ஆனால் இவற்றிற் காணும் பொருள் அனைத்தும் ஐயர்க்கே உரியன என்பதில் சிறிதும் ஐயப்பாடில்லை.

(தமிழ்ச் சுடர் மணிகள், 1995, பக். 188)

உ.வே.சா.வின் பிற்கால உரைநடையை அவரது மாணவரான கி.வா. ஜகந்நாதன் செப்பம் செய்தார் என்றும் செவிவழிச் செய்திகள் உண்டு. சூழலின் தாக்கத்தால் உ.வே.சா.வின் மொழிநடை மாற்றம் பெற்றிருக்கக்கூடும் என்பதற்கு இடமே தராத மதிப்பீடு வையாபுரிப்பிள்ளையினுடையது. மீனாட்சிசுந்தரம் பிள்ளை சரித்திரம் நீங்கலாகப் பிற கட்டுரைகள் எல்லாவற்றின் நீர்மையும் அமைதியும் ஒன்றே என்பது வெள்ளிடைமலை. பதினைந்தாண்டுக் கால இடைவெளியில் எழுதப்பெற்ற நூற்றுக்கு மேற்பட்ட கட்டுரைகளை ஒரே சீராக வேறொருவர் 'மேற்பார்த்து'க் கொடுத்திருக்க இயலும் எனத் தோன்றவில்லை.

II

உ.வே.சா.வின் உரைநடை நூல்களில் முதலிடம் பெறுபவை அவர் எழுதிய வாழ்க்கை வரலாறுகளே. 1933 – 34இல் இரு பகுதிகளாக அவர் எழுதி வெளியிட்ட 'ஸ்ரீ மீனாட்சிசுந்தரம்

பிள்ளையவர்கள் சரித்திரம்' பத்தொன்பதாம் நூற்றாண்டின் இலக்கியச் சூழல் பற்றிய மிக விரிவான பதிவாகும். மேலைக்கல்வி கால்கொள்வதற்கு முன்பான தமிழ்க்கல்வி, சைவ மடங்களின் நிலை, இலக்கிய உற்பத்திக்கும் புரவலர்களுக்குமான உறவு, மரபுவழிப் புலவர்களின் உருவாக்கமும் செயல்பாடும், இலக்கிய வகைமைகள் முதலானவற்றைப் புரிந்துகொள்வதற்குரிய அரிய ஆவணம் இது.

புலவர்கள் பற்றிய நம்பகமான வரலாறுகள் இல்லை என்பதை உணர்ந்து, அந்த ஓர்மையோடு தம் ஆசிரியரின் வரலாற்றைப் பயபக்தியுடன் உ.வே.சா. எழுதியிருக்கிறார். ஏறத்தாழ நாற்பத்தைந்து ஆண்டுத் தேடலின் விளைவான நூல் இது. 'நான் அறிந்தனபோக வேறு செய்திகள் கிடைக்கலாமென எண்ணிப் பிள்ளையவர்களோடு பழகிய பலர்பாற் சென்று சென்று விசாரித்தேன்; இவருடைய கடிதங்கள், தனிப்பாடல்கள், நூல்கள் முதலியன கிடைக்குமென்று அறிந்த இடங்களுக்கெல்லாம் சென்று சென்று தேடினேன்...' என்று அவர் கூறியிருப்பதற்கிணங்க, இவ்வரலாற்றில் பல கடிதங்களும் தனிச்செய்யுள்களும் சிறப்புப் பாயிரங்களும் இருப்பதைக் காணலாம். தாம் இத்தகைய வரலாறு ஒன்று எழுத இருப்பதை 1900இலும் 1931இலுமாக இருமுறை 'சுதேசமித்திரன்' நாளிதழில் விளம்பரம் செய்து அவர் தகவல்களை வேண்டியிருக்கிறார். கிடைத்ததைப் பதிவுசெய்ததோடு, கிடைக்காததையும் அவர் பதிவுசெய்திருப்பது முக்கியமானது.

இவர் காலத்தில் படம் எடுக்கும் கருவிகள் இருந்தும் இவரோடு பழகியவர்களுள் ஒருவரேனும் இவருடைய படத்தை எடுத்துவைக்க முயலாதது வருத்தத்தை விளைவிக்கிறது... இக்கவிச்சக்கரவர்த்தியினுடைய பூத உடம்பின் படம் இல்லையே என்னும் வருத்தம் இருந்தாலும் இவருடைய புகழுடம்பின் படமாக நூல்களும் செய்யுட்கள் முதலியனவும் இருக்கின்றனவென்றெண்ணி ஒருவகையாக ஆறுதல் அடைகின்றேன்.

இச்செய்தியை, இவ்வரலாற்றின் இரண்டாம் பாகத்திலும் உ.வே.சா. குறித்திருக்கிறார் (இப்பொழுது உலவும் மீனாட்சிசுந்தரம் பிள்ளையின் படம் எப்படிக் கிடைத்தது என்பது தனியே ஆராய்வதற்குரியது).

நூலாகவே எழுதி வெளியிடப்பட்ட மீனாட்சி சுந்தரம் பிள்ளை வரலாறு தவிர, உ.வே.சா.வின் மற்றொரு ஆசிரியர் எனத்தக்க தியாகராச செட்டியாரின் வரலாற்றையும் கனம் கிருஷ்ணையர், கோபாலகிருஷ்ண பாரதியார், மகா வைத்தியநாதையர் ஆகிய இசை விற்பன்னர்களின் வரலாற்றையும் 'கலைமக'ளில் தொடராக எழுதிப் பின்பு தனி நூல்களாகவும் வெளியிட்டார். இவ்வாறு

தனி வாழ்க்கை வரலாற்று நூல்களாக எழுதியதோடு, தமக்குத் தொடர்புடைய சில பெருமக்களின் வரலாற்றையும் கட்டுரை வடிவில் எழுதியுள்ளார். பூண்டி அரங்கநாத முதலியார், வி. கிருஷ்ணசாமி ஐயர், மணி ஐயர், வேங்கடராம பாகவதர், அனந்தராம ஐயர், பெரிய வைத்தியநாதையர் ஆகியோர் பற்றிய கட்டுரைகள் இத்தகையவை. மேலும், குமரகுருபரர், சிவஞான முனிவர், முத்துசாமி தீக்ஷிதர் போன்ற அவர் காலத்துக்கு முந்திய பெருமக்களைப் பற்றிய வழக்காறுகளையும் தொகுத்து இவர் எழுதியிருக்கிறார். இன்றைக்கு இரு நூற்றாண்டுக்கும் மேற்பட்டவரான சிவஞான முனிவர் இவர் காலத்திற்கு இரண்டு மூன்று தலைமுறைகளே முன்னவர் என்பதைக் கருதும்போது, செவிவழிச் செய்திகள் கூடுதல் நம்பகத்தன்மை உடையவை எனக் கொள்ள இடமுண்டு. 'எங்கள் பாவம் எங்கள் பாவம் எங்கள் பாவம் ஈசனே' என்னும் பாடல் எழுந்த கதை அக்கால மடங்கள் பற்றிய அரிய பதிவாகும்.

'இசையில் அதிகப் பழக்கம் வைத்துக்கொண்டால் இலக்கண இலக்கியத்தில் தீவிரமாகப் புத்தி செல்லாது' என்று மீனாட்சிசுந்தரம் பிள்ளை அறிவுறுத்தியவுடன் கோபாலகிருஷ்ண பாரதியிடம் இசை பயின்றுவந்ததை உ.வே.சா. கைவிட்டாரெனினும், அவர் வாழ்நாள் முழுவதும் இசை ஈடுபாடு அவரை விடவில்லை. அவர் எழுத்து நெடுகவும் இசையின் அதிர்வுகளைக் கேட்கலாம். இசை சார்ந்த உருவகங்கள் அவர் கட்டுரைகளில் இறைந்துகிடக்கின்றன. மொழி அமைதியையும் சுருதி சுத்தத்தையும் இணைத்துக்காட்டும் 'எது தமிழ்?' கட்டுரை இங்கு நினைக்கத்தக்கது. கர்நாடக இசையாகக் கட்டமைக்கப்படுவதற்கு முன்பு தமிழகத்தில் சாஸ்திரிய சங்கீதம் பற்றிய விரிவான பதிவுகளை உ.வே. சாமிநாதையரிடம் அன்றி வேறு யாரிடமும் காணவியலும் என்று சொல்ல முடியாது.

பலப்பல புராணங்களைப் பாடியவரிடம் பாடம் பயின்ற உ.வே.சா. பல்வேறு ஊர்களைப் பற்றி எழுதிய கட்டுரைகளும் சுவையானவை. புராணம் சார்ந்த தலச்சிறப்புகளோடு வேறு பல செய்திகளையும் தொகுத்துச் சொல்வது ஊர்கள் பற்றிய உ.வே.சா. கட்டுரைகளின் பாங்காகும். இந்த வகையில் அரியிலூர், உடையார்பாளையம், திருமலைராயன் பட்டிணம், கும்பகோணம், பெரும்புலியூர் ஆகியவற்றின் பதிவுகள் அமைந்திருக்கின்றன.

அடுத்து, கர்ணபரம்பரையாக (செவிவழியாக) வழங்கிவந்த கதைகளையும் உ.வே.சா. சுவைபட விவரிக்கிறார். 'பொன் காத்த கிழவி', 'அன்னம் படைத்த வயல்', 'மல்லரை வென்ற மாங்குடியர்', 'அம்பலப்புளி' போன்றவை இத்தன்மையானவை. சுவையான கதைப் போக்குடையவையாக இருக்கும் இந்த விவரிப்புகளைப்

போலவே தம்முடைய வாழ்வில் நிகழ்ந்தவற்றையும் உ.வே.சா. கட்டுரைப்படுத்தியிருக்கிறார். 'அழைத்த காரணம்', 'அப்படிச் சொல்லலாமா?' முதலான கட்டுரைகள் இதற்கு எடுத்துக்காட்டுகள். 'இருந்தமிழே உன்னால் இருந்தேன்; இமையோர் விருந்தமிழ்தம் என்றாலும் வேண்டேன்' என்ற விழுமிய வரிகளைக் கொண்ட 'தமிழ் விடு தூது' நூலின் ஓலைப்பிரதி எப்படிக் கிடைத்தது என்று உ.வே.சா. விவரிக்கும் 'இன்னும் அறியேன்' கட்டுரை இத்தகைய விவரிப்புக்குச் சிறந்த உதாரணம். முற்காலத்துத் தனிப்பாடல்கள் சில எழுந்த சூழலை விவரிக்கும் முகமாகவும் சில கட்டுரைகள் அமைந்துள்ளன.

இந்தக் கட்டுரைகளெல்லாம் அக்கால வெகுசனப் பத்திரிகைகளிலேயே பெரிதும் வெளிவந்துள்ளன. 'வியாசம்', 'வசன காவியம்' என்று பலவாறாகச் சுட்டப்பட்டுவந்த ஓர் இலக்கிய வகைமை, 'கட்டுரை' என்னும் வடிவமெடுத்த காலம் இது. தமிழில் சிறுகதை வடிவம் நிலைபெற்ற காலமும் இதுவே. இலக்கியக் கட்டுரை மற்றும் சிறுகதைக்கு நெருக்கமான ஒரு சொல்முறையினையே உ.வே.சா. தன் கட்டுரைகளில் கையாண்டுள்ளார். கட்டுரைத் தலைப்புகளே ஓர் ஈர்ப்பைத் தருவனவாக, வாசகரைப் பிரதிக்குள் இழுப்பனவாக அமைந் திருப்பதைக் காணமுடிகின்றது. கட்டுரையின் மையமான ஒரு தொடரையே மேற்கோள் குறிக்குள் கட்டுரைத் தலைப்பாக உ.வே. சா. பல முறை அமைத்திருக்கிறார். இலக்கியச் செழுமையோடு அமையும் தலைப்புகளும் பல உள்ளன. நிலவொளியில் முல்லைப்பாட்டை இனங்கண்டதை விவரிக்கும், முரண் போல் தோன்றும் 'நிலவில் மலர்ந்த முல்லை' என்னும் தலைப்பும் பூக்களை நிரல்படுத்தும் குறிஞ்சிப் பாட்டின் வரிகளைக் கண்டெடுத்ததைப் பற்றிய 'உதிர்ந்த மலர்கள்' என்னும் தலைப்பும் எளிதில் மறக்கத்தக்கனவல்ல. 'கிர்ர்ர்ரனி', 'டிங்கினானே!' என்னும் தலைப்புகளை ஒரு முதுபெரும் அறிஞர் கையாளும்பொழுது வாசகர்கள் உடனே அதில் கவனம் செலுத்தினால் பிழை சொல்ல முடியுமா?

உ.வே.சா.வின் நுவல்முறை நாடகத்தன்மையோடு அமைந்திருப்பதும் அவர் கட்டுரைகளின் வெற்றிக்கு ஒரு காரணம். பொருத்தமும் சுவையும் மிக்க கட்டுரைத் தலைப்பு, பெரும்பாலும் ஆவலைத் தூண்டும் செய்தியுடனோ பின்னணிப் பீடிகையுடனோ கூடிய தொடக்கத்திற்கு வாசகரை இட்டுச்செல்கிறது. மெல்லக் கதையின் முடிச்சவிழ்ந்து, முத்தாய்ப்புடன் முடிகின்றது. கட்டுரையை எங்கே முடிக்க வேண்டும் என்று பெரும்பாலும் தெரிந்தவராகவே உ.வே.சா. இருக்கிறார்.

தமிழ்ப் புலவர்களுக்கு நகைச்சுவை உணர்வு இல்லை என்பர். உ.வே.சா.வுக்கு அமர்த்தலான நகைச்சுவை கைவரும். 'பங்கா இழுத்த பாவலர்' ஒரு புகழ்பெற்ற உதாரணம்.

கட்டுரைகளின் ஈர்ப்புக்கு மற்றொரு காரணம், அவற்றில் உ.வே.சா. 'தான் கலந்து' இருப்பது. உ.வே.சா.வின் சாதனைகளை மனத்தில் இருத்திப் படிக்கும் வாசகருக்கு, அவருடைய கட்டுரைகள் பல செய்திகளைத் தெளிவுபடுத்துவதோடு, கட்டுரைகளுக்குச் செறிவையும் ஆழத்தையும் கனத்தையும் நம்பகத்தன்மையையும் தருகின்றன. நூலறிவே புலமை என்று கருதப்படும் மரபில் அதனைக் கடந்து கள ஆய்வைச் செய்தவர் உ.வே.சா. அதன் பதிவுகள் சுவையான கட்டுரைகளாகியிருக்கின்றன. 'கும்மாயம்', 'செண்டலங்காரர்', 'இடையன் எறிந்த மரம்', 'கள்ளனும் புலியும்' போன்ற கதைக்கட்டுரைகள் உ.வே.சா. என்னும் பெரும் பதிப்பாசிரியர் எழுதியதனாலேயே முழுப் பொருள் பெறுகின்றன.

செவிவழிச் செய்திகளும் கள ஆய்வுச் செய்திகளும் உ.வேசா.வுக்குத் தற்செயலாக வாய்க்கவில்லை. மிகுந்த ஓர்மையுடனும் தன்னுணர்வுடனுமே அவர் இவற்றைத் தொகுத்துள்ளார்.

கும்பகோணத்தில் நான் இருந்த காலத்தில் ஒரு முறை திருவையாற்றில் நடைபெறும் ஸப்த ஸ்தான உத்ஸவத்திற்குப் போக வேண்டுமென்ற விருப்பம் எனக்கு உண்டாயிற்று ... ஸப்தஸ்தானத்திற்கு முதல்நாள் நான் புறப்பட்டேன். ஐயம் பேட்டை என்னும் ரயில்வே ஸ்டேஷனில் இறங்கிக் காவிரிக்கரை மார்க்கமாகச் சென்றேன். இடையிலேயுள்ள ஸ்தலங்களில் சில நேரம் தங்கி அந்த அந்த ஸ்தல சம்பந்தமான விஷயங்களை விசாரித்து நன்கு தெரிந்துகொண்டேன். எந்த ஊருக்குப் போனாலும் அவ்வூரில் இருந்த புலவர்கள் பிரபுக்கள் முதலியவர்கள் வரலாறுகளையும் சரித்திரம் புராணம் என்பவற்றையும் கர்ண பரம்பரைச் செய்திகளையும் விசாரித்துத் தொகுப்பது வழக்கம். இதனால் பல நாளாகத் தெரியாமலிருந்த அரிய விஷயங்கள் மிக எளிதில் விளங்கியதுண்டு.

(நல்லுரைக் கோவை III)

உ.வே.சா.வின் கட்டுரைகளில் ஏறத்தாழ ஒரு நூற்றாண்டுத் தமிழகச் சமூகமும், அச்சமூகத்தின் மாற்றங்களும் பதிவாகி முக்கிய வரலாற்று ஆதாரங்களாக விளங்குகின்றன. முதல் பத்தியில் விவரித்ததுபோல் உ.வே.சா.வுக்கு அமைந்த வாழ்வு, வளம், காலம், ஆற்றல் ஆகியவை வேறு எவருக்கும் வாய்க்கவில்லை. உ.வே.சா. தம் சுயசரிதையை எழுதத் தயங்கியபொழுது டி.கே.சி.யும் கல்கியும், 'தங்களுடைய சுயசரித்திரம் என்றால், அது தமிழ்நாட்டின்

எண்பது வருஷத்துச் சரித்திரம் அல்லவா இருக்கும்?' என்று வற்புறுத்தி, 'ஆனந்த விகட'னில் எழுதவைத்தது இதனால்தான்.

இந்த நோக்கமே உ.வே.சா.வின் கட்டுரைகளில் ஓர்மையோடும் ஓர்மையில்லாமலும் அடியோட்டமாக அமைந்திருக்கிறது. நவீனத்துவத்தை எதிர்கொண்ட இந்திய/தமிழ் மனம், நாம் எதையோ இழந்துவிட்டோம் / இழந்துவருகிறோம் என்னும் கவலையினையும் அச்சத்தையும் கொண்டது. உ.வே.சாவின் பதிவுகள் இவ்வுணர்வுகளைப் பொதிந்துவைத்திருப்பதோடு, அவ்வுணர்வுகளுக்குத் தீனியும் போடுகின்றன. (கட்டுரைகளில் இடம்பெறும் அடிக்குறிப்புகள் வழக்கிழந்துபோன சொற்களையும் தொடர்களையும் ஒழுகலாறுகளையும் விளக்குவனவாக இருப்பதும் இதனால்தான்.). இதன் காரணமாகவே அவருடைய எழுத்துகளிலெல்லாம் 'அந்தக் காலம் x இந்தக் காலம்' என்னும் இருமை தொடர்ந்து தொழிற்படுவதைக் காண முடிகின்றது.

'பிள்ளைகளுக்கும் பெண்களுக்கும் இளம் பருவத்திலேயே கல்யாணம் செய்துவிடும் வழக்கம் **அக்காலத்தில்** அதிகமாகப் பரவியிருந்தது.' *(என் சரித்திரம், 1990, பக். 113)*

'**அக்காலத்தில்** நந்தன் சரித்திரம் தமிழ்நாடு முழுவதும் பரவியிருந்தது.' *(பக். 116)*

'பதினாறு வயசுடைய ஒருவன் விவாகமாகாமல் பிரமசாரியாக இருந்தால் ஏதோ பெரிய குறையுடையவனைப்போல **அக்காலத்தவர்** எண்ணினார்கள்.' *(பக். 121)*

'காலையில் காப்பி என்பது அக்காலத்தினர் அறியாதது.' *(பக். 125)*

'கல்யாணப் பெண்ணைக் கல்யாணத்திற்கு முன்பு பிள்ளை பார்ப்பதென்ற வழக்கம் **அக்காலத்தில்** பெரும்பாலும் இல்லை.' *(பக். 126)*

இப்படிப் பட்டியலை நீட்டிக்கொண்டே போகலாம். 'அக்காலமும் இக்காலமும்' வேறுவேறு என்பதில் உ.வே.சாவுக்குச் சிறிதும் ஐயமில்லை. அவருடைய சார்பு எதன் பக்கம் என்றும் சொல்ல வேண்டியதில்லை. இழந்தவை பெரியவை, விழுமியவை, சிறந்தவை. அவற்றைப் பதிவாக்கும் முயற்சியே உ.வே.சா. கட்டுரைகள். இக்காரணம் பற்றியே, தம் மனைவியின் பெயரை (மதுராம்பிகை) ஒரே ஒருமுறை மட்டுமே குறிப்பிடும் (அதனையும் பொருளடைவில் தவிர்த்து விட்டிருக்கிறார்கள் 'என் சரித்திர'த்தை வெளியிட்டவர்கள்!) உ.வே.சா., தம் திருமண நிகழ்ச்சியை, ஓர் இனவரைவியலாளரே தோற்றுவிடும் அளவுக்கு ஓர் இயல் முழுவதும் விவரிக்கிறார்.

உ.வே.சா.வின் 'அக்காலம்' ஒரு பொற்காலமாகும். தமது பூர்வீக ஊரான உத்தமதானபுரம் பற்றிய அவரது விவரிப்பு வருமாறு:

உத்தமதானபுரத்தில் தச்சர், கொல்லர், தட்டார், வலைஞர், நாவிதர், வண்ணார் என்பவர்களுக்கும் மான்யங்களுண்டு. அவர்கள் அவற்றை அனுபவித்துக்கொண்டு தத்தம் வேலைகளை ஒழுங்காகப் பார்த்துவந்தார்கள் ...

மூப்பச் சாதியார் முதலிய குடியானவர்களிற் பலர் அந்தணர்களுடைய நிலங்களைக் கவனித்துக்கொண்டு அவர்களுடைய மனைக்கட்டுகளில் குடியிருந்துவந்தனர். அவர்கள் அந்த நிலங்களைக் கண்ணுங்கருத்துமாகப் பாதுகாத்துவந்தார்கள். தம் யஜமானர் வீடுகளில் அவசியமான வேலைகளையும் குறைவின்றிச் செய்துவந்தனர். இவற்றிற்காக அவர்களுக்கு அந்தணர்கள் எல்லா வசதிகளையும் கொடுத்து ஒரு கவலையும் ஏற்படாமல் பார்த்துவந்தார்கள். அதனால் அவர்கள் அடைந்த திருப்தி பெரிதாக இருந்தது. அவர்கள் வஞ்சமின்றிப் பாடுபட்டனர். நிலத்தின் சொந்தக்காரரைவிட அவர்களுக்கே பூமியில் சிரத்தை அதிகமாக இருந்தது. இருசாராரும் மனவொற்றுமையும் அன்பும் உடையவர்களாகி ஒருவருக்கொருவர் இன்றியமையாத நிலையில் வாழ்ந்துவந்தனர்.

(என் சரித்திரம், ப. 6–7)

சமூக முரண்பாடுகள் பற்றிய பாலபாடங்களுக்கு முற்றிலும் மாறான இவ்வகைச் சித்திரிப்புகளே உ.வே.சா.வின் 'அக்காலம்' என்பதைக் கட்டமைக்கின்றன. பெரிதும் சமூகத்தின் மேலடுக்குகளையே சார்ந்த தமிழ் வாசக மனத்திற்கு இது மிக உவப்பானதாக இருந்திருக்கின்றது.

தமிழ்ச் சமூக வரலாற்றுக்கு உ.வே.சா.வின் சித்திரிப்புகளை ஆதாரமாகக் கொள்வது பற்றிச் சில விமரிசனங்கள் அண்மையில் எழுந்துள்ளன. உ.வே.சா.வின் சித்திரிப்புகளை மெய்ம்மையின் நேர்ப் பிரதிபலிப்பாகக் கொண்டால் சிக்கல்தான். எந்தவோர் ஆதாரத்தையும் அதன் சூழலில் பொருத்தி, அதன் சொல்லாடலின் இலக்கணங்களுக்கேற்பவே பயன்படுத்த வேண்டும். உ.வே.சா.வின் நோக்கங்களுக்கு மாறாக, பிரதிலோமமாக (reading against the grain) வாசித்தால் மிக அதிக வரலாற்றுப் பயன் உண்டு.

தம் மனைவியின் பெயரை ஒரே ஒரு முறை மட்டுமே குறிப்பிடும் உ.வே.சா., தம் தந்தையைப் பலப்பல இடங்களில் குறிப்பிடுகிறார். உ.வே.சா.வின் 'சுயம்' எவ்வாறு கட்டமைக்கப்படுகின்றது என்பதை இதன் மூலம் ஆய்வது பயன் தரும். மீனாட்சிசுந்தரம் பிள்ளை சரித்திரத்தில் அவருடைய மனைவியை இருமுறை மட்டுமே குறிப்பிடும் அதே உ.வே.சா.தான் வீட்டைவிட்டு வெளியே வராத ஒரு சமண மூதாட்டியிடம், வாயிலிலிருந்தவாறே 'பவ்ய

ஜீவன்' என்னும் சமணக் கருத்தாக்கத்தின் தத்துவ விளக்கத்தைப் பெறுவதையும் பதிவுசெய்கிறார்.

'ஹரிதத்தரின் சிவபக்தி' என்னும் கட்டுரையில் ஒரு நிகழ்ச்சியை உ.வே.சா. பதிவுசெய்கிறார் (நினைவு மஞ்சரி II). ஒரு நாள் திருவிடைமருதூர் ஆலயத்திற்குள் நுழையும்பொழுது, ஒரு பெண்ணின் அழுகுரல் கேட்டது. 'இல்லை; இனிமேல் இல்லை' என்று அவள் சொல்லிச் சொல்லி அழுதாள் . . . ஆலய வாசலின் ஒரு பக்கத்தில் அந்த ஆலயத்தைச் சேர்ந்த உருத்திர கணிகையர் சிலரை ஆலய மணியகாரர் தண்டித்துக் கொண்டிருந்தார். முதலில் ஒருத்திக்கு அண்ணாந்தாள் பூட்டி அவள் முதுகில் கல்லை ஏற்றிக் கையில் பிரம்புடன் அவளைப் பயமுறுத்திக் கொண்டிருந்தார். கணிகையோ தண்டனையைத் தாங்க முடியாமல் கதறினாள்.

விசாரித்ததில், கோயில் கைங்கர்யங்களில் தவறியதற்காகத் தேவரடியாள்களுக்குத் தண்டனை தரப்படுவதை அறிந்தார். அதைக் கேட்டதும் ஹரிதத்தர் விம்பி விம்பி அழத்தொடங்கிவிட்டார். சுற்றியிருந்தோர், அத்தாசிகள் கடமை தவறியதற்கு ஹரிதத்தரே காரணம் என்று நினைத்து, எந்தப் புற்றில் எந்தப் பாம்பு இருக்குமோ என்கின்றனர். பிறகுதான் '[illegible] வரனது கைங்கரியத்தைச் சரியாகச் செய்யவில்லை [illegible]ம்மையும் தண்டித்து ஈசுவர கைங்கரியத்திலிருந்து ம[illegible]இருக்கும்படி செய்பவர்கள் இல்லையே என்றுதான் துக்கித[illegible]' என்று அவர் விளக்குகிறார். ஹரிதத்தரின் சிவபக்திக்குச் சான்றாக உ.வே. சா. கட்டுரையில் அக்காலத்தில் கோயில் தேவரடியார்கள் நடத்தப்பட்ட முறையும் சித்ரவதைக் கருவிகளும் தண்டனையும் அதைக் கோயில் பக்தர்கள் அன்றாட வாடிக்கையாகச் சலனமின்றி எடுத்துக் கொண்டதையும் பார்க்கலாம்.

இவ்வாறு உ.வே.சா.வின் கட்டுரைகளை மீள நோக்குவது பயன்தரும். அவர் கூறுவதை அப்படியே ஏற்றுக்கொள்ளத் தேவையுமில்லை. முழுநிலவின் களங்கம்போல் சி.வை. தாமோதரம் பிள்ளை பற்றிய பழிப்புரைகளும் 'என் சரித்திர'த்திலும் வேறு இரண்டொரு கட்டுரைகளிலும் உண்டு என்பதையும் மறந்துவிடுவதற்கில்லை. ஆயினும் தமிழ்ப் பயிற்சியும் வரலாற்றுணர்வும் மிகுதிப்படுவதற்கு உ.வே.சா.வின் உரைநடை தக்க கருவி என்பதில் இரு கருத்துகளுக்கு இட மில்லை. உ.வே. சாமிநாதையர் போற்றுதலுக்குரிய பதிப்பாசிரியர் என்பதோடு கருத்தில் கொள்ளத்தக்க உரைநடையாசிரியரும் ஆவார்.

காலச்சுவடு 63, மார்ச் 2005

13

உரைநடைக்கு சுந்தர ராமசாமியின் பங்களிப்பு

ஞானக்கூத்தன்

தமிழ் கற்றுக்கொள்ள விரும்பிய ஆங்கிலேயர்களுக்காக எளிய தமிழ் இலக்கண நூல் ஒன்று 1852இல் ஒருவரால் எழுதப்பட்டதாம். இந்த இலக்கண நூலின் ஆசிரியர் உரைநடையின் இன்றியமையாத தன்மை குறித்து எழுதியிருக்கிறார்.

> "இந்த நாட்டை ஆண்டுகொண்டிருக்கும் ஆங்கிலேயர்கள் இலக்கணம், இலக்கியம், கணிதம், வானியல்' ஆகிய விஷயங்களைக் கவிதையில் சொல்லிக் கொடுப்பதை நிறுத்தி விட்டார்கள். அவற்றைத் தெளிவான உரை நடையில் சொல்லித் தருகிறார்கள். எனவே அவர்கள் தேசத்துக் குழந்தைகள் குறைந்த காலஅளவில் கற்றுத்தேர்ந்து பணிகளில் திறமை உடையவர்களாகிறார்கள். ஆனால் நமது தேசத்தில் இந்த விஷயங்கள் குழந்தைகளுக்குக்கூடக் கடினமான செய்யுளில் எழுதப்படுகின்றன. அகராதிகளைக் கொண்டும், விளக்க உரைகளைக் கொண்டும் இவற்றைக் கற்கும் முறை எந்தத் துறையில் தேர்ச்சி பெறுவதற்கும் தடையாக உள்ளது. விரைவில் கற்றுக்கொள்வதற்கு உதவியாக விஷயங்களை உலக வழக்கிலுள்ள மொழியைப் பயன்படுத்துவது நல்லது."

இதை அவர் சொன்ன வருஷம் 1852.

இவரது இலக்கண நூல் எழுதப்படக் கிழக்கிந்தியக் கம்பெனி வெளியிட்ட பரிசுத் திட்டம் ஒன்றும் காரணமாக இருந்தது என்பது வேறு விஷயம். செய்யுள் நடையைவிட உரைநடை கற்றுக்கொள்ள எளிது என்னும் இவர் வாதத்துக்கு ஆதாரமாக ஆங்கில நாட்டு வழக்கத்தையே மேற்கோள் காட்டுகிறார்.

1852ஆம் ஆண்டில் ஆங்கிலேயர்கள் மட்டுமில்லாமல் உள்நாட்டுத் தமிழர்க்கும் உரைநடையைக் கற்க வேண்டும் என்னும் நிலை உருவாகியிருக்கிறது. பத்து ஆண்டுகளுக்குப் பிறகு 1862இல் வின்ஸ்லோ ஒரு செய்தியைக் குறிப்பிடுகிறார். "இலகுவாகக் கவிதை எழுதும் உள்நாட்டுக்காரர்கள் பலருக்கும் ஒருபக்கம் கூடத் திருத்தமான உரைநடை எழுத வரவில்லை" என்கிறார் அவர். எனவே 1862 வரையிலும் தமிழ் உரைநடை என்பது உருக்கொள்ளும் நிலையில் இருந்தது தெளிவு. நல்லவேளையாகத் தேசிய இயக்கத்தின் உப பலனாகப் பத்திரிகைகள் தோன்றவே உரைநடை வளர முடிந்தது.

வேதநாயகம் பிள்ளை, பி.ஆர். ராஜமையர் மற்றும் அ.மாதவையாவின் புதினங்கள் வெளியாகின. தமிழ் உரைநடையில் கட்டுரைகளைப் படித்தவர்கள் சிறுகதைகளையும் படிக்கத் தொடங்கினர். மொழி வளர்ச்சி, தேசிய இயக்கம் இவற்றுடன் வியாபார நோக்கும் உரைநடைப் பிரசுரங்களுக்குப் பின்னே மறைந்திருந்தது. எனினும் இத்தலைமுறை எழுத்தாளர்களின் நோக்கம் தமிழிலும் ஆங்கிலம் போலவே கட்டுரைகளும் சிறுகதைகளும் நாவல்களும் எழுத முடியும் எனத் தங்களுக்கும் உலகுக்கும் ஒருசேர மெய்ப்பிப்பதுதான் என்று தெரிகிறது. அகராதியின் உதவியில்லாமல் படிக்கத் தகுந்த உரைநடையை உருவாக்கிக்கொள்வதுதான் அக்காலத்திய லட்சியமாக இருந்தது. பாரதியார் வரை இந்நோக்கமே செயல்பட்டது.

1930களில் நிலைமை மாறிவிட்டது. இந்திய தேசிய இயக்கத்தின் தொடர்ச்சியாகவே 'மணிக்கொடி' என்னும் இதழ் தொடங்கப்பட்டது. ஆனால் இந்த இதழுக்கு விஷயதானம் செய்தவர்களின் நோக்கம் உலக இலக்கியத்துக்கு இணையாகத் தமிழ் மொழியில் சிறுகதைகள், நாவல்கள் – இதற்குப் பின் கவிதை – சிருஷ்டிப்பது என்பதுதான். 1800களின் பிற்பகுதியில் பயிற்றுமொழியாக விழையப்பட்ட தமிழ் உரைநடை 1900களிலேயே இலக்கிய மொழியாக மாறி, அதை அடுத்த 50 ஆண்டுகளில் உலக இலக்கிய மொழி என்று படைப்பாளிகளால் முன்மொழியப்பட்டது. அகராதியைப் பார்த்து அல்லது புலவரின் உதவியைக் கொண்டு விளங்கிக்கொள்ளும்படி அமைந்த செய்யுள் நடையைப் போல் புதிய உரைநடை இருக்கக் கூடாது என்று சொல்லப்பட்டபோது, உரைநடைக்கு இயல்பு ஒன்றையும் நிர்ணயித்துக்கொண்டதாகவும் ஆகிறது. இந்தக் கருத்தை முன்வைத்தவர்கள் கல்வி போதகர்கள் மற்றும் அரசியல் பத்திரிகையாளர்கள். இதற்கு மாறான உரைநடையும் ஒன்று வளர்ந்திருந்தது. அதைக் கீழே தரப்படும் எடுத்துக்காட்டால் உணரலாம்.

'அவர் ஒரு வருஷம் றாட்சியபாரம் பண்ணுகிறத்தில் அவர் சமீபத்திலே இருக்கிற ஒருத்தர் பேரிலேயும் நம்பிக்கையில்லை. எவனண்டையாகிலும் கட்டாரி அல்லது சூரி இருந்தாலும் நம்பவும் சமுசியப்படுகிறது. வீதியிலே போறவாள், வாறவாள் கூட னாமஸ்மரணை அல்லது வாயை அசைத்தாலும் அல்லது ஒரு இடத்திலே ரெண்டு பேர் கூடி வாற்தை சொன்னாலும் எவனாகிலும் கையிலே செபமாலை வைத்துக்கொண்டு போனாகிலும் இவர்கள் எல்லோரும் தம்மை வசியம் பண்ணிக்கொள்ளுகிறதுக்கு அல்லது நம்மை அடித்துப் போடுகிறதுக்கு மந்திர தந்திரங்களைப் பண்ணுகிறார்களென்று நிச்சயமாக எண்ணி அதுகளை விசாரிக்கிறது . . .' (19ஆம் நூற்றாண்டின் தொடக்க காலம்).

இந்த உரைநடை விரைவில் மறைந்துவிட்டது. பெரும்பாலும் சகல தரப்பினரும் படிக்கத் தகுந்த உரைநடையே பத்திரிகைகளால் பரப்பப்பட்டு, அந்த நடையே புனைகதைகளுக்கும் பரவியது. இந்த நடையிலிருந்து மாறுபட்ட ஓர் உரைநடை சிறுகதைகளுக்கு வேண்டும் என்னும் எண்ணம் எழுத்தாளர் மௌனியிடமே முதலில் எழுந்தது. தன் கதைகளுக்குத் தேவைப்பட்ட மனோபாவத்தை உருவாக்கவே இந்நடையை மௌனி அமைத்துக்கொண்டார்.

மௌனியைப் போலவே சிறுகதைகளுக்குத் தனிநடை வேண்டும் என்னும் தேவையை உணர்ந்தவர்கள் என்று சுந்தர ராமசாமியோடு அசோகமித்திரன், ந. முத்துசாமி, பின்பு தமிழவன், கோணங்கி மற்றும் ரமேஷ் – பிரேம், பா. வெங்கடேசன், ஆனந்த் முதலிய எழுத்தாளர்களைக் குறிப்பிடலாம்.

சுந்தர ராமசாமியின் உரைநடையை ஆராய்ந்தால் அவரது உரைநடை காலப்போக்கில் மாற்றம் கண்டது போல் தெரிகிறது. இந்த நடை 'அழைப்பு' என்னும் கதையிலிருந்து தொடங்குவதாகக் கூறலாம். இந்த நடை இதற்கு முந்தைய 'இல்லாத ஒன்று' என்னும் கதையில் முதலாவதாகத் தலைகாட்டுகிறது என்றாலும் தவறில்லை. இந்த நடையில் பத்திகளின் அளவு பெரியதாக அமைந்திருக்கும். 50க்கும் மேற்பட்ட சொற்கள் இடம்பெற்றிருக்கும். 'அழைப்பு' என்ற கதையில் ஒரு பத்தியில் நூறு சொற்களும் ஒரு பத்தியில் இருநூறுக்கு மேற்பட்டும் சொற்கள் இடம்பெற்றுள்ளன[2]. இந்தப் பத்தியின் அளவு சிறுகதையின் புதிய தேவையை உணர்த்துகிறது. உரைநடையின் நவிற்சிப் பகுதிக்கும் பாத்திரங்களின் உரையாடல் பகுதிக்கும் உள்ள இடைவெளி தெளிவாகிறது. இதே போல்தான் 'வாசனை' என்ற கதையில் பத்தி அமைப்பும் உள்ளது. இப்படியேதான் *வாசனை, அலைகள், ரத்னா பாயின் ஆங்கிலம், பள்ளம், ஆத்மராம்*

சோயித்ராம், பின்பு பட்டுவாடா என்ற கதை முடிய இந்த நடையைச் சு.ரா. மேற்கொண்டிருக்கிறார். 'நாடார் சார்' என்ற கதையில் சிறிது மாற்றம் தெரிகிறது. 'நாடார் சார்' கதை 1996இல் வெளியாகியிருக்கிறது. இந்த நடையையே சு.ரா. இறுதிக் காலக் கதைகளுக்குத் தேர்ந்தெடுத்துக்கொண்டாரோ என்னவோ?

வாக்கியத்தின் நீளம், வாக்கியங்களாலான பத்திகளின் நீளம், வாக்கியத்தில் தென்படும் பாதிப்புகள் எல்லாமாகச் சேர்த்துப்பார்க்கும்போதுதான் உரை நடையைக் கணிக்க முடிகிறது. வாசகனின் மனத்தில் இவையும் சலனத்தை மறைமுகமாகத் தூண்டுகின்றன. சுந்தர ராமசாமியின் உரைநடை[3] வட்டார வழக்கு அரசியல் மற்றும் தத்துவம் சாராத சிந்திப்புகள் முதலியவற்றால் உருக்கொள்கிறது.

தொடக்கத்தில் வாக்கியத்தில் கூர்ந்து பார்க்கப்படாத அக்கறை பின்னாளில் சு.ரா.வுக்கு வளர்கிறது.

உதாரணமாக,

> 'இப்படி போக்கிரிகள் கட்ட வேண்டிய வரியை வசூலித்தார்கள்' (காகங்கள் பக். 26)

என்ற வாக்கியம்.

'கட்ட வேண்டிய வரியைப் போக்கிரிகள் இப்படி வசூலித்தார்கள்' என்று அமைந்திருந்தால் தெளிவாக இருக்கும். கதையில் காணப்படும் வாக்கியத்தின் பொருள் கொள்ளுதலில் சொல்லை மாற்றி அமைத்துக் கொள்ளலாம் என்று தமிழ் இலக்கணம் சொல்வதையும் இங்கு நினைவுகொள்ளலாம் என்றாலும் தொடக்கத்தில் சு.ரா.வின் உரைநடை கூடுதலான கவனத்தைக் கோரி நின்றது. 'வேலப்பனுக்கு அடிமுதல் முடிவரை மயிர் சிலிர்த்தது' (பக்.31) போன்ற வாக்கியத்தைப் பின்னாளைய சு.ரா. எழுதப்போவதில்லை என்பதையும் அறிய முடிகிறது.

> 'ஒன்றரைக் கண்ணன் அலறிக்கொண்டிருந்தான். அவன் கூப்பாடு போடுவதைப் பார்த்தால் காலம் காலமாக அடிவாங்கி, உதைபட்டு, அனாதையாக அழுது ஓலமிட்டு ஓய்ந்த நூற்றுக்கணக்கான பொறுக்கிகளுக்கெல்லாம் சேர்த்துப் பதில் கேட்பது போலிருந்தது.' – காகங்கள் பக். 49.

இந்தப் பகுதியில் சு.ரா.வின் உரைநடை இயல்பாகவும் ஆற்றல் உடையதாகவும் அமைந்து நவீன காலத்துக்குப் பிந்தைய உரைநடையை நினைவூட்டுவதாகவும் உள்ளது. இங்கு நவீன காலம் என்றது மௌனி, புதுமைப்பித்தன், ந. பிச்சமூர்த்தி, கு.ப.ரா. தொடங்கி தி. ஜானகிராமன், கு. அழகிரிசாமி முடிய என்று

கொள்ளலாம். நவீன காலத்துக்குப் பிந்திய உரைநடையின் – அதன் உள்ளடக்கத்தையும் இப்போது சேர்த்துக்கொள்ளலாம் – இயல்புகளில் ஒன்று உணர்ச்சிகளிலிருந்து விடுபட்ட நிலையை நவில்வோன் மேற்கொள்வதாகும். 'சாட்சிபூதமாக' என்னும் தொடரால் க.நா.சு. இந்நிலையைக் குறித்திருக்கிறார். ஆல்பெர் காம்யூவின் இலக்கியத்தால் இந்நிலை நினைவூட்டப்பட்டு 70களில் சிற்றிதழ்ப் படைப்பாளிகளிடம் பரவலாகக் காணப்பட்டது. இந்தப் பராதீன நிலையை அந்நியமாதல் என்ற தொடராலும் குறிப்பிடுவதுண்டு. சு.ரா.வின் 'தற்கொலை' என்னும் சிறுகதையின் முதல் பத்தி இந்நிலையை ஞாபகப்படுத்துகிறது. இக்கதை 1965இல் வெளியாகியுள்ளது. முதல் பத்தி இது:

'தற்கொலை செய்து கொண்டுவிடும் உத்தேசத்தில் பல தடவை நான் கன்னியாகுமரி சென்றிருக்கிறேன். போகிற பொழுதே அவ்வாறு செய்துவிடத் துணிந்துவிட மாட்டேன் என்பது என் அடிமனசுக்குக் கொஞ்சம் தெரிந்திருக்கும். இந்தப் பிரக்ஞை உள்ளூர இருந்தபடியால்தான் புறப்பட்டுச் செல்வதே சாத்தியமாக இருந்தது என்றும் சொல்லலாம். இருந்தாலும் மெய்யாகத் தற்கொலை செய்து கொள்ளுகிறவன் போகிற தோரணைக்குப் பழுதில்லாமல் போவேன். கால் ஜோடுகள் கிடையாது. தலை பரட்டையாக இருக்கும். கைக்கடிகாரம் கட்டிக் கொள்வதில்லை.' – காகங்கள் ப. 308.

புதிய மனோபாவங்களை வெளியிட சு.ரா.வின் உரைநடை இப்பகுதியில் தெளிவடைகிறது. மேலும் ஒரு மேற்கோள். இந்தப் பகுதி 'இல்லாத ஒன்று' என்னும் கதையில் வருகிறது:

'ஒரு நூல் விற்கும்; விற்காமலும் இருக்கும். படைப்பின் தரம். ஆமாம், தரம், அதுதான் முக்கியம்... அது சரி, சிறந்த சிருஷ்டிகளை மக்கள் ஏற்றுக்கொள்ளத்தான் செய்கிறார்கள். தோல்வி கண்ட கலைஞன் தன்னை எதிர்கால மனிதனாகக் கற்பனை செய்து சந்தோஷப்பட்டுக்கொள்ளலாம். மனிதன் உயிரோடிருக்கிற காலத்தில்தான் வாழ முடியும். எதிர்கால வாழ்வு அவனுடையது அல்ல; பிறருடையது. இவன் வாழ்வு இவன் இல்லாத காலத்தில் நிகழ்கிறது என்பதற்கு அர்த்தம் என்னுடைய பசி ஆற நீங்கள் உண்பது என்பதே ஆகும்'. – (காகங்கள் பக். 384, 385).

இந்தப் பத்தியில் சொல்லப்பட்ட கருத்துகளை சு.ரா.வின் உரைநடை அநாயாசமாகக் கையாள்கிறது. வளர வளர சு.ரா. தன் சிந்தனைக்கேற்பத் தன் உரைநடையைப் பக்குவப்படுத்திவந்திருக்கிறார் என்று சொல்லத் தோன்றுகிறது. இதன் அடையாளமாக 'வழி' என்னும் சிறுகதையைக் கூறலாம்.

1986இல் வெளியிடப்பட்ட இந்தக் கதையின் நடை, நவிற்சித் தோரணை இரண்டும் இன்றைய தமிழ் உரைநடையில் கலந்துவிட்டதுபோல் தெரிகிறது.

சு.ரா. அமைத்துக்கொண்ட உரைநடையின் வெற்றியைக் 'காகங்கள்', 'ரத்னாபாயின் ஆங்கிலம்' 'இருக்கைகள்', 'பட்டுவாடா' மற்றும் 'நெருக்கடி' என்னும் கதைகளில் ரசிக்க முடிகிறது.

குறிப்புகள்

1. அகராதி என்ற சொல் கி.பி. 1594இல் தமிழில் தோன்றியது. இதை வழக்குக்குக் கொண்டுவந்தவர் சிதம்பர ரேவண சித்தர் என்ற வீர சைவர். 'நல்ல சுப முகூர்தத்தில் இப்பெயரை இவர் இட்டிருத்தல் வேண்டும். ஏனென்றால் இப்பெயர்தாம் இப்பொழுது நிலைத்துவிட்டது' என்றார் எஸ். வையாபுரிப் பிள்ளை (*தமிழின் மறுமலர்ச்சி*, பக். 412; 1989). 'மன அகராதி' (*காகங்கள்*, பக். 625) என்பது சு.ரா.வின் தொடர்.
2. எண்ணிக்கையில் அதிக சொற்களை ஒரு பத்தியில் கையாண்டவர் பா. வேங்கடேசன். (*ராஜன் மகள்* சிறுகதைத் தொகுப்பு; 2002; காலச்சுவடு பதிப்பகம்).
3. ஜான்சன் என்ற பெயரை ஜாண்சன் என்று தென்கோடித் தமிழை ஒட்டியே சு.ரா. எழுதுகிறார். இன்னும் பாத்திரமும் கதை வழங்குகிறது. 'தொடை' என்ற உறுப்பைத் 'துடை' என்றதும் (*காகங்கள்* பக். 628) இவ்வாறே. 'தொடை' என்றும் எழுதுகிறார் (பக். 651). 'தோன்றியது' என்று பொருள்படும் 'தோன்றிற்று' என்னும் சொல்லாட்சியும் சு.ரா.விடம் உண்டு. 'இற்று' என்னும் இறந்த கால முடிபு அருகிவருகிறது.
4. சு.ரா.வின் சிறுகதைகளில் வேறு பிரதிகளின் ஊடாட்டமும் உண்டு. தொல்காப்பியம்கூட உண்டு. (*காகங்கள்*, பக். 584).

காலச்சுவடு 72, டிசம்பர் 2005

14

*தத்துவ தரிசன நெரிசல்களில் நீந்தும் உரைநடை
இளஞ்சேரல்

இரண்டாம் உலகப் போருக்குப் பிற்பாடு உலகம் நவீனக் கண்டுபிடிப்புகளின் வழியே சுழன்றது. இதில் சர்வதேச இலக்கியமும் கவிதையும் விடுதலையடைந்த நாடுகளின் புதுக் கட்டமைப்பு குறித்து எழுதவும் பேசவும் வேண்டியதாயிற்று. 2000க்குப் பிறகான சர்வ தேசியம், இந்திய எல்லை, தமிழ் மொழி வளமையின் சாத்தியம் நவீனத் தமிழ்க் கவிதையில் கைகூடியது.

புதிய இளைய தலைமுறையும் நவீன மரபை எளிதில் கைக்கொண்டு புதிதான திசைகளை எட்டியது. *காய சண்டிகை அடுத்த கட்டத் தொடர்ச்சிக்கான உத்திகளை வகுத்துள்ளது எனலாம்.*

தொன்மங்களின் மீதான பிரமாணமும் செவ்வியல் கலைப் பிரதிகளின் தாக்கமும் இவரது கவிதைகளில் பதிவாகியுள்ளன. தத்துவங்களின் முரணியக்கமும் இதிகாச மரபுகளின் பரிச்சயமும் நவீனத் தமிழ்க் கவிதைகளுக்கே உரிய இறுக்கமும் பூடகமான அர்த்தமும் அரூபமான வடிவங்களும் மிக இயல்பாக வந்துள்ளன.

மேலைத் தத்துவத்தின் தாக்கமும் இந்தியத் தத்துவ மரபின் தரிசனங்களும் மரபை மீறியும் மரபுடன் இணைந்த முதுமொழியுடனும் கலவையாக இத்தொகுப்பு உருவகம் பெற்றிருப்பது தனிச்சிறப்பு.

ஹிட்லர், காயசண்டிகை, பேனா – 1, பேனா – 2 கவிதைகள் வாழ்வின் மீதான ஏக்கப் பெருமூச்சுகள், துயரங்கள், இழப்புகள்,

---

* தத்துவ தரிசன நெரிசல்களில் நீந்தும் உரைநடை

பொருளியல் துன்பம் பற்றிப் பேசுகின்றன. இக்கவிதைகளில் கவிஞன் தன்னைக் கண்டடைதல் நிகழ்வையும் உணர முடிகிறது. இந்திய மொழிகளில் நவீனத்தன்மையுடனான கவிதை வடிவங்களின் அமைப்புகள் யாவும் நேரிடையான உரைநடை வழக்கு போலவே அமைந்துள்ளன. கவிதைகளுக்குள் கவிமணம் ஆக்ஞையில் துடிக்கின்ற பக்குவம் மட்டுமில்லை எனலாம்.

சமூக அரசியல், பண்பாட்டுத்தளம், கலாச்சாரச் சிக்கல்களிலும் அறிவியல் கோட்பாடுகளிலும் உள்ள இனம் புரியாத ஈடுபாடு இளங்கோ கிருஷ்ணனுக்கு ஏற்பட்டது வியப்பளிப்பதாகும். நிறுவனமயத்திற்கெதிரான தத்துவங்களின் நீட்சி குறித்தும் இன்று வானளாவ உயர்ந்துள்ள அறிவியல் தகவல் தொழில்நுட்பம், இணையம் என வளர்ந்துள்ள சமூகச் சூழலில் கவிதையின் வளர்ச்சி சிறப்பியல் என்னவாக இருக்க வேண்டும் என்றும் யோசித்துள்ளார்.

உரைநடைக் கவிதைகளில் செவ்வியல், காவிய வடிவங்கள் முதலியன அடர்த்தியுடனும் செய்நேர்த்தியுடனும் வந்துள்ளன. ‘ஒரு பூங்காவினுள் நுழையும் முன்’, ‘இடியட், ஊழியம் & கம்பெனி (பி) லிமிடெட்’, ‘சிங்காதி சிங்கம்’ கவிதைகளில் கலையம்சம் அமைந்துள்ளதைக் காண முடியும்.

எந்தவொரு பிரதியாக இருந்தாலும் முரணியக்கம் சார்ந்த நிகழ்வுகள் மீதான அபிப்பிராயம் நிச்சயமாக வேண்டும். தன் படைப்புகளுக்குள்ளே தன்னையே விமர்சனத்திற் குட்படுத்திக்கொள்கிறவனாகவும் இருக்க வேண்டும். கற்றுக் கொண்டு திருப்பி ஒப்பிப்பதல்ல கலை வடிவங்கள். இளங்கோ கிருஷ்ணன் தாலாட்டு, ஒப்பாரி, பழமொழி, விடுகதை மரபு ஆகிய மக்கள் வழக்காறுகளுக்கு மாற்றுப் புது வடிவங்களைத் தந்துள்ளார்.

சர்வதேசக் கவிதைகளின் மொழிபெயர்ப்புகளை நாம் வாசிக்கும் பொழுதும் இந்திய மொழிகளில் நவீனத் தன்மையுடனான கவிதை வடிவங்களின் அம்சங்களைக் காணும் பொழுதும் உரைநடையில் கவிதை மொழியை உருவாக்குகிற நிகழ்வு சாத்தியமாகிவருகிறது. நமது தமிழ்க் கவிதையில் பக்தி இலக்கியங்களின் மீது காட்டப்படும் விரோத மனப்பான்மை 2000க்குப் பிறகு பல தளங்களில் விமர்சிக்கப்படுகிறது. இளங்கோ அச்செவ்வியல் பிரதிகளிலும் தன் கவிதைகளை இழைய வைத்துள்ளார்.

ஒரு கவிதைத் தொகுப்பில் அதிகப்படியான சேகரிப்புகளை அடைத்து வைத்திருப்பது போலவே எதிர் விமர்சகர்களுக்குத்

தோன்றுவது தவிர்க்க முடியாது. ஆனால், வாசகன் எதிர்பார்க்கும் ஏதாவது ஒரு நெருடலை, அதிர்ச்சியை, ஒரு மீட்டுருவாக்கத்தை நிச்சயம் ஏற்படுத்தும். பிரதி வெளியான பின்பு வாசகர்களுடன் கொள்கிற உறவும் கேள்விகளும் எதிர்ப்பதங்களும் நமது நவீன தமிழ்க் கவிதை மரபிற்கு அவசியமாகிறது.

சகல விதமான இலக்கிய வடிவங்களின் பிரதிகளுக்குப் பரந்த அறிமுகமும் விமர்சன முகாம்களும் நிறுவப்படுமாயின் மேலும் படைப்பும் இயக்கமும் செழுமையடையும். தத்துவங்களை ஆழமாக அணுகவேண்டிய புதிரை விடுவித்துள்ளார் இளங்கோ கிருஷ்ணன்.

காலச்சுவடு 103, ஜூலை 2008

15

*தமிழ் நடைக் கையேடு

பா. மதிவாணன்

தற்காலத் தமிழ் உரைநடைச் சீர்மைக்கும் தெளிவுக்கும் சில நெறிமுறைகளைப் பரிந்துரைக்கும் வகையில் மொழியியலறிந்த தமிழறிஞர்களின் கூட்டு முயற்சியால் நிறுவனப் பின்னணியோடு ஒரு திட்டப்பணியின் விளைவாக வந்திருக்கும் கையேடு இது.

இதில் 1. நிறுத்தக் குறிகள் 2. சொற்களைச் சேர்த்தும் இடம் விட்டும் எழுதுதல் 3. சந்தி 4. சொல் தேர்வும் பொருள் தெளிவும் 5. எழுத்துப்பெயர்ப்பு 6. அடிக்குறிப்பும் துணைநூற்பட்டியலும் எனும் ஆறு பகுதிகள் உள்ளன.

இலக்கங்களை எண்ணாலும் எழுத்தாலும் எழுதுதல், ஆணாதிக்கம் காட்டாமல் எழுதுதல், பேச்சுத் தமிழை எழுத்தில் காட்டுதல், கணினி, மின்னஞ்சல் முதலியவற்றில் தமிழைப் பயன்படுத்துதல் ஆகியன பற்றி இக்கையேட்டில் சொல்லப்படவில்லை என முன்னுரையில் இதன் எல்லைகள் வரையறுக்கப்பட்டுள்ளன.

சமூக வாழ்வில் மொழி இன்றியமையாதது. பேச்சு மொழி இயல்பாகக் கைவரப் பெறுவது. எழுத்து மொழியை முயன்று கற்க வேண்டும். இருநிலை வழக்கு *(Diglossia)* மொழிகளாகிய தமிழ் போன்றவற்றின் எழுத்து நடையைக் கற்பது மேலும் கடினமானது. தமிழில் பேச்சுக்கும் எழுத்துக்கும் இடைவெளி மிகுதி.

பத்தொன்பதாம் நூற்றாண்டுக்கு முந்தைய தமிழ் வழக்கில் உரைநடை மிகக் குறைவு. எனவே மரபிலக்கணங்கள் பா வழக்கிற்கே முதன்மை தந்தன. பத்தொன்பதாம் நூற்றாண்டு தொடங்கி எழுத்தறிவுப் பரவலும் அச்சியந்திரப் பெருக்கமும் படிப்படியே உரைநடை வழக்கை மிகுவித்தன.

---

* தமிழ் நடைக் கையேடு, உருவாக்கம்: இந்திய மொழிகளின் நடுவண் நிறுவனம், மைசூர், மொழி அறக்கட்டளை, சென்னை, தமிழ்ப் பல்கலைக்கழகம், தஞ்சாவூர். மொழி வெளியீடு, சென்னை, 2001.

"பேப்பரில் இலக்கணக் குற்றங்களிருக்கின்றன. கண்டவ னெல்லாம் எழுத ஆரம்பிக்கிறான்" (சுதேசமித்திரன், 6.8.1886) என்று இதழியல் நடை பழம் பண்டிதத் தாக்குதலுக்குள்ளானது சுட்டிக்காட்டப்பட்டது. "படித்தவர்களும் படியாதவர்களும் விளங்கத்தக்க பாஷையில் எழுதி வருவோம்" (சிங்கைநேசன், 27.6. 1887) எனத் தத்தம் அளவில் வெகுசன ஊடகத் துறையினர் உரைநடை நெறிகளை வகுத்துப் புழங்க முற்பட்டனர்.

இருபதாம் நூற்றாண்டில் உரைநடை எல்லாத் துறைகளிலும் பாய்ச்சல் வேகத்தில் பரவியதோடு படைப்பிலக்கிய ஊடகமாகவும் தன்னை நிலைநாட்டிக் கொண்டுவிட்டது. கவிதைகளிலும் வசன கவிதை, புதுக் கவிதை வடிவங்கள் தோன்றிச் செல்வாக்கடைய நேர்ந்தது.

இதழியல் நடைக்கும் படைப்பிலக்கிய நடைக்குமிடையிலான முரண்பாடு மு. அருணாசலத்தின் 'இன்றைய தமிழ் வசன நடை' (1945) எனும் நூலை எதிர்கொண்ட புதுமைப்பித்தனின் வசைக் கவிதை மூலம் பிரபலமாயிற்று எனலாம்.

ஓரளவு எழுத்தறிவு பெற்ற பெரும் வாசகர் கூட்டத்தை உளங்கொண்டு எளிமையாக்கத்தின் எல்லையையும் மீறி மொழியைக் கையாண்ட 'தந்தி' (பின்னர் 'தினத்தந்தி')க்கெனச் சி. பா. ஆதித்தனார் உருவாக்கிய 'நாள் – தாள் எழுத்தாளர் கையேடு' இதழியல் நடைக்காக வெளிவந்த ஒரே கையேடு என்கிற வரலாற்று முக்கியத்துவம் வாய்ந்ததெனினும் அதன் தளமும் தரமும் காரணமாக அது பொதுப் பயன்பாட்டுக்குரியதாயில்லை.

1950களில் மதுரையிலிருந்து பேரளவு செந்தமிழ் நடையில் – விதிவிலக்காக – வெளிவந்த 'தமிழ்நாடு' நாளேட்டின் வார மலர்களில் அ. கி. பரந்தாமனார் எழுதிய தொடர், பின்பு 'நல்ல தமிழ் எழுத வேண்டுமா' எனும் நூலாகத் தொகுக்கப்பட்டு, அவ்வப்போது விரிவுபடுத்தப்பட்டுப் பல பதிப்புக் கண்டு இளநிலைப் பட்ட அளவிலான மாணவர்களுக்குப் பாடநூலாகவும் தமிழின் குறிப்பிடத்தக்க பொதுவான ஒரு நடைக் கையேடாகவும் இருந்து வருகிறது.

அண்மையில் (நவம்பர் 2000) ஈழத்தைச் சேர்ந்த க. சொக்கலிங்கம் – வாசுகி சொக்கலிங்கம் இணைந்தெழுதிய 'உரை நடைத் தெளிவு – ஓர் அறிமுகம்' எனும் நூலின் தமிழகப் பதிப்பொன்று வந்துள்ளது.

வல்லொற்று மிகுதல், மிகாமை பற்றி மட்டும் பொற்கோ, செம்பியன் முதலியோரின் நூல்கள் வந்துள்ளன.

ஆராய்ச்சி நெறிமுறைகள் பற்றிப் பொதுவாகவும், குறிப்பிட்ட பாடத்திட்டத்தையொட்டியும் சுமார் இருபது நூல்கள் தமிழில் உள்ளன.

இந்த வரிசையில் முந்தைய நூல்களைத் தன் அமைப்பொழுங்கால் விஞ்சியதாக வெளிவந்திருக்கிறது 'தமிழ் நடைக் கையேடு.'

உயிரோடு இயங்குகிற ஒரு மொழியை விதிகளுக்குள் அடக்கிவிட முடியாது; கூடாது. ஆனால் எந்த வரையறையுமின்றி ஒரு மொழி இயங்கவும் முடியாது. மொழி பற்றிக் குறைந்தபட்சம் பொறுப்புணர்ச்சியாவது வேண்டும் என்பதை ஏற்றுக்கொண்டால் இத்தகைய கையேடுகளின் இன்றியமையாமை புலப்படும். இக்கையேடு எதையும் விதியாகக் கூறாமல் பரிந்துரையாகத் தந்திருப்பது வரவேற்கத்தக்கது.

ஒவ்வொரு பகுதியிலும் உருப்படிகளை 1.1., 1.2... என எண்ணிட்டு வரிசைப்படுத்தியிருப்பது வைப்புமுறை ஒருங்கைக் காட்டுவதோடு ஒப்புநோக்கிற்கும் வசதியாயிருக்கிறது. இவ்வாறே சொற்களைச் சேர்த்தும் இடம்விட்டும் எழுதும் முறையை இட – வலப் பத்திகளாக அமைத்திருப்பதும், சந்தி விதிகளை அட்டவணைப்படுத்தியிருப்பதும் பயன்கொள்ள வசதியானவை.

தமிழில் எழுதுகிற யாவர்க்கும் இது பயன்தரும். குறிப்பாக வெகுசன ஊடகத் துறையினர் இக்கையேட்டு நெறிகளைக் கருத்தில் கொள்ளவேண்டும்.

"கையேட்டில் தரப்பட்டிருக்கும் தகவல்கள் கூடுதல் தரவுகளின் அடிப்படையிலும் பயன்படுத்துவோர் தெரிவிக்கும் கருத்துகளின் அடிப்படையிலும் பல மடங்கில் விரிவடையக் கூடியவை" (ப. 5) என முன்னுரை தெளிவுபடுத்திவிடுகிறது. ஆனால் நெறிமுறைகளில் மேன்மேலும் உட்பிரிவுகளைச் சேர்த்து விரிவாக்கும்போது, பயன்படுத்துவோர் அயர்ந்துபோக நேரலாம். எனினும், விரிவுபடுத்துவது அவசியமே.

சொற்களைச் சேர்த்தும் இடம் விட்டும் எழுதுதல் பற்றிய பகுதியில் வினையடி + பெயர் (1.7.1.) எனும் வினைத்தொகைகள் சேர்த்தும், பெயர் + வினையடி + பெயர் என அமைந்தால் முதலிலுள்ள பெயருடன் வினையடியைச் சேர்த்தும் எழுத வேண்டுமென்கிறது கையேடு. 'எலுமிச்சை ஊறுகாய்' முதலிய தொடர்களுக்கு இந்நெறி பொருந்தாது. புலியூர்க்கேசிகனின் 'அனுபவ வைத்தியம்' எனும் நூலில் 'காயக் குடிநீர்' என ஒரு மருந்து சொல்லப்பட்டுள்ளது. 'ஊறுகாய்', 'குடிநீர்' போன்ற வழக்குப் பயிற்சி மிகுந்த தொடர்களில் முதலில் உள்ள பெயர் தனியாகவும் பிந்தைய வினைத்தொகை சேர்த்தும் எழுதப்படுகிறது.

காயக் குடிநீர்   கடல் வாழ் உயிரினம்

என அண்மையுறுப்புகள் அமைகின்றன. பொருளுணர்வும், தொடரியல் அணுகுமுறையும் கொண்டு இவற்றை விளக்கலாம்.

துணை வினையை அல்லது துணை வினைகளைச் சேர்த்தெழுத வேண்டும் (1.8.) என்பதை விதியாகவே ஏற்கலாம். எளிமையாக்கத்தின் பேரால் 'பார்த்து இருக்கிறேன்', 'செய்து உள்ளார்' என்பன போன்ற தொடர்கள் அச்சில் வருகின்றன. உயிர் முதலாகிய துணை வினைகளை, 'பார்த்திருக்கிறேன்', 'செய்துள்ளார்' எனப் புணர்த்தெழுத வேண்டும். மெய் முதலாகிய துணை வினைகளைப் 'படித்துவிட்டேன்', 'வந்துதொலை' எனச் சேர்த்தெழுத வேண்டும். இக்கையேட்டின் எடுத்துக்காட்டுகள் இம்முறையை உணர்த்துகின்றன.

பேச்சின் செல்வாக்கால் எழுத்தில் பரவலாகக் காணப்படுகிற 'மட்டுமில்லாமல் ...' (2.22அ) வகைத் தொடரைச் சேர்த்தெழுத வேண்டும் (எ.கா: நேரில் சொன்னதோடு மட்டுமில்லாமல் கடிதமும் எழுதினான்) என்பது ஒருபுறமிருக்க இத்தகைய இடங்களில் 'மட்டுமல்லாமல்' என்பதே சரி என்ற கருத்தும் உண்டு.

எல்லாம், எல்லாரும், எல்லோரும் எனும் சொற்கள் எண்ணத் தகுவனவாயின் இடம் விட்டு எழுதப்படுகின்றன எனக் கொள்ளலாம் (2.35.).

'சந்தி' பற்றிய பகுதியில் சற்றே இலக்கணத்தை அறிமுகப்படுத்தலாம்.

'ஈ', 'தீ' போன்ற ஓரெழுத்துச் சொற்களின் பின்னும் வன்றொடர்க் குற்றியலுகரப் பெயர்ச் சொற்களின் பின்னும் ஒற்று மிகலாமென்கிறது கையேடு. மரபிலக்கணிகளும் இதனை ஏற்பர். என்றாலும், எழுவாய்த் தொடர் எதிலும் ஒற்று மிகாதென்பதைப் பொது விதியாகக் கொள்ளலாம்.

எ. கா. : தீ பரவட்டும், பட்டு துணி நெய்தாள் – எழுவாய்த் தொடர்கள்

தீப்பொறி, பட்டுத்துணி நெய்தாள் – வேற்றுமைத் தொடர்கள்

மிகுதியாக விரிவுபடுத்துவதற்குரிய பகுதி 'சொல் தேர்வும் பொருள் தெளிவும்' என்பதுதான். சொல்லின் தொனிப் பொருள் (1.13.) பற்றிய உட்பிரிவாய் 'உயிர் துறந்து கொண்டுள்ளார்' என்பதன் பொருந்தாமையைச் சுட்டி, 'உயிர்விட்டுக்கொண்டிருக்கிறார்கள்', 'உயிரிழந்து கொண்டிருக்கிறார்கள்' எனும் மாற்றுகள் தரப் பெற்றுள்ளன. 'செத்துக்கொண்டிருக்கிறார்கள்' என்பது ஆற்றல் வாய்ந்ததாயிருக்கும்.

அண்மைக் காலமாகத் தொலைக்காட்சி அறிவிப்புகளில் "ஒவ்வொரு திங்கட்கிழமை மாலை 6 மணிக்கு . . ." எனும் வகையிலான தொடர் காண்பிக்கப்படுகிறது. 'ஒவ்வொரு' என்று தொடங்கினால் திங்கட்கிழமையும் / மாலையும் / 6 மணிக்கும் –

என ஏதேனுமோரிடத்தில் 'உம்'மை இடம்பெற வேண்டும். மேலும் தரவுகள் திரட்டும்போது இத்தகைய தொடர்கள் பல தென்படலாம்.

எழுத்துப்பெயர்ப்பில் தமிழக, ஈழ முறைகளில் சில வேறுபாடுகள் உள்ளன. பிறமொழிச் சொற்களை அவரவர் உச்சரிப்புக்கேற்பப் பெயர்க்கின்றனர். கையேடு சொல்வதுபோல் அனைத்து நாட்டுத் தமிழ் எழுத்துப் பெயர்ப்பு முறை ஒன்றை உருவாக்கலாம்.

தமிழ் மரபுப்படி 'ண்ட்', 'ன்ற்' என்கிற மெய்ம் மயக்கங்கள்தாம் இயல்பானவை. ஆனால் 'சென்ட்', 'சிமென்ட்' முதலியன பெருவழக்காக உள்ளன.

nd – ண்ட், nt – ன்ற் எனச் சீர்மை பேணுவது மரபுக்கும் உகந்ததாயிருக்கும். தமிழகச் சூழலில் 'ன்ற் எனும் மெய்ம்மயக்க ஒலிப்பில் குழப்பமேற்பட வாய்ப்புண்டு.

பொருத்து / பொறுத்து (பக். 5, 8, 68) எனும் இரு வடிவங்களும் இக்கையேட்டில் இடம்பெற்றுள்ளன. 'அடுத்து பெயர்ச்சொல்' (ப.35) என ஓரிடத்தில் உள்ளது. இங்கு ஒற்று மிகுத்தோ காற்புள்ளியிட்டோ எழுதவேண்டும். வன்றொடர்க் குற்றியலுகரச் சொற்களின்பின், குறிப்பாக, 'பு'வில் முடிவனவற்றின் பின் ஒற்று மிகுத்தெழுதுவது பரவலாகக் காணப்படுவதாகக் கையேடு குறிப்பிடுகிறது (பக்.83). ஆனால், 'தலைப்பு போல்' (3.1.2., ப.13) எனச் சிறுபான்மை வழக்கு இடம்பெற்றுள்ளது.

"அச்சிடும்போது 'வீட்டிலிருந்து' என்ற சொல், வரியின் முடிவில் போதிய இடம் இல்லாதபோது 'வீட்டி' என்று முதல்வரியின் இறுதியிலும் அடுத்த வரியின் முதலில் 'லிருந்து' என்றும் பிரிக்கப்படலாம். அச்சிடும்போது சொற்களைப் பிரிக்கும் இந்த முறை குறித்து இந்தக் கையேட்டில் எதுவும் கூறவில்லை" (பக்.34) என்று குறிப்பிட்டிருந்தாலும் நிறுத்தக் குறிகள் பற்றிய பகுதியில் இணைப்புச் சிறு கோடிட்டு அத்தகைய சொற்களைப் பிரிக்கும் முறை கூறப்பட்டுள்ளது (16.1.4.).

'போன்றவைகளை' (பக்.120) எனும் வடிவத்தை விடவும் 'போன்றவற்றை' என்பது பொருத்தமாகத் தோன்றுகிறது.

தமிழில் அச்சுப்பிழையற்ற நூல்களைக் காண்பது அரிது. இக்கையேடு இதைச் சாதித்திருக்கிறது.

இக்கையேட்டை விரிவாக்கி வெளியிடும்போது நூலகப் பதிப்போடு மலிவுப் பதிப்பையும் வெளியிடலாம்.

காலச்சுவடு 40, மார்ச் – ஏப்ரல் 2002

16

மொழியியலும் இலக்கியத் திறனாய்வும்
எம்.ஏ. நுஃமான்

1

மொழியியல் மொழி பற்றிய விஞ்ஞானம் என மொழியியலாளர்களால் சுருக்கமாக வரையறுக்கப்படுகின்றது. மொழி பற்றிய எல்லா அம்சங்களும் மொழியியலின் ஆய்வுப் பரப்புக்குள் அடங்குகின்றன. இலக்கியம் ஒரு மொழிக்கலை என்ற வகையில் மொழியியலாளரின் அக்கறைக்குரிய அம்சங்களுள் ஒன்றாகின்றது. ஆயினும் மொழியியலாளரின் அக்கறை இலக்கியத்தைப் பொறுத்தவரை அதன் மொழிக்கு அப்பால் செல்வதில்லை.

இலக்கியத் திறனாய்வு இலக்கியத்தின் சகல அம்சங்களையும் விளக்குவதையும் மதிப்பிடுவதையும் அடிப்படையாகக் கொண்டது. ஒரு இலக்கியப் படைப்பு – ஒரு கவிதை, ஒரு நாவல் அல்லது ஒரு சிறுகதை – எவ்வாறு தொழிற்படுகின்றது; அதன் அழகியல் அம்சங்கள் எவை; அது தரும் உளவியல் தாக்கம் எத்தகையது; அதன் வடிவத்துக்கும் பொருளுக்கும் இடையில் உள்ள உறவு என்ன; அதன் கவர்ச்சி அல்லது கவர்ச்சியின்மையின் அடிப்படைகள் எவை; அதன் மொழி அமைப்பு எத்தகையது; ஒரு இலக்கியப் படைப்புக்கும் அது தோன்றிய சமூகத்துக்கும் இடையே உள்ள உறவு என்ன என்பன போன்ற கேள்விகளுக்கு இலக்கியத் திறனாய்வாளன் விடைகாண முயல்கின்றான். இவ்வகையில் இலக்கியத்தின் மொழி அவனுடைய அக்கறைகளுள் ஒன்று மட்டுமே எனலாம்.

மொழியியலுக்கும் இலக்கியத் திறனாய்வுக்கும் இடையில் உள்ள உறவு என்ன? மொழியியல் இலக்கியத் திறனாய்வுக்கு எவ்வாறு பயன்படும்? இவ்வினாக்களுக்கு முரண்பட்ட விடைகளே அளிக்கப்படுகின்றன. இரண்டும் வெவ்வேறு துறைகள்; இரண்டுக்கும் இடையே எவ்விதத் தொடர்பும் இல்லை; இலக்கியத் திறனாய்வுக்கு மொழியியலால் எவ்விதப் பயனும் இல்லை என்று

வாதிடுவோர் உள்ளனர். பிரபல ஆங்கில விமர்சகரான பேற்சன் (Bateson) இவ்வகையில் மொழியியலின் பயன்பாட்டைத் தீவிரமாக நிராகரித்துள்ளார். அவருடைய கருத்துப்படி, "மொழியியல் புறநிலையானது. ஆனால் இலக்கியம் அகநிலையானது. விஞ்ஞான முறையான அளவுகோல்களைக் கொண்டு கலையை மதிப்பிட முடியாது." பேற்சன் அளவு மொழியியலை முற்றாக நிராகரிக்காது இலக்கியத் திறனாய்வில் அதன் பயன்பாட்டை ஓரளவு ஏற்றுக்கொண்ட சில விமர்சகர்களும் உள்ளனர். *George Steiner, David Lodge, Rene Wellek* முதலியோர் இப்பிரிவுள் அடங்குவர். எனினும் இவர்களும் இலக்கியத் திறனாய்வில் மொழியியலின் பயன்பாட்டை ஓரளவு அவநம்பிக்கையுடனேயே நோக்குகின்றனர். "இதுவரை கிடைக்காத அளவு மொழியின் இயல்பு, செயற்பாடு ஆகியவை பற்றி அறிந்துகொள்வதற்கு நவீன மொழியியல் இலக்கியத் திறனாய்வாளனுக்கு மிகத் திருப்திகரமான சாதனங்களைத் தருகிறது" எனக் கூறும் டேவிட் லொஜ், நவீன மொழியியலின் பண்புகளுள் ஒன்று, அது தன்னை விஞ்ஞானம் என்று கருதுவது என்றும், இலக்கியத்தின் அடிப்படையான பண்பு மதிப்பீடுகளுடன் தொடர்புடையது என்றும், இந்த மதிப்பீடுகள் விஞ்ஞான முறைக்குக் கட்டுப்படாதவை என்றும் கூறுகிறார். இவருடைய கருத்து பேற்சனுடைய கருத்துடன் ஒத்துப்போகின்றது. இலக்கிய ஆய்வில் மொழியியலின் மிகப் பெரும் முக்கியத்துவத்தை ஆதரிப்பதில் நானே முதல் ஆளாக இருப்பேன் எனக் கூறும் றெனி வெல்லாக் மொழியியலின் பகுப்பாய்வு உத்திகளுக்குள் அகப்படாத சில இலக்கியக் கூறுகள் உள்ளன என்றும் கூறுகிறார்.

இலங்கையின் பிரசித்திபெற்ற இலக்கிய விமர்சகர்களுள் ஒருவரான றெஜி சிறிவர்த்தன, மொழியியல் மொழி பற்றிய ஒரு அரைகுறை விஞ்ஞானம் என்றும், சசூர், சொம்ஸ்கி போன்றோரின் மொழியியல் கோட்பாடுகள் விதிமுறைக்குட்பட்ட மொழியின் சில அம்சங்களை மட்டுமே கையாளத் தகுந்தன என்றும், ஆனால், மொழிப் பயன்பாடு மொழியியலைத் தாண்டிச் செல்கின்றது என்றும், இலக்கியத்தின் மொழிக் கூறுகளை விளக்க இக்கோட்பாட்டு மொழியியலால் இயலாது என்றும் வாதிட்டுள்ளார்.

இலக்கியத் திறனாய்வாளர்களின் இந்த எதிர்ப்பு ஒரு புறம் இருந்தபோதிலும், மொழியியலாளர்கள் தொடர்ந்து இலக்கியத்தை ஆய்வு செய்வதில் அக்கறைகாட்டி வந்துள்ளனர். அமெரிக்க அமைப்பு மொழியியலாளர்கள், மாற்றிலக்கணக்காரர் (*Transformational Grammarians*), பிறாக் மொழியியல் வட்டத்தினர், எம்.ஏ.கே ஹலிடே போன்ற செயற்பாட்டு இலக்கணக்காரர் (*Functional Grammarians*), செயற்பாட்டுப் பொருண்மையியல்

(Functional Semantics) துறையினர் முதலியோர் இலக்கிய ஆய்வில் பங்களிப்புச் செய்துள்ளனர். இவ்வகையில் றோமன் ஜகோப்சனின் இலக்கிய ஆய்வுகள் மிக முக்கியமானவை. இலக்கியம் தொடர்பான அவரது முக்கியமான கட்டுரைகள் 1987இல் *Language in Literature* என்னும் தலைப்பில் தொகுக்கப்பட்டன. மொழியியல் ரீதியான ஒரு இலக்கியக் கோட்பாட்டை வகுக்க அவர் முயன்றார். இலக்கியத்தை ஒரு மொழிக்கலை *(verbal art)* என்றே அவர் அழைத்தார். இவ்வகையில், மொழியியலும் கவிதை இயலும் *(Linguistics and Poetics)* என்ற அவரது கட்டுரை மிக முக்கியமானது.

"ஓவியம் பற்றிய பகுப்பாய்வு சித்திர அமைப்பைக் கவனத்தில்கொண்டிருப்பது போன்று கவிதையியல் மொழி அமைப்புப் பிரச்சினைகளுடன் சம்பந்தப்பட்டது. மொழியியல் மொழி அமைப்புப் பற்றிய ஒரு சர்வதேச அறிவியல் என்ற வகையில் கவிதையியல் மொழியியலின் ஒரு உள்ளார்ந்த பிரிவாகவே கருதப்படலாம்" என இக்கட்டுரையில் அவர் குறிப்பிடுகிறார்.

இன்று இலக்கியத் திறனாய்வு, இலக்கியக் கொள்கை பற்றி அக்கறை காட்டும் அமைப்பியல், பின் அமைப்பியல் சிந்தனையாளர்களும் மொழியியல் ஆய்விலிருந்தே தமது அணுகுமுறையைத் தொடங்குகின்றனர் என்பதும் இங்குக் குறிப்பிடத்தக்கது.

மொழியே தமது ஆய்வுப் பொருள் என்ற வகையில் இலக்கிய ஆய்வில் மொழியியலாளர் உரிமை கோருவது புரிந்துகொள்ளத்தக்கதே. ஒரு மொழியியலாளர் இலக்கியத் திறனாய்வாளராகவும் இருப்பதோ அல்லது ஒரு இலக்கியத் திறனாய்வாளர் ஒரு மொழியியலாளராகவும் இருப்பதோ இயல்பானதே. இது ஒரு மருத்துவர் ஒரு ஓவியராகவும், ஒரு ஓவியர் ஒரு மருத்துவராகவும் இருப்பது போன்றது. ஆனால் மருத்துவ விஞ்ஞானம் ஓவியக் கலையிலும் ஓவியக் கலை மருத்துவ விஞ்ஞானத்திலும் செல்வாக்குச் செலுத்துவதற்கான வாய்ப்புகள் இல்லை; அவை எவ்வகையிலும் உறவுடைய துறைகள் அல்ல; ஆனால் மொழியியலும் இலக்கியத் திறனாய்வும் அவ்வாறானவையல்ல. அவை நெருக்கமான வகையில் உறவுடையன. மொழியே இலக்கியத்தின் ஊடகம் என்ற வகையில் இலக்கியம் மொழியியலின் ஆய்வுப் பரப்புக்குள் அடங்கிவிடுகின்றது.

2

மொழியியல் நோக்கில் இலக்கியத்தை ஒரு மொழிக்கலை என வரையறுக்கலாம். வேறு எந்தக் கலை வடிவமும் மொழியை

ஒரு ஆக்கக் கூறாக, ஊடகமாகக் கொண்டிருக்க வேண்டிய அவசியம் இல்லை. சிற்பம், ஓவியம், நடனம், இசை, நாடகம், திரைப்படம் எதற்கும் மொழி ஒரு அத்தியாவசியக் கூறு அல்ல. ஆனால் மொழி இல்லாமல் இலக்கியம் இல்லை. மொழியே இலக்கியத்தின் ஊடகமாகும்.

மொழியை நாம் இலக்கியப் படைப்புக்கு மட்டுமின்றி வேறு பல தேவைகளுக்கும் பயன்படுத்துகின்றோம்.

அன்றாட உரையாடல், கடிதம், பத்திரிகைச் செய்தி, அறிவித்தல், விளம்பரம், விவரணக் கட்டுரை, ஆராய்ச்சிக் கட்டுரை, விகடத் துணுக்கு, கவிதை, சிறுகதை, நாவல்

இவையெல்லாம் மொழிப் பிரதிகள்தான். இவற்றுள் சிலவற்றை இலக்கியம் என்றும் சிலவற்றை இலக்கியம் அல்ல என்றும் வேறுபடுத்துகின்றோம். இவ்வேறுபாட்டின் அடிப்படை என்ன? கவிதை, சிறுகதை, நாவல் முதலியவற்றை இலக்கியம் என்றும் ஏனையவற்றை இலக்கியம் அல்ல என்றும் என்ன அடிப்படையில் வேறுபடுத்துகின்றோம்? எல்லாமே மொழிப் பிரதிகள் தானே? இவற்றுக்கிடையே வேறுபாடு உண்டா? அப்படியாயின் என்ன வேறுபாடு?

ஒரு மொழித் தகவலை ஒரு கலைப்படைப்பாக ஆக்குவது எது என்ற கேள்வியை றோமன் ஜகோப்சன் எழுப்புகிறார். கவிதை இயல், அடிப்படையில் இவ்வினா தொடர்பானதுதான் என்பது அவரது கருத்து. இதுபற்றிய விசாரணை இலக்கியத் திறனாய்வையும் மொழியியலையும் ஒரு புள்ளியில் ஒன்றிணைக்கின்றது எனலாம்.

ஒரு படைப்பாளி தான் வாழும் மொழிச் சமூகத்தில் வழக்கில் உள்ள பொதுமொழியையே பயன்படுத்துகிறான். அவனுக்கென்று ஒரு தனி மொழியை அவன் உருவாக்கவோ, பயன்படுத்தவோ முடியாது. அவ்வாறு பயன்படுத்தினால் அவனால் தன் படைப்பு மூலம் அந்த மொழிச் சமூகத்துடன் தொடர்புகொள்ள முடியாது. ஆயினும், பொது மொழியை ஊடகமாகக்கொண்டு அவன் படைக்கும் இலக்கியம், இலக்கியம் அல்லாத பிற மொழி பிரதிகளிலிருந்து வேறுபடுகின்றது. நாம் இந்த வேறுபாட்டை உணர்கின்றோம். இந்த வேறுபாட்டின் அடிப்படை எது?

இலக்கியம் என்பது உணர்ச்சிமொழி அல்லது அணி மொழி என்று பொதுவாகக் கூறப்படுகின்றது. உவமை, உருவகம், குறியீடு, யாப்பு, சந்தம் (எதுகை, மோனை) இவை இலக்கிய மொழிக்கு உரியவை, குறிப்பாகக் கவிதைக்கு உரியவை என்று பேசுகிறோம். ஆனால், இவை நமது சாதாரண, இலக்கியம் அல்லாத

மொழிப் பயன்பாட்டிலும் இடம்பெறுகின்றன. வானொலி, தொலைக்காட்சி, பத்திரிகை விளம்பரங்களின் மொழியை சற்று நோக்கினால் இத்தகைய கூறுகள் பலவற்றைக் காணலாம். அரசியல் ஊர்வலங்களில் எழுப்பப்படும் கோஷங்களில் நாம் இவற்றைக் காணலாம். நமது அன்றாட உரையாடலில் நாம் இத்தகைய கூறுகளை ஏராளமாகக் காணலாம். 'பெத்த வயிறு பத்தி எரியுது' என்ற ஒரு தாயின் கூற்று அணி மொழிதான்.

ஒரு இலக்கியப் படைப்பாளி பொது மொழியையே தன் படைப்புக்குப் பயன்படுத்துகிறான். எனினும், அந்த மொழி அமைப்பின் சாத்தியப்பாடுகளை உச்ச அளவில் பயன்படுத்தி அந்த மொழியின் மூலம் பிறிதொரு மொழியை உருவாக்குகிறான். அவ்வகையில் ஒரு இலக்கிய படைப்பு மொழியினால் ஆன மொழி எனலாம்.

ஒரு இலக்கியப் படைப்பை ஒரு முழுமையான, தன்னிறைவுள்ள ஒரு தனி மொழி அலகாகக் கொள்ள வேண்டும். அது ஒரு மூன்று வரிக் கவிதையாக இருக்கலாம்; முன்னூறு பக்க நாவலாக இருக்கலாம். ஒரே வாக்கியத்தால் ஆனதாக இருக்கலாம். அல்லது பல்லாயிரக்கணக்கான வாக்கியங்களால் ஆனதாக இருக்கலாம். சொல், சொற்றொடர், வாக்கியங்கள் தரும் பொருளும், அவை சேர்ந்து உருவாக்கும் இலக்கியப் படைப்பு வெளிப்படுத்தும் பொருளும் என்று இருதள அமைப்புடையதாக இலக்கியம் செயற்படுகின்றது. இவ்வகையில், இலக்கியப் படைப்புக்கு அதன் மொழி அமைப்பு, இலக்கிய அமைப்பு என இருதள அமைப்புகள் உள்ளன.

இலக்கியம் மொழியினாலேயே ஆக்கப்படுகின்றது. ஒலியன், உருபன், சொல், சொற்றொடர், வாக்கியம் என்ற கூறுகளால் ஆனது மொழி. இவற்றை மொழியின் வடிவக் கூறுகள் *(formal units)*என்போம். இந்த வடிவக் கூறுகள் மூலமே தொடர்பாடல் தகவல் அல்லது பொருண்மை வெளிப்படுத்தப்படுகின்றது. மொழி அர்த்தமுள்ள ஒரு சமூகச் செயற்பாடாக மாறுகின்றது. ஒரு இல்க்கியப் படைப்பாளி இந்த மொழிச் சாதனங்களைத் தனக்கு வேண்டியவாறு ஒழுங்கமைத்து இலக்கியப் படைப்பை உருவாக்குகின்றான். இவ்வாறு உருவாக்கப்பட்ட வடிவம் வாக்கியங்களின் பொருண்மையைத் தருவது மட்டுமல்லாமல் இலக்கியப் பிரதியின் பொருண்மைசார் உள்ளடக்கத்துக்கு ஒரு புதிய பரிமாணத்தையும் சேர்க்கின்றது. இவ்வாறு இலக்கியப் படைப்புக்கு இருதள அமைப்புக் கிடைக்கின்றது. ஒன்று எழுத்து, சொல், வாக்கியங்களால் ஆன அடிப்படை அமைப்பு. மற்றது, இவற்றின் ஒருங்கிணைப்பினால் கட்டப்பட்ட

முழுமையான இலக்கிய அமைப்பு. ஒரு படைப்பின் இலக்கிய அமைப்பு அது கட்டி எழுப்பப்பட்ட அடிப்படை அமைப்பை ஒதுக்கிவிடுவதில்லை. அந்த அடிப்படை அமைப்பின் ஊடாகவே நாம் இலக்கிய அமைப்புக்குள் பிரவேசிக்கின்றோம். இதை நான் ஒரு உதாரணத்தின் மூலம் விளக்கலாம். மூன்று மொழித் தகவல்களை இதற்காக நான் பயன்படுத்த விரும்புகிறேன்.

(1) எவ்வளவு சிரமமான வாழ்க்கை எனினும் கணவனுடன் வாழும் வாழ்வே ஒரு பெண்ணுக்குச் சிறந்தது.

இவ்வாக்கியம் தரும் பொருளை ஆணாதிக்க சமூகத்தின் குரல் என்று நாம் வாதிடலாம்; இது பற்றிப் பெண் விடுதலை நோக்கில் நாம் விமர்சிக்கலாம். இக்கூற்றின் இன்றைய ஏற்புடைமை பற்றி நான் இங்குப் பேசவில்லை. இதன் மொழி அம்சத்தையே நான் கவனத்தில் கொள்கின்றேன். இது ஒரு கூற்று; ஒரு மொழித் தகவல். இது ஒரு வாக்கியத்தால் அமைந்தது. இவ்வாக்கியத்தில் பத்து சொற்கள் உள்ளன. சொற்களின் நேர் பொருளில் இருந்து இவ்வாக்கியத்தின் நேர் பொருள் நமக்குக் கிடைக்கின்றது. இதனை மொழியின் நேர் பயன்பாடு எனலாம். இனி, இரண்டாவது வாக்கியத்துக்கு வருவோம்.

(2) ஆனையில ஏத்திவாற அரசன் சோத்தைவிட
   பூனையில ஏத்திவாற புருசன் சோறுமேல்

இதுவும் ஒரு கூற்று, ஒரு மொழித் தகவல்தான். இதுவும் ஒரே வாக்கியத்தால் ஆனது. இதில் பன்னிரண்டு சொற்கள் உள்ளன. முதல் வாக்கியத்துக்கும் இதற்கும் இடையே பொருள் அடிப்படையில் உறவு உண்டு. ஆனால் இரண்டினது கட்டமைப்பும் வேறானது. இரண்டாவது வாக்கியம் இரண்டு எதிர் எதிர் படிமங்களை முன் வைக்கின்றது.

(1) ஆனையில ஏத்தி வரும் அரசன் சோறு
(2) பூனையில ஏத்தி வரும் புருசன் சோறு

ஆனை – பூனை அரசன் – புருசன்

ஒன்றோடு மற்றதை ஒப்பு நோக்கி பெரியதைவிடச் சிறியதைத் தேர்கிறது. இரண்டு படிமங்களும் உண்மை நிகழ்வுகளின் விவரணம் அல்ல. முற்றிலும் புனைவு சார்ந்தது என்பதை நாம் புரிந்துகொள்ள முடியும். இந்தப் புனைவு ஒரு நேர் பொருளையும் ஒரு மறை பொருளையும் இதற்குத் தருகின்றது. இதனையே நாம் அணிமொழிப் பயன்பாடு என்போம். முதல் வாக்கியத்தில் இந்தப் புனைவு இல்லை. சொற்களின் நேர் பொருள் மட்டுமே உண்டு. முதல் வாக்கியத்தை நாம் ஒரு இலக்கிய ஆக்கமாகக் கருதுவதில்லை. ஆனால் இரண்டாவது வாக்கியத்தை ஒரு இலக்கிய ஆக்கமாகக் கருத முடியும்.

இனி, இதை ஒத்த ஒரு சங்கக் கவிதையை நோக்கலாம்.

(3) அன்னாய் வாழிவேண் டன்னை நம் படப்பைத்
    தேன் மயங்கு பாலினும் இனிய அவர் நாட்டு
    உவலைக் கூவற் கீழ
    மான் உண்டு எஞ்சிய கலுழி நீரே.

(ஐங்குறு நூறு)

தெளிவுக்காக இதைத் தற்காலத் தமிழில் பின்வருமாறு மொழிபெயர்க்கலாம்.

அன்னையே வாழ்க, கேளாய் இதனை
நமது தோட்டத்து நறிய தேன் கலந்த
பாலினும் இனியதே காதலர் நாட்டு
சருகுகள் மண்டிய பூவலில்
விலங்கு குடித்து எஞ்சிய கலங்கிய நீரே.

இதுவும் ஒரு கூற்று, ஒரு மொழித் தகவல்தான். ஒரு பாத்திரத்தின் (தலைவியின்) கூற்றாக அமைகின்றது. இதை ஒரு கவிதை, ஒரு இலக்கியப் படைப்பு என்று சொல்கிறோம்.

இதில் நாம் மூன்று அமைப்புகளைக் காண முடியும்.

1. இலக்கண அமைப்பு அல்லது வாக்கிய அமைப்பு.

இலக்கண அமைப்பு அடிப்படையில் இதில் மூன்று வாக்கியங்கள் உள்ளன.

1. அன்னாய் வாழி (வாழ்த்து)

2. வேண்டு அன்னை (வேண்டுகோள்)

3. நம் படப்பை . . . கலுழி நீரே (கூற்று)

இருபது சொற்கள் உள்ளன. இதற்கு மேலாக இலக்கண அமைப்பு பற்றிய விபரம் இங்குத் தேவை இல்லை.

2. யாப்பு அமைப்பு அல்லது செய்யுள் அமைப்பு

யாப்பு அடிப்படையில் இது ஒரு அகவல். 20 சொற்களும் 15 ஈரசைச் சீர்களாக அமைகின்றன. மொத்தம் 4 அடிகள். கடைசிக்கு முதல் அடியில் 3 சீர். ஏனைய அடிகள் 4 சீர் கொண்டவை. இறுதிச் சீர் ஏகாரம் கொண்டு முடிகின்றது. இவ்வகையில் இது ஒரு நேரிசை ஆசிரியப்பா.

3. கவிதை அமைப்பு

இக்கவிதை தலைவி கூற்றாக அமைகின்றது. தலைவி தன் காதல் அனுபவத்தை, தலைவன் மீது தனக்குள்ள ஆழ்ந்த பற்றுதலை

செவிலித்தாய்க்கு அல்லது தோழிக்குக் கூறுகிறாள். இரண்டு எதிர் எதிர் படிமங்களில் தன் அனுபவத்தை விவரிக்கிறாள். ஒன்று பிறந்தகத்து வளத்தை உணர்த்தும் தேன் கலந்த பால்; மற்றது தலைவன் நாட்டு நீர்க்கேணியில் விலங்குகள் குடித்து எஞ்சிய கலங்கிய நீர். முன்னையதை விட பின்னையது தனக்கு இனிமையானது என்ற ஒப்பீடு. இந்த ஒப்பீட்டில் இரண்டாவது உதாரணத்தில் உள்ளது போன்ற புனைவு இல்லை. (ஆனையில் ஏற்றிவரும் அரசன் சோறு, பூனையில் ஏற்றி வரும் புருசன் சோறு). நடைமுறை அனுபவத்துக்கு ஒத்ததாக உள்ளது. வளமான பிறந்தகத்து வாழ்வை விட வளமற்ற தலைவனகத்து வாழ்வில் தலைவிக்கு உள்ள திருப்தியை இந்த ஒப்புமை மூலம் உணர்த்துகிறாள்.

இக்கவிதை பற்றிய ஏ.கே. ராமானுஜனின் வாசிப்பு சுவையானது. அவருடைய வாசிப்பின்படி இது தலைவியின் முதல் பாலியல் அனுபவம் பற்றிய கவிதை. வீட்டில் கிடைக்கும் தேன் கலந்த பாலைவிட சருகுகள் மண்டிய, விலங்குகள் கலக்கிய நீர்க்கேணி மிகுந்த பரவசம் தருவது பற்றிய அவளது கண்டுபிடிப்பைக் கூறும் கவிதை. தேன், பால், பண்பாடு, ஒழுங்குமுறை அனைத்தையும் விட்டு அவள் விலங்குகள் சேறாக்கிய இயற்கை நீரை அருந்தச் செல்கிறாள். கவிதை, தாயின் மடியைவிட்டு அவளது தலைவனின் பாலியல் உலகுக்குள் பிரவேசிக்கின்றது. அவளது தோட்டமும் தலைவனது நாடும் இரு நிலைகளை, இருவித மனிதர்களைச் சித்திரிக்கின்றன. தலைவனது நாடு தலைவனையே போன்றது. இன்னும் ஒரு கோணத்தில் தலைவி தானே நீர்க்கேணியாக இருக்கிறாள். தலைவன் மகிழ்ச்சியான விலங்கு. அந்த விலங்கு நீர்க்கேணியைக் கலக்கி அருந்த அவள் மகிழ்வுறுகிறாள். இவ்வாறு ஒரு சிறிய கவிதை நாம் அதற்குள் செல்லும்போது பல விசயங்களைச் சொல்கிறது.

முதலாவது உதாரணத்தில் மொழிக் கூறுகள் (சொற்களும் வாக்கியமும்) நேர்பொருளை மட்டும் தருகின்றன. இரண்டாவது, மூன்றாவது உதாரணங்களில் அவை நேர் பொருளின் அடிப்படையில் மறை பொருள் அல்லது உள்ளுறை பொருள்களின் ஒரு அடுக்கினை உருவாக்குகின்றன. அதனாலேயே இம்மொழித் தகவல்கள் இலக்கிய ஆக்கங்களாகவும் அமைகின்றன. இவ்வகையிலேயே ஒரு கவிதை அல்லது வேறு ஒரு இலக்கியப் படைப்பு மொழியினால் கட்டமைக்கப்படும் பிறிதொரு மொழியாக அமைகின்றது.

ஃபேடினன் டி சசூர் மொழியைக் குறிகளின் ஒரு ஒழுங்கமைப்பாக *(Language as a system of signs)* விளக்குவார்.

அவ்வகையில் மொழியியலைக் குறியியலின் ஒரு பிரிவாகவே அவர் கருதுவார். இவ்வகையில் ஓர் இலக்கியப் படைப்பைக் குறிகளால் ஆன ஒரு குறி என விளக்கலாம். மொழியினால் கட்டமைக்கப்படும் மொழி என்பதும், குறிகளால் ஆன குறி என்பதும் இலக்கியத்தின் ஓர் அம்சத்தையே விளக்குகின்றன. அதாவது மொழிக் கூறுகளே இலக்கியத்தின் அடிப்படை. அந்த அடிப்படையில் கட்டப்படும் இலக்கியம் தனக்கென்று சுயாதீனமான அமைப்பைக் கொள்கின்றது. இந்த அமைப்பு பல்வேறு பொருள்தள விரிவுக்கு வழிவகுக்கக் கூடியது. ஆயினும், மொழிப் பயன்பாட்டின் பல்வேறு சாத்தியப்பாடுகளே இதற்கும் அடிப்படையாக அமைகின்றன என்பதையும் நாம் மனங்கொள்ள வேண்டும்.

3

றோமன் ஜகோப்சன் மொழியின் ஆறு வகைச் செயற்பாடுகள் பற்றி விளக்குகிறார். இவற்றுள் முதலாவதும் அடிப்படையானதும் சுட்டுச் செயற்பாடு *(Referential function)* ஆகும். இதை மொழியின் நேர்செயற்பாடு என்றும் கூறலாம். பால் வெள்ளை நிறம், இலங்கை ஒரு தீவு, நான் கொழும்புக்குப் போகிறேன் போன்ற கூற்றுகள் இத்தகையன. இரண்டாவது, உணர்ச்சிச் செயற்பாடு *(Emotive function)*. பேசுவோர் எதைப் பற்றிப் பேசுகிறாரோ அது பற்றிய அவரது மனப்பாங்கின், மனநிலையின், உணர்ச்சியின் வெளிப்பாடாக மொழி அமைவதை இது குறிக்கும். கோபம், மகிழ்ச்சி, துக்கம், வெறுப்பு போன்ற உணர்வுகள் வெளிப்படும்போது மொழி அதற்கேற்ப வடிவம் பெறுகின்றது. மூன்றாவது தூண்டல் செயற்பாடு *(Conative function)*. இது ஏவல், விளிப் பொருள்களில் மொழி பயன்படுவதைக் குறிக்கும். ஏவல் வாக்கியங்களின் இலக்கண அமைப்பு ஏனைய வகைகளில் இருந்து வேறுபடும். நான்காவது, உரை தொடர்ச் செயற்பாடு *(Phatic function)*. தொடர்பாடலைத் தொடங்க, நீடிக்க, துண்டிக்க அல்லது கவனத்தை ஈர்க்க, தொடர்பாடல் சரியாக நடைபெறுகின்றதா என்பதைத் தீர்மானித்துக்கொள்ள சில மொழித் தகவல்களை நாம் பயன்படுத்திக்கொள்கிறோம். எப்படி, சுகமா? இன்றைக்கு மழை பெய்யும் போல, சரியான வெய்யில், இல்லையா? நான் சொல்வது விளங்குதா போன்ற வாக்கியங்கள் உரையாடலில் இவ்வாறு செயற்படுகின்றன. ஐந்தாவது, கருவிச் செயற்பாடு *(Matalingual function)*. மொழியைப் பற்றிப் பேசுவதற்கு மொழியைப் பயன்படுத்துவதை இது குறிக்கும். இலக்கண நூல்களில் மொழி இவ்வாறே பயன்படுகின்றது. அன்றாட மொழிப் பயன்பாட்டிலும் இதைக் காண்கின்றோம். அன்றாடப் பேச்சில் நாம் பயன்படுத்தும் சொற்பொருள் விளக்கங்கள் எல்லாம் இதன்பாற்பட்டனவே. உதாரணமாக 'குதிரை ஓடுவது என்றால் என்ன?' என்று ஒருவர்

கேட்க, 'குதிரை ஓடுவது என்றால் பரீட்சையில் ஆள்மாறாட்டம் செய்வது' என்று ஒருவர் விளக்குவது இத்தகையது. இங்கு மொழியை மொழியால் விளக்குகிறோம். அகராதி விளக்கங்களும் இத்தகையனவே. ஆறாவது, கவித்துவச் செயற்பாடு *(Poetic function)*. இது தகவலைக் குவிமையமாகக் கொண்டது. இச்செயற்பாடு தகவலின் வெளிப்பாட்டு முறை சார்ந்தது. குறிகளின் தெளிவினை மேம்படுத்துவதன் மூலம் குறிகளுக்கும் பொருள்களுக்கும் இடையில் உள்ள அடிப்படையான இருமைத்தன்மையை ஆழப்படுத்துகின்றது. இச்செயற்பாடு கவிதை, இலக்கியத்தில் மட்டும் காணப்படுவதில்லை.

ஜகோப்சன் இந்த ஆறு மொழிச் செயற்பாடுகளுக்கும் இடையே ஒரு படிநிலை உறவைக் காண்கின்றார். மொழித் தொடர்பாடலின் அடிப்படைக் கூறுகளான பேசுவோர், கேட்போர், பேச்சுச் சூழல், தகவல், தொடர்பு, குறி ஆகியவற்றுடன் இந்த ஆறு செயற்பாடுகளையும் தொடர்புபடுத்துகிறார். அவ்வகையில் மேற்குறிப்பிட்ட ஆறு செயற்பாடுகளுக்கும் பின்வரும் அமைப்பைத் தருகிறார்.

சுட்டு
உணர்ச்சி கவித்துவத் தூண்டல்
உரைத்தொடர்
கருவி

ஜகோப்சனின் கருத்துப்படி மொழியின் கவித்துவச் செயற்பாடு மொழிக் கலையின் ஒரே செயற்பாடு அல்ல. அது ஆதிக்கமுடைய தீர்மானிக்கும் செயற்பாடு மட்டுமே. ஏனைய எல்லா மொழி நடத்தைகளிலும் அது ஒரு துணை உறுப்பாகச் செயற்படுகின்றது. மொழியின் பொதுவான பிரச்சினைகளைத் தொடாமல் கவித்துவச் செயற்பாடு பற்றி ஆராய முடியாது. மறுவகையில் மொழி பற்றிய பரிசீலனை அதன் கவித்துவச் செயற்பாடு பற்றிய முழுமையான கவன ஈர்ப்பை வேண்டி நிற்கிறது.

ஆறு வேறுபட்ட மொழிச் செயற்பாடுகளை இனங் காணக் கூடியதாக உள்ளபோதிலும் ஒரு செயற்பாட்டை மட்டும் கொண்ட மொழித் தகவல்கள் எவற்றையும் நாம் காண்பது அரிது என்றும், இந்த வேறுபாடு பல்வேறு செயற்பாடுகளில் ஏதோ ஒன்றின் ஏகபோகத்தில் அன்றி, செயற்பாடுகளின், வேறுபட்ட ஒரு படிமுறை ஒழுங்கிலேயே தங்கியுள்ளது என்றும் ஜகோப்சன் கூறுகிறார். ஒரு தகவலின் மொழி அமைப்பு பிரதானமாக அதன் முதன்மையான செயற்பாட்டில் தங்கியுள்ளது என்றும் அவர் கூறுகிறார்.

ஒரு மொழிக் கலையில் – அது கவிதை, சிறுகதை, நாவல் அல்லது வேறு எதுவாயினும் – மொழியின் கவித்துவச் செயற்பாடு மேலாதிக்கம் பெற்றிருக்கும் அதே வேளை மொழியின் அனைத்துச் செயற்பாடுகளும் அதில் இடம் பெற முடியும் என்பதையும் நாம் இங்கு மனங்கொள்ள வேண்டும். கவிதையை விடச் சிறுகதை, நாவல் போன்ற இலக்கிய வடிவங்களில் நாம் இதைப் பெருமளவு காணலாம். இவ்வகையில் இலக்கியத்தின் மொழியை மொழியின் கவித்துவச் செயற்பாட்டை ஆதிக்க அம்சமாகக் கொண்ட மொழி என நாம் வரையறுக்கலாம்.

4

ஒரு விசேட துறை சார்ந்த மொழிப் பயன்பாட்டை மொழியியலாளர் *Discourse* என்பர். தமிழில் இதைக் குறிக்க சொல்லாடல் என்பது வழக்குக்கு வந்துவிட்டது. இலக்கியத்தின் மொழியை நாம் இலக்கியச் சொல்லாடல் எனலாம். நாம் பொதுவாக சாதாரணச் சொல்லாடலில் இருந்து இலக்கியச் சொல்லாடலை வேறுபடுத்தி நோக்குகின்றோம். ஆனால் சாதாரணச் சொல்லாடலிலும் இலக்கியச் சொல்லாடலின் கூறுகள் பெரிதும் இடம்பெறுவதால் இவை இரண்டில் இருந்தும் வேறுபட்ட நேர் சொல்லாடல் என ஒன்றை அமைத்துக்கொள்வது இலக்கிய ஆய்வில் உபயோகமானது என சிப்பர் (Chibber) கருதுகிறார்.

இங்கு நேர் சொல்லாடல் என்பது சொல், சொற்றொடர், வாக்கியம் என்பவற்றில் நேர்பொருளை மட்டும் கொண்டுள்ள மொழி என வரையறுக்கலாம். இது ஒரு கோட்பாட்டுரீதியான கட்டமைப்பு மட்டுமே. இங்கு மொழிக் குறிகள் அவற்றின் நேர் பொருளில் மட்டும் பயன்படுத்தப்படும். இது மொழியின் சுட்டுச் செயற்பாட்டால் தீர்மானிக்கப்படுவது எனலாம். இதற்கு மறுதலையில் மொழியின் கவித்துவச் செயற்பாட்டால் தீர்மானிக்கப்படுவது இலக்கியச் சொல்லாடல் எனலாம்.

> எனக்குக் கடுமையாகப் பசிக்கிறது.
> சன்னல்களூடாகப் பெண்கள் மகிழ்ச்சியோடு பார்த்துக் கொண்டிருந்தார்கள்

இவற்றை நேர் சொல்லாடல் என்றால்,

> என் சிறுகுடலைப் பெருங்குடல் தின்னுது
> சாரளம் தோறும் பூத்தன தாமரை மலர்கள்

என்பவற்றை இலக்கியச் சொல்லாடல் எனலாம் நேர் சொல்லாடலை மையப்புள்ளியாகக் கொண்டால், ஏனைய சொல்லாடல்களை அதிலிருந்து விலகிச் செல்வனவாக விளக்கலாம். இதைப் பின்வரும் படம் விளக்குகிறது.

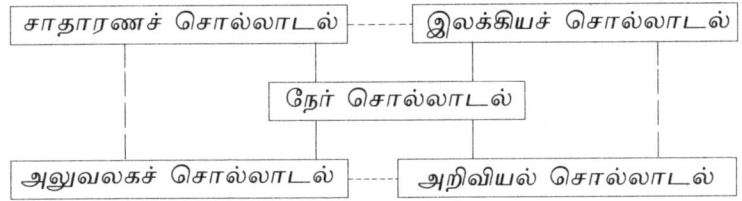

நான் ஏற்கனவே விளக்கியது போல இலக்கியச் சொல்லாடலில் எல்லாவகையான சொல்லாடல்களும் இடம்பெறும் வாய்ப்பு உண்டு. ஏனெனில் இலக்கியம் முழுமொத்தமான மனித அனுபவங்களையும் உள்ளடக்குவது. ஆயினும் அது நேர் சொல்லாடலில் இருந்து பெருமளவு விலகிச் செல்லும் இயல்புடையது.

இவ்வாறு விலகும்போது நேர் சொல்லாடலின் இலக்கண அமைப்பைவிட, பொருண்மை அமைப்பில் இருந்தே அது பெரிதும் விலகுகின்றது. சொல்லுக்கும் பொருளுக்கும் இடையிலான நேர் தொடர்பைத் துண்டித்துக் கொண்டு அது வெளியே சஞ் சரிக்கின்றது.

இலக்கியச் சொல்லாடல் நேர் சொல்லாடலில் இருந்து பொருண்மை அமைப்பில் பெரிதும் விலகுகின்றது எனப் பார்த்தோம். நோம் சொம்ஸ்கி இலக்கணம் பொருண்மையில் இருந்து சுயாதீனமானது *(Grammar is independent from semantics)* என்ற கருத்தை வலியுறுத்துகிறார். இதை நிறுவ அவர் பயன்படுத்தும் புகழ்பெற்ற உதாரணம் பின்வருமாறு.

Colourless green ideas sleep furiously

(நிறமற்ற பச்சை நிற எண்ணங்கள் மூர்க்கமாகத் துயில்கின்றன)

இவ்வாக்கியம் இலக்கணரீதியில் ஏற்றுக்கொள்ளத்தக்கது என்றும் பொருண்மைரீதியில் அர்த்தமற்றது என்றும் அவர் கூறுவார். சொம்ஸ்கி பெரும்பாலும் நேர் சொல்லாடலை அடிப்படையாகக் கொண்டே தன் இலக்கணக் கோட்பாட்டை வகுத்தார். அவரது இலக்கணம் இத்தகைய வாக்கியங்களை வெளி ஒதுக்கிவிடும்.

ஜகோப்சன் போன்றவர்கள் சொம்ஸ்கியின் இக்கருத்தை ஏற்றுக்கொள்வதில்ல. இலக்கியத்தில் இத்தகைய வாக்கியங்கள் இடம்பெறலாம். அங்கு அவை பொருளுடையதாக இருக்கலாம் என்று வாதிடுவர். இவற்றின் பொருள் அவை இடம்பெறும் சந்தர்ப்பத்தைப் பொறுத்தது. நேர் சொல்லாடலில்

அர்த்தமற்றதாகத் தெரியும் வார்த்தைக் கோவைகள் இலக்கியச் சொல்லாடலில் அவை இடம்பெறும் சந்தர்ப்ப சூழலைப் பொறுத்துப் பொருள் பெறும்.

அந்தி வானத்தின் சூரிய ஒளி ஒரு இன்ப வேதனை நிறத்தில் தோன்றியது.

இவ்வாக்கியம் சொம்ஸ்கியின் உதாரண வாக்கியத்தை ஒத்ததே. ஆனால் மௌனியின் சிறுகதையில் (மனக்கோலம்) இது அர்த்தமுடையது.

பொருளற்ற ஒலிக் கோலங்களும் இலக்கியச் சொல்லாடலில் பொருளுடையதாவதைக் காண்கின்றோம். 'லங்குறு சிம்பிரி சாலா' இதற்கு ஒரு நல்ல உதாரணமாகும். இப்பொருளற்ற கூற்று நா. சுந்தரலிங்கத்தின் விழிப்பு நாடகத்தில் வரும் நேர்முகப் பரீட்சைக் காட்சியில் இடம்பெறுகிறது. பிரதான பரீட்சகர் தொழில் தேடி வருவோரிடம் இதைக் கேட்கிறார். நேர்முகப் பரீட்சையின் அபத்தத்தை இப்பொருளற்ற கூற்று மிகத் தாக்கமாக வெளிப்படுத்துகின்றது.

இவ்வாறு ஒரு மொழிக்கூற்று அது இடம்பெறும் மொழிச் சந்தர்ப்பம், உரையாடற் சந்தர்ப்பம் என்பவற்றைப் பொறுத்துப் பொருளேற்றம் பெறும். இதனை சந்தர்ப்பமயமாக்கல் என்பர்.

ஒரு மொழிக்கலை அல்லது இலக்கியப் படைப்புக்குக் குறைந்த பட்சம் இருதள அமைப்பு உண்டு என்று பார்த்தோம்.

1. அடிப்படை அமைப்பு – சொல், தொடர், வாக்கிய அமைப்பு அதாவது இலக்கண அமைப்பு.

2. கவித்துவ அமைப்பு – குறிப்பிட்ட இலக்கிய வடிவத்தின் கட்டமைப்பு.

ஒரு மொழியியலாளர் ஒரு இலக்கியப் படைப்பின் அடிப்படை அமைப்புடன் மட்டும் நின்றுகொள்ளக் கூடும். அந்த இலக்கியப் படைப்பின் மொழியை மட்டும் அவர் ஆய்வுப் பொருளாகக் கொள்ளக்கூடும். பத்துப்பாட்டின் மொழி, சிலப்பதிகாரத்தின் மொழி, கம்பராமாயணத்தின் மொழி என அவர் பகுப்பாய்வு செய்யலாம். அதை ஒரு இலக்கியப் படைப்பாக அவர் பொருட்படுத்தத் தேவை இல்லை. தன் மொழி ஆய்வுக்கான ஒரு மூலமாக மட்டுமே அவர் அப்படைப்பைக் கருதலாம். இத்தகைய ஆய்வு இலக்கியத் திறனாய்வின்பாற்பட்டதல்ல. ஆயினும், இந்த ஆய்வின் முடிவுகளை ஒரு திறனாய்வாளர் பயன்படுத்த முடியும். குறிப்பிட்ட படைப்பின் அல்லது குறிப்பிட்ட ஆசிரியரின் நடையியல் பண்புகளைத் தீர்மானிக்க இது அவருக்கு உதவ முடியும்.

ஒரு மொழியியல் திறனாய்வாளர் ஒரு படைப்பின் அடிப்படை அமைப்புக்கும் அதன் கவித்துவ அமைப்புக்கும் இடையே உள்ள உறவில் அதிக அக்கறை காட்டுவார். ஒரு குறிப்பிட்ட படைப்பின் கவித்துவ அமைப்பு அதன் மொழி அமைப்பை எவ்வாறு தீர்மானிக்கின்றது, அடிப்படை மொழி அமைப்பின் என்ன என்ன கூறுகள் அதன் கவித்துவ அமைப்பைத் தீர்மானிக்கின்றன போன்ற விடயங்களைக் கண்டறிய அவர் முயல்கிறார். இவ்வாறு ஒரு மொழியியலாளர் ஒரு படைப்பின் கவித்துவ அமைப்புக் குறித்து அக்கறை செலுத்தும்போதே மொழியியல் திறனாய்வாளராகின்றார்.

5

இலக்கியம் ஒரு மொழிக் கலை என்ற வகையில் மொழியியல் அதை எவ்வாறு நோக்குகின்றது என இதுவரை பார்த்தோம். பிற அறிவுத் துறைகளைப் போன்றே மொழியியலும் ஒருமுகப்பட்டதல்ல. அதற்குள்ளும் பல கோட்பாடுகளும், அணுகுமுறைகளும், பிரிவுகளும் உள்ளன. அவ்வகையில் மொழியியலும் இலக்கியத் திறனாய்வும் பற்றிப் பேசும்போது ஏதாவது ஒரு மொழியியல் கோட்பாட்டை எடுத்துக்கொண்டு இலக்கியத் திறனாய்வில் அது எவ்வாறு பயன்படுகின்றது அல்லது பயன்பட முடியும் என ஆராய்வதை விடுத்து வெவ்வேறு மொழியியல் கோட்பாடுகள் முன்வைத்துள்ள சில முக்கியமான கருத்தாக்கங்கள் எவ்வாறு இலக்கியத் திறனாய்வில் பயன்பட முடியும் என்பதை இனிச் சுருக்கமாக நோக்கலாம்.

இவ்வகையில் சசூரின் இரண்டு கருத்தாக்கங்கள் முக்கிய மானவை.

1. மொழிக் குறி (Linguistic Sign)

2. அகமொழியும் புறமொழியும் (Langue and Parole)

சசூர் ஒவ்வொரு சொல்லையும் ஒரு குறியாகக் *(Sign)* கருதினார். ஒரு குறிக்கு இரண்டு பகுதிகள் உண்டு. ஒன்று குறிப்பான் *(Signifier)* மற்றது குறியம் *(Signified).* இதனை வடிவம், பொருள் *(Form and Meaning)* என்றும் நாம் கூறலாம். தொல்காப்பியரின் கலைச்சொல்லைப் பயன்படுத்துவதனால் சொன்மை, பொருண்மை என்று கூறலாம். உதாரணமாக மரம் என்ற சொல் ஒரு குறி. இதன் எழுத்து வடிவம் (ம – ர – ம்) அல்லது அதன் ஒலி வடிவம் குறிப்பான் எனப்படும். இதுவே சொன்மை. மற்றது இது சுட்டி நிற்கும் வெளி உலகில் உள்ள வேரும், தண்டும், கிளையும், இலைகளும் உள்ள பொருள். இதுவே குறியம் அல்லது பொருண்மை எனப்படும்.

குறிப்பான், குறியம் இரண்டுக்கும் இடையே உள்ளார்ந்த உறவு இல்லை. இவற்றுக்கிடையே உள்ள உறவு இடுகுறித் தன்மை உடையது என்பது சசூரின் ஒரு மையக் கருத்தாகும். மொழியின் ஆக்கு திறனைத் (Productivity) தீர்மானிக்கும் காரணிகளுள் குறியின் இடுகுறித்தன்மைக்கு அதிக முக்கியத்துவம் உண்டு. குறிப்பானுக்கும் குறியத்துக்கும் இடையே காரணத் தொடர்பு இருக்குமாயின், ஒரு குறிப்பான் பல எண்ணக் கருக்களைக் (குறியம்) குறித்து நிற்கும் சாத்தியம் இல்லாதிருக்கும். குறிப்பானுடைய பல்பொருள் தன்மைக்கும், உருவகப் பயன்பாட்டுக்கும் இந்த இடுகுறித் தன்மையே அடிப்படையாக அமைகின்றது. ஒரு குறிப்பான் தன்னளவில் பொருளற்றது. ஒரு மொழிக்குறியைத் தனிமைப்படுத்திப் பொருள் கொள்ள முடியாது. பிற குறிகளுடன் அதற்குள்ள உறவின் அடிப்படையிலேயே நாம் அதன் பொருளைத் தீர்மானிக்கின்றோம். உதாரணமாக அடி என்ற குறியின் (சொல்லின்) பொருள் என்ன? மொழி அமைப்பில் பிற குறிகளுடன் அதற்குள்ள உறவு, உரையாடல் சந்தர்ப்பம் ஆகியவற்றின் அடிப்படையில் அது தீர்மானிக்கப்படும்.

அவன் என் தலையில் **அடி**த்தான்

தலையில் பலமான **அடி** விழுந்தது

மரத்தின் **அடி**யில் குந்தினேன்

அடியற்ற மரம் போல் சாய்ந்தான்

அடித் தொண்டையால் கத்தினேன்

அடிக்கழுவி வந்தான்

ஏழைகளின் வயிற்றில் **அடி**க்காதே

ஒவ்வொரு வாக்கியத்திலும் அடி வெவ்வேறு பொருள் குறித்து நிற்கின்றது. க்ரியாவின் தற்காலத் தமிழ் அகராதி இச்சொல்லுக்கு 40க்கும் அதிகமான பொருளைத் தருகின்றது. பிற குறிப்பான்களுடன் இணைந்து வரும்போது இது இன்னும் பல பொருள் வேறுபாடுகளை உணர்த்தும், அடிவயிறு, அடிதடி, அடிநாதம், அடிச்சோறு, அடிமனம் போன்றவை சில உதாரணங்கள்.

சசூர் குறிகளுக்கிடையே இருவகையான உறவு இருப்பதை விளக்குகிறார். ஒன்று, கிடைநிலை உறவு (Syntagmatic Relationship). இது ஒரு குறியை அடுத்து என்ன குறி இடம் பெறலாம் என்பது தொடர்பானது. உதாரணமாக அடித்தான் என்பதில் மூன்று குறிகள் இணைந்துள்ளன. அடி+த்த்+ஆன். இவை மூன்றும் இந்த ஒழுங்கிலேயே வரும். வேறு ஒழுங்கில் வராது. மற்றது அடுக்கு நிலை உறவு (Paradigmatic Relationship). இது ஒரு குறியின் இடத்தில் வேறு என்ன குறி இடம் பெறலாம் என்பது தொடர்பானது.

உதாரணமாக, அடித்தான் என்பதில் அடி வரும் இடத்தில் படி, கடி, முடி, கொடு முதலியவை வரலாம். –த்த்– வரும் இடத்தில் –ப்ப்–, – கிறு – என்பன வரலாம். ஆன் வரும் இடத்தில் ஏன், ஓம், ஆள், ஆர் முதலியவை வரலாம். இதைக் குறிகளின் அமைப்பும் ஒழுங்கும் *(structure and system)* என சசூர் விளக்குவார். சசூரைப் பொறுத்தவரை மொழி என்பது எல்லாவற்றுக்கும் மேலாகக் குறிகளின் ஓர் ஒழுங்கமைப்பாகும்.

சசூரின் இக்கருத்தாக்கத்தை இலக்கியத்துக்குப் பிரயோகித்தால் இலக்கியப் படைப்பையும் ஒரு குறியாகக் கருதலாம். குறியியல் எல்லாக் கலைகளையும் குறியாகவே கருதும். “கலை குறியியல் ஆய்வில் இருந்து நீண்ட காலமாகத் தப்பித்தபோதிலும், எல்லாக் கலைகளும், அவை காலத்தை அடிப்படையாகக் கொண்ட, இசை அல்லது கவிதையாக இருப்பினும், வெளியை அடிப்படையாகக் கொண்ட ஓவியம் அல்லது சிற்பமாக இருப்பினும், காலம், வெளி இரண்டையும் அடிப்படையாகக் கொண்ட நாடகம் அல்லது திரைப்படமாக இருப்பினும் அவை குறியுடன் தொடர்பு கொண்டுள்ளன” என ஜகோப்சன் கூறுகிறார்.

இலக்கியக் குறி மொழிக் குறிகளால் அமைவது. அவ்வகையில் இலக்கியம் குறிகளால் அமைந்த குறி ஆகின்றது. அதற்கே உரிய ஒழுங்கமைப்பையும் மரபுகளையும் கொண்டது. இலக்கியக் குறி, மொழி அமைப்பு, சமூக அமைப்பு, காலப் பின்னணி என்ற தளத்தில் இயங்குகின்றது. இலக்கியத்தின் பொருளை இவையே தீர்மானிக்கின்றன. இதனாலேயே இலக்கியத்தைப் பொருள்கொள்வதில் வாசகனின் பங்கு முக்கியத்துவம் பெறுகின்றது.

சசூரின் இரண்டாவது கருத்தாக்கம் அகமொழி *(Langue)*, புறமொழி *(Parole)* என்பனவாகும். சசூரின் இந்தக் கருத்தாக்கங்களைச் சரியாகச் சுட்ட ஆங்கில மொழியிலேயே சரியான சொற்பயன்பாடு இல்லை என்கிறார்கள். தமிழில் சிலர் மொழிக்கிடங்கு / பேச்சு போன்ற சொற்களைப் பயன்படுத்துகின்றார்கள். இது அவ்வளவு பொருத்தமாகத் தோன்றவில்லை. சசூர் மொழியின் உள்ளார்ந்த அமைப்பையே *Langue* என்கிறார். இது நம் பிரக்ஞைக்குத் தெரியாதது; அரூபமானது. நாம் மொழியைப் பேசுகிறோம் அல்லது எழுதுகிறோம். இதற்காக சொற்கள், சொற்றொடர்கள் வாக்கியங்களைப் பயன்படுத்துகிறோம். இது நம் உண்மையான பேச்சு நடத்தை. இதையே சசூர் *Parole* என்கிறார். இந்த வேறுபாட்டைத் தமிழில் அகமொழி, புறமொழி எனச் சுட்டுவது ஓரளவு பொருத்தமானதுதான். அகமொழி, பொதுவானது, பொதுமைப்படுத்தப்பட்டது. உள்ளார்ந்து அமைந்திருப்பது. புறமொழி வெளிப்படையானது, வேறுபாடுடையது.

உதாரணமாக,

யான் சென்று வருகிறேன்
யான் போய் வருகிறேன்
நான் போய் வருகிறேன்
நான் போட்டு வாறன்
நான் பெயித்திற்று வாறன்

இவையெல்லாம் புறமொழிக்கு உரியன. இவற்றின் உள்ளார்ந்த அமைப்பாக மறைந்திருக்கும் தன்மை ஒருமைப் பெயர் + வினை + காலம் என்ற அமைப்பு விதி அகமொழிக்கு உரியது. இதை நாம் இன்னும் விரிவுபடுத்தலாம். நாம் மொழி என்று பேசும்போது அது கருத்து ரூபமானது. ஆனால் தமிழ், ஆங்கிலம், சிங்களம் என்று பேசுவது குறிப்பானது. எளிதில் அடையாளப்படுத்தக் கூடியது. அவ்வகையில் மொழியை Langue என்றும், தமிழ் ஆங்கிலம், சிங்களம் போன்ற ஒவ்வொரு குறிப்பிட்ட மொழியையும் அதன் Parole என்றும், நாம் கூறமுடியும். இந்த ஒப்புமையை ஒவ்வொரு மொழிக்கும் நாம் விரிவுபடுத்த முடியும். உதாரணமாகத் தமிழ் என்று பேசும்போது நாம் மிகவும் பொதுமைப்படுத்தப்பட்ட அரூபமாக ஒரு மொழி அமைப்பு முறையையே சுட்டுகிறோம். இது யதார்த்தத்தில் இல்லாதது. யதார்த்தத்தில் இருப்பது கால, இட சமூக அடிப்படையில் வேறுபடும் வெவ்வேறு மொழி வழக்குகளே. சங்கத் தமிழும், இடைக்காலத் தமிழும், தற்காலத் தமிழும் ஒன்றல்ல. பேச்சுத் தமிழும் எழுத்துத் தமிழும், ஒன்றல்ல. இலங்கைத் தமிழும், இந்தியத் தமிழும், ஒன்றல்ல. பிராமணர் பேசும் தமிழும் தலித்துகள் பேசும் தமிழும் ஒன்றல்ல. இவை தமிழின் புறமொழிகள். சமூக மொழியியலாளர் இவற்றைக் கிளை மொழிகள் என்பர். மொழி, கிளை மொழி வேறுபாடுகளை Langue/Parole வேறுபாட்டுடன் நாம் ஒப்புமை காண முடியும்.

அகமொழி / புறமொழி என்ற இந்தக் கருத்தாக்கத்தை இலக்கியத் திறனாய்விலும் நாம் பயன்படுத்த முடியும். ஒவ்வொரு இலக்கியப் படைப்பிலும் அதன் உள்ளார்ந்த அமைப்பையும் அதன் புற வடிவத்தையும் நாம் வேறுபடுத்த முடியும். இவ்விரண்டுக்கும் இடையில் உள்ள உறவின் அடிப்படையில் அப்படைப்பை அணுக முடியும்.

ஒவ்வொரு இலக்கிய வடிவத்துக்கும் அவ்வடிவம் சார்ந்த தனித்தனிப் படைப்புகளுக்கும் இடையே உள்ள உறவு சார்ந்த பிரச்சினைகளையும் இக்கருத்தாக்கங்களைப் பயன்படுத்தி ஆராய முடியும். உதாரணமாக நாவல், சிறுகதை, கவிதை, நாடகம் என வடிவங்கள் பற்றிப் பேசுகிறோம். இக்கருத்தாக்கங்கள்

அகமொழி சார்ந்தன. ஒவ்வொரு நாவலும், ஒவ்வொரு சிறுகதையும் மற்றதில் இருந்து வேறுபட்டது. உதாரணமாக டால்ஸ்டாயின் புத்துயிர், கார்க்கியின் தாய், காம்யூவின் அந்நியன், ஹெமிங்வேயின் கிழவனும் கடலும் ஆகியவை நாவல்களாகவே இனங்காணப்படுகின்றன. இவற்றை நாவலாக்குவது எது? அல்லது எவை? நாவல் என்ற இலக்கிய வடிவத்துக்குரிய பொதுக்குணாம்சங்கள், அல்லது விதிமுறைகள், மரபுகள் எனக் கருதப்படுவனவற்றுள் சிலவேனும் இவற்றின் ஆக்கக் கூறுகளாக இருப்பதனால்தான் இவை நாவலாக இனங்காணப்படுகின்றன. இக்கூறுகளை நாவலின் அகமொழி என்றால் இந்த நாவல் ஒவ்வொன்றும் அதன் புறமொழியாக அமைகின்றது எனலாம். நாவலின் துணை வகைகளையும் – வரலாற்று நாவல், சமூக நாவல், துப்பறியும் நாவல் போன்றவை – நாம் இவ்வாறு நோக்கலாம். இவ்வகையில் பார்க்கும்போது ஜெயமோகனின் நாவல் கோட்பாட்டின் அடிப்படைக் கோளாறுகளை நாம் புரிந்துகொள்ள முடியும். அவர் நாவல் வடிவத்தின் அப்பழுக்கற்ற உதாரணம் ஒன்றை மனதில் வைத்துக்கொண்டு தமிழில் நாவல் பற்றிப் பேசுகிறார். அவ்வாறு பேசும்போது தமிழில் நாவல்களே இல்லை, அல்லது இரண்டொரு நாவல்களே உண்டு என்ற முடிவுக்கு வருகிறார். மற்றவையெல்லாம் உணர்ச்சிக்கதைகள், நெடுங்கதைகள், தொடர்கதைகள் என நாவலுக்கு வெளியே தள்ளப்படுகின்றன. இது ஒரு வகையான இலக்கியக் கருத்து முதல் வாதம் எனலாம். தமிழும் அதன் கிளை மொழிகளும் போல நாவலும் அதன் வகைகளும் அமைகின்றன. ஒரு கிளை மொழியை உயர்ந்ததாகவும், மற்றவற்றைத் தாழ்ந்ததாகவும் கருதுவது அவரவரின் சமூக மனப்பாங்கு சார்ந்தது. மொழியியல் கிளைமொழிகளுக்கிடையே உள்ள வேறுபாடுகளைப் பற்றிப் பேசுமே தவிர அவற்றை மதிப்பிடுவதில்லை. நாவலையும், நாவல் வகைகளையும், தனித்தனி நாவல்களையும் அகமொழி, புறமொழி என்ற கண்ணோட்டத்தில் அணுகுவோமாயின் இலக்கிய விமர்சகர் என்ற வகையில் நாம் வேறுபாடுகளையே அடையாளப்படுத்துவோம். மதிப்பீடு பெரிதும் அகநிலை சார்பானது. நவீன விமர்சனத்தின் மையத்தில் இருந்து இன்று மதிப்பீடு நகர்ந்துவிட்டதையும் நாம் காண்கின்றோம்.

7

சசூரின் கருத்தாக்கங்கள்போல் சொம்ஸ்கியின் பின் வரும் இரண்டு கருத்தாக்கங்கள் இலக்கிய விமர்சனத்தில் பயன்பட முடியும்.

(1) *மொழித் திறன் (linguistic competence)* மொழிச் செயல் *(linguistic performance)*

(2) ஆழ் அமைப்பு (Deep Structure) மேல் அமைப்பு (Surface Structure)

சொம்ஸ்கியின் மொழித் திறன் மொழிச் செயல் ஆகிய கருத்தாக்கங்கள் சசூரின் அகமொழி, புறமொழி கருத்தாக்கங்களுடன் ஒத்தவை எனினும் அழுத்த வேறுபாடுகள் உடையவை. ஒரு மொழியில் இலக்கணமுடைய எண்ணிக்கையற்ற புதிய புதிய வாக்கியங்களை உண்டாக்கவும், அத்தகைய புதிய புதிய வாக்கியங்களைப் புரிந்துகொள்ளவும், அவற்றின் இலக்கணம் உடைமை அல்லது இன்மை பற்றி உறுதிப்படுத்தவும் அம்மொழியைத் தாய்மொழியாகக் கொண்ட ஒருவருக்கு இயல்பாகவே உள்ள திறனையே சொம்ஸ்கி மொழித்திறன் என்கிறார். இது ஒரு மொழியின் உள்ளார்ந்த அமைப்பு பற்றிய ஒருவரின் அறிவு ஆகும். மொழிச் செயல் என்பது ஒருவரின் உண்மையான மொழிப் பயன்பாடு ஆகும். அவர் பேசுவது அல்லது எழுதுவது, குறிப்பிட்ட சந்தர்ப்பச் சூழ்நிலையில் அது பொருத்தப்பாடாக அல்லது பொருத்தமற்று அமையும் தன்மை, கால, இட, சமூக நிலைகளுக்கு ஏற்ப மொழியைப் பயன்படுத்தும் தன்மை இவையெல்லாம் மொழிச் செயல் எனப்படுகிறது.

சொம்ஸ்கியின் மொழியியல் கோட்பாடு மொழித் திறனை அடிப்படையாகக்கொண்டது. ஒவ்வொருவரும் தன் தாய் மொழியின் உள்ளார்ந்த அமைப்பு பற்றி மறைமுகமான அறிவைக் கொண்டுள்ளார். குறிப்பிட்ட ஒலிக் கோலங்களைச் சொற்களாகவும், சொற்றொடர்களாகவும், வாக்கியங்களாகவும், அமைக்கவும், இனங்காணவும், பொருள்கொள்ளவும், சரி, பிழை கூறவும் அவரால் இயல்வதற்கும் இந்த மறைமுக அறிவே காரணம். இந்த மறைமுக அறிவு இல்லாவிட்டால் ஒலிக் கோலங்கள் அவருக்குப் பொருளற்றவை. சொம்ஸ்கி மொழியை விதிகளின் ஆளுகைக்குட்பட்ட ஒழுங்கமைப்பு என வரையறுக்கிறார். *(Language is a rule governed system)* இந்த விதிகளே அதன் இலக்கணம்; இந்த இலக்கணம் பற்றிய அறிவே மொழித் திறன். இது பேசுவோர், கேட்போர் இருவருக்கும் உரியது.

இந்தக் கருத்தாக்கத்தை நாம் இலக்கியத்துக்கும் பொருத்திப் பார்க்க முடியும். இலக்கியமும் மொழி போல் சில விதிமுறைகளையும் மரபுகளையும் கொண்டமைவது. ஒவ்வொரு இலக்கியப் படைப்புக்கும் பொருளும் வடிவமும் உண்டு. நாம் ஏற்கெனவே நோக்கியது போல ஒரு மொழித் தகவல் இலக்கியப் படைப்பாகக் கருதப்படுகிறதென்றால் அது தனக்கென்ற இலக்கிய அமைப்பைக் கொண்டுள்ளது என்பதே பொருள். மொழியைப் பேசவும் பொருள்கொள்ளவும் மொழித் திறன் அடிப்படையாக இருப்பதுபோல இலக்கியப் படைப்புக்கும்,

நுகர்ச்சிக்கும் இலக்கியத் திறன் அடிப்படையாக அமைகின்றது என நாம் விளக்கலாம். யொனாதன் கல்லர் இக்கருத்தாக்கத்தைச் சற்று விரிவாக விளக்கியுள்ளார். இலக்கியச் சொல்லாடலின் செயற்பாடுகள் பற்றிய தன் மறைமுக அறிவைப் பயன்படுத்தாமல் ஒருவர் ஒரு இலக்கியப் பிரதியைப் பொருள் கொள்ள முடியாது. இம்மறைமுக அறிவே ஒரு இலக்கியப் பிரதியில் எதைத் தேடவேண்டும் என்பதை அவருக்குச் சொல்கிறது. இலக்கியச் சொல்லாடலின் மரபுகள் பற்றிய அறிவே இலக்கியத் திறன் எனலாம். இம் மரபுகள் பற்றிய பரிச்சயம் அற்ற ஒருவருக்கு ஒரு படைப்பு தன் அர்த்தத்தை இழந்துவிடும்.

உன் கண்ணில் நீர் வழிந்தால் என் நெஞ்சில்
உதிரம் கொட்டுதடி,
செந்தமிழ் நாடென்னும் போதினிலே இன்பத்
தேன் வந்து பாயுது காதினிலே,
உயிர்த் தீயினிலே வளர் சோதியே சிந்தனையே
என்றன் சித்தமே,
சாரளம் தோறும் பூத்தன தாமரை மலர்கள்,

போன்ற தொடர்களைப் பொருள் கொள்வதற்கு இலக்கியத் திறன் அவசியம் என்பதை அழுத்திக் கூற வேண்டிய அவசியம் இல்லை.

8

சொம்ஸ்கியின் ஆழ் அமைப்பு, மேல் அமைப்பு பற்றிய இரண்டாவது கருத்தாக்கமும் இலக்கியத் திறனாய்வில் முக்கியத்துவம் வாய்ந்தது. சொம்ஸ்கியின் மாற்றிலக்கணக் கோட்பாடு ஒவ்வொரு வாக்கியமும் மேல் அமைப்பு, ஆழ் அமைப்பு என இரு அமைப்புகளைக் கொண்டிருக்கும் என விளக்குகின்றது. மேல் அமைப்பு என்பது நாம் பயன்படுத்தும் உண்மையான வாக்கிய வடிவத்தைக் குறிக்கும். இது பேச்சு அல்லது எழுத்தில் அமைவது. கேட்க அல்லது பார்க்கக் கூடியது. சொல், சொற்றொடர்கள் சேர்ந்து அமைவது. ஆழ் அமைப்பு என்பது வாக்கியத்தின் அரூபமான பொருள் அமைப்பைக் குறிக்கும். மேல் அமைப்பை நாம் நேராக அறிகிறோம். ஆழ் அமைப்பை அவ்வாறு அறிவதில்லை. அது ஒரு வகையில் கோட்பாட்டுரீதியான கட்டமைப்புத் தான். ஆயினும், அத்தகைய கட்டமைப்புக்கான பருண்மையான சான்றுகள் உள்ளன. உதாரணமாக,

1. நான் சாப்பிட்ட தோசை நல்லது
2. நான் சாப்பிட்ட ஹோட்டல் நல்லது

ஆகிய இரு வாக்கியங்களும் ஒரேவகையான மேலமைப்பைக் கொண்டுள்ளன. ஆயினும் இருவாக்கியங்களையும் இரு வேறுவகையில் நாம் பொருள் கொள்கின்றோம். முதல் வாக்கியத்தில் சாப்பிட்ட பொருள் தோசை. இரண்டாவது வாக்கியத்தில் சாப்பிட்ட இடம் ஹோட்டல். மேல் அமைப்பில் ஒன்றாக இருந்தாலும் இரண்டினதும் இலக்கண உறவு வேறானது. முதல் வாக்கியம் நான் தோசை சாப்பிட்டேன், தோசை நல்லது என்ற ஆழ் அமைப்பில் இருந்தும் இரண்டாவது வாக்கியம் நான் ஹோட்டலில் சாப்பிட்டேன், ஹோட்டல் நல்லது என்ற ஆழ் அமைப்பில் இருந்தும் வருவதாக நாம் கொள்ள வேண்டும். தோசை இரண்டாம் வேற்றுமையிலும் ஹோட்டல் ஏழாம் வேற்றுமையிலும் வருகின்றன. ஆழ் அமைப்பே வாக்கியத்தின் பொருளைத் தீர்மானிக்கின்றது என்பதை மிக எளிமைப்படுத்தப்பட்ட இந்த உதாரணம் விளக்குகின்றது.

ஒரு ஆழ் அமைப்பு ஒன்றுக்கு அதிகமாக மேலமைப்புகளையும், ஒரு மேலமைப்பு ஒன்றுக்கதிமான ஆழமைப்புகளையும் கொண்டிருக்க முடியும். ஆழமைப்பு சில மாற்று விதிகளால் *(transformational rules)* மேலமைப்புகளாக மாற்றப்படுகிறது.

இலக்கண ஆய்வில் சொம்ஸ்கி பயன்படுத்திய இக்கருத்தாக்கத்தை றொகர் பௌளர் நாவல் ஆய்வில் பயன்படுத்திப் பார்த்திருக்கிறார். வாக்கியத்தின் மேலமைப்பு போல ஒரு நாவல் பிரதியின் மேல் அமைப்பும் (அதுவும் பல வாக்கியங்களின் வரிசையினால் அமைவது) பல பண்புகளைக் கொண்டுள்ளது. வரிசை, ஒத்திசை, பல்வேறு வகையான கால – வெளிப் புலப்பாட்டுத்தன்மை, பக்க அமைப்பு, பத்தி அமைப்பு, அத்தியாயம் மற்றும் வேறு பிரிவுகள், நாவலாசிரியர் பயன்படுத்தும் பல்வேறு வகை உத்திகள் போன்றவை இதில் அடங்கும். மேலும் நடை என்ற மரபுரீதியான கருத்துடன் தொடர்புபட்ட அநேக பண்புக் கூறுகளையும் பிரதி மேலமைப்பு உள்ளடக்குகின்றது. வாக்கிய மேலமைப்புகளைப் போல பிரதி மேலமைப்புகளையும் தேர்ந்தெடுக்கப்பட்ட அரூபக் கூறுகளிலிருந்து மாற்றுகள் *(transformations)* உருவாக்குகின்றன. பிரதியில் அதிகம் புலப்படாத கூறுகள் (கதைப் பின்னல், தொனி), விமர்சகர்கள் அதிகம் அக்கறை காட்டுகின்ற அகக்கூறுகள், வாக்கியத்தின் பொருண்மை சார்ந்த ஆழ் அமைப்புக் கூறுகளைப் பெருமளவு ஒத்திருக்கின்றன என்கிறார் பௌளர். அவர் கதை அமைப்பைக் கதைப் பயனிலைகளும் பெயர்ச்சொற்களும் *(narrative predicates and nouns)* என்ற சூத்திரத்தைப் பயன்படுத்தி விளக்க முனைகிறார். இது ருஷ்ய அமைப்பியல் ஆய்வாளர் விளாடிமிர் பிராப்பினுடைய ஆய்வின் வழி வருவது.

பௌளலர் நாவல் ஆய்வில் இக்கருத்தாக்கங்களைப் பயன்படுத்தியபோதிலும் பொதுவாக எல்லா இலக்கிய வடிவங்களுக்கும் நாம் இதைப் பிரயோகிக்க முடியும். ஒரு இலக்கிய வடிவத்தின் உட்பொருள், அதன் புறக்கட்டமைப்பு, இரண்டுக்கும் இடையே உள்ள உறவு என்பவற்றை விளக்க இக்கருத்தாக்கம் உதவ முடியும்.

இவற்றைவிட நடையியல் *(stylistics)* ஆய்வில் இக்கருத்தாக்கம் அதிக முக்கியத்துவம் உடையது. இவ்வகையில் குறிப்பிடத்தக்க ஆய்வுகள் சில உள்ளன.

ஆயினும், ஆழ் அமைப்பு, மேலமைப்புக் கருத்தாக்கம் இலக்கியத் திறனாய்வில் பயனற்றது என்ற வாதத்தை றெஜி சிறிவர்த்தன முன்வைத்துள்ளார். அவருடைய வாதம் மொழியியல் பயன்பாட்டை முற்றாக நிராகரிப்பது என்ற வகையில் ஏற்க முடியாதது. எனினும், சில அம்சங்கள் கருத்தில் கொள்ளப்பட வேண்டியவையாகும். 1965இல் சொம்ஸ்கி வெளியிட்ட இலக்கண மாதிரியில், வாக்கியத்தின் ஒலி அம்சங்கள் மேலமைப்புக்கு உரியன. வாக்கியத்தின் பொருள் ஆழ் அமைப்புக்கு உரியது. ஆனால், ஒலியியல் அம்சங்கள் – தொனி, அழுத்தம், குரலிசை போன்றவை – வாக்கியத்தின் பொருளில் முக்கிய இடம் பெறுபவை. வாக்கியத்தை வெவ்வேறு பொருள் தரக்கூடிய வகையில் தொனி, குரலிசை என்பவற்றைப் பயன்படுத்தி நாம் உச்சரிக்க முடியும். உலகப் புகழ்பெற்ற ருஷிய நெறியாளர் ஸ்ரனிஸ்லவ்ஸ்கி ‘இன்று மாலை’ என்ற பொருள்தரும் ஒரு ருஷிய மொழித்தொடரை 40 வெவ்வேறு தகவல்களைத் தரும் வகையில் உச்சரித்துக் காட்டுமாறு ஒரு நடிகரைப் பணித்ததாகவும் அவர் அவ்வாறு செய்துகாட்டியதாகவும் ஜகோப்சன் குறிப்பிடுகிறார். ஜகோப்சன் கூறுவதுபோல் இவற்றை இலகுவாக மொழியியல் ஆய்வுக்கு உட்படுத்த முடியும் எனினும், சொம்ஸ்கியின் மாற்றிலக்கணக் கொள்கை இதனைக் கையாளும் திறன் அற்றது என்பதை நாம் ஏற்றுக்கொள்ளலாம்.

சொம்ஸ்கியின் ஆழ் அமைப்பு, மேல் அமைப்பு கருத்தாக்கம் மொழியியல் உலகில் அதிக வாதப் பிரதிவாதங்களுக்கு இலக்கானது. தன் கோட்பாடு எதிர்நோக்கிய விமர்சனங்களை உள்வாங்கி தன் கோட்பாட்டை சொம்ஸ்கி தொடர்ச்சியாகத் திருத்தியமைத்திருக்கிறார். சொம்ஸ்கியின் மாற்றிலக்கணத்தின் மிகப் பிந்திய வடிவம் ஆட்சி, கட்டுக் கோட்பாடு *(Theory of Government and Binding)*எனப்படுகின்றது. இங்கும் ஆழ் அமைப்பு மேல் அமைப்பு என்ற கருத்தாக்கம் உள்ளது எனினும், அவரது முந்திய நியமக் கோட்பாட்டில் *(Standard Theory)* இருந்து இது பெரிதும் வேறுபடுகின்றது. புதிய கோட்பாட்டில் வாக்கிய

அமைப்பின் இரண்டு நிலைகளும் *S - Structure, D - Structure* என அழைக்கப்படுகின்றன. *D* அமைப்பில் வாக்கியத்தின் மூலக்கூறுகள் அது அதற்கு உரிய இடத்தில் இருக்கும். *S* அமைப்பு *D* அமைப்பில் இருந்த கூறுகள் இடம் மாறிய பின் உள்ள அமைப்பாகும். நியமக் கோட்பாட்டில் உள்ளது போல *S* அமைப்பு *D* அமைப்பின் ஒலியியல் உருமாற்றம் மட்டும் அல்ல. புதிய கோட்பாட்டில் இது ஒலியியல் வடிவம் *(Phonetic form)* தர்க்க வடிவம் *(Logical form)* இரண்டையும் உள்ளடக்கியது. இவ்வகையில் சொம்ஸ்கியின் புதிய கோட்பாடு பொருள் அடிப்படையில் முக்கியத்துவமுடைய ஒலியியல் கூறுகளையும் கணக்கில் எடுக்கும் திறன் உடையது என நாம் வாதிக்க முடியும்.

இது எவ்வாறெனினும், யாப்போசைக்கும் பொருள் உணர்வுக்கும் இடையில் உள்ள உறவை மொழியியல் கோட்பாடுகள் கையாளும் திறனற்றவை என்றே கூற வேண்டும். பொதுவாக மொழியியலிலே ஒலியியலும், ஒலியன் கோட்பாடும் *(Phonetics and Phonology)* பெரிதும் வளர்ச்சியடைந்த துறைகளாகும். இவ்விரு துறைகளும் மொழியின் ஒலியமைப்பு பற்றி ஆராய்கின்றன. பேச்சில் பொருள் வேறுபடுத்தும் கூறுகளான ஒலியன்களையும் அவற்றின் அமைப்பையும் ஒலியனியல் ஆராய்கின்றது. ஆனால் யாப்புக் கட்டமைப்புத் தரும் ஒத்திசை அல்லது சந்த நயம் ஒலியனியலுக்குப் புறம்பான ஒலி ஒழுங்கமைப்பினால் ஏற்படுவது. மொழியின் ஒலியன் அமைப்புக்கும் செய்யுளின் யாப்பமைப்புக்கும் உள்ளார்ந்த தொடர்பு எவையும் இல்லை.

எனினும் யாப்போசை கவிதையின் பொருளில் முக்கிய பங்காற்றுவது பற்றிக் கவிதை விமர்சகர்கள் விளக்கியுள்ளனர். உதாரணமாக,

> ஆழ நெடுந்திரை ஆறு கடந்திவர் போவாரோ
> வேழ நெடும்படை கண்டு விலகிடும் வில்லாளோ
> தோழமை என்றவர் சொல்லிய சொல்லொரு
> சொல்லன்றோ
> ஏழமை வேடன் இறந்திலன் என்றெனை ஏசாரோ

என்ற கம்பனின் பாடலில் ஏறி இறங்கிச் செல்லும் யாப்போசைக் கட்டு பரதனைக் காணும்போது குகனிடம் பொங்கி எழும் கோபத்தையும் இராமனின் நட்பை நினைவு கூரும்போது அவனது குரல் உடைந்து இறங்கிச் செல்லும் முறையையும் உணர்த்துகின்றது. இங்கு யாப்போசைக்கும் பொருள் உணர்வுக்கும் நெருங்கிய தொடர்பு இருப்பதைக் காண முடிகின்றது. இந்த அம்சத்தை ஒலியனியல் கோட்பாடுகள் கொண்டு விளக்க முடியாது. மொழியியலைவிட கவிதையியல் இதனைச் சிறப்பாக விளக்கும் தகைமை உடையது. எனினும், ஜகோப்சன் போன்ற

மொழியியலாளர்கள் இத்துறையிலும் அக்கறை செலுத்தியுள்ளனர் என்பதையும் இங்குக் குறிப்பிட வேண்டும்.

9

பிரதிக் கோட்பாடு, சாராம்சத்தில் ஒரு பிரதியின் பொருளுடமை அல்லது பிரதித்துவம் *(textuality)*பற்றியே அக்கறை கொள்கின்றது. அவ்வகையில், ஒரு இலக்கியப் படைப்பு ஒரு பிரதியாகக் கொள்ளப்படும்போது அதன் பொருள் மட்டுமே முக்கியத்துவம் பெறுகின்றது. இலக்கியப் பிரதிகளுக்கிடையில் உள்ள தர வேறுபாடு அல்லது பண்பு ரீதியான வேறுபாடு இங்குப் பொருட்படுத்தப்படுவதில்லை. இலக்கியத்தின் இலக்கியத்தன்மையும் *(lite- raryness)* இங்கு ஒரு பொருட்டல்ல. ஒரு பிரதி பல்வேறு பொருள் விளக்கத்துக்கு இடந்தரும் ஒரு சாதனம் அவ்வளவே. இப்பார்வையை இலக்கியத் திறனாய்வு என்பதைவிட இலக்கியக் குறியியல் *(Literary semiotics)* எனலாம்.

பின் அமைப்பியல் சிந்தனை இந்த நிலைப்பாட்டை அதன் உச்சத்துக்கு எடுத்துச்சென்றது. றோலன் பார்த், ஜெகுவா தெரிதா, ஹில்லி மில்லர் போன்றோரைப் பொறுத்தவரை எழுதப்பட்ட பிரதி என்பது “ஒரு தாளில் உள்ள அப்பாவித்தனமான கறுப்பு அடையாளங்கள் தான்.” ஒரு வாசகன் அல்லது விமர்சகன் தனக்குச் சாத்தியமான வழிகளில் அதற்கு வியாக்கியானம் செய்யலாம். மொழியியல் வாசகனுக்கு இந்த வரம்பற்ற அதிகாரத்தை வழங்குவதில்லை. பிரதிமாயாவாதத்துக்குப் பதிலாகப் பிரதியின் யதார்த்தத்தை *(textual reality)* விளக்க அது முயல்கின்றது. மொழியும் இலக்கியமும் சமூக, பண்பாட்டு உற்பத்திகள் என்ற வகையில் எந்த ஒரு மொழி, இலக்கியப் பிரதியையும் இப்பின்னணியில் வைத்தே அது ஆராய்கின்றது.

மொழியியலைப் பொறுத்தவரை ஒரு இலக்கியப் படைப்பு ‘வெறும்’ பிரதியல்ல. அது ஒரு இலக்கியப் பிரதி. அதற்கென்று சில விசேட பண்புகள் உண்டு. அவை கவித்துவ அல்லது அழகியல் பண்புகளாகும். மொழியின் சில செயற்பாடுகள் இப்பண்புகளைத் தீர்மானிக்கின்றன. மொழியியலாளர் பலர் மொழியின் இச்செயற்பாடுகளை ஆராயவும் அதன் அடிப்படையில் இலக்கியக் கொள்கையை உருவாக்கவும், இலக்கிய ஆக்கங்களைப் பகுப்பாய்வு செய்யவும் முயன்றுள்ளனர். சில ஆய்வுகள் இலக்கியத்தின் ஜீவனைத் தொட முடியாத இயந்திரப்பாங்கான ஆய்வுகளாக உள்ளன. இத்தகைய ஆய்வுகளால் இலக்கியத்துக்கோ, இலக்கியத் திறனாய்வுக்கோ எவ்வித பயனும் இல்லை. சில ஆய்வுகள் இலக்கியத்தின் அடிப்படைகளை வெளிச்சத்துக்குக் கொண்டுவந்துள்ளன. இவற்றால் இலக்கியத் திறனாய்வு வளம் பெற்றிருக்கின்றது.

இந்த உரையை றோமன் ஜகோப்சனின் பின்வரும் கூற்றுடன் நிறைவு செய்ய விரும்புகின்றேன். "கவிதையியல் துறையில் மொழியியலின் ஆற்றலைச் சந்தேகிக்கும் திறனாய்வாளர் யாரும் இன்னும் இருப்பார்களானால், சில மொழியியலாளர்களின் கவித்துவத் திறன் இன்மை மொழியியல் விஞ்ஞானத்தின் போதாமையாக அவர்களால் தவறாக விளங்கிக்கொள்ளப்பட்டுள்ளது என்றே நான் கருதுகிறேன். மொழியின் கவித்துவச் செயற்பாட்டுக்குச் செவிசாய்க்க முடியாத ஒரு மொழியியல் செவிடரும், மொழியியல் பிரச்சினைகள் பற்றி அக்கறை அற்ற, மொழியியல் ஆய்வு முறைகளில் தேர்ச்சியற்ற ஒரு இலக்கியப் புலமையாளரும் வெட்கமற்ற காலமுரண்கள் என்பதில் ஐயமில்லை."

காலச்சுவடு **38, நவம்பர் டிசம்பர் 2001**

விவாதம்:

காலச்சுவடு இதழில் எம். ஏ. நுஃமானின் மொழியியல் குறித்த கட்டுரை மிகவும் முக்கியத்துவம் வாய்ந்ததாகும். வார்த்தைகளின் பகுப்பு மற்றும் கூட்டமைப்பு எப்படி ஓர் இலக்கியப் படைப்புக்கு வழிகோலுகிறது என்பது குறித்த ஓர் திறனாய்வை மேற்கொள்ள இக்கட்டுரை அடித்தளம் அமைத்துள்ளது எனலாம். குறிப்பான் மற்றும் குறியம் ஆகியவற்றை உணரச்செய்வதே வார்த்தையின் சிறப்பம்சம். ஆனால் ஓர் இலக்கியப் படைப்பென்பது குறிப்பான் மற்றும் குறியம் ஆகியவற்றின் தொகுப்பு மட்டுமே அல்ல. ஒரு சொல் பல்வேறு இடங்களில் பல்வேறு பொருளை உணர்த்தும் அதே வேளையில், படைப்பிலக்கியத்தில் ஒரு சொல்லானது அதனளவில் மட்டுமே (அ) வேறு சில சொற்களின் கூட்டமைப்பினால் மட்டுமே ஒரு பொருளை உணர்த்திவிடுகிறது எனக் கொள்வதற்கில்லை. புறத்தளவே மொழியானது சர்வ சுதந்திரத்துடன் (சொல் மயக்கம், பொருள் மயக்கம், இலக்கண மீறல் ஆகியவற்றை உள்ளடக்கியது) இயங்கும்போதுகூட, அது ஒரு அக உணர்வைச் சார்ந்தே இயங்குகிறது எனலாம். ஆகவேதான் மொழியின் வெற்றி என்பது வெளிப்பாடு என்னும் அரூப நிலையில் தொடங்கி மொழி என்னும் ஸ்தூல நிலையை அடைந்து நுகர்வு என்னும் மற்றுமோர் அரூப நிலையில் முடிவடைகிறது. பெரும்பாலும் நம் அன்றாட உரையாடல்களோ அலுவலகக் குறிப்புகளோ ஒற்றைத்தன்மை வாய்ந்தனவாக இருப்பதற்குக் காரணம் வெளிப்பாடு, நுகர்வு என்னும் அரூப நிலைகள் மொழியின் ஸ்தூல நிலையோடு ஒரே தளத்தில் இணைந்து செல்வதினாலேயே ஆகும். எனவே இங்கு வெளிப்பாடு பொருள்புரிதல் என்ற இயக்கம் எந்தவிதச் சிக்கலுமின்றி

நடைபெறுகிறது. ஆனால் ஓர் இலக்கியப் படைப்பென்பது பல்வேறு பொருட்களை உணர்த்துகிறது. இதற்குக் காரணம் பல்வேறு புரிதல்களினால் அது உணரப்படுவதாகும். ஒரு 'பொருளின் பொருள்' என்பது அவ்வாறு அதை உணர்வதினால் உருவாவதாகும். எனவேதான் ஓர் இலக்கிய நுகர்வு என்பது மொழிப் புரிதல் மட்டுமின்றி அக உணர்வையும் சார்ந்ததாக உள்ளது. படைப்பின் நுகர்வு நிலைக்கு அசாதரணமான மனவோட்டமும், மன எழுச்சியும் அவசியமாகின்றன. அதே சமயம் இத்தகையதோர் மன எழுச்சியை உருவாக்க ஒரு படைப்பு அதனளவில் அவசியமானது என்பதையும் மறுப்பதற்கில்லை. ஆகவேதான் ஒரு மனநிலையிலிருந்து உருவாகும் ஒரு படைப்பு மற்றொரு மனநிலையாக மாற்றமடைகிறது எனலாம். இங்கு மொழி என்பது ஒரு 'பொருள் கடத்தி' எனக் கொள்ளலாம். இதில் கவனிக்கத்தக்க விஷயம் என்னவென்றால் பொருள் என்பதே ஒரு வகையான மொழிப் புரிதல்தான். இதை வேறு விதமாகச் சொல்ல வேண்டுமென்றால் மொழியின்றி ஓர் பொருளில்லை எனலாம். உதாரணமாக 'நாற்காலி' என்ற ஒன்றை உணர எனக்கு 'நாற்காலி' என்ற ஒரு சொல் தேவைப்படுகிறது. 'நாற்காலி' என்ற ஒரு சொல் எனக்குக் கற்பிக்கப்படவில்லை எனக் கொள்வோம். நான் ஒரு நாற்காலியைப் பார்க்கும்போது அதை ஒரு உருவமாக உணர்கிறேனே அன்றி அதை நான் 'நாற்காலி'யாக உணர்வதில்லை. அந்தப் பொருள் 'நாற்காலி' என்பதை என்னால் பிறருக்கு உணர்த்தவும் முடிவதில்லை. எனவேதான் ஒரு பொருளேகூட – அதன் பயன்பாட்டுத் தன்மை எதுவாக இருப்பினும் – அதற்கான ஓர் சொல்/வரி வடிவம் பெறாத வரை உணர்வு/தொடர்பு தளத்தில் அதன் மதிப்பிழந்து விடுகிறது. எனவேதான் ஒரு மொழி ஒரு பொருளை உருவாக்குகிறது எனலாம். அதன் பின்னர் அம்மொழியே அப்பொருளை ஒரு இடத்திலிருந்து இன்னொரு இடத்திற்கு மாற்றம் செய்யும் பணியை மேற்கொள்கிறது. இதை வைத்துப் பார்க்கும்போது மொழி என்பது ஒரு 'பொருள் கடத்தி' மட்டுமின்றி, அதுவே ஒரு பொருளாகவும் அமைகிறது. பலரும் நினைப்பதுபோல மொழி என்பது ஒரு கருவி மட்டுமன்று. அதுவே பொருளாகவும், அதுவே கருவியாகவும், அதுவே உணர்வாகவும் விரிகிறது. இந்தப் பின்புலத்தில் மொழியை அணுகும்போது ஏன் ஒருவித மொழிக் கட்டமைப்பு மட்டும் இலக்கியமாக உருவாகும் சாத்தியம் கொண்டுள்ளது என்பதைப் புரிந்து கொள்வதில் சிரமமேதும் இருக்காது.

தபசி

***காலச்சுவடு* 39, ஜனவரி - பிப்ரவரி 2002**

17

பாரதியும் மொழியின் நவீனமயமாக்கமும்
எம்.ஏ. நுஃமானை முன்வைத்துச் சில குறிப்புகள்
ஆ. இரா. வேங்கடாசலபதி

'தமிழ், பாரதியால் தகுதிபெற்றது' என்று பாரதிதாசன் ஒருமுறை குறிப்பிட்டார். இம்மதிப்பீடு பலரால் பல இடங்களில் மேலோட்டமாக எதிரொலிக்கப்பட்டுள்ளது என்றாலும் இதனை விரிவான ஆய்வுக்கு உட்படுத்த வேண்டியது இன்றியமையாதது. இத்தகைய ஆய்வின் மூலம், இந்நூற்றாண்டில் தமிழ் எப்படி நவீனமாகியது¹, அதன் பொருண்மை மற்றும் கருத்தியல் அடிப்படைகள் என்ன போன்றவை துலக்கம்பெறும். இக்கட்டுரை அத்தகைய ஆய்வை நோக்கிச் சில குறிப்புகளை முன்வைக்கிறது. எம்.ஏ. நுஃமானின் 'பாரதியின் மொழிச் சிந்தனைகள்: ஒரு மொழியியல் நோக்கு'² என்கிற முக்கியமான, ஆனால் அதிக கவனம் பெறாத நூலை முன்வைத்து விவாதப் போக்கில் இக்கட்டுரை அமைகின்றது.

நுஃமானுடைய நூலின் மையச்சரடு இருபதாம் நூற்றாண்டின் தேவைகளுக்கேற்பத் தமிழ்மொழியை நவீனப்படுத்தியதில் பாரதியின் பங்கு தலையாயது என்பதே. "மொழி மாற்றம், மொழி வளர்ச்சி என்பன பற்றிய பாரதியின் கருத்துக்கள் அறிவியல் ரீதியானவையாகவும் புரட்சிகரமானவையாகவும் உள்ளன" (ப. vii). இக்கருதுகோளின் அடிப்படையில் பாரதியின் சாதனைகளை நுஃமான் அடையாளம் காட்டுகின்றார். அவற்றைப் பின்வருமாறு தொகுத்துக்கொள்ளலாம்.

தமிழ் மொழியின் தொன்மை, இனிமை, இளமை ஆகியன பற்றிய பாரதியின் கருத்துகள் அவரது சமகாலத்து அறிஞர்களின் பார்வையோடு ஒத்து இருந்தாலும், அவை பழமைவாதத்திற்கு

இட்டுச் செல்வதற்கு மாறாக நவீனப்படுத்தலுகே வழிசெய்தன. மரபுவழி இலக்கணக் கல்வி நவீன காலத்திற்கு ஏற்புடையதல்ல என்றும் பாரதி கருதினார். மொழிமாற்றம் பற்றிய வரையில் பாரதி இயக்கவியல் நோக்கு, அதாவது காலத்திற்கேற்ற வகையில் மொழி (இலக்கணம், பயன்பாடு முதலானவை) மாறும் என்ற கருத்தைக் கொண்டிருந்தார். அவ்வகையில், இருபதாம் நூற்றாண்டுக்குரிய வகையில் தமிழை எளிமைப்படுத்த பாரதி முயன்றார். சொற்கள், சொற் புணர்ச்சிகள், உருபன் அமைப்பு, வாக்கிய அமைப்புகள் ஆகியவற்றில் எளிமையாக்கத்தைக் கொண்டுவந்தார். இது "சிந்தனைத் தெளிவோடு, பிரக்ஞை பூர்வமாக"ச் செய்யப்பட்டது. "பாரதியின் நவீன சிந்தனைகள் அனைத்தும் பரந்துபட்ட பொதுமக்களை மையமாக"க் கொண்டிருந்தமை இதற்குக் காரணம். இதன் விளைவாகப் பேச்சு மொழிக்கும் எழுத்து மொழிக்குமான இடைவெளியினையும் பாரதி உடைக்க முயன்றார். தமிழ்ச் சமூகத்தின் முன்னேற்றத்தோடுதான் தமிழ் மொழியும் வளரும். எனவே அனைத்துத் துறைகளிலும் தமிழைப் பயன்படுத்த வேண்டும். ஆங்கிலம் படித்தவர்கள் தமிழை இழிவாக நினைப்பது மடமை. தமிழே பயிற்றுமொழியாக இருக்க வேண்டும். மொழி வளர மொழிபெயர்ப்புகள் இன்றியமையாதவை. கலைச்சொல்லாக்கங்கள் தமிழ் மற்றும் வடமொழி சார்ந்திருக்க வேண்டும். பிற மொழிச் சொற்களை மூலமொழியிலுள்ள ஒலிப்பு மாறாமல் அப்படியே எழுத வேண்டும். இதற்குத் தமிழ் நெடுங்கணக்கு இடம் தராததால் புதிய குறியீடுகளைச் சேர்க்க வேண்டும். இந்தியாவுக்குப் பொது மொழி வேண்டும். அத்தகைய பொதுமொழியாக இந்தி விளங்க வேண்டும் என்று கருதிய பாரதி, பின்னாளில், அரவிந்தரின் தொடர்புக்குப் பிறகு வடமொழியே இதற்குத் தகுதியுடையது என்று கருதினார்.

மொழித் துறையில் பாரதியின் சாதனைகளை இதைவிடச் செறிவாக முன்வைக்க முடியுமா என்பது ஐயமே. நுஃமான் தம் ஆய்வு முடிவுகளைப் பாரதியின் படைப்புகளிலிருந்து தக்கமுறையில் திரட்டி, எவ்வகை மயக்கங்களோ குழப்பங்களோ இல்லாமல் தெளிவாக எழுதிச் செல்கிறார். மேலும், பாரதியின் கருத்துகள் பெரும்பான்மையும் இவருக்கும் உடன்பாடானவையே என்பது அவரது 'மொழிவளர்ச்சி: இலக்கணத் தூய்மையும் மொழித் தூய்மையும்' என்ற கட்டுரையிலிருந்தும் தெளிவாகின்றது.[3] உண்மையில், பாரதியின் மொழிச் சிந்தனைகளை ஆய்வு செய்யப் புகுவோர் நுஃமானின் முடிவுகளைப் புறக்கணிக்க முடியாது. அவ்வகையில் நுஃமானின் கருதுகோள்களோடு விவாதமுறையிலேயே இக்கட்டுரையை வரைய வேண்டிய கட்டாயம் உள்ளது.

பாரதியின் சாதனைகளை மதிப்பிடுவதற்கு நுஃமான் நவீனத்துவம் / நவீனப்படுத்துதல் *(modernity/modernization)* என்ற கருத்தாக்கத்தைக் கையாள்கின்றார். “மொழியில் நவீனப்படுத்துதல் என்பது எழுத்து மொழியிலே நவீன தேவைகளுக்கு ஏற்ற மாற்றங்களைப் புகுத்துதலைக் குறிக்கும்” *(ப. 61)* என்று வரையறுத்துக் கொள்ளும் நுஃமான், எழுத்துச் சீர்திருத்தம், தரப்படுத்தல், சொல்லாக்கம், சந்தி பிரித்தல் முதலானவற்றை இது சுட்டும் என்றும் விளக்கம் தருகிறார். இவ்வகையில் ‘நவீன’த்தை உயர்வுச் சிறப்பாகப் பல இடங்களில் பயன்படுத்துகிறார் *(ப. 9, 17, 22, 54)*. மேலும், இதனை அறிவியல்ரீதியானது என்றும் பல இடங்களில் குறிப்பிடுகிறார் *(முன்னுரை: ப. 54)*. நுஃமான் இந் நவீனத்துவத்தை மொழி சார்ந்ததாக மட்டுமல்லாமல் முழுச் சமூகம் சார்ந்ததாகவும் கருதுகிறார் என்பதும் பெறப்படுகிறது.

எனவே, எல்லாவற்றுக்கும் அளவுகோலாக விளங்கும் ‘நவீனத்துவம்’ என்பதைக் கட்டுடைத்துப் பார்க்க வேண்டியது முதல் வேலை. நவீனத்துவம் என்பது என்ன, அதன் போக்கு யாது, அதை வரையறுப்பது யார் என்ற கேள்விகள் எழுகின்றன. நுஃமானைப் பொறுத்தவரை, காலம் என்ற அருவமான கருத்தாக்கத்தின் தொழிற்பாடாகவே நவீனத்துவம் விளகுகின்ன்றது. “காலத்தின் புதிய தேவைகள்” *(ப. 23)*, “இருபதாம் நூற்றாண்டின் தேவைகளுக்கேற்ப” எனப் பல இடங்களில் அவர் ‘கால’த்தைத் துணைக்கு அழைக்கிறார். மேலும், நுஃமானின் ‘காலம்’ ஒரே நேர்க்கோட்டில் செல்லக்கூடிய தன்மை உடையதாகவும் தோன்றுகிறது. உலகின் வேறு மொழிகளில் நவீனமயமாக்கம் ஏற்பட்டதை ஒப்புமைமுறையில் அவர் கூறுவதும் இதையே வற்புறுத்துகின்றது. இதன் உட்கிடை, ஏற்கனவே வகுக்கப்பட்டுவிட்ட நேர்க்கோட்டுப் பாதையில் பயணிக்காத முயற்சிகளும் போக்குகளும் பழமைவாதமாகவும், ஏற்றுக்கொள்ள முடியாதவையாகவும் தோற்றம் கொள்கின்றன. இதைவிட முக்கியமாக, வரலாற்றுத் தன்மையற்ற வகையில் வரையறுக்கப்பட்ட காலம் என்ற கருத்தாக்கம், குறிப்பிட்ட சூழ்நிலைகளில் குறிப்பிட்ட மனிதர்கள் / சமூகப் பிரிவுகளின் அதிகாரச் செயல்பாடுகள் மாற்றத்தை உண்டாக்குகின்றன என்பதை மூடி மறைத்துவிடுகின்றது.

மேலும், நவீனத்துவம் என்பதோடு இணைத்துப் பேசப்படும் அறிவியல் நோக்கு என்பதையும் கேள்விக்குள்ளாக்க வேண்டியுள்ளது. பதினெட்டாம் நூற்றாண்டு அறிவொளி இயக்கத்தின் குழந்தையான அறிவியல் நோக்கு அறிபவனையும் *(subject)* அறிபொருளையும் *(object)* தனித்தனியாகப் பிரிக்கின்றது. இதன் மூலமாக அறிவும் உணர்வும் எதிர்ப்பட்ட முரண்களாகக்

காணப்படுகின்றன. இதன் மூலமாக, முழுமுற்றான புறநிலைநோக்கு சாத்தியம் என்ற நிலைப்பாடு உருவாகின்றது. இந்த அடிப்படையிலேயே மையநீரோட்ட அறிவுத் துறைகள் (சமூக அறிவியல், வாழ்வியல் துறைகள் உட்பட) யாவும் தொழிற்படுகின்றன. நுஃமான் கொண்டாடும் மொழியியல் என்ற துறையும் இதற்கு விலக்கல்ல. அறிவைக் கட்டமைப்பதில் கருத்தியலின் பங்கு புறக்கணிக்க முடியாதது. நுஃமான் குறிப்பிடும் புறநிலை அறிவு – மனப்பதிவு (ப. 25), கர்ணபரம்பரைக் கதை – உண்மை (ப. 13) என்ற இருமை எதிர்வுகள் போலியானவை. "பாரதியின் மொழிப் பற்றும் தமிழ்ப் பெருமித உணர்வும் அறிவியலுக்குப் புறம்பானவை" என்று முடிவுசெய்து விட்டு, "எனினும், அவை அவனது சுதேச உணர்வின் வெளிப்பாடுகள்" என்று அமைதி காண்பது மொழியின் முக்கியமானதொரு பரிமாணத்தை நழுவவிடுவதேயாகும். உண்மையில், ஆய்வுக் எடுத்துக்கொள்ளவேண்டிய பொருளே இந்தியத் தேசியம் பாரதியின் மொழிச் சிந்தனைகளுக்கு எப்படி ஒரு சட்டகமாக விளங்கியது என்பதுதான். இதைப் புறக்கணிப்பது மொழியைப் பயன்பாட்டு நோக்கில் பார்க்கும் காரியவாதத்திற்கே இட்டுச்செல்லும்; மொழியின் சமூகக்கூறுகள் மறைக்கப்படும்.

வறட்டு மார்க்சீயத்திற்கு எதிராகத் திறம்படப் பல விமரிசனங்களைச் செய்துள்ள நுஃமான், பிரதிபலிப்புக் கோட்பாட்டுக்குத் தன்னையறியாமலே இரையாகிவிட்டிருக்கிறார் என்றே கொள்ளவேண்டியிருக்கிறது. உற்பத்திச் சாதனங்களும் உற்பத்தி உறவுகளும் மட்டுமே பொருண்மை அடிப்படை; கலை, மொழி, இலக்கியம் முதலானவை மேற்கட்டுமானத்தின் பகுதி; பொருண்மை மாற்றங்கள் மேற்கட்டுமானத்தில் பிரதிபலிக்கப்படுகின்றன என்ற கோட்பாடு ஏற்புடையதாக இல்லை. மாறாக, பொருண்மை அடிப்படையே பண்பாட்டு வடிவங்களால் அமைக்கப்பட்டதுதான். காட்டாக, ஆண்டான் – அடிமை என்பது உற்பத்தி உறவு மட்டுமல்ல, பண்பாட்டு உறவும்தான்; ஒன்றில்லாமல் மற்றொன்றில்லை. அவ்வகையில் பொருண்மை மாற்றங்கள் மொழியிலும், மொழியினூடாகவும் நடைபெறுகின்றன. மேலும், பல பொருண்மைப் போராட்டங்களில் மொழி அடையாளங்கள், மொழிச் சொல்லாடல்கள் முக்கியப் பங்கு வகிக்கின்றன. நுஃமான் முன்னெடுக்கும் அறிவியல் சார்ந்த மொழியியல் இவற்றைப் புறக்கணித்துவிடுகின்றது.

இதற்கு மாறாக, மொழிச் சிந்தனைகள், மொழி வளர்ச்சி, மொழி மாற்றம் ஆகியவற்றைப் புரிந்துகொள்வதற்கு 'அகவயமான'வற்றையும் கருத்தில் கொள்ள வேண்டும். இத்தகைய அகவயமான நோக்கு, கருத்தியல் சார்புகள்

பாரதியிடமும் செயல்பட்டுள்ளன. அவற்றை இனங்கண்டு ஆய்வுக்கு உட்படுத்துவதன் மூலம் பாரதியை மட்டுமல்லாது அவரது சமகாலப் பண்பாட்டு அரசியலையும் புரிந்துகொள்ள முடியும். அவ்வகையில் கீழ்க்காணும் குறிப்புகள் பாரதியைப் பற்றியதொரு திறனாய்வு நோக்கு என்பதினும் இருபதாம் நூற்றாண்டின் தொடக்கத்தில் நவீனத்துவம் பற்றிய ஒரு குறிப்பிட்ட அணுகுமுறையைப் பற்றிய விமரிசனமாக விரியும். இவ்வணுகுமுறை இந்தியத் தேசிய இயக்கத்தோடு இணைந்ததொரு போக்கு என்பதால் அதனைப் பற்றிய விமரிசனக் கருத்துரையாகவும் அமையக்கூடும்.

முதலில், பாரதியின் மொழிப் பற்றையும், மொழி சார்ந்த பெருமித உணர்வையும் அறிவியலுக்குப் புறம்பானதாக நுஃமான் காண்கிறாரெனினும், அவற்றைச் "சுதேச உணர்வின் வெளிப்பாடுகள்" என்றும் "ஏகாதிபத்திய எதிர்ப்புக்குப் பலமான ஆயுதங்கள்" என்றும் (ப. 7) அமைதி காண்கின்றார். இச்சட்டகத்தில் தேசியம் என்பதற்கும் அதன் அடிப்படை என்று கருதப்படும் ஏகாதிபத்திய எதிர்ப்புக்கும் உயர்ந்ததொரு இடம் வழங்கப்படுகின்றது. இதன் பொருள், தேசியத்திற்காக அறிவியல் நோக்கை அல்லது கறாரான மொழியியல் பார்வையைச் சிறிது விட்டுக் கொடுக்கலாம் என்பதே. ஆனால், இந்தச் சலுகை இந்தியத் தேசியத்திற்கு மாறான அரசியல் நிலைப்பாடுகளுக்கு – அதாவது மொழி, இனம், சாதிய எதிர்ப்பு முதலானவற்றின் அடிப்படையில் நிகழ்ந்த அரசியல் இயக்கங்களுக்கு வழங்கப்படுவதில்லை. மாறாக, "மொழி வளர்ச்சி பற்றிய சில பாதகமான கொள்கைகள்" (ப. 4) என்றும், "பழமைவாதம்" (ப. 9) என்றும் பழிக்கப்படுகின்றன. மறைமலையடிகள் "எவ்வித ஆழ்ந்த அறிவும் இன்றி வெறும் உணர்ச்சி நிலைநின்று" மொழியைப் பார்த்ததாகக் கடியப்படுகிறார்.[4]

அடுத்து, மொழி மாற்றம் பற்றிய வரையில் பாரதி எளிமையாக்கத்தை[5] விரும்பினார் என்பதும், பேச்சு மொழிக்கும் எழுத்துமொழிக்கும் இடையே வேறுபாடு இல்லாமல் செய்ய வேண்டும் என்றதும், மொழியினை நவீனமயமாக்குவது என்பதன் மையக்கூறு இது. எளிமையாக்கத்துக்கு முதன்மையாகப் பாரதி கருதியது "கூடியவரை பேசுவதுபோலவே எழுதுவதுதான்".[6] இக்கூற்றைச் சமூகவியல் நோக்கில் ஆராயாமல், "மொழி அமைப்பு ரீதியாக பாரதி உண்மையில் எதைக் கருதினான்" என்பதையே நுஃமான் கண்டறிய முற்படுகிறார். இதன் விளைவாக, "எல்லாக் கிளைமொழிகளுக்கும் உரிய பொதுவான அம்சங்களை உள்வாங்கிக் கொண்டு, பேச்சுமொழியின் ஆட்சி மிகுந்த கூறுகளை எழுத்தில் கலந்து பெரிதும் பேச்சுமொழியை

ஒட்டிய ஒரு எழுத்து நடையை உருவாக்குவதையே அது குறிக்கின்றது" (ப. 33) என நுஃமான் முடிவுகட்டுகிறார். இதன் தொடர்பில் இடம், சமூகம் ஆகியவற்றை மேம்போக்காக நுஃமான் குறிப்பிடுகிறார் என்றாலும் கிளைமொழி என்பதை அவர் தெளிவாக வரையறுத்துக் கொள்ளவில்லை. மேலும், பேசுவதுபோல் எழுதுதல் என்னும்போது, யார் பேசுவது போல் என்ற கேள்வியைச் சாதி, வர்க்கம், சமயம், பாலினம் ஆகியவற்றின் அடிப்படையில் எழுப்பிக்கொள்ளவில்லை. அவ்வாறு எழுப்பிக்கொண்டால் பாரதி பிரதிநிதித்துவப்படுத்திய நவீனத்துவத்தின் தன்மை நன்கு தெளிவுபடக்கூடும்.

முதலில், வர்க்க நோக்கில் பேச்சுமொழியைப் பரிசீலித்தோம் என்றால், பாரதி உழைக்கும் வர்க்கத்தினரின் மொழியைப் பற்றி என்ன கருதினார் என்ற கேள்வி எழும். தம் காலத்து இதழாசிரியர்களின் மொழியறிவைப் பற்றிக் குறிப்பிடுகையில், அவர்களது "தகுதியை நோக்கப் பஞ்சாலைகளில் வேலைக்"கனுப்ப வேண்டும் என்று பாரதி கூறியதை இங்கு நினைவில் கொள்ள வேண்டும்.[7] அடித்தள மக்களின் பண்பாட்டையும் மொழியினையும் கீழாக நினைக்கும் மேல்வர்க்கப் பார்வை இங்கு வெளிப்படுகின்றது.[8] எனவே, பாரதி குறிக்கும் பேச்சுமொழி பாட்டாளிகள் – கீழ்வர்க்கத்தினரின் பேச்சுமொழி இல்லை என்பது தெளிவு. படித்த, மேல் வர்க்கத்தினரின் 'நாகரிக' மொழியே பாரதி தம் மனத்தில் கொண்டிருந்தார் எனக் கருதலாம்.

பாரதி முக்கிய அங்கம் வகித்த இந்தியத் தேசியம் பெரிதும் இந்து சமயம் சார்ந்ததாக இருந்தது என்பதும் இன்று பெரிதும் நிறுவப்பட்டுவிட்டது. பாரதியின் சொல்லாடலில் இந்து சமயக் கூறுகள் மேலோங்கி இருந்தன என்பதும் உண்மை. சுதேசிய இயக்கக் காலத்தில் (1906 – 1911) அவர் எழுதிய தேசியப் பாடல்கள் இதற்குச் சான்று. அவ்வகையில் அவரது சொல்லாடல் பிற சமயங்களைப் புறக்கணித்தது என்றும் கூறலாம்.

சாதியைப் பொறுத்தமட்டில், பாரதி கூறும் பேச்சுத் தமிழ் பிற்பட்ட, தலித் சாதிகளின் பேச்சு மொழியைக் குறிப்பிடுகின்றதா என்ற கேள்வியே எழ முடியாத வகையில் அவருடைய மொழி பெரிதும் பார்ப்பனச் சொல்லாடலையே கையாள்கின்றது. நடைமுறையி் இல்லாத வடமொழிச் சொற்கள் அவற்றின் மூல வடிவிலேயே பாரதியிடம் பயிலக் காணலாம். மேலும், அத்தகையதொரு மொழியினையே அளவுகோலாகவும் பாரதி பார்த்திருக்கிறார். காட்டாக, 'கோகலே' என்ற பெயரை எப்படி உச்சரிக்க வேண்டும் என்று கூறவந்த பாரதி "பிராமணர் 'கோபுரம்' என்று சொல்லும்போது 'கோ'வை எப்படிச் சொல்லுகிறார்களோ

அதுபோல 'கோகளே'யின் முதலெழுத்தையும் சொல்ல வேண்டும்" என்கிறார்.[9] இங்குப் பார்ப்பனர் பேசும் மொழி, ஒலிப்பு முறை முதலானவையே மொழிக்கு அளவுகோலாகின்றன.

மொத்தத்தில், தேசிய இயக்கமும் பாரதியும் முன் வைத்த மொழி எளிமையாக்கம் மற்றும் தரப்படுத்துதல் பெரும்பான்மையும் கீழ்வர்க்கத்தினரையும், கீழ்ச் சாதியினரையும், இந்து சமயம் சாராதவர்களையும் விலக்கியனவாக இருந்தன என்றே சொல்ல வேண்டி இருக்கின்றது. மொழியியல் நோக்கு என்ற போர்வையில் இதனைக் காணாமல் தப்பித்துக்கொள்ள முடியாது.

இதோடு தொடர்புடையதே வ.உ.சி.க்கும் பாரதிக்குமிடையே தமிழ் எழுத்துச் சீர்திருத்தம் பற்றி நடந்த விவாதம்.[10] பிற மொழிச் சொற்களை அவற்றின் மூல வடிவிலேயே எழுதுவதற்கு வசதியாகத் தமிழ் நெடுங்கணக்கில் சில மாற்றங்களைச் செய்ய பாரதி விழைந்தார். இதனை எதிர்த்த வ.உ.சி., "இதுகாறும் தமிழ்ப் பாஷை எழுத்துக்களில் குறையுளது அல்லது தமிழ்ப் பாஷையில் குறையுளது என்று கூறியவர்களில் ஒருவரும் ... சமஸ்கிருத சம்பந்தமில்லாதவராகவாவது சமஸ்கிருத பாஷையில் மேற்சொல்லிய திருத்தங்களையோ வேறு திருத்தங்களையோ செய்ய வேண்டுமென்று கூறியவராகவாவது காணப்படவில்லை..."[11] என்று மொழியில் செயல்படும் அரசியலையும் பண்பாட்டு மேலாண்மைக்கான போராட்டத்தையும் பிட்டு வைத்தார்.

ஆனால், நுஃமான் கைக்கொண்டுள்ள சட்டகத்திற்கு இத்தகைய பண்பாட்டு அரசியலைக் கணக்கிலெடுத்துக் கொள்ளும் ஆற்றலில்லை. எனவே, எடுத்துக்கொண்ட விவாதப் பொருளுக்குத் தொடர்பற்ற முறையில், தமிழுக்கு அதிகம் தொண்டாற்றியவர் யார் – பாரதியா, வ.உ.சி.யா என்ற கேள்வியை எழுப்பி, "அவ்வகையில் வ.உ.சி., பாரதிக்கு அண்மையிலும் நிற்கக் கூடியவரல்ல" (ப. 47) என்று தம் தீர்ப்பைக் கூறுகின்றார்.

உண்மையில், வ.உ.சி. எழுப்பிய கேள்வியே சென்ற ஒரு நூற்றாண்டுத் தமிழகப் பண்பாட்டு வரலாற்றின் ஒரு மையக் கூறினை அடிமடியில் நேராகக் கைவைப்பதுபோல் வெளிப்படையாக எதிர்கொள்கிறது. மொழிச் சீர்திருத்தம் என்பது வெறும் வசதி கருதிச் செய்யப்படும் மாற்றமாக இருக்க முடியாது. மொழி என்பது (குறிப்பாக நம் அரசியல் – சமூகச் சூழலில்) பெரும்பான்மையான மக்கள் தொகையின் அடையாளத்தோடு பிணைந்து இருந்தது. இப் பின்னணியில், ஒரு பிரிவினர் – அதாவது, வடமொழிச் சார்புடையவர்கள் – தமிழ் மொழியின் அமைதி / மரபு என்று கருதப்படும் அடிப்படையில் மாற்றங்களைச் செய்ய முயன்றபோது, அத்தகைய

முயற்சிகளை மற்ற பிரிவினர் தம் அடையாளத்திற்கும், தம் இருப்புக்கும் எதிரானவையாகக் கருதியது இயல்பே. மேலும், தம் அடையாளத்திற்கு எதிரான அறைகூவல்களின் பின்னணியில் இருப்போர் யார், அவர்களுடைய கருத்தியல் சார்பு என்ன என்பனவற்றையும் கேள்விக்குள்ளாக்கவே செய்வர். வ.உ.சி. எழுதிய மறுப்புரையின் உள்ளீடு இதுதான். நவீனமயமாக்கம் என்பது கருத்தியலுக்கு அப்பாற்பட்டது எனக் கருதும் ஆய்வுப் போக்குகள் மொழியில் செயல்படும் அரசியலையும் அதிகாரத்தையும் ஓரங்கட்டிவிடுகின்றன.

நுஃமான் கருதுவதுபோல் மறைமலையடிகள், வ.உ.சி. முதலானோர் முன்வைக்கும் கருத்துப்போக்கு நவீனமயமாக்கத்திற்கு எதிரானதல்ல *(counter-modernization).* மாறாக, ஒரு குறிப்பிட்ட கருத்தியல் சார்பு கொண்ட நவீனமயமாக்கத்தைத்தான் அவர்கள் எதிர்த்தார்கள். நவீனமயமாக்கம் எப்படி நிகழ வேண்டும் என்பது பற்றிய ஒன்றுக்கு மேற்பட்ட கருத்துப்போக்குகளின் மோதலாகச் சென்ற ஒரு நூற்றாண்டுக் காலத் தமிழ்மொழி வரலாற்றை அணுகுவது புதிய உள்ளொளிகளை வழங்கக்கூடும்.

அவ்வகையில், வ.உ.சி. எழுப்பும் வினாக்கள், நுஃமானின் கருதுகோளை மறுத்து, அவர் தொகுத்திருக்கும் சான்றுகளிடமிருந்து முற்றிலும் வேறான முடிவுகளைத் தருகின்றன. பார்ப்பனர் மற்றும் பார்ப்பனரல்லாதார் தமிழைப் பற்றி ஒரேயொரு இடத்தில் மட்டும் குறிப்பிடும் நுஃமான், பாரதியிடம் பார்ப்பனத் தமிழின் செல்வாக்கு இருப்பது 'இயல்பானதே' (ப. 43) என்று கூறிச் செல்கிறாரேயன்றி, அதன் பாதிப்புகளைப் பாரதியின் மொழிச்சிந்தனைகளில் காண மறுக்கிறார்.

ஆங்கிலம் படித்த உயர்வர்க்கத்தினரிடையே தமிழ் பற்றி இருந்த தாழ்வான எண்ணத்தைப் பற்றியும், தமிழ் மொழியில் ஆங்கிலத்தின் ஆதிக்கம் பற்றியும் பாரதி குறிப்பிடுவனவற்றைப் பல இடங்களில் உடன்பாடாக நுஃமான் எடுத்துக்காட்டுகிறார் (ப. 37, 40). ஆனால் ஓரிடத்திலும் தமிழ் மொழியின்மீது வடமொழியின் ஆதிக்கத்தையோ, மணிபிரவாள நடையினையோ, தமிழ்ச் சொற்களை வடமொழிப்பற்றாளர்கள் சிதைத்ததையோ, தமிழ் 'நீசபாஷை' என்று பழிக்கப்பட்டதையோ பாரதி எங்கும் குறிப்பிடவில்லை என்பதை நுஃமான் கண்டுகொண்டதாகத் தெரியவில்லை.

இதைப்போலவே, "புஸ்தக ரூபமாகவும், பத்திரிகைகளில் லிகிதங்களாகவும்... எழுதுகிற கதை, காவியம், விளையாட்டு வார்த்தை, வினை வார்த்தை, சாஸ்திர விசாரணை, ராஜ்ய நீதி எல்லாவற்றையும் தமிழில் எழுத வேண்டும்"[12] என்றும்

“பூலோக சாஸ்திரம், உலக சாஸ்திரம், ரஸாயனம், வான சாஸ்திரம், கணிதம் என்பனவற்றையும் சுதேச பாஷைகளிலேயே கற்றறிந்து கொள்வதற்குரிய ஏற்பாடுகள் செய்யப்பட வேண்டும்”[13] என்றும் விரும்பிய பாரதி, சமயத் துறையிலும் வழிபாட்டுத் தலத்திலும் வடமொழி கோலோச்சியதைப் பற்றி ஏன் ஒன்றும் சொல்லவில்லை என்ற கேள்வியை எழுப்பவேண்டும். அதே போல், “ஐரோப்பிய ஸங்கேதங்களையெல்லாம் எளிய ஸம்ஸ்கிருத பதங்களில் போட்டு, . . . அந்தச் சொற்களை வேண்டியவரை, இயன்றவரை, தேச பாஷைகள் எல்லாவற்றிலும் ஏககாலத்தில் கைக்கொண்டு வழங்கலாம்”[14] என்று பாரதி அறிவுறுத்தியதையும் கருத்தில் கொள்ள வேண்டும்.

மேலும், பண்டிதத் தமிழைக் கேலி செய்த பாரதி, சமஸ்கிருதத்தின் பிறப்பியல்புகளான பண்டிதத்தனம், மேட்டிமைத்தனம், இறுக்கம் முதலானவற்றைக் கண்டிக்கவில்லை.[15] மாறாக, பஞ்ச தந்திரத்தைப் பற்றிக் குறிப்பிடுகையில் “வடமொழியில் மிகமிக எளிய, மிக ஸரளமான, மிகத் தெளிந்த, ஸாமான்ய நடையில் அமைந்திருக்கிறது”[16] என்று பாரதி விதந்தோதுவதையும் கேள்விக்குள்ளாக்க வேண்டும். எளிமை என்பதும், சரளம் என்பதும், தெளிவு என்பதும், சாமான்யம் என்பதும் மொழியின் உள்ளார்ந்த தன்மைகளா? இதற்கு மொழியியல் அடிப்படை உண்டா என்பது ஒரு புறமிருக்க, உண்மையிலேயே சமஸ்கிருதத்தின் இயல்புகள் இவையென்று ஒப்புக்கு வைத்துக்கொண்டாலும், அம்மொழியைக் கற்கும் வாய்ப்பு சமூகத்தின் எந்தப் பிரிவுகளுக்கு இருந்தது? பெரும்பான்மையினர் – பிற்பட்ட சாதிகள், தலித்துகள், பெண்கள் – விலக்கிவைக்கப்பட்டிருந்த மொழியின் உயர்வுகள் என்னவாக இருந்தால்தான் என்ன?

மொத்தத்தில், மொழியின் நவீனமயமாக்கம் பற்றிப் புரிந்துகொள்வதற்கு மொழியியல் மட்டும் போதாது. மொழியை மேற்கட்டுமானத்தின் ஒரு பகுதியாக மட்டுமே காண்பது சமூக மாற்றத்தில் மொழியும் மொழி அடையாளமும் ஆற்றும் பங்கையும், பண்பாட்டு / அரசியல் மோதல்கள் எப்படி மொழிக் களத்திலும் மொழியினூடாகவும் நிகழ்கின்றன, இதன் விளைவாகவும் மொழி மாற்றமும் வளர்ச்சியும் எப்படி ஏற்படுகின்றன போன்றவற்றைத் தெளிவுபடுத்திக் கொள்வதற்கு உதவாது. இதனாலேயே தமிழியக்கமும், திராவிட இயக்கமும் தமிழை முன்பு எப்போதையும்விட அதிக ஜனநாயகத்தன்மையும், மதச் சார்பற்றதன்மையும் கொண்டதொரு மொழியாக மாற்றியதைப் பற்றி ஒரு வரிகூடக் குறிப்பிடாமல், ‘மோஹம்’ என்றும் ‘காம்பீர்யம்’ என்றும் ‘வ்யவஹாரம்’ என்றும் ‘தமிழை’ எழுதிய இந்துமதவாதியான வ.வே.சு. அய்யரை மறுமலர்ச்சியாளர் என்று நுஃமானால் குறிப்பிட முடிகின்றது.

மொழி என்பது அதிகாரச் செயல்பாடான அரசியலோடு நெருங்கியத் தொடர்புடையது. இதற்குப் பாரதி மட்டுமன்றி, நுஃமானும் நானும்கூட விலக்கல்ல.

சான்றுக் குறிப்புகள்

1. இத்தொடர்பில் கவனத்தில் கொள்ளவேண்டிய அண்மைக் காலக் கட்டுரை, அ. மார்க்ஸ், 'தமிழ் நவீனமான கதை', நிறப்பிரிகை இலக்கிய இணைப்பு 2.
2. யாழ்ப்பாணப் பல்கலைக்கழகக் கலைப்பீட வெளியீடு, 1984. கட்டுரைக்கிடையே அடைப்புக் குறிகளுக்குள் தரப்படும் பக்க எண்கள் இந்நூலினைக் குறிக்கும்.
3. எம்.ஏ. நுஃமான் (பதிப்பாசிரியர்), தொடர்பாடல் மொழிநவீனத்துவம், கொழும்பு, 1993.
4. மேலது, ப. 21.
5. மொழியின் எளிமையாக்கம் என்பதன் தொடர்பில், "ஓரிரண்டு வருஷத்து நூற்பழக்கமுள்ள தமிழ் மக்களெல்லோருக்கும் நன்கு பொருள் விளங்கும்படி" எழுத வேண்டும் என்ற 'பாஞ்சாலி சபத'க் காணிக்கையுரையில் பயின்றுவரும் வரிகள் பலமுறை பலரால் மேற்கோள் காட்டப்பட்டுள்ளன. நவீனத்துவத்தின் தலையாய பிரதிநிதியாகப் பாரதியை இனங்காண்பவர்களுக்கு மிகவும் பிடித்த மேற்கோள் இது. காட்டாகப் பேராசிரியர் கைலாசபதி இதனை மனோன்மணியம் ஆசிரியரின் குறிக்கோளாடு ("கல்வி கேள்வியால் நிறைந்த இத்தலைமுறை சிரேஷ்டர் அங்கீகரித்து எனது இச்சிறு முயற்சியும் தமிழ் மாதாவுக்கு அற்புதமாகும்படி அருள் புரியாதொழியார் என நம்பிப் பிரகடனஞ் செய்யப்படுகிறது.") ஒப்பிட்டுச் சுந்தரம் பிள்ளையைக் காய்கிறார் (பாரதி ஆய்வுகள், சென்னை, 1987, ப. 70 – 71). ஆனால், சுந்தரம் பிள்ளை மறைந்த பதினைந்து ஆண்டுகளுக்குப் பிறகுகூட, "இக்காவிய முறை நவீனமானது. இஃது தமிழறிந்த நூலோர்கள் அங்கீகரிக்கத் தக்கதுதானா என்று பார்த்திடும் பொருட்டுச் சிறிய நூலொன்றை முதலில் எழுதினேன். இதனைப் பதம்பார்த்து மேலோர் நன்றென்பாராயின் இவ்வழியிலே வேறு பல வெளியாக்குவேன்" என்று தம் சுயசரிதையின் முன்னுரையில் பாரதி மேலோரைத் துணைக்கழைப்பதைக் கைலாசபதி மறந்து விடுகிறார்.

   மேலும், எளிமை என்பதும் அகவயமானதே. நுஃமான் கருதுவதுபோல பாரதியின் எழுத்து எளிமையானது

என்று புறநிலையாக நிறுவிவிட முடியுமா என்பது ஐயமே. காட்டாக, நுஃமான் எளிமைக்கு உதாரணமாகக் காட்டும் பாட்டையே எடுத்துக்கொள்வோமே.

அச்ச மில்லை, அமுங்குத லில்லை
நடுங்குத லில்லை, நாணுத லில்லை
பாவ மில்லை, பதுங்குத லில்லை
ஏது நேரினு மிடர்ப்பட மாட்டோம்
அண்டஞ் சிதறினா லஞ்ச மாட்டோம்
கடல் பொங்க எழுந்தாற் கலங்க மாட்டோம்
யார்க்கு மஞ்சோம், எதற்கு மஞ்சோம்
எங்கு மஞ்சோம், எப்பொழுது மஞ்சோம்.

சொற்கள், உருபன் அமைப்பு, வாக்கிய அமைப்பு எல்லாம் எளிமையாக உள்ளன என்று சுட்டும் நுஃமான் இப்பாடலின் புணர்ச்சி முறைகளைப் பற்றி ஒன்றும் கூறவில்லை.

அது போலவே, "சங்க இலக்கியத்தை விசேட பயிற்சி இல்லாமல் அல்லது வேறு ஒருவரின் துணையில்லாமல் இன்றையத் தமிழர்களால் புரிந்துகொள்ள முடியாது" (ப. 15) என்று கூறும் நுஃமான் 'குயில் பாட்'டை வைத்து இதே சோதனையைச் செய்து பார்க்கலாம்! இலக்கியம் என்பது மொழியை, எழுத்தறிவை மட்டும் சார்ந்ததல்ல. அது பயிற்சியைச் சார்ந்தது. அப்பயிற்சி சமூகமயமாக்கத்தின் ஒரு கூறாக அமைவது. நடைமுறைப் பயன்பாட்டு மொழியை மட்டும் அறிந்தவரிடம் இலக்கியப் படைப்பைப் படித்துக் காட்டி அதன் எளிமை / புரியும்தன்மை முதலானவற்றை எடைபோடுவது போன்ற அனுபவவாதப் பிழை வேறு இருக்க முடியாது.

மேலும், பாரதியின் இலக்கண நெகிழ்வுகளுக்கு ஆதாரமாக நுஃமான் காட்டும் சான்றுகள் பெரும்பாலும் பத்திரிகைகளில் வந்தவை. அவசர கோலத்தில் எழுதப்பட்டு, வளர்ச்சியுறாத தொழில்நுட்பத்தோடு, தாறுமாறாக அச்சிடப்பட்டவற்றை வைத்து இலக்கணம் பற்றிய மதிப்பீடுகளைச் செய்ய முடியாது. அமைதியாக, ஓர்மையோடு எழுதப்பட்டு, ஆசிரியராலேயே மெய்ப்பு பார்க்கப்பட்ட படைப்புகளைக் கொண்டு முடிவெடுப்பதே பொருத்தமானது. உதாரணமாக, பாரதியின் பகவத் கீதை மொழிபெயர்ப்பை எடுத்துக் கொள்வோம். அதன் முன்னுரையில் பாரதி பயன்படுத்தும் அஃது, இஃதுகள்தாம் எத்தனை. ஒருமை பன்மையில் காட்டப்படும் அக்கறைதான் எவ்வளவு. 'இதுவெல்லாம்' என்றெழுதாமல், 'இவையெல்லாம்' என்றுதானே பாரதி எழுதுகிறார்.

6. பாரதி, கட்டுரைகள்: கலைகள், சென்னை (பாரதி பிரசுராலயப் பதிப்பு, ஆண்டு குறிப்பிடப்படவில்லை), ப. 83 – 84.

7. ரா.அ. பத்மநாபன் (ப – ர்), பாரதி புதையல் பெருந்திரட்டு, சென்னை, 1982, ப. 279.

பாரதி தம் பாடல்களில் காவடிச் சிந்து, நொண்டிச் சிந்து முதலான அடித்தள மக்கள் கலை வடிவங்களைக் கையாண்டிருக்கிறார். தேசிய இயக்கத்திற்கு மக்களைத் திரட்டுவதற்காக இவற்றைக் கைவயப்படுத்தி *(appropriation)* இருக்கிறார் என்று இதனை விளக்கலாம்.

'ஏற்றநீர் பாட்டு, நெல்லிடிக்கும் சொற்றொடியார் கொஞ் சிமொலி, சுண்ணமிடிப்பாரின் சுவைமிகுந்த பண்கள்' முதலானவற்றில் பாரதி நெஞ்சு பறிகொடுத்ததை ('குயில் பாட்டு') நவீனமயமாக்கத்தால் இழந்துவரும் பாரம்பரியத்தைப் பற்றிய ஏக்கமாகவும், அது வழங்கிய விந்தையனுபவமாகவும் *(exotic)* புரிந்துகொள்ளப்பட வேண்டும். மேலோர் கலையும் அடித்தள மக்கள் பண்பாடும் இணையானவை என்று இதற்குப் பொருள்கொள்ள முடியாது. மேற்கு ஐரோப்பாவில் நாட்டார் வழக்காற்றியல் என்ற துறை இவ்வாறு இழந்து வருவனவற்றை மீட்க வேண்டும் என்ற வேட்கையோடு முகிழ்த்தது; பின்னர் தேசியத்தோடும் பிணைந்தது. காண்க: Peter Burke, *Popular Culture in Early Modern Europe, London, 1979)*

8. இது போன்றதொரு மத்தியதர வர்க்கப் பார்வையைக் 'கண்ணன் – என் சேவகன்' என்ற பாடலிலும் காணலாம்.

9. ஞானபாநு, ஜூலை 1915.

10. ஞானபாநுவில் நடந்த இவ்விவாதத்தின் முழு வடிவத்தை ஆ. இரா. வேங்கடாசலபதி, வ.உ.சி.யும் பாரதியும், சென்னை, 1994 என்ற நூலில் காண்க.

11. ஞானபாநு, செப்டம்பர் 1915.

12. பாரதி, கட்டுரைகள் : கலைகள், சென்னை, ப. 100.

13. இளசை மணியன் (ப – ர்), பாரதி தரிசனம் மி, சென்னை, 1975, பக். 218.

14. பாரதி, கட்டுரைகள்: கலைகள், சென்னை, பக் 110.

15. வடமொழி பற்றிய சமூகவியல் நோக்கிலான விமரிசனத்திற்குக் காண்க : D. D. Kosambi, *An Introduction to the Study of Indian History,* Bombay, 1957.

16. பெ. தூரன் (ப – ர்), *பாரதி தமிழ்*, சென்னை, *1953*, ப. 283.

சில துணைநூல்கள்

1. Raymond Williams, *Keywords,* London, *1988.*
2. Tony Crowley, *Standard English and the Politics of Language,* Urbana & Chicago, *1989.*
3. Partha Chatterjee, *Nationalist Thought and the Colonial World,* Delhi, *1986.*

காலச்சுவடு 13, மார்ச் 1996

விவாதம்

கருத்துநிலையும் கட்டவிழ்ப்பும்

பாரதியின் மொழிச் சிந்தனைகள் தொடர்பான வேங்கடாசலபதியின் கருத்துகள் பற்றிச் சில குறிப்புகள்

'பாரதியின் மொழிச்சிந்தனைகள்: ஒரு மொழியியல் நோக்கு' என்ற எனது நூல்1984இல் வெளிவந்தது. அப்போதே அதுபற்றிய சில மதிப்புரைகளும் வெளிவந்தன. எனது அடிப்படைக் கருத்துகளோடு மதிப்புரையாளர்கள் பலரும் உடன்பாடு காட்டினர். இப்போது, பன்னிரண்டு ஆண்டுகளுக்குப் பிறகு ஆ. இரா. வேங்கடாசலபதி வேறு ஒரு கோணத்திலிருந்து எனது நூலை நோக்கியுள்ளார் *(காலச்சுவடு* இதழ் 13). வேங்கடாசலபதியின் கருத்துகளை எதிர்கொள்வதற்காக நீண்ட இடைவெளிக்குப் பிறகு இப்போது மீண்டும் ஒரு முறை எனது நூலை வாசித்துப் பார்த்தேன். எனது சில பழைய கவிதைகளைப் படிக்கும் போது ஏற்படும் சலிப்புணர்வு ஏற்படவில்லை என்பதும், இன்றும் அது புதிதாகவே தோன்றுகின்றது என்பதும் எனக்கு மகிழ்ச்சி தரும் அனுபவமாகும். எனினும் வேங்கடாசலபதியின் எதிர்வினை பொருட்படுத்தத்தக்கதே. அவரது நிலைப்பாடு எனது தளத்தில் இருந்து முற்றிலும் வேறுபட்டது. கடந்த பத்துப் பதினைந்து ஆண்டுக் காலத்துள் தமிழ்நாட்டு ஆய்வறிவுச் சூழலில் ஏற்பட்டுள்ள சில அடிப்படையான மாற்றங்களை அல்லது அபிவிருத்திகளை அது பிரதிபலிக்கின்றது. அவ்வகையில் அவரது

கருத்துகளை எதிர்கொள்ளுமுன் அவரது கருத்துகளுக்குப் பின்புலமாக உள்ள அத்தகைய மூன்று முக்கியமான அபிவிருத்தி களை குறித்துக்கொள்வது பயனுடையதாக இருக்கும் என்று நம்புகின்றேன்.

முதலாவதாக, தி.க., தி.மு.க. அரசியல் இயக்கங்களுக்குள்ளேயே பெரிதும் கட்டுண்டிருந்த எதிர்ப் பிராமணியக் கருத்துநிலை கடந்த சுமார் பத்தாண்டு காலத்துள் அதற்கு வெளியே பரவலாக இளம் அறிவு ஜீவிகள் மட்டத்திலும் பரவியுள்ளது. சில பழைய மார்க்சியவாதிகள்கூட இக்கால கட்டத்தில் இந்த எதிர்ப் பிராமணியக் கருத்துநிலைக்கு ஆட்பட்டமை கவனத்துக்குரியது. மார்க்சீய எதிர்பார்ப்புகள் உடைந்து நொறுங்கியமையும் இதற்கு ஒரு காரணமாகும்.

இரண்டாவதாக, இதற்குச் சமான்தரமாக, இதனோடு தொடர்புடைய தலித்தியக் கருத்துநிலை இதே காலகட்டத்தில் வடக்கில் இருந்து தமிழ்நாட்டின் இந்த இளம் அறிவு ஜீவிகள் மத்தியிலும் பரவியது. இன்று இங்கு இது ஒரு கலாச்சாரக் கோட்பாடாகவே முன் வைக்கப்படுகின்றது. 1985 முதல் மூன்று ஆண்டுகள் நான் தமிழ்நாட்டில் வாழ்ந்த காலத்தில் 'தலித்' என்ற சொல் அங்குப் பரவலாக அறியப்பட்டிருக்கவில்லை என்பதை இப்போது நினைத்துப் பார்க்கின்றேன்.

மூன்றாவதாக, கருத்துநிலை மேலாண்மைக்கு எதிரான கருத்து நிலையாகச் சமீபகாலத்தில் மேற்குலகில் பிரபலம் பெற்ற அமைப்பியல், குறிப்பாக பின்அமைப்பியல் கருத்துகள் இக்காலகட்டத்திலேயே தமிழ்நாட்டு அறிவு ஜீவிகள் மட்டத்தில் (அவர்கள் சிறுபான்மையினர் எனினும்) மிகை ஆர்வத்துடன் வரவேற்கப்பட்டன. அவ்வகையில் அங்கீகரிக்கப்பட்ட கருத்துகளையெல்லாம் கட்டவிழ்த்துப் பார்க்கும் ஆர்வக் கிளர்ச்சி இந்த ஆய்வறிவாளர் மத்தியில் தோன்றியது.

ஈழத்து ஆய்வறிவுச் சூழலைப் பொறுத்தவரை இந்த மூன்று அபிவிருத்திகளும் குறிப்பாக, முதல் இரண்டும் எங்களுக்கு அன்னியமானவை என்பதை நான் முதலில் குறிப்பிடவேண்டும். பிராமணிய – எதிர்ப் பிராமணியக் கருத்துநிலை மோதலுக்குரிய சமூக – அரசியல் அடித்தளம் இலங்கையில் இல்லை. இங்குப் பிராமணர்கள் சமூகரீதியாக அதிகாரமும் மேலாதிக்கமும் அற்ற மிகச் சிறிய சமூகக் குழுவினரே. அவ்வகையில் பிராமணியத்துக்கு எதிரான இயக்கங்களுக்கு இங்குத் தேவை இல்லாது போய்விட்டது. அதுமட்டுமன்றி, தமிழ்நாட்டின் பிராமணிய – எதிர்ப்பிராமணிய கருத்துநிலை மோதலுக்கு ஆட்படாமல் அவற்றுக்கு வெளியே நின்று அவற்றின் சமூக அடித்தளத்தைப்

புறநிலையாகப் பகுப்பாய்வு செய்யக்கூடிய சாத்தியப்பாடு ஈழத்து ஆய்வறிவாளருக்குரிய சாதக நிலையாகவும் காணப்படுகின்றது. (தமிழ்நாட்டுத் திராவிட இயக்கங்கள் இலங்கையில் தமிழ் இனத்தேசியவாதத்துக்கு கருத்து நிலை ரீதியாக ஊட்டமளித்தன என்பது வேறு செய்தி.)

ஈழத்துத் தமிழ்ச் சமூகச் சூழலில், குறிப்பாக யாழ்ப்பாணச் சூழலில், வேளாளர்களே ஆதிக்கச் சாதியினராவர். சாதியமைப்புக்கு எதிரான, தாழ்த்தப்பட்ட சாதியினரின் போராட்டங்கள் 1950களின் பிற்பகுதியில் இருந்தே இங்கு உக்கிரம் பெற்று வந்திருப்பினும் அது ஒரு மொத்தமான வேளாள எதிர்ப்புக் கருத்துநிலையாக வளர்ச்சியடையவில்லை. அதற்குக் காரணம் வேளாளர்களையும் முக்கிய அங்கமாகக் கொண்ட இடதுசாரி இயக்கங்கள் சாதி எதிர்ப்புப் போராட்டங்களைத் தலைமை தாங்கி நடத்தியமை எனலாம். தமிழ்நாட்டில் தோன்றுவதற்கு முன்னரே, தாழ்த்தப்பட்ட மக்கள் பற்றிய இலக்கிய வெளிப்பாடுகள் ஈழத்தில் பெரிதும் வளர்ச்சியடைந்தன. எனினும் 'தலித்தியம்' போல் ஒரு தனி இலக்கியப் பிரிவாக இல்லாமல் முற்போக்கு இலக்கியத்தின் முக்கியப் பகுதியாகவே அவை இங்கு ஏற்றுக்கொள்ளப்பட்டன. ஆகவேதான் தலித்தியம் போன்ற சாதியம் சார்பான குறுங்குழுவாதக் கருத்து நிலைகள் (Secterian ideology) ஒரு கலாச்சாரக் கோட்பாடாக இங்குக் காலூன்ற முடியவில்லை.

பாரதியின் மொழிச் சிந்தனை பற்றிய எனது நூலைத் தமிழ் நாட்டுச் சூழலில் வாசிப்பவர்கள் இவற்றை மனங்கொள்வது அவசியமாகும். செ. கணேசலிங்கன் போன்ற அதிதீவிர இடதுசாரிகள் பாரதியை ஒரு பூர்ஷ்வாச் சிந்தனையாளனாகக் காட்ட முயன்றுள்ள போதிலும் இலங்கையில் இதுவரை யாரும் அவனை ஒரு பிராமணிய மேலாண்மைச் சிந்தனையாளனாகக் காட்ட முயன்றதில்லை. தமிழ் மறுமலர்ச்சியின் ஒரு முக்கிய ஆளுமையாகவே நாம் இங்கு அவனைக் காண்கின்றோம்.

வேங்கடாசலபதி எதிர்ப் பிராமணிய, தலித்திய கருத்து நிலைத் தளத்தில் இருந்து எனது நூலையும் பாரதியையும் வாசித்திருக்கிறார் என்று தெரிகின்றது. அதனாலேயே பாரதியின் மொழிச் சிந்தனைகளில் ஒரு பிராமணிய மேலாண்மையை அவரால் காண முடிகின்றது. அவ்வாறு வாசிப்பதற்கு அவருக்குரிய உரிமையை நான் மறுக்கவில்லை. ஆயினும் அவரது வாசிப்பும் தவறுகளுக்கு அப்பாற்பட்டதல்ல என்ற உணர்வு அவருக்கு இருக்க வேண்டும் என்று எதிர்பார்க்கின்றேன்.

கட்டவிழ்ப்பு என்பது ஒரு மறு வாசிப்பு அல்லது மறு விளக்கம்தான். அது ஒன்றும் புனிதமானதல்ல; கருத்து

நிலைச்சார்புக்கு அப்பாற்பட்டதல்ல. ஒரு பிரதியைக் கட்டவிழ்ப்பவன் தனது வரலாற்றுச் சூழலால் தான் பெற்றுக்கொண்ட தனது கருத்துநிலைச் சார்புக்கேற்பவே செயற்படுகின்றான். அதன் அடிப்படையிலேயே அதற்கு மறுவிளக்கம் தருகின்றான். வேங்கடாசலபதியின் மறுவிளக்கமும் அத்தகையதுதான். எதிர்ப்பிராமணிய, தலித்தியக் கண்ணாடியூடாக அவர் பாரதியைப் பார்க்கின்றார். ஆனால் தனது கண்ணாடியை அவர் கட்டவிழ்த்துப் பார்ப்பதில்லை.

வேங்கடாசலபதியின் விமர்சனத்தை இரண்டு பிரிவாக நோக்கலாம். ஒன்று, எனது கருத்தியல் சட்டகம் பற்றியது. மற்றது, பாரதியின் மொழிச் சிந்தனைகள் பற்றியது. இனி அவை ஒவ்வொன்றையும் பற்றி முடிந்த அளவு சுருக்கமாக இங்கு நோக்கலாம். அவரது முக்கியமான சில விமர்சனக் குறிப்புக்கள் பற்றியே இங்குப் பரிசீலிக்க விரும்புகின்றேன்.

1. "மொழித்துறையில் பாரதியின் சாதனைகளை"ப் போற்றிப் புகழ்வது எனது நோக்கமல்ல. எனது முன்னுரையில் குறிப்பிட்டுள்ளது போல "பாரதியின் மொழிச் சிந்தனைகளிலே காணப்படும் பலத்தையும் பலவீனத்தையும்" விளங்கிக்கொள்ளவே முயற்சித்துள்ளேன். இதற்கு நான் அடிப்படையாகக் கொண்டவை மொழியியலின் ஒரு பிரிவான சமூக மொழியியல் *(socio-linguistics)* கோட்பாடுகளாகும். இந்தத் துறைபற்றிய வேங்கடாசலபதியின் பரிச்சயம் அவரது எழுத்தில் வெளிப்படவில்லை. எனினும் அவர் எனது சட்டகத்துக்கு இவ்விடயங்களை (மொழி – பண்பாடு – அரசியல் தொடர்புகளை) கணக்கில் எடுத்துக்கொள்ளும் ஆற்றல் இல்லை என நிராகரித்துவிடுகிறார். வேங்கடாசலபதி கூறுவதுபோல் "பாரதியின் கருத்துகள் பெரும்பான்மையும்" எனக்கு உடன்பாடானவையும் அல்ல. பாரதியின் முக்கியமான கருத்துகள் பலவற்றை எனது நூல் முழுவதிலும் ஓரளவு விரிவாக விமர்சனத்துக்கு உட்படுத்தியுள்ளேன் என்பதை அவர் காணத் தவறியுள்ளார்.

2. எனது ஆய்வுக்கு அடிப்படையாகவுள்ள நவீனத்துவம், அறிவியல் நோக்கு ஆகிய இரண்டு கருத்துத்தாக்கங்களை அவர் கட்டவிழ்த்துப் பார்க்கிறார். அவரை பொறுத்தவரை இவை இரண்டும் ஏற்புடைய கருத்தாக்கங்கள் அல்ல என்று தெரிகின்றது.

   "நுஃமானைப் பொறுத்தவரை காலம் என்ற அரூபமான கருத்தாக்கத்தின் தொழிற்பாடாகவே நவீனத்துவம்

விளங்குகின்றது" என்றும், "வரலாற்றுத் தன்மையற்ற வகையில் வரையறுக்கப்பட்ட காலம் என்ற கருத்தாக்கம் குறிப்பிட்ட சூழ்நிலைகளில் குறிப்பிட்ட மனிதர்கள் / சமூகப் பிரிவுகளின் அதிகாரச் செயற்பாடுகள் மாற்றத்தை உண்டாக்குகின்றன என்பதை மூடிமறைத்துவிடுகின்றது" என்றும் அவர் கூறுகின்றார். இங்குக் காலம் என்பது அரூபமான கருத்தாக்கம் அல்ல; ஒரு குறி என்பதை அவர் கண்டுகொள்ளவில்லை. 'இருபதாம் நூற்றாண்டின் தேவை' போன்ற கூற்றுக்களில் காலம் வரலாற்றுத் தன்மையற்ற முறையில் வரையறுக்கப்பட்டிருப்பதாக ஒரு வரலாற்று ஆய்வாளர் கருதுவது எனக்குச் சற்று வியப்பூட்டுகின்றது. அவருக்கு உகப்பான சமூகக் குழுக்களின் அதிகாரம் செயற்பாடுகள் எனது நூலில் முதன்மை பெறாது போனமை அவரது முடிவுக்குக் காரணமாக இருக்கலாம். நவீனத்துவம் பற்றி எனது நூலில் நான் விரிவாக எதுவும் பேசாவிட்டாலும்[1] நவீனத்துவத்தின் அடிப்படையில் பழமைவாதமாகவும் ஏற்றுக்கொள்ள முடியாதவையாகவும் நான் கூறுபவை வேங்கடாசலபதியைப் பொறுத்தவரை ஏற்புடையவையாக உள்ளன என்று அனுமானிக்க முடிகின்றது. தமிழின் பழம்பெருமையிலும் இனிமையிலும் தூய்மையிலும் மெய் மறப்பது அவருக்கு உகப்பானதாயின் அதனை நான் மறுப்பதற்கில்லை.

3. அறிவியல் நோக்கு பற்றிய அவரது விளக்கங்கள் முற்றிலும் எனக்கு ஏற்புடையதல்ல. அறிவும் உணர்வும் எப்போதும் எதிர் முரண்கள் என்றோ, முழுமுற்றான புறநிலை நோக்கு சாத்தியம் என்றோ நான் கருதவில்லை. சொந்த விருப்பு வெறுப்புக்களை முடிந்த அளவு புறமொதுக்கிக் காரணகாரியத் தொடர்புடன் எதனையும் பரிசீலிக்கும் பார்வையையே அறிவியல் நோக்கு என்று நான் எளிமைப்படுத்திக் கூறுவேன். இது புனிதமானது, இறுதியானது கேள்விக்கு இடமற்றது என்று எதனையும் கருதுவதில்லை. இந்தப் பார்வையை நிராகரிப்பதற்கு எனக்குக் காரணங்கள் எவையும் தென்படவில்லை. இவ்வகையிலேதான் நான் "கொண்டாடும்" மொழியியலையும் அறிவியல் என்பேன். மொழியின் அமைப்பை மட்டுமன்றி அதன் சமூகச் செயற்பாட்டையும் அது கணக்கில் எடுத்துக் கொள்கின்றது. மொழி பற்றிய ஐதீகங்களை அது கேள்விக்குள்ளாக்குகின்றது. மொழி வழி இயக்கங்களை ஆராய்வதற்குரிய அறிவுசார்ந்த

அளவீடுகளைத் தருகின்றது. ஒரு தனி மனிதனின் மொழிச் சிந்தனைகளை, ஒரு அரசின் மொழிக் கொள்கையை, ஒரு சமூகக் குழுவின் மொழி உணர்வை, மொழி இயக்கங்களைப் புரிந்துகொள்வதற்கும், பகுப்பாய்வு செய்வதற்கும், மதிப்பிடுவதற்கும் அரசியல், வரலாற்றியல் அறிவு மட்டும் போதாது; மொழியியல் அறிவும் அவசியம் என்ற ஒரு காலகட்டத்தில் நாம் வாழ்கின்றோம். எனினும் தமிழ்நாட்டுப் பல்கலைக்கழகங்களின் பெரும்பாலான தமிழ்ப் பேராசிரியர்கள் தம் தமிழ் உணர்ச்சி காரணமாக மொழியியலைப் பகைமை உணர்வோடு நோக்கி வந்தனர்; அதனை நிராகரித்தனர். அவர்களை நம்மால் புரிந்துகொள்ள முடியும். ஆனால், இந்தியாவின் மிகச் சிறந்த பல்கலைக்கழகங்களுள் ஒன்றில் வரலாற்றியலில் பயிற்சி பெற்ற ஓர் இளம் ஆய்வறிவாளர் பிறிதொரு அறிவுத்துறையை நிராகரிப்பது துரதிர்ஷ்டவசமானது. மொழி சார்ந்த 'அதிசயமான' நிலைப்பாடுகளை நியாயப்படுத்துவதற்கு அறிவியல் நோக்கை நிராகரிப்பது அவசியம் போலும். இவ்வகையில் தான், புற நிலை அறிவு, மனப்பதிவு, கர்ணபரம்பரைக் கதை, உண்மை (கதை) ஆகியவற்றுக்கிடையே உள்ள வேறுபாடுகள் போலியானவை என்றும் அவர் கூறுகின்றார். இது நமக்கு அதிர்ச்சி தருவது. 'ராம் ஜென்மபூமி' கர்ணபரம்பரைக் கதையா, உண்மை வரலாறா போன்ற முரண்கள் வேங்கடாசலபதியின் வரலாற்றாய்வில் போலியானவையாக இருக்கலாம்; ஆனால், அறிவியல் நோக்கில் அது ஆபத்தானது.

4. 'பிரதிபலிப்புக்கோட்பாட்டுக்கு நுஃமான் தன்னை அறியாமலே பலியாகிவிட்டிருக்கிறார்' என்பது எனது நூலுக்குச் சம்பந்தமில்லாத கண்டுபிடிப்பு. மொழியை மேல் கட்டுமானத்தின் ஓர் அம்சமாகக் கருதிய வரட்டு மார்க்சியர் பலர் ஸ்டாலின் கால சோவியத் யூனியனில் இருந்தார்கள். ஸ்டாலினே அவர்களை நிராகரித்துவிட்டார் என்பதை வேங்கடாசலபதி அறிந்திருப்பார். "சமூக, அரசியல் இயக்கங்களில் மொழிச் சொல்லாடல்கள் முக்கியப் பங்கு வகிக்கின்றன என்பதை நுஃமான் முன்னெடுக்கும் அறிவியல் சார்ந்த மொழியியல் புறக்கணித்துவிடுகின்றது" என்பது எனது கால் நூற்றாண்டுக்கால மொழியியல் படிப்பில் நான் கண்டுகொள்ளாத உண்மை! எனினும் அவர் சொல்லும் "பொருளாண்மை மாற்றங்கள் *(Economic Changes)*என்ற

பொருளில்தான் வேங்கடாசலபதி இத்தொடரைக் கையாள்கின்றார்) மொழியிலும் மொழியினூடாகவும்" எவ்வாறு நடைபெறுகின்றன என்பது எனக்கு வியப்பூட்டுகின்றது. அவரது வாக்கியத்தை ஆங்கிலத்தில் மொழிபெயர்த்தால் அது பின்வருமாறு அமையும்: Economic changes are taking place in the language and through the language இதற்கு இரண்டு உதாரணங்கள் தந்து விளக்குவாராயின் மொழியியல் உலகும் பொருளியல் உலகும் அவருக்கு எப்போதும் கடமைப்பட்டிருக்கும்.

5. "பாரதியின் மொழிப்பற்றும் தமிழ்ப் பெருமித உணர்வும் அறிவியலுக்குப் புறம்பானவை எனினும், அவை அவனது சுதேச உணர்வின் வெளிப்பாடுகள்" என்று எனது கூற்றுக்கு வேங்கடாசலபதி எழுதும் விளக்கவுரை அபாரமானது. அவர் கூறுவதுபோல் "தேசியத்துக்காக அறிவியல் நோக்கை அல்லது கறாரான மொழியியல் பார்வையைச் சிறிது விட்டுக் கொடுக்கலாம்" என்பது அதன் பொருளல்ல. மொழி உணர்வின் அடிப்படை என்ற தலைப்பில் மூன்று பக்கங்களில் நான் எழுதியிருப்பவற்றுக்கு (பக். 7 – 9) இவ்வாறு பொருள் கொள்ள முடியும் என்பது எனக்கு வியப்பூட்டுகின்றது. அறிவியலுக்குப் புறம்பானதாக நான் கருதும் மொழி உணர்வின், மொழிப் பற்றின் ஊற்று மூலத்தை, சமுதாய அடித்தளத்தை விளங்கிக்கொள்ளவே நான் முயன்றிருக்கிறேன். அதற்கு அங்கீகாரம் அளிப்பதோ, அமைதி காண்பதோ எனது நோக்கமல்ல.

6. மொழிமாற்றம், எளிமையாக்கம் பற்றிய பிரச்சினையில் வேங்கடாசலபதி எழுப்பும் கேள்விகள் முக்கியமானவை எனினும் அவரது கருத்துநிலை சார்ந்தவை. "பேசுவது போல எழுதுதல் என்னும்போது யார் பேசுவது போல் என்ற கேள்வியைச் சாதி, வர்க்கம், சமயம், பாலினம் ஆகியவற்றின் அடிப்படையில் எழுப்பிக்கொள்ளவில்லை" என்றும் "அவ்வாறு எழுப்பிக்கொண்டால் பாரதி பிரதிநிதித்துவப்படுத்திய நவீனத்துவத்தின் தன்மை நன்கு தெளிவுபடக்கூடும்" என்றும் அவர் எழுதுகின்றார். இதன் உட்கிடை, பாரதி பிரதிநிதித்துவப்படுத்திய நவீனத்துவம் பிராமணிய மேல்தட்டு வர்க்க ஆணாதிக்க மேலாண்மை சார்ந்தது என்பதாகும். அவரது வாதம் முழுமையின் சாரமும் இவ்வளவுதான். வ.உ.சி., மறைமலை அடிகள் ஆகியோரின் மொழிச் சிந்தனைகள் தொடர்பாக இதே கேள்விகளை வேங்கடாசலபதி எழுப்புவதில்லை. அவ்வாறு எழுப்பினால் அவர் கூறுவது போல் "பாரதி

தன் மனதில் கொண்டிருந்த படித்த, மேல்வர்க்கத்தாரின் 'நாகரீக' மொழியையே" அவர்களும் தம் மனதில் கொண்டிருந்தனர் என்பது தெரியவரும். பாரதியின் வடசொற்கலந்த பிராமணியத் தமிழுக்குப் பதிலாக உயர்சாதிச் சைவ வேளாளர்களின் தமிழையே அவர்கள் மனதில் கொண்டிருந்தனர் என்பதும் தெரியவரும். உழைக்கும் வர்க்கத்தாரின், தலித் சாதிகளின் பேச்சு மொழியை இவர்கள் யாருமே கருத்தில் கொள்ளவில்லை என்பதும் தெரியவரும். இவ்வகையில் பார்த்தால் வேங்கடாசலபதியின் ஒருபக்கச் சார்பான வாதம் பாரதியின் தலையில் பிராமணிய மேலாண்மை என்னும் முள் முடியைச்சூட்டி, உழைக்கும் வர்க்கம், தலித்துகள் பிறசாதிப் பிரிவினர் ஆகியோரிடம் இருந்து அவனை அந்நியப்படுத்தும் உள்நோக்கம் கொண்டதாகத் தோன்றுகின்றது.

பாரதி ஒரு பிராமணன் என்பதையோ, பிராமணர் தமிழையே அவன் பேசினான் என்பதையோ, அவனது எழுத்திலும் அதன் செல்வாக்கு இருக்கின்றது என்பதையோ யாரும் மறுப்பதற்கில்லை. இதுபற்றி எனது நூலிலும் குறிப்பிட்டுள்ளேன். ஆனால் பாரதியை ஒரு பிராமணிய மேலாண்மைச் சார்புடையவன் என்று காட்டுவதற்கான சான்றுகள் வலிந்து பெறப்படுபவை. "மொத்தத்தில் தேசிய இயக்கமும் பாரதியும் முன்வைத்த மொழி எளிமையாக்கம் மற்றும் தரப்படுத்தல் பெரும்பான்மையும் கீழ்வர்க்கத்தினரையும் கீழ்சாதியினரையும் இந்து சமயம் சாராதவர்களையும் விலக்கியனவாக இருந்தன என்றே சொல்ல வேண்டி இருக்கின்றது. மொழியியல் நோக்கு என்ற போர்வையில் இதனைக் காணாமல் தப்பித்துக்கொள்ள முடியாது" என்றும் "தமிழியக்கமும் திராவிட இயக்கமும் தமிழை முன்பு எப்போதையும்விட அதிக ஜனநாயகத் தன்மையும் மதச் சார்பற்ற தன்மையும் கொண்டதொரு மொழியாக மாற்றியதைப் பற்றி ஒரு வரிகூடக் குறிப்பிடாமல் 'மோஹம்' என்றும் 'காம்பீர்யம்' என்றும் 'வியவகாரம்' என்றும் தமிழை எழுதிய இந்துமதவாதியான வ.வே.சு. ஐயரை மறுமலர்ச்சியாளர் என்று நுஃமானால் குறிப்பிட முடிகின்றது" என்றும் வேங்கடாசலபதி கூறுவது நான் முன்னர் குறிப்பிட்டதே போன்று ஒரு பக்கச் சார்பானது. அவரின் எதிர்ப்பிராமணிய நிலைப்பாட்டைக் காட்டுவது. மொழியின் சமூகவியல் பற்றிய தெளிவீனத்தின் அடிப்படையில் பிறப்பது. அப்பட்டமான அரசியல் உள்நோக்கம் உடையது.

மொழியைப் பொறுத்தவரை வேங்கடாசலபதி பாரதிக்குக் கூறுவது, அவர் வேறு சித்திரத்தைத் தரமுயன்றாலும் எதிர்ப்பிராமணிய இயக்கங்களான தனித்தமிழ் இயக்கம், திராவிட இயக்கம் ஆகியவற்றுக்கும் பொருந்தும் என்பதை அவர் வசதியாக மறைத்துவிடுகிறார். அவர்களது மொழிச் செயற்பாடுகளும் கீழ்வர்க்கத்தினரையும், கீழ்சாதியினரையும் இந்து சமயம் (சைவர்) சாராதவர்களையும் விலக்கியவை தான். தனித்தமிழ் இயக்கம் எவ்வாறு வைஷ்ணவர்களையும், கிறிஸ்தவர்களையும், இஸ்லாமியரையும் விலக்கிய சைவத் தமிழ் மேலாண்மைச் சார்புடையது என்பதை வேங்கடாசலபதி குறிப்பிடும் எனது வேறு ஒரு கட்டுரையில் விளக்கியுள்ளேன்.[2] திராவிட இயக்கம் முழுமையுமே தனித்தமிழ் இயக்கக் கருத்து நிலைக்குப் பலியானவைதான். தனித்தமிழ் இயக்கம் தமிழை முன் எப்போதையும் விட ஜனநாயகப்படுத்தியது என்பது வெறும் புருடா. தமிழைப் பயன்படுத்துவோர் அனைவர் மீதும் அது சைவத் தமிழ் மேலாண்மையைத் திணித்தது. தமிழ் சைவர்களின் மொழி மட்டுமல்ல; வைஷ்ணவர்கள், கிறிஸ்தவர்கள், இஸ்லாமியர் போன்ற பிற மதத்தினரின் மொழியும்தான் என்பதை நிராகரித்தது. பிராமணர்களைத் தமிழரென்றும் அவர்கள் பேசும் தமிழைத் தமிழ் என்றும் ஒப்புக்கொள்ள மறுத்தது. இதன்மூலம் தமிழின் பன்மைத்துவத்துக்கு அங்கீகாரம் வழங்க மறுத்தது. இம்மதப்பிரிவினர் எல்லோரது தமிழையும் தமிழ் என்று ஒப்புக்கொண்டால் தனித்தமிழ் பற்றிப் பேச முடியாது. ஆனால், எல்லாச் சமூகப் பிரிவினரும் பங்கு கொண்ட வெகுஜனத் தொடர்புச் சாதனங்களின் வளர்ச்சி மூலம்தான் தமிழ் ஓரளவு ஜனநாயகமயப்படுத்தப்பட்டது என்பதை நான் இங்கு அழுத்திக்கூற விரும்புகின்றேன்.

'மோஹம்', 'காம்பீர்யம்', 'வியவகாரம்' போன்ற வட சொற்களைக் கலந்து தமிழை எழுதிய 'இந்துமதவாதியான' வ.வே.சு. ஐயரைத் தமிழின் மறுமலர்ச்சியாளர் வரிசையில் சேர்ப்பதனை ஆட்சேபிக்கும் வேங்கடாசலபதியின் குறிப்பு அபத்தமானது. ஏராளமான அரபு, உருதுச் சொற்களைக் கலந்து மலையாளத்தை எழுதிய 'இஸ்லாமியரான' வைக்கம் முகம்மது பஷீரை நவீன மலையாள இலக்கியத்தின் முக்கிய ஆளுமைகளுள் ஒன்றாகக் கருதுவதை ஆட்சேபிப்பதற்குச் சமமானது இது. மலையாளிகள் யாரும் அவ்வாறு சொல்வதில்லை

என்று நினைக்கின்றேன். ஆனால் தமிழின் சாபக்கேடு இவ்வாறு அமைந்துவிட்டது.

7. மொழியின் சமூகவியல் பற்றிய தெளிவோடு பிரச்சினையை நிதானமாக நோக்காது கட்சிகட்டுவதில் பயனில்லை. அது சில அரசியல் லாபங்களைத் தரக்கூடும், ஆனால் ஆய்வியல் வளர்ச்சிக்கு உதவாது. கடந்த சுமார் ஒரு நூற்றாண்டுக்கு மேலாகத் தமிழ் மொழி வளர்ச்சிக்குப் பங்களிப்புச் செய்த ஆறுமுக நாவலர் முதல்[3] அண்ணாதுரை வரை "படித்த மேல் வர்க்கத்தினரின் நாகரீக மொழியையே" பயன்படுத்தினர் என்பது முக்கியமான கவனத்துக்குரியது. 'உலகம் என்பது உயர்ந்தோர் மேற்றே' என்று கூறிய தொல்காப்பியர் காலம் முதல் தொடரும் நிலைமை இது. அடிநிலைமக்கள், தாழ்த்தப்பட்டவர் ஆகியோரின் மொழி பற்றிய பேச்சுக்கே இங்கு இடம் இருக்கவில்லை. அது கொடுந்தமிழ் என்று ஏற்கனவே ஒதுக்கப்பட்டுவிட்டது. சமூக உயர் குழாத்தினரின் மொழியே செந்தமிழ் என்று ஏற்கப்பட்டது. அதுவே பொது மொழியாக, இலக்கிய மொழியாகக் கடந்த இரண்டாயிரம் ஆண்டுகட்கு மேலாக வழங்கி வந்துள்ளது. இந்த நூற்றாண்டு முழுவதிலும் தமிழை நவீனப்படுத்துவதில் சம்பந்தப்பட்டிருந்த சக்திகள் எல்லாம் இந்தப் பொது மொழியை – செந்தமிழைக் காலத்தின் தேவைக்கும் தங்கள் கருத்து நிலைக்கும் ஏற்ப வளர்த்தெடுப்பது பற்றியே அக்கறை செலுத்தின. அடிநிலை மக்களின் பேச்சு மொழி மட்டுமன்றி உயர் வர்க்கத்தினரின் பேச்சுமொழி கூடச் 'செந்தமிழின்' இடத்தைப் பெற முடியவில்லை என்பதை மனம்கொள்ள வேண்டும். இதற்குரிய காரணத்தைத் தமிழில் வலிமையாக நிலைகொண்டுள்ள இரட்டை வழக்குச் சூழலில் (Diglossic situation) தேட வேண்டும். இது சமூக உயர் குழாத்தினர் இறுக்கமாகப் பேணிய தொல்சீர் மரபின் விளைவாகும். மிகப் பிந்திய ஒரு கட்டத்தில் நவீன இலக்கிய வளர்ச்சியோடுதான் பல்வேறு சமூகப் பிரிவினரின் பேச்சு மொழி இலக்கியத்தில் அங்கீகாரம் பெற்றது என்பதையும் நாம் மறந்து விடுவதற்கில்லை.

பல்வேறு கிளைமொழிகள் நிலைகொண்டுள்ள ஒரு மொழிச் சமூகத்தில், சமூகரீதியில் மேலாதிக்கம் உடைய சமூகக் குழுவினரின் கிளைமொழியே பொது மொழியாக அங்கீகாரம் பெறுகின்றது. அவ்வாறு பெற்றுக்கொண்டபிறகு அதுவே எல்லாக் குழுவினருடைய

பொதுப் பயன்பாட்டுக்குரிய மொழியாகிவிடுகின்றது. அதுவே சிறந்ததும், சரியானதும் என்றாகிவிடுகின்றது. தமிழ் இதற்கு விலக்கு அல்ல. செந்தமிழ் அவ்வாறு உருவாகியதுதான். இன்று அது எந்த ஒரு சமூகக் குழுவினரதும் பேச்சுமொழியாக இல்லாவிட்டாலும் எழுதுவதற்கும், மேடைத் தொடர்பாடலுக்கும், கல்விக்கும் உரிய மொழியாக அங்கீகாரம் பெற்றுவிட்டது. இதற்கு மாற்றீடாக அடிநிலை மக்களின் அல்லது உழைக்கும் வர்க்கத்தின் மொழியைக் கொண்டுவருவதென்பது ருஷ்ஷியப் புரட்சிக்குப் பின் நிலப்பிரபுக்களும் பூர்ஷ்வாக்களும் பயன்படுத்திய ருஷ்ஷிய மொழியை அழித்துவிட்டுப் பாட்டாளிகளின் ருஷ்ஷிய மொழியொன்றை உருவாக்கச் சிலர் முயன்றது போன்றதே. அது முழுச் சமூக வரலாற்றையும் அழித்துவிட்டு முற்றிலும் புதிதாக உருவாக்குவது போன்றது. பாரதி மட்டுமன்றி, மறைமலை அடிகளோ, வ.உ.சி.யோ, பெரியாரோ, அண்ணாதுரையோ அத்தகைய எண்ணங்கள் கொண்டிருக்கவில்லை என்பது ஆறுதல் தருவது. எதிர் காலத்தில் தமிழ்நாட்டின் சமூகப் படிநிலையில் தலித்தியம் மேலாண்மை பெற்றாலும்கூட மொழியில் அத்தகைய ஒரு நிலைப்பாட்டை அது மேற்கொள்ளும் என்று தோன்றவில்லை. தமிழ்நாட்டில் ஹிந்தி எதிர்ப்புப் போராட்டங்களின் போது திராவிட இயக்கம் தமிழ் உணர்ச்சி வெறியேற்றிச் சகல தரப்புத் தமிழ் மக்களையும் அணிதிரட்டியதும், உயிர்ப்பலி கொடுத்ததும் யார் பேசிய தமிழுக்காக என்ற கேள்வியைக் கேட்பதும் இங்குப் பொருத்தமாகத் தோன்றுகின்றது.

8. மொழி தொடர்பான எதிர்ப்பிராமணிய மேலாண்மைப் போக்கை வசதியாக மறந்துவிட்டு பாரதியின் மொழிச் சிந்தனையில் மட்டும் ஒரு பிராமணிய மேலாண்மையைக் காணும் வேங்கடாசலபதியின் நிலைப்பாடு அடிப்படையில் தவறானது. இந்த நிலைப்பாட்டின் ஊடாகவே தமிழில் எழுத்துக்குறை பற்றிய பாரதி – வ.உ.சி. விவாதத்தையும் அவர் பார்க்கின்றார். இவ்விருவரின் நிலைப்பாடுகளையும் எனது நூலில் விரிவாக ஆராய்ந்துள்ளேன் (பக். 47–54). இருவரின் கண்ணோட்டங்களிலும் உள்ள குறைபாடுகளையும் சுட்டிக் காட்டியுள்ளேன். ஆயினும், எதிர்ப்பிராமணியக் கருத்துநிலை காரணமாக வேங்கடாசலபதி வ.உ.சி.யின் நிலைப்பாட்டின் பக்கமே சார்ந்து நிற்கிறார். பாரதியை வடமொழிப் பற்றாளனாகவும் வடமொழிச் சார்பினர்

தமிழை 'அழித்ததை'ப் பற்றிப் பாராமுகமாக இருந்தவனாகவும் காட்ட முயல்கின்றார்.

"தமிழ் மொழி மீது வடமொழியின் ஆதிக்கத்தையோ, மணிப்பிரவாள நடையினையோ, தமிழ்ச் சொற்களை வட மொழிப் பற்றாளர்கள் சிதைத்ததையோ, தமிழ் 'நீசபாஷை' என்று பழிக்கப்பட்டதையோ[4] பாரதி எங்கும் குறிப்பிடவில்லை" என்று கூறும்போது, அவர் தனது எதிர்ப்பிராமணியக் கருத்துநிலை நின்று பாரதியை ஒரு 'வேற்றாள்' *(The Other)* என்று காட்ட முனைவதைக் காணலாம். வேங்கடாசலபதியின் வாதம் முழுவதிலும் பாரதி ஒரு 'வேற்றாள்' என்ற தொனி இழையோடுவதைக் கூர்ந்து நோக்கின் உணரலாம். 'கோகலே' என்ற பெயரின் முதல் எழுத்தை உச்சரிப்பது எப்படி என்பதை விளக்குவதற்கு பாரதி இரண்டு உதாரணங்களைத் தருகிறான். ஒன்று, தங்கம் என்ற சொல்லில் வரும் 'க' போல் உச்சரிக்க வேண்டும் என்பது; மற்றது, பிராமணர் கோபுரம் என்ற சொல்லில் உள்ள முதல் எழுத்தை உச்சரிப்பது போல் உச்சரிக்க வேண்டும் என்பது. வேங்கடாசலபதி முதல் உதாரணத்தை வசதியாக மறைத்துவிட்டு இரண்டாவது உதாரணத்தை மட்டும் தருகிறார். அது மட்டுமன்றி, அதன் அடிப்படையில் "இங்குப் பார்ப்பனர் பேசும் மொழி, ஒலிப்பு முறை முதலானவையே மொழிக்கு அளவுகோலாகின்றன" என்று தீர்ப்பும் கூறுகின்றார். வேங்கடாசலபதியின் இப் 'பிரதியாக்க உத்தி' பாரதியை 'வேற்றாள்' எனக் காட்டுவதற்கே இங்குப் பயன்படுத்தப்படுகின்றது. இதனைப் புத்தி சாதுரியமான வாதமுறைமை என்று நாம் வியப்பதற்கில்லை.

எனது ஆய்வு பிராமணிய, எதிர்ப்பிராமணிய கருத்து நிலைகளுக்கு வெளியே நின்று மொழிவளர்ச்சி பற்றிய பொதுக் கோட்பாடுகளின் அடிப்படையில் பாரதியின் மொழிச்சிந்தனைகளை மதிப்பிடும் நோக்கில் அமைந்தது. அவ்வகையில், தமிழ் மொழியின் ஆரோக்கியமான வளர்ச்சியில் அவனது சிந்தனைகளின் சாதகமான அம்சங்களையும், அதேவேளை, பலவீனமான அம்சங்களையும் சுட்டிக்காட்டினேன். எனினும் எனது முன்னுரையில் குறிப்பிட்டுள்ளது போல் எனது மதிப்பீடுகள் முடிந்த முடிபானவை அல்ல. எனது கருத்துகளுடன் உடன்பட்டும் மாறுபட்டும் பலர் கருத்துத் தெரிவித்துள்ளனர். வேங்கடாசலபதியின் நோக்கு முற்றிலும் வேறு கோணத்தில் அமைந்துள்ளது. அவர் பரந்த வாசிப்பறிவும், கடின உழைப்பும், சிந்தனை வீச்சும் உடைய இளம் ஆய்வாளர் என்பது அவரது நூல்களைப் படிக்கும்போது தெரிகின்றது. எனினும் துரதிர்ஷ்டவசமாக அவர் வரித்துக்கொண்ட கருத்து நிலை, அவரது பார்வையைக் கோணலாக்கி இருக்கின்றது. பாரதியின்

மொழிச் சிந்தனைகளில் பிராமணிய மேலாண்மையைத் தவிர சாதகமான அம்சம் எதனையும் அவரால் காண முடியவில்லை என்பது கவலைக்குரியது. அச்சுறுத்துமளவுக்கு மாசடைந்து வரும் இன்றைய நமது ஆய்வறிவுச் சூழலையே அவரது கட்டுரையும் வெளிக்காட்டுகின்றது. கட்டவிழ்ப்பு என்ற கவர்ச்சிகரமான ஆயுதம் குறுங்குழுவாதக் கருத்து நிலையுடன் கைகோக்கும் போது எவ்வளவு ஆபத்தானது என்பதையும் அது சுட்டுகின்றது.

இறுதியாக நான் சொல்லக்கூடியது இதுதான். பிராமணியம், எதிர்ப்பிராமணியம், தலித்தியம் இந்துத்துவம், சிங்கள பௌத்தம், தமிழ் இனத் தேசியம், இஸ்லாமிய அடிப்படைவாதம் என்பனவெல்லாம் குறுங்குழுவாதக் கருத்துநிலைகளே. இவை தீவிரம் பெறும்போது பகுத்தறிவுக்குப் புறம்பான வன்முறைக்கும் அழிவுக்கும் இட்டுச் செல்லும். தமது நலனுக்கு ஏற்றவகையில் வரலாற்றையும், அறிவையும் திரித்துக் கட்டமைக்கும். இன்று உலகம் முழுவதும் இத்தகைய குறுங்குழுவாதக் கருத்துநிலைகளால் சின்னாபின்னப்பட்டுக் கொண்டிருக்கிறது. உலகை விழுங்கி ஏப்பமிடும் பெருச்சாளிகள் இத்தகைய கருத்து நிலைகளுக்கும் பிரிவினைவாத இயக்கங்களுக்கும் பின்புலமாக இருந்து வருகின்றன. இந்த நிலையில் எந்த ஒரு குறுங்குழுவாதக் கருத்துநிலைக்குள்ளும் தன்னை விழுத்திக்கொண்டு அதனை நியாயப்படுத்தாது, அவற்றுக்கு வெளியே நின்று அவற்றின் சமூக ஊற்று மூலத்தையும் உள்ளடக்கத்தையும் வெளிப்படுத்தும் ஆரோக்கியமான சிந்தனைப் போக்குள்ள அறிவு ஜீவிகளின் பணி முக்கியமானது.

ஒவ்வொரு குறுங்குழுவாத அல்லது பிரிவினைவாதக் கருத்துநிலைக்கும் அதற்குரிய நியாயப்பாடுகள் உள்ளன. அவை ஒவ்வொன்றும் பிறிதொன்றின் மேலாண்மைக்கு எதிராக உருவாகி இயங்குகின்றன. பண்பாட்டு மேலாண்மை பொருளாதார, சமூக மேலாதிக்கத்தின் வெளிப்பாடு ஆகும். நாம் பண்பாட்டுப் பன்மைத்துவத்துக்காகப் போராட வேண்டும். ஒரு பன்மைத்துவ சமூகத்தில் எல்லாச் சமூகப் பிரிவினருக்கும் பொருளாதார சமத்துவமும் அதிகாரப் பகிர்வும் இல்லாமல் பண்பாட்டுப் பன்மைத்துவத்தை நிலைநாட்ட முடியாது என்பதையும் நாம் புரிந்துகொள்ள வேண்டும். அவ்வகையில் சமூக சமத்துவத்துக்கான போராட்டம் குறுங்குழுவாதக் கருத்துநிலைகளுக்கு எதிரான போராட்டமும் ஆகும்.

இந்து – முஸ்லிம் என்ற பார்வையில் எவ்வளவு கோளாறுகள் உள்ளனவோ, அவ்வளவு கோளாறுகள் பிராமணர் பிராமணரல்லாதவர் என்ற பார்வையிலும் உள்ளது. இத்தகைய பார்வைக்கு

எதிரான ஒரு பன்மைத்துவ அணுகுமுறையைப் பிரயோகிப்பது நமக்கு விமோசனம் தரலாம் என்று தோன்றுகின்றது. இவ்வகையில் பாரதி நமக்குக் கை கொடுப்பான் என்று நம்புகின்றேன். பாரதியிடம் ஆங்காங்கே காணப்படும் சில முரண்பாடுகளை ஒதுக்கிவிட்டுப் பாரதியை இக்கண்ணோட்டத்தில் வாசித்தால் பிராமணிய மேலாண்மைக்குப் பதிலாக ஒரு பன்மைத்துவ அணுகுமுறையை நாம் அவனிடம் காணமுடியும்.

குறிப்புகள்

1. பாரதியின் நவீனத்துவம் பற்றிய சற்று விரிவான விளக்கத்துக்கு எனது "நவீனத்துவமும் பாரதியும்" என்ற கட்டுரையைப் பார்க்கவும். இடம்பெற்றுள்ள நூல்: எம்.எ. நுஃமான், 'திறனாய்வுக் கட்டுரைகள்', அன்னம், சிவகங்கை, 1986. பக். 145 – 64.

2. மறைமலையடிகளின் தனித்தமிழ் இயக்கம் தொடர்பாக எனது "மொழிவளர்ச்சி : இலக்கணத் தூய்மையும் மொழித் தூய்மையும்" என்ற கட்டுரை பார்க்கவும். இடம் பெற்றுள்ள நூல்: எம்.எ. நுஃமான், (பதி. ஆசிரியர்) 'தொடர்பாடல் மொழி நவீனத்துவம்', கொழும்பு, 1993.

3. இது தொடர்பாகப் பார்க்கவும்: எம்.எ. நுஃமான், "19ஆம் நூற்றாண்டு நவீன உரைநடை இயக்கமும் ஆறுமுக நாவலரும்" மொழியியல் தொகுதி 11 இதழ் 184, 1988, அண்ணாமலைநகர்.

4. 'தமிழ் காட்டுமிராண்டிகளின் பாஷை' என்று பெரியார் கூறியதையும் இங்கு நினைவூட்டிக் கொள்வது நன்று.

❍

எனது கட்டுரைக்கு ஒரு பின் இணைப்பாக "வ.உ.சி.யும் பாரதியும்" என்ற தனது தொகுப்பு நூலுக்கு ஆ.இரா. வேங்கடாசலபதி எழுதியுள்ள முன்னுரையில் இடம்பெறும் பாரதியின் மேற்கோள் ஒன்றை இங்குத் தருகின்றேன்.

> 'மதராஸ் மெயில்' போன்ற ஆங்கிலேயப் பத்திராதிபதியிடம் போய் இந்தியாவுக்கு சுயராஜ்ஜியம் கொடுத்தால் என்ன நடக்கும் என்று கேளுங்கள். "ஓஹோ! ஹோ! ஹோ! இந்தியாவுக்கு சுயராஜ்ஜியம் கொடுத்தால் பஞ்சாபிகள் ராஜபுத்திரரைக் கொல்வார்கள். பிறகு, ராஜபுத்திரன் மஹாராஷ்டிர கூட்டத்தையெல்லாம் விழுங்கிப் போடுவார்கள். மஹாராஷ்டிரர் தெலுங்கரையும் கன்னடரையும் மலையாளிகளையும் தின்றுவிடுவார்கள்.

பிறகு, மலையாளிகள் தமிழ்ப் பார்ப்பனரையும், தமிழ்ப் பார்ப்பனர் திராவிடரையும் சூர்ணமாக்கிவிடுவார்கள். சூர்ணித்த திராவிடர்கள் வங்காளி எலும்புகளை மாலையாகப் புனைவர்" என்று சொல்லிப் பெருமூச்சு விடுவார். அதே கேள்வியை நீதிபதி மணிஅய்யர், கேசவப்பிள்ளை, சிதம்பரம்பிள்ளை முதலியவர்களைப் போய்க் கேளுங்கள், 'அப்படி பெரிய அபாயம் ஒன்றும் உண்டாகாது. சுயராஜ்யம் கிடைத்தால் கஷ்டம் குறையும், பஞ்சம் வந்தால் அதைப் பொறுக்கத் திறன் உண்டாகும். அகால மரணம் நீங்கும், அவ்வளவுதான்' என்று சொல்லுவார்கள்.

(வ.உ.சி.யும் பாரதியும், பக். 18)

பிரிவினைவாதக் கருத்து நிலைகளின் பின்னணி பற்றிப் பாரதிக்கு ஒரு புரிந்துணர்வு இருந்தது என்பதை இது காட்டுகின்றது. வேங்கடாசலபதியின் விவாதத்தோடு சேர்த்து இதனையும் வாசித்தல் பயன்தரும்.

எம்.ஏ. நுஃமான்

***காலச்சுவடு* 15, செப்டம்பர் 1996**

விவாதம்

தமிழரசுக் கட்சி அவலும் திராவிட இயக்க உரலும்

எம்.ஏ. நுஃமானுக்கு மறுப்பு

தாம் எழுதிய நூல் ஒன்றைப் பத்தாண்டுகளுக்குப் பிறகு படித்துப் பார்க்கும் போதும் அது 'தலைநாள் போல் விருப்பம்' தருவதாக ஒருவருக்குத் தோன்றுமென்றால் அவரோடு விவாதிப்பது எப்படி? 'பாரதியும் மொழியின் நவீனமயமாக்கமும்' (*காலச்சுவடு* 13) என்ற என் கட்டுரைக்கு எம்.ஏ. நுஃமான் எழுதிய மறுப்புரையைப் படிக்கும்பொழுது ('கருத்து நிலையும் கட்டவிழ்ப்பும்', காலச்சுவடு 15) இந்தக் கேள்வி எழுகின்றது. நுஃமானைப் போன்ற தகுதி வாய்ந்த திறனாய்வாளருக்கு இந்தத் தன்னிறைவு எப்படி ஏற்பட்டது!

'தமிழ் நாட்டின் பிராமணிய – எதிர்ப் பிராமணிய கருத்துநிலை மோதலுக்கு . . . வெளியே நின்று . . . புறநிலையாகப் பகுப்பாய்வு செய்யக்கூடிய . . . ஈழத்து ஆய்வறிவாளர்'ராகத் தன்னை அடையாளப்படுத்திக் கொள்ளும் நுஃமானுக்கு எப்படி

எதிர்வினையாற்றுவது என்று குழம்புகிறேன். துரதிருஷ்டவசமாக, நுஃமான் நம்புவது போல் கருத்தியல் போராட்டங்களுக்கு வெளியே (செவ்வாய் கிரகத்திலிருந்து? ஜெயமோகன் போல் கேரளத்திலிருந்து?) நின்று கொண்டு செயல்படக்கூடிய வசதி / வாய்ப்பு / ஆடம்பரம் எனக்கு விதிக்கப்படவில்லை. இவற்றை உடைய நுஃமானைக் கண்டு நான் பொறாமைப்படுகிறேன்.

திராவிட இயக்கம் பற்றிய எதிர்மறையான பார்வைக்குத் தமிழ் ஆய்வுலகில் நெடிய வரலாறு உண்டு. இந்தியப் பொதுவுடைமை இயக்கத்தின் தொடக்ககாலத் தலைவர்களெல்லாம் பார்ப்பனர்களாகவும், இந்தியச் சமூகக் கட்டமைப்பில் சாதியத்தின் இடத்தைப் புரிந்துகொள்ளாதவர்களாகவும் புரிந்துகொள்ள மறுப்பவர்களாகவும் இருந்தது திராவிட இயக்கத்தை மலினப்படுத்துவதற்கு அடிப்படையாக இருந்தது. இலங்கைத் தமிழரசுக் கட்சி அவலை நினைத்துத் திராவிட இயக்க உரலை இடித்த ஈழத்து மார்க்சிய அறிஞர்கள் இதற்குக் கோட்பாட்டு வடிவத்தைக் கொடுத்தனர். க. கைலாசபதி இதில் முன்னவர். (தொடக்ககால) கா. சிவத்தம்பி, சி. சிவசேகரம் என்று இப்போது நுஃமானில் வந்து முடிந்திருக்கிறது. 'தனித் தமிழ் இயக்கத்தின் அரசியற் பின்னணியில்' இந்நிலைப்பாட்டை வற்புறுத்திய கா. சிவத்தம்பி அண்மைக்காலத்தில் மறுபரிசீலனை செய்துகொண்டுள்ளதை அவரது 'தமிழ்ப் பண்பாட்டின் மீள் கண்டுபிடிப்பும் நவீனவாக்கமும்' என்ற நெடுங்கட்டுரையில் காணலாம். 'எதிர்ப் பிராமணிய, தலித்தியக் கண்ணாடி' இலங்கையில் கிடைப்பதில்லை என்பதால் சிவத்தம்பியின் மதிப்பீட்டை நுஃமான் கணக்கிலெடுத்துக் கொள்ளலாம் என்று பரிந்துரைக்கிறேன்.

என் கட்டுரையின் மைய இழையை நுஃமான் கோட்டைவிட்டு விட்டார் என்பதே என் மறுப்புரையின் சாரம். நுஃமானுடைய நூலைப் பற்றியதோ, பாரதியின் மொழிச் சிந்தனைகளைப் பற்றியதோ மட்டுமல்ல என் கட்டுரை. தமிழ் நாட்டிலும் / இந்தியாவிலும் நவீனத்துவம் எந்த வகையில் உருப்பெற்றது என்பதைச் சென்ற பதிற்றாண்டில் இந்தியத் தேசியக் கருத்தாடல், நவீனத்துவம் பற்றி நடந்த சில முக்கிய ஆய்வுகளின் வெளிச்சத்தில் விமர்சிப்பதே என் கட்டுரையின் உட்கிடை. இந்த ஆய்வுகள் பற்றிய புரிந்துணர்வு / அறிதல் நுஃமானிடம் காணப்படவில்லை. இவற்றை அவர் நிராகரிக்கவில்லை என்பது மட்டுமல்ல, என் கட்டுரைவழி வெளிப்படும் இவ்வகைக் கருத்துகளுக்கு அவர் முகம் கொடுக்கவும் முயலவில்லை. தேசியக் கருத்தாடலின் பாவங்களில் பாரதிக்குப் பங்கில்லை என்றும், பண்பாட்டுப் பன்மைத்துவத்துக்கான போராட்டத்தில்

பாரதி தானைத் தலைவனாக விளங்கக் கூடியவன் என்றும் ஒப்புக்கு வைத்துக்கொள்வோம். இந்தியத் தேசியக் கருத்தாடல் மேல்சாதி, இந்து, இந்தி ஆணையே நியமமாகக் கட்டமைத்தது என்று கூறும் ஆய்வுகளுக்கு நீங்கள் கூறும் அமைதி என்ன? தேசியம் பற்றிய நிலைப்பாடே 'அப்பட்டமான அரசியல் உள்நோக்கம்' கொண்டது என்று செவ்வாய்கிரகத்துக்கோ கேரளத்திற்கோ ஓடி விடப் போகிறீர்களா? இந்தியத் தேசியக் கருத்தாடலின் பலவீனத்தை அதன் தலையாய சார்பாளரின் வாயிலாகப் புலப்படுத்தவே என் கட்டுரை முயன்றது. ஒரு கருத்தாடலின் எல்லைகளை வரையறுத்த, ஆற்றல் வாய்ந்த அறிவாளர்களைப் பற்றிய ஆய்வின்மூலம் அக்கருத்தாடலின் முழு வீச்சையும் வெளிப்படுத்த முடியும் என்பது என் நம்பிக்கை. பெரும்பூனை வந்தக்கால் கீச்சுகீச்சென்னும் கிளிகளைப் பற்றி எனக்கு அக்கறையில்லை. வென்றிலன் என்ற போதும் புலவர் குழந்தை இராமனோடும் கம்பனோடும் பொருது நின்றார். நான் பாரதியோடு மோதுகின்றேன். என் வாதத்தின் தொனி பாரதியை வேற்றாளாக்குகிறது என்பதைக் கடுமையாக மறுக்கிறேன். நான் பதிப்பித்த 'பாரதியின் கருத்துப் படங்கள்' நூலைப் புரட்டிப் பார்த்தவர்கள் கூட இப்படிச் சொல்ல மாட்டார்கள். நுஃமான் அரணாக நிற்க வேண்டியது பாரதிக்கு அல்ல, இந்தியத் தேசியக் கருத்தாடலுக்கும் அது முன்னெடுத்த நவீனத்துவத்துக்கும் ஆகும்.

மற்றபடி நுஃமானின் ஒவ்வொரு குற்றச்சாட்டுக்கும் பதில் கூறுவது சென்ற பத்தாண்டுகளில் தமிழ் ஆய்வுலகம் கடந்து வந்துவிட்ட பாதையில் மீண்டும் நடைபோடுவதாகும். உமி குத்தும் சலிப்பைத் தருகின்ற இந்த வேலையில் நான் இறங்க விரும்பவில்லை. 'புருடா', 'தமிழ் உணர்ச்சி வெறியேற்றல்', 'பெருச்சாளிகள்' போன்ற புறநிலையான ஆய்வுக் கருத்தாக்கங்களின் பயன்பாடும் எனக்குக் கைவருவதில்லை. எனவே, இன்றியமையாத சிலவற்றை மட்டும் சுட்ட விரும்புகின்றேன்.

1. எதிர்ப் பிராமணியக் கருத்துநிலை கடந்த சுமார் பத்தாண்டுக் காலத்துள் . . . இளம் அறிவுஜீவிகள் மட்டத்தில் பரவியுள்ளது' என்று நுஃமான் கூறுவது நகைப்புக்குரியது. 'பார்ப்பன மகனே பார்ப்பன மகனே' என்று குறுந்தொகைத் தலைவி விளிக்கும்போதே வெளிப்படத் தொடங்கி விடும் பார்ப்பனிய எதிர்ப்புணர்வு ஈராயிரமாண்டுத் தமிழுலகில் இடையறாது, புலப்பட்டும் புலப்படாமலும் ஓடிக்கொண்டு தான் இருக்கிறது. பஜனை கோஷ்டியில் சேர்ந்துகொள்ளும் சந்தர்ப்பவாதிகளைக் கொண்டு ஓர் இயக்கத்தை மதிப்பிடக் கூடாது. பதினைந்து ஆண்டுகளுக்குமுன் நான் தமிழுலகில் நுழைந்தபோது

என் முன்னோடிகள் வழியே பாரதியோடு, பெரியார், பாரதிதாசன், 'பொன்னி', புலவர் குழந்தை, மயிலை சீனி. வேங்கடசாமி, சோ. இலக்குமிரதன் பாரதி முதலானோர் பற்றிய அறிமுகம் கிடைத்தது.

2. 'பார்ப்பனர்', 'பார்ப்பனியம்' என்ற தொடர்களையே பயன்படுத்தக் கூசி, 'பிராமணர்', 'பிராமணியம்' என்றெழுதும் ஆய்வாளரோடு சாதியக் கருத்தியல் பற்றி விவாதிப்பது எப்படி? ஒருவேளை, 'முதலாளித்துவம்', 'வர்க்கம்' போன்ற கருத்தாக்கங்களைத் தவிர்த்து மார்க்சிய ஆய்வு செய்வாரோ நுஃமான்?

3. 'பொருண்மை மாற்றங்கள் மொழியிலும், மொழியினூடாகவும் நடைபெறுகின்றன' என்ற என் வாக்கியத்தைப் 'பொருளாண்மை' என்று தவறாக (திரித்து) மேற்கோள் காட்டி, அதற்குப் பொருளாதாரம் என்ற பொருளைக் கொடுத்து, *'Economic changes are taking place in the language and through the language'* என்று மொழிபெயர்த்து, இப்பிதற்றலை எனக்கு ஏற்றிக் கேலி செய்கிறார். நுஃமானிடமிருந்து இதை நான் எதிர்பார்க்கவில்லை.

   'பொருண்மை' என்ற தொடரை, இல்லை கருத்தாக்கத்தை, மார்க்சிய அறிஞர் ஒருவர்க்கு விளக்கவேண்டிய தேவை ஏற்படும் என்று நான் கனவிலும் எதிர்பார்த்ததில்லை. *material* என்பதற்கு ஈடாகப் 'பொருண்மை' என்ற வழக்கு கையாளப்பட்டுப் பதினைந்து ஆண்டுகளாவது ஆகின்றன. நல்ல தமிழ்ச் சொற்களையெல்லாம் விலக்கும் அல்லது உ.வ. (உயர் வழக்கு) என்று முத்திரையிடும் 'க்ரியாவின் தற்காலத் தமிழ் அகராதி'கூடப் 'பொருண்மை' என்னும் தலைச்சொல்லிட்டு, 'பருப்பொருள் தன்மை; ஸ்தூலம்; *material* என்று விளக்கி, 'பொருண்மை உலகம்' என்ற பயன்பாட்டையும் வழங்குகின்றது என்பதை அவ்வகராதியின் வல்லுநர் குழு உறுப்பினரான நுஃமான் கவனித்திருக்கலாம்.

4. 'சமூக, அரசியல் இயக்கங்களில் மொழிச் சொல்லாடல்கள் முக்கிய பங்கு வகிக்கின்றன'என்பது நுஃமானின் 'கால் நூற்றாண்டுக்கால மொழியியல் படிப்பில்' புலப்படவில்லை என்றால் அது மொழியியலின் குறையோ, நுஃமானின் குறையோ?

5. 'மோஹம்', 'காம்பீர்யம்', 'வியவகாரம்' என்று தமிழை எழுதியதால் வ.வே.சு. அய்யரை இந்துமதவாதியாக

நான் சுட்டுகிறேன் என்று நுஃமான் திரித்துக் கூறுகிறார். 'மோகம்', 'கம்பீரம்', 'விவகாரம்' போன்ற தற்பவ வழக்குகளைப் புறக்கணித்து 'மோஹம்', 'காம்பீர்யம்', 'வ்யவஹாரம்' என்று வடமொழிப் புனிதத்தைக் காப்பாற்றுவதற்காகத் தமிழ் ஒலியியல் மரபுகளை வன்முறைக்கு உள்ளாக்குவதையே நான் மறுக்கிறேன். மற்றபடி வ.வே.சு. அய்யரின் பிற்போக்குத்தனத்துக்கும் இந்துமதச் சார்புக்கும் சான்று வேண்டுவது சந்தையில் அடித்ததற்குச் சாட்சி கேட்பதாகும்.

6. என் நிலைப்பாடு பின்நவீனத்துவச் சட்டகத்துக்கு உட்பட்டது என்றும் நுஃமான் துணிகிறார். அதிகாரம், கட்டுடைப்பு, விடுபடல், மௌனம், பெருக்கல் குறி முதலானவற்றைப் பயன்படுத்துவதாலேயே ஒருவர் பின்நவீனத்துவவாதி ஆகிவிட மாட்டார். 1960களில் உருப்பெற்று வளர்ந்த பிரித்தானிய மார்க்சிய சமூக வரலாற்று ஆய்வுநெறியில் கால்கொண்டே நான் செயல்பட முயல்கின்றேன். நான் எழுதுவதைப் பத்தாண்டுகளுக்குப் பிறகு படித்துப் பார்க்கும்பொழுது எனக்கு மகிழ்ச்சி ஏற்படக்கூடாது என்பதற்காகப் பின் நவீனத்துவக் கருத்தாக்கங்கள் சிலவற்றைச் சமூக வரலாற்று ஆய்வு நெறிக்குள் நின்று கையாள்கின்றேன். இம்முயற்சியில் நான் தோல்வி அடைந்திருக்கலாம். அதற்காக, பின்நவீனத்துவம் பற்றிய நுஃமானின் மிகை எளிமைப்படுத்தப்பட்ட புரிதலுக்குத் தோதாகப் 'பின்நவீனத்துவவாதி' என்ற முத்திரையை, அது சிறப்புப் பட்டமாகவே இருந்தாலும் கூட, ஏற்றுக்கொள்ளும் தகுதி எனக்கில்லை.

7. பாரதிக்கும் வடமொழிக்குமான தொடர்பு பற்றிய என் வாதங்களுக்கும் சான்றுகளுக்கும் நுஃமான் எந்தப் பதிலையும் முன்வைக்கவில்லை. மாறாகத் 'தமிழ் காட்டுமிராண்டிகளின் பாஷை' என்று பெரியார் கூறியதை எடுத்துக்காட்டிச் சிண்டுமுடியும் மலினமான உத்தியில் இறங்குகிறார்.

நிதானமாக எழுதப்பட்டது என்பதைத் தவிர வேறு சாதகமான கூறுகளற்ற நுஃமானின் மறுப்புரை ஏமாற்றத்தைத் தருகிறது. பதின்மூன்று ஆண்டுகளுக்கு முன்பு நுஃமானை முதன்முதலில் படித்து ஊக்கம் பெற்ற காலத்திற்கும் இன்றைக்கும் இடையே அவரிடம் பெரிய மாற்றம் எதுவும் இல்லை. என் முதிராஇளமைப் பருவத்து நாயகர்கள் வீழ்ச்சி அடைவது

இது முதல்முறை அல்ல என்றாலும் ஒவ்வொரு முறை அது நிகழும்போதும் துயரம் மேலிடுவதைத் தவிர்க்க முடியவில்லை.

ஆ.இரா. வேங்கடாசலபதி

***காலச்சுவடு* 17, ஏப்ரல் - ஜூன் 1997**

விவாதம்

அவல் இல்லாத உரல்

வேங்கடாசலபதியின் மறுப்பு தொடர்பான சில குறிப்புகள்

நண்பர் வேங்கடாசலபதி அவர்கள் எனக்கு எழுதிய ஒரு கடிதத்தில் அவரது மதிப்புரை தொடர்பான எனது கட்டுரைக்கு (*காலச்சுவடு* 15) தான் எதிர்வினையாற்ற உள்ளதாகவும்; நிராகரணம், நிராகரண தூஷணம், தூஷணத்துக்கு வாயாப்பு என்றாற்போல் எமது உரையாடல் அமையாது என்று நம்புவதாகவும் குறிப்பிட்டிருந்தார். நானும் ஓர் ஆரோக்கியமான விவாதத்தை எதிர்பார்த்திருந்தேன். துரதிர்ஷ்டவசமாக அவரது எதிர்வினை (தமிழரசுக் கட்சி அவலும், திராவிட இயக்க உரலும், *காலச்சுவடு* 17) அவர் குறிப்பிட்டதற்கு மாறாக நிராகரண தூஷணமாகவே அமைந்துவிட்டதை நினைக்க வருத்தமாக உள்ளது. எனது கட்டுரை அவரது *ego*வைக் காயப்படுத்தி இருப்பதாகத் தெரிகிறது. அதனாலேயே 'எனது மீசையில் அல்ல உனது மீசையில்தான் மண்' என்பதுபோல் வாதிடத் தொடங்கியுள்ளார். இத்தகைய நிராகரண தூஷணங்களுக்கு வாயாப்பு எழுதி எனது நேரத்தையும் *காலச்சுவடி*ன் பக்கங்களையும் வீணடிக்க எனக்கு விருப்பம் இல்லை. என்றாலும் அவரது மறுப்பு தொடர்பாகச் சில விளக்கங்கள் தரவேண்டிய ஒரு கடப்பாடு எனக்கு உண்டு என்ற வகையில், அவரைப்போல் தன் எதிராளியைத் தன் காலடியில் சுருண்டு கிடக்கும் ஒரு சிறு பூச்சியாகப் பாவனை செய்து சுய திருப்தியடையாமல், இங்குச் சில கருத்துக்களைக் கூறவிரும்புகிறேன்.

1. தனது கட்டுரையின் மைய இழையை நான் கோட்டை விட்டுவிட்டேன் என்பதே தன் மறுப்புரையின் சாரம் என்று நண்பர் கூறுகிறார். அவருடைய மைய இழைதான் என்ன? அவரே சொல்வது போல் 'இந்தியத் தேசியக் கருத்தாடலின் பலவீனத்தை அதன் தலையாய சார்பாளரின் வாயிலாகப் புலப்படுத்துவது'தான்.

இந்த இந்தியத் தேசியக் கருத்தாடல் எத்தகையது? அவரது வார்த்தைகளில் சொன்னால், அது 'மேல்சாதி, இந்து, இந்தி ஆணையே நியமமாகக் கட்டமைத்தது.' இந்த அடிப்படையில் பாரதியின் மொழிச்சிந்தனையில் அவர் காணும் – நான் காணத்தவறிய – இந்திய தேசியத்தின் பலவீனங்கள் பற்றி அவரது கட்டுரையில் கூறப்பட்ட விசயங்களை அன்றி வேறெது பற்றியும் எனது பதிலில் நான் பேசவில்லை. வடமொழி எதிர்ப்பு, பிராமண எதிர்ப்பு ஆகிய கருத்து நிலைகளை அடித்தளமாகக் கொண்டு திராவிட இயக்கங்கள் கட்டமைத்த தமிழ்த் தேசியவாதக் கருத்து நிலை நின்று, நண்பர் வேங்கடாசலபதிக்கு ஏற்புடைய முறையில் நான் பாரதியை அணுகவில்லை என்பதால், என்னுடைய கருத்துக்களை ஏற்றுக்கொள்ள முடியாது என்று அவர் கூறலாம். அவரது சிந்தனைத் தளத்தைப் பற்றிய 'புரிந்துணர்வு', 'அறிதல்' என்பன என்னிடம் இல்லை என்று அவர் வாதிடலாம். அது சரியாகக் கூட இருக்கலாம். ஆனால் அவருடைய விவாதங்களுக்கு நான் பதில் சொல்லவில்லை என்று அவர் கூறுவது 'என் அப்பன் குதிருக்குள் இல்லை' என்ற கதையாகவே உள்ளது.

'பெரும் பூனை வந்தக்கால் கீச்சுக்கீச் சென்னும் கிளி'களைப் பற்றித் தனக்கு அக்கறை இல்லை என்கிறார் நண்பர். ஆனால் அப்பாவிக் கிளிகளைக் கடித்துக் குதறவரும் பூனைகளைப் பற்றி நாம் எப்போதும் கவனமாகவே இருக்க வேண்டும் என்பதே என் கருத்து. 'வென்றிலன் என்ற போதும்' தான் பாரதியோடு மோதுவதான பெருமித உணர்வால் நண்பர் பூரித்துப் போய் இருப்பதாகத் தெரிகிறது. 'கான முயல் எய்த அம்பினில் யானை பிழைத்த வேல் ஏந்தல் இனிது' என்ற குறளுக்கும் உதாரண புருஷராக இருக்கும் நண்பர் சலபதியை நினைத்து நானும் இறும்பூது எய்துகிறேன்.

2. "தாம் எழுதிய நூல் ஒன்றைப் பத்தாண்டுகளுக்குப் பிறகு படித்துப் பார்க்கும்போதும் அது 'தலைனாள் போல் விருப்பம்' தருவதாக ஒருவருக்குத் தோன்றுமென்றால் அவரோடு விவாதிப்பது எப்படி?" என்ற சலிப்புடன் தன் விவாதத்தைத் தொடங்குகிறார் சலபதி. பத்தாண்டுகளுக்குப் பிறகு படிக்கும்போது, ஒருவர் எழுதிய நூல் அவருக்கு அதிருப்தி தர வேண்டும் என்பது அறிவுலகில் ஒரு கட்டாய விதியா என்பது எனக்குத் தெரியவில்லை. தன்னுடைய இப்போதைய எழுத்துக்களை இன்னும் பத்தாண்டுகளுக்குப் பிறகு நண்பர் சலபதி குப்பைக் கூடைக்குள் வீசி எறிந்துவிடக் கூடும். அப்படி எறியவேண்டிய எழுத்துக்கள் என்னிடமும் நிறைய உண்டு. 'பாரதியின் மொழிச் சிந்தனைகள்' அவற்றுள் ஒன்று அல்ல என்றே நான் நினைக்கின்றேன். இது, சலபதி கவலைப்படுவதுபோல்

தன்னிறைவு அதாவது சுயதிருப்தி அல்ல. ஒரு சுய மதிப்பீடு; அவ்வளவுதான்.

3. " 'பார்ப்பனர்', 'பார்ப்பனியம்' என்ற தொடர்களையே பயன்படுத்தக் கூசி, பிராமணர், பிராமணியம் என்றெழுதும் ஆய்வாளரோடு சாதியக் கருத்தியல் பற்றி விவாதிப்பது எப்படி?" என்பது நண்பரின் பிறிதொரு குழப்பம். இந்த வாக்கியத்தின் பொருள் என்ன என்பது எனக்குச் சரியாகப் பிடிபடவில்லை. பார்ப்பனர் – பிராமணர்; பார்ப்பனியம் – பிராமணியம் என்பன ஒத்தபொருளுடைய சொற்கள் என்று தான் நான் நினைத்திருக்கிறேன். தமிழ் அகராதிகளும் ஒத்த கருத்துடைய சொற்களாகத்தான் அவற்றைத் தருகின்றன. இரண்டுமே சாதியக் கருத்தியல் சார்ந்த சொற்கள்தான். நான் பிராமணர், பிராமணியம் என்ற சொற்களைக் கையாண்டதற்கு ஒரேஒரு காரணம் இலங்கைத் தமிழில் அவையே பெருவழக்காகப் பயன்படுத்தப்படுகின்றன என்பதே தவிர வேறு வகையான கூச்சங்கள் அல்ல. வேங்கடாசலபதி சிலாகித்துப் பேசும் சிவத்தம்பியின் கட்டுரையிலும் பிராமணர் என்ற சொல்லே கையாளப்பட்டுள்ளது என்பதும் இங்குக் குறிப்பிடத்தக்கது. இலங்கைத் தமிழில் பார்ப்பனர் என்ற சொல் வழக்கு மிகவும் அரிது. ஆகவே எனது சொற் பயன்பாடு எனது கிளை மொழி சார்ந்தது என்பதை நண்பர் குறித்துக்கொள்வது நன்று.

பார்ப்பனன், பிராமணன் ஆகிய இரண்டு சொற்களும் ப்ராஹ்மன் (Brahman) என்னும் வடசொல்லின் தற்பவ வடிவங்கள்தான். பார்ப்பனன், பார்ப்பான், பார்ப்பனி (பெண்பால்) ஆகிய சொற்கள் சங்க இலக்கியங்களில் பயின்று வருகின்றன. அந்தணன், மறையோன் ஆகிய சொற்களும் இவற்றுக்கு நிகராகப் பழந்தமிழில் வழங்கின. பிராமணன் என்பது சற்றுப் பிந்திய வழக்கு என்று தெரிகின்றது. 'பார்ப்பனியம்' என்பது திராவிட இயக்கத்தின் வருகையோடு உருவாக்கப்பட்ட புதுச்சொல்லாக்கம்தான். தமிழ் லெக்சிகனில் இச்சொல் இடம்பெறவில்லை என்பது குறிப்பிடத்தக்கது. 'பிராமணியம்' என்பதே பிராமணத்தன்மை என்ற பொருளில் தமிழ் லெக்சிகனில் இடம்பெற்றுள்ளது.

பார்ப்பனன், பார்ப்பான் ஆகிய சொற்கள் பழந்தமிழில் உயர்வுப் பொருளிலேயே பயன்படுத்தப்பட்டிருக்கின்றன. ஆயினும் தற்காலத்தில், குறிப்பாகச் 'சாதியக் கருத்தாடலில்' இச்சொற்கள் ஒரு இழிபொருட் குறிப்பைப் (derogatory connotation) பெற்றுக்கொண்டதையும் அவதானிக்க முடிகின்றது. திராவிட இயக்கம் வலுப்பெறு முன்பே, பாரதியின் பாடல்களில்கூட இத்தன்மையை நாம் காண்கின்றோம்.

பார்ப்பானை ஐயர் என்ற காலமும் போச்சே வெள்ளைப்
பறங்கியைத் துரையென்ற காலமும் போச்சே

சூத்திரனுக்கொரு நீதி தண்டச்
சோறுண்ணும் பார்ப்புக்கு வேறொரு நீதி

சாத்திரம் கூறிடுமாயின் அது
சாத்திரமன்று சதியென்று கண்டோம்

என்று பாரதி பாடுகையில் பார்ப்பான், பார்ப்பு என்ற சொற்களில் இந்த இழி பொருட்குறிப்பு வெளிப்படக் காணலாம். அவ்வகையில் ஆய்வறிவுரீதியான விவாதங்களில் பிராமணர், பிராமணியம் என்ற இழிபொருட்குறிப்பு அற்ற ஈழத்து வழக்குகளைக் கையாள்வது விரும்பத்தகாததல்ல என்றே எண்ணுகின்றேன்.

4. 'தி.க., தி.மு.க. அரசியல் இயக்கங்களுக்குள்ளேயே பெரிதும் கட்டுண்டிருந்த எதிர்ப்பிராமணியக் கருத்துநிலை கடந்த சுமார் பத்தாண்டு காலத்துள் அதற்கு வெளியே பரவலாக இளம் அறிவுஜீவிகள் மட்டத்திலும் பரவியுள்ளது' என்ற என் கூற்று நகைப்புக்கிடமானது என்று சலபதி கூறுகிறார். நான் என்ன கருதினேன் என்பது சலபதிக்கு விளங்காதிருக்க முடியாது. 'கங்கை கொண்டு, கடாரம் வென்று' என்று வார்த்தைப் பந்தல் வீசி, தமிழ் உணர்ச்சி நிலை நின்று 'ஆரிய மாயை' பற்றிப் பேசிய தலைமுறை கழிந்து, சலபதியே கூறுவதுபோல் 'சென்ற பதிற்றாண்டில் இந்திய தேசியக் கருத்தாடல், நவீனத்துவம் (போன்றன) பற்றி நடந்த சில முக்கிய ஆய்வுகளின் வெளிச்சம்' பெற்ற, சலபதி போன்ற புதிய அறிவுஜீவிகளின் வருகையையே நான் குறிப்பிட்டேன். திராவிட இயக்க வரலாற்றில் இது புதிய பரிமாணம். தீவிர மார்க்ஸியவாதிகளாக இருந்த சிலர்கூடப் பின்நவீனத்துவ யுகத்தில் மார்க்ஸியம் எதிர்நோக்கிய நெருக்கடிகளுக்கு முகம் கொடுக்க முடியாது, அதனைக் கைகழுவிவிட்டு அமைப்பியல், பின் அமைப்பியல், பின் நவீனத்துவ வெளிச்சம் பெற்று அந்தப் பிரகாசத்தில் பெரியாரியம் பேசும் புதிய நிலைமை பற்றித்தான் நான் குறிப்பிட்டேன். ஆங்கிலவழி மேலைய நவீன கருத்துநிலை வெளிச்சம் பெற்ற இவர்களிலிருந்து சலபதி குறிப்பிடும் அவரது முன்னோடிகளான பாரதிதாசன், புலவர் குழந்தை, மயிலை சீனி வேங்கடசாமி போன்றோரை வேறுபடுத்திப் பார்க்க முடியாமை சலபதி போன்ற வரலாற்றாய்வாளருக்குக் கௌரவம் சேர்க்காது. இந்த வேறுபாட்டைக் கருத்தில்கொள்ளாது பார்ப்பன எதிர்ப்புக் கருத்து நிலைக்கு நான் ஏதோ குறுகிய ஆயுளைக் கற்பித்துக் கூறுவதாகக் கருதி ஒரு எள்ளல் நகைப்புடன் அதன் ஆயுளை இரண்டாயிரம் ஆண்டுகளுக்கு முன்கொண்டு செல்லும் வித்தையில் அவர் இறங்கியுள்ளார்.

தமிழகத்தில் 'பார்ப்பனிய எதிர்ப்புணர்வு' சங்க காலத்திலேயே வெளிப்படத் தொடங்கிவிட்டதாகக் கூறும் சலபதியின் வரலாற்று ஆய்வு சமூக வரலாற்று ஆய்வாளர்களின் விசேட கவனத்துக்குரியது. இதுபற்றிக் கருத்துரை வழங்கும் தகுதி எனக்கு இல்லை. ஆயினும் ஒரு இலக்கிய மாணவன் என்ற வகையில் 'பார்ப்பனிய எதிர்ப்புணர்வின்' வெளிப்பாட்டுக்கு அவர் காட்டும் உதாரணம் அசட்டுத்தனமானதாகத் தோன்றுகின்றது.

நான் முன்பு குறிப்பிட்டவாறு பழந்தமிழில் 'அந்தணர்' போல் 'பார்ப்பனர்' என்ற சொல்லும் உயர்மதிப்புக்குரியதாகவே இருந்திருக்கின்றது. தற்காலத்து இழி பொருட் குறிப்பேற்றம் இருந்ததற்கான சான்றுகள் காணப்படவில்லை. 'ஆவும் ஆனியற் பார்ப்பன மாக்களும்' போன்ற புறநானூற்றுச் செய்யுள் வரிகளும் 'பார்ப்பார், அறவோர், பசு, பத்தினிப் பெண்டிர்' என வரிசைப்படுத்தும் சிலப்பதிகார வரிகளும் இதற்கு நல்ல உதாரணங்களாகும். தொல்காப்பியச் சூத்திரங்களுக்கு உரை எழுதிய இளம்பூரணர், பேராசிரியர் நச்சினார்க்கினியர் ஆகியோர் 'பார்ப்பான்' என்ற சொல்லுக்குத் தரும் பொருள் விளக்கம் இங்குக் கவனிக்கத்தக்கது. 'பார்ப்பான் – உயர்ந்த குலத்தோனாகிய தோழன்' (இளம்பூரணர்); 'நன்றும் தீதும் ஆராய்ந்து உறுதி கூறுபவன்' (பேராசிரியர், நச்சினார்க்கினியர்). புறத்திணை மரபில் உள்ள பார்ப்பன வாகை, பார்ப்பன முல்லை ஆகிய துறைகளும் இங்கு மனம்கொள்ளத்தக்கன. 'வேதம் வல்ல அந்தணன் வேள்வி வேட்டலாற் பெறும் பெருமையைக் கூறும் புறத்துறை' பார்ப்பன வாகை எனப்பட்டது. 'பகைத்த மன்னர் இருவருடைய மாறுபாட்டை நீக்க முயலும் பார்ப்பானது நடுவு நிலைமை கூறும் புறத் துறை' பார்ப்பன முல்லை எனப்பட்டது. புறநானூறு 166, 305 செய்யுள்களை இவற்றுக்கு உதாரணமாகத் தரலாம். இவற்றிலெல்லாம் பார்ப்பனர் புகழ்ந்தே பேசப்பட்டுள்ளனர். அதாவது சங்ககாலத் தமிழகத்தில் பார்ப்பனர் சமூக மேன்மை பெற்றிருந்தனர் என்பதையே இவை காட்டுகின்றன. இதற்கு மாறாக சங்ககாலத் தமிழகத்தில் பார்ப்பன எதிர்ப்பு இருந்ததற்கான தடயங்கள் உண்டா என்பது எனக்குத் தெரியவில்லை. சங்க இலக்கியத்தில் ஆழ்ந்த புலமை உடையோர் அதுபற்றிக் கூற வேண்டும். ஆனால் சலபதி காட்டும் குறுந்தொகைப் பாடல் அதற்குரிய தடயமல்ல. பாடலை முழுமையாகத் தருவது பயன்தரும் என்று நம்புகின்றேன்.

> பார்ப்பன மகனே பார்ப்பன மகனே
> செம்பூ முருக்கின் நன்னார் களைந்து
> தண்டொடு பிடித்த தாள் கமண்டலத்துப்
> படிவ உண்டிப் பார்ப்பன மகனே

எழுதாக் கற்பின் நின்சொல் உள்ளும்
பிரிந்தோர்ப் புணர்க்கும் பண்பின்
மருந்தும் உண்டோ மயலோ விதுவே.

இப்பாடல் சலபதி கூறுவதுபோல் தலைவி கூற்றல்ல. தலைவன் கூற்று எனக்கொள்வதே பொருத்தம். உரையாசிரியர்களும் அவ்வாறே கூறுவர். அகத்திணை மரபில் பார்ப்பானுக்கும் முக்கிய இடம் உண்டு. 'காமநிலை உரைத்தலும், தேர்நிலை உரைத்தலும், கிழவோன் குறிப்பினை எடுத்துக் கூறலும், ஆவொடு பட்ட நிமித்தம் கூறலும், செலவு உறு கிளவியும், செலவு அழுங்கு கிளவியும், அன்னவை பிறவும் – பார்ப்பார்க்கு உரிய' என்று தொல்காப்பியம் கூறும் (பொ. 175). மேற்குறிப்பிட்ட பாடலில் பார்ப்பானை விளித்து, தலைவன் பேசுகிறான். 'சிவந்த பூவினையுடைய முருக்க மரத்தின் நல்ல பட்டையை நீக்கி, அதன் தண்டொடு பிடித்த கமண்டலத்தையும் விரத உணவையும் உடைய பார்ப்பன மகனே, எழுதாது கற்பதற்குரிய உன் வேதத்திலேனும் பிரிந்தாரைச் சேர்த்துவைக்கும் மருந்து உண்டோ' என்பது பாடலின் பொருள். இப்பாடலில் பார்ப்பன எதிர்ப்பைக் காணும் ஆராய்ச்சியை எந்தவகையில் சேர்ப்பது? குறுங்குழுவாதக் கருத்துநிலைகள் எல்லாம் தங்களுக்கு ஏற்றவகையில் வரலாற்றைக் கட்டமைப்பதற்கு இத்தகைய 'வாசிப்பு'களையே பயன்படுத்துகின்றன என்பதும் இங்கு மனங்கொள்ளத்தக்கது. சிங்கள பெருந் தேசியவாதம் எவ்வாறு கட்டமைக்கப்பட்டது என்பது பற்றி ஈழத்து வரலாற்று அறிஞரான ஆர்.ஏ.எல்.எச். குணவர்த்தன தனது *Historiography in a time of Ethnic Conflict* என்னும் நூலில் விரிவாக ஆராய்ந்துள்ளார். சலபதி போன்ற வரலாற்று ஆய்வாளர்கள் இந்நூலைப் படித்துப் பயன்பெறலாம்.

5. வேங்கடாசலபதி தன்னுடைய முதல் கட்டுரையில் (*காலச்சுவடு 14*) 'பொருண்மைப் போராட்டங்களில் மொழி அடையாளங்கள் – மொழிச் சொல்லாடல்கள் முக்கிய பங்கு வகிக்கின்றன. நுஃமான் முன்னெடுக்கும் அறிவியல் சார்ந்த மொழியியல் இவற்றைப் புறக்கணித்துவிடுகின்றது' என்றும் (பக் – 66), 'நுஃமான் கைக்கொண்டுள்ள சட்டகத்திற்கு இத்தகைய பண்பாட்டு அரசியலைக் கணக்கில் எடுத்துக்கொள்ளும் ஆற்றல் இல்லை' என்றும் (பக் – 67) கூறியுள்ளார். 'பொருண்மைப் போராட்டங்கள்', 'பண்பாட்டு அரசியல்' என்பவற்றோடு தொடர்புள்ள மொழி அம்சங்களை மொழியியல் புறக்கணித்துவிடுகின்றது அல்லது அதனைக் கணக்கில் எடுத்துக்கொள்ளும் ஆற்றல் மொழியியலுக்கு இல்லை என இங்கு சலபதி அடித்துப் பேசுவது தெளிவாக உள்ளது. இதனை மறுக்கும் முகமாகவே அவர் கருதும் பொருள் தெளிவுபடும் வகையில் 'பொருண்மைப் போராட்டங்கள்,

பண்பாட்டு அரசியல்' ஆகியவற்றை இணைத்து "'சமூக அரசியல் இயக்கங்களில் மொழிச் சொல்லாடல்கள் முக்கிய பங்கு வகிக்கின்றன என்பதை நுஃமான் முன்னெடுக்கும் அறிவியல் சார்ந்த மொழியியல் புறக்கணித்து விடுகின்றது' என்பது எனது கால் நூற்றாண்டு கால மொழியியல் படிப்பில் நான் கண்டுகொள்ளாத உண்மை!" என்று வியப்புக் குறியிட்டு எழுதியிருந்தேன். சலபதிக்கு இதனை இன்னும் 'புட்டுக்காட்டுவதானால்' எனது கால்நூற்றாண்டு கால மொழியியல் படிப்பில் மொழியியல் பற்றிச் சலபதி கூறும் குற்றச்சாட்டுக்கு சான்றுகள் எதுவும் இல்லை என்று கூறவேண்டும். ஆனால் சலபதியோ தான் எழுதியதையும் மறந்து நான் எழுதியதையும் திரித்துச் "சமூக, அரசியல் இயக்கங்களில் மொழிச்சொல்லாடல்கள் முக்கிய பங்கு வகிக்கின்றன என்பது நுஃமானின் 'கால் நூற்றாண்டு கால மொழியியல் படிப்பில்' புலப்படவில்லை என்றால் அது மொழியியலின் குறையோ? நுஃமானின் குறையோ?" என்று கேட்கின்றார் (காலச்சுவடு 17, பக் – 34). இங்கு என்னையும் தன்னையும் தலைகீழாக மாற்றி வேடிக்கைக் காட்டுகிறார் சலபதி. இந்த வித்தை எனக்குக் கைவருவதில்லை என்பதை மட்டும் சொல்லிக்கொள்ள விரும்புகின்றேன்.

6. 'பொருண்மை மாற்றங்கள் மொழியிலும் மொழியினூடாகவும் நடைபெறுகின்றன' என்ற தன் வாக்கியத்தைப் 'பொருளாண்மை' என்று நான் தவறாகத் திரித்து மேற்கோள் காட்டியதாகவும் அதற்குப் 'பொருளாதாரம்' என்று தவறாகப் பொருள் கொடுத்து அவரைக் கேலி செய்ததாகவும் கூறுகிறார் சலபதி. உண்மையில் 'பொருண்மை' என்ற சொல்லைப் 'பொருளாண்மை' என்று நான் திரிக்கவில்லை. அந்தக் கலை எனக்குக் கைவந்ததும் அல்ல. அது தவறாக அச்சாகியுள்ளது. எனது கையெழுத்துப் பிரதியை நான் சரி பார்த்தேன். அதில் 'பொருண்மை' என்றே உள்ளது. அதன் ஒளிப்பிரதியைத்தான் நான் காலச்சுவடுக்கு அனுப்பினேன். அது அச்சுப்பிழைதான். அதற்காக வருந்துகிறேன்.

(நுஃமானின் கூற்றை உறுதிசெய்கிறோம். அச்சுப்பிழைக்கு வருந்துகிறோம் – ஆ.கு,)

'பொருண்மை' என்ற சொல்லைத்தான் *economics* என்ற பொருளில் அன்றி *material* என்ற பொருளிலேயே கையாண்டதாகவும், அவ்வகையில் 'பொருண்மை மாற்றங்கள்' என்பதை *'economic changes'* என்று பொருள்கொண்டது பிதற்றல் என்றும் நண்பர் என்னைச் சாடுகிறார். 'பொருண்மை மாற்றம்' என்ற தொடரை அவர் பயன்படுத்தியுள்ள இடங்களைப்

பார்த்தால் அங்கெல்லாம் அதனைப் பொருளாதாரம் என்று பொருள்கொள்வதில் தவறில்லை என்பது தெரியும். 'உற்பத்திச் சாதனங்களும் உற்பத்தி உறவுகளும் மட்டுமே பொருண்மை அடிப்படை – கலை, மொழி, இலக்கியம் முதலானவை மேற்கட்டுமானத்தின் பகுதி'; 'பொருண்மை மாற்றங்கள் மேற்கட்டுமானத்தில் பிரதிபலிக்கப்படுகின்றன' – இத்தொடர்களிலெல்லாம் 'பொருண்மை மாற்றங்கள்' – 'பொருண்மை அடிப்படை' என்பன மார்க்ஸியக் கருத்தாக்கங்களாகவே பயன்படுத்தப்படுகின்றன. மார்க்ஸியச் சொல்லாடலில் இத்தொடர்கள் 'பொருளாதாரம்' என்றே பொருள்கொள்ளப்படும். உற்பத்தி சாதனங்கள், உற்பத்தி உறவுகள் என்பன பொருளாதார அடித்தளம், கலை, சட்டம், இலக்கியம் போன்றன மேற்கட்டுமானம் போன்ற மார்க்ஸிய வழக்குகளை ஒப்பு நோக்குக. மார்க்ஸியச் சொல்லாடலில் *economic base and super-structure* என்பதே பொதுவழக்கு. இந்த அடிப்படையிலேயே 'பொருண்மை மாற்றங்கள்' என்று சலபதி எழுதியதைப் பொருளாதார மாற்றங்கள் என்று புரிந்துகொண்டு *economic changes* என்று மொழிபெயர்த்தேன். சரி; அது தவறு என்றே கொள்வோம். இப்பொருளில் இத்தொடரை அவர் கனவிலும் கையாளவில்லை என்று நம்புவோம். பதிலாக அவர் சொல்வதுபோல் 'பருப்பொருட் தன்மை, ஸ்தூலம், *material*' என்ற பொருளில்தான் கையாண்டுள்ளார் என்று கொள்வோம். இப்போது அந்த வாக்கியத்தின் மூலம் அவர் என்ன கருதுகிறார் என்பது தெளிவாகின்றதா? பொருண்மை மாற்றங்கள் என்பதை *material changes* என்று கொண்டால் *"Material changes are taking place in the language and through the language"* என்று அந்த வாக்கியத்தை மொழிபெயர்த்தாவது புரிந்துகொள்ளலாமா? மன்னிக்கவேண்டும் நண்பரே! தமிழிலும் ஆங்கிலத்திலும் இந்த வாக்கியத்தின் தாற்பரியம் என்ன என்பதை என்னால் புரிந்துகொள்ள முடியவில்லை. இதன்மூலம் உண்மையில் சலபதி என்ன சொல்லவருகிறார் என்பதைப் புரிந்துகொள்ளும் அளவுக்கு எனது மொழி அறிவு போதாது என்பதை நான் வருத்தத்துடன் ஒப்புக்கொள்கிறேன். யாராவது விசய ஞானம் உள்ளவர்கள் இதனை விளக்கி உரைத்தால் நன்றியுடன் ஏற்றுக்கொள்வேன்.

7. வ.வே.சு. ஐயரைத் தமிழின் மறுமலர்ச்சியாளர்களுள் ஒருவராகக் கொள்வதை சலபதி ஆட்சேபிப்பதற்குரிய காரணம் ஐயருக்கு அவர் பயன்படுத்தும் அடைமொழிகளிலேயே வெளிப்படுகின்றது. அவையாவன 1.'மோஹம்' என்றும் 'காம்பீர்யம்' என்றும் 'வ்யவகாரம்' என்றும் தமிழை எழுதியமை. 2. இந்துமதவாதி. ஆயினும் இந்தக் காரணங்களைப் பொருட்படுத்தாது அவர்

கூற்றை அடியொற்றியே "மோஹம், காம்பீர்யம், வியவகாரம் போன்ற வடசொற்களைக் கலந்து தமிழை எழுதிய 'இந்துமத வாதியான' வ.வே.சு. ஐயரைத் தமிழின் மறுமலர்ச்சியாளர் வரிசையில் சேர்ப்பதை ஆட்சேபிக்கும் வேங்கடாசலபதியின் குறிப்பு அபத்தமானது" என்று மறுத்திருந்தேன். இதில் திரிப்புகள் எதுவும் இல்லை என்பது வெளிப்படை. ஆனால் சலபதியோ 'மோஹம், காம்பீர்யம், வியவகாரம் என்று தமிழை எழுதியதால் வ.வே.சு. அய்யரை இந்துமதவாதியாக நான் சுட்டுகிறேன் என்று நுஃமான் திரித்துக் கூறுகிறார்' என்று எழுதுகிறார். இது எனக்கு வியப்பூட்டுகின்றது. உண்மையில் சலபதியே என்னைத் திரித்துக் கூறுகிறார் என்பது ஒரு சாதாரண வாசகனுக்கும் புரியும் என்று நம்புகின்றேன்.

இது எவ்வாறு இருப்பினும் "'மோகம்', 'கம்பீரம்', 'விவகாரம்' போன்ற தற்பவ வழக்குகளைப் புறக்கணித்து 'மோஹம்', 'காம்பீர்யம்', 'வ்யவகாரம்' என்று வடமொழிப் புனிதத்தைக் காப்பாற்றுவதற்காகத் தமிழ் ஒலியியல் மரபுகளை வன்முறைக்கு உள்ளாக்குவதையே நான் மறுக்கிறேன்" என சலபதி புதிதாகக் கூறும் விளக்கம் கவனிக்கத்தக்கது. இங்கு சலபதி ஒரு 'தமிழ்க் காவலராகவே' காட்சியளிக்கிறார். பழமையை இறுக்கமாகப் பேணும் மரபுவாதிகளின் குரலில் ஒரு நவீன ஆய்வாளர் பேசுவது ஒரு முரண் சுவைதான்.

இன்றைய நிலையில் வடமொழித் தூய்மை, தமிழ்த்தூய்மை என்று கட்சி கட்டுவதில் பயனில்லை. பிராமணர் அல்லது பார்ப்பனரின் தமிழ் மொழிப் பயன்பாட்டில் உள்ள நடையியல் கிளை மொழி வேறுபாடுகளை நாம் அங்கீகரிக்கிறோமா இல்லையா என்பது என்னைப் பொறுத்தவரை முக்கியமான பிரச்சினை. சலபதியின் நிலைப்பாட்டின் பின்விளைவுகள் இவ்வகையில் முக்கிய கவனத்துக்குரியன. ஒலிமரபு என்ற பெயரில் ஒரு குறிப்பிட்ட குழுவினரின் மொழி நியமங்களை வெவ்வேறு சமூகக் குழுக்களில் திணித்து அவர்களின் மொழிவழக்கு வேறுபாடுகளை நிராகரிக்கும் நிலைப்பாட்டையே இது குறித்து நிற்கின்றது. என்னைப் பொறுத்தவரை இந்த நிலைப்பாடு காலாவதியாகிப்போன ஒன்று. 'தமிழ் கூறும் நல்லுலகம்' வடவேங்கடம் தென் குமரிக்குள் மட்டும் ஒடுங்கிக் கிடந்த பழங்காலத்துக்கு மட்டும் பொருத்தமான நிலைப்பாடு. இன்று தமிழ் கூறும் நல்லுலகம் முழு உலகையும் தழுவி விரிந்து நிற்கிறது. மறுவகையில் முழு உலகமும் சுருங்கித் தமிழ்கூறும் நல்லுலகக் குடிமகன் ஒருவனின் தனி அறைக்குள் இன்று *Internet* ஊடாக உள்நுழைந்துவிட்டது. அதற்கேற்பத் தமிழ் மொழியும் தன்னை விசாலப்படுத்தி, தன் ஆற்றலை அகலித்துக்கொள்ள

முனைகின்றது. இன்று தமிழ் ஒரு பல்தேசிய மொழி என்பதையும், பல்லினப்பண்பாட்டு மொழி என்பதையும் நாம் முதலில் ஒப்புக்கொள்ள வேண்டும். ஒலிமரபு, மொழிமரபு என்ற வேலிக்குள் இனியும் நீங்கள் அதனை அடைக்க முடியாது. மொழிமாற்றம் தவிர்க்க முடியாதது என்பதை உணர வேண்டும். தமிழின் ஒலிமரபும் மொழிமரபும் நெகிழ்ச்சியடைந்து புதிய தேவைகளுக்கு ஏற்பப் புதிய மரபுகள் தோன்றிவிட்டன. 'டாக்கா' என்றும் 'ஹொாங்கொங்' என்றும் எழுத வேண்டிய தேவை நமக்கு வந்துவிட்டது. தமிழின் ஒலிமரபைப் பேணுவதற்காக இவற்றை 'இடாக்கா' என்றும் 'ஒங்கொங்கு' என்றும் எழுதி நம் தொடர்பாடல் தேவையை இன்று நாம் பூர்த்தி செய்துகொள்ள முடியாது. 'டானியலை' இடானியல் என்றும் 'ஜீவா'வை 'சீவா' என்றும் எழுதி அவர்களை ஒலிமரபு என்னும் வன்முறைக்கு உள்ளாக்க முடியாது. ஒரு வைஷ்ணவன் தன் கடவுளின் பெயரை 'விஷ்ணு' என்று எழுதுவதற்கு உள்ள உரிமையை மறுத்து 'விட்டுணு' என்றுதான் எழுதவேண்டும் என்றும்; கிறிஸ்தவம், இஸ்லாம் என்னும் மதப் பெயர்களை ஒலிமரபின் பேரில் கிறித்தவம், இசுலாம் என்றே எழுதவேண்டும் என்றும்; ஒரு முஸ்லீமுக்குப் புனிதமான 'ஹஜ்' என்ற வார்த்தையை ஒலிமரபுக்காகக் 'கச்சு' என்றே எழுதவேண்டும் என்றும், குழுத்தனித்துவத்துக்கு அதிக அழுத்தம் கொடுக்கும் இன்றையப் பின் நவீனத்துவ யுகத்தில் யாரும் வற்புறுத்த முடியாது. அப்படி வற்புறுத்துவதும் அதிகாரத் திணிப்பும் வன்முறையும்தான். இன்றையத் தமிழ் இந்த வன்முறைகளை எல்லாம் கடந்து வந்துவிட்டது. அதிகம் ஜனநாயகமயப்பட்டுவிட்டது. ஆனால் சலபதி இன்னும் பழைய நிலைப்பாட்டிலேயே இருக்கிறார். வடமொழி எதிர்ப்பு, பார்ப்பன எதிர்ப்புக் கருத்துநிலைகள், மொழித் தூய்மை, பண்பாட்டுத் தூய்மை போன்ற மாயைகளுக்குள் அவர் போன்ற நவீன ஆய்வாளர்களையும் மூழ்கடித்திருப்பது வருந்தத்தக்க ஒரு நிலைமையாகும்.

8. 'பாரதிக்கும் வடமொழிக்குமான தொடர்புபற்றிய தன் வாதங்களுக்கும் சான்றுகளுக்கும் நான் எந்தப் பதிலையும் முன்வைக்கவில்லை' என்று வேங்கடாசலபதி கூறுகின்றார். அவருடைய வாதங்களும் சான்றுகளும் வலிந்த கண்டுபிடிப்புகள் என்பதையே நான் மீள வலியுறுத்த விரும்புகிறேன். பாரதியின் மொழிச்சிந்தனையில் சமஸ்கிருத, பிராமணிய மேலாதிக்கம் தவிர சாதகமான அம்சம் எதனையும் காணமுடியாத சலபதியுடன் இது தொடர்பாக விவாதிப்பதில் பயனில்லை.

9. கடைசியாக, எனது மறுப்புரை தனக்கு ஏமாற்றத்தைத் தருவதாக சலபதி வருத்தப்படுகிறார். திராவிட இயக்கம் பற்றியும்

அதன் கருத்துநிலை பற்றியும் எல்லாரும் உடன்பாடான பார்வையே கொண்டிருக்க வேண்டும் என்று கருதும் சலபதிக்கு எனது கருத்துக்கள் திருப்தி தரும் என்று நான் எதிர்பார்க்கவும் இல்லை. ஆயினும் அவரது முதிரா இளம்பருவத்து நாயகர்களுள் நானும் ஒருவனாக இருந்தேன் என்பதை அறிய என் உடல் புல்லரிக்கின்றது. எனினும் எனது வீழ்ச்சியால் அவருக்கு ஏற்பட்ட துயரத்துக்காக நானும் துயரப்படுகின்றேன். என்ன செய்வது? என் விதி அப்படியாகிவிட்டது. என்றாலும் அறிவுலகில் அவர் இமயமாக ஓங்கி நிற்கும் காட்சியினால் ஓரளவு என் துயரம் தேறுகின்றது. அவர்முன் வீழ்ச்சியுற்றுக் கிடக்கும் அவரது முதிரா இளம்பருவத்து நாயகர்கள் போலன்றி அவரது அடுத்தடுத்த பரம்பரைகளின் முன்னும் அவர் வீழ்ச்சியுறாது என்றென்றும் தலை நிமிர்ந்து நிற்கவேண்டும் என்று அவரை மனதார வாழ்த்துவதோடு இந்த வேண்டாத விவாதத்தில் இருந்து நான் விலகிக்கொள்கிறேன்.

எம்.ஏ. நுஃமான்

காலச்சுவடு **19, அக்டோபர் - டிசம்பர் 1997**

18

தொல்காப்பியத்தின் சமகால முக்கியத்துவம்

அய்யப்பப் பணிக்கர்

அய்யப்பப் பணிக்கர் (1930 2006) இவ்வாண்டு சரஸ்வதி சம்மான் விருதுபெற்ற மலையாளக் கவிஞர். 1951இலிருந்து 40 ஆண்டுக் காலம் திருவாங்கூர், கேரளப் பல்கலைக்கழக நிறுவனங்களில் ஆங்கிலப் பேராசிரியராகப் பணியாற்றிய இவர் மலையாள நவீனக் கவிதை, பின்நவீனக் கவிதை உட்பட்ட இலக்கிய விமர்சனத் துறையிலும் தன் முத்திரையைப் பதித்தவர். இவருடைய புகழ்பெற்ற 'குருக்ஷேத்திரம்' நெடுங்கவிதை மலையாளத்தில் வெளியான அறுபதுகளிலேயே நகுலனால் தமிழில் மொழிபெயர்க்கப்பட்டு 'எழுத்து'வில் பிரசுரமாயிற்று. தவிர, சாகித்திய அகாதமி விருது பெற்ற 'அய்யப்பப் பணிக்கர் கவிதைகள்' (1984) இரண்டாம் பாகம் (1999), 'கோத்திரயானம்' (2002) மற்றும் சில கவிதைகள் தமிழில் வெளிவந்திருக்கின்றன. நாவல், சிறுகதை, புதுக்கவிதை போன்ற நவீன இலக்கியப் பிரிவுகளை மேல்நாட்டு இலக்கண, விமர்சன அளவைகளில் மட்டும் வரையறைசெய்ய வேண்டியதில்லை, 'தொல்காப்பியம்' போன்ற தமிழ்மொழி உட்பட்ட இந்திய மொழி, பழம் இலக்கண மரபிலும் நுகர முடியும் என்பதை 'Indian Narratology', 'இந்தியன் சாகித்ய சித்தாந்தம்' போன்ற நூல்களில் மிக நுட்பமாக ஆய்வு செய்திருக்கிறார்.

சென்ற ஐயாயிரமாண்டு இந்திய வரலாறு சலனமற்று இருக்கவில்லை. பழங்குடி மக்கள், திராவிடர், ஆரியர், துருக்கி தேசத்தவர், தாழ்த்தப்பட்டவர் இவ்வாறு பல்வேறு இனத்தவர்களின் கலப்புக் காரணமாய் நிரந்தரம் மாறிக்கொண்டிருந்த ஒரு மக்கள் சமூகத்தின் வரலாறு சலனமற்றிருப்பது என்பது சாத்தியமற்றது. குமுறல்களும் போராட்டங்களும் நிறைந்தது அந்த வரலாறு. அந்தப் பகைப்புலனில் வளர்ந்து வந்த பண்பாடும் ஒரே கல்லில் அமைந்ததாகவும் ஒரே வண்ணத்தில் அலங்கரிக்கப்பட்டதாகவும் இருக்க வழியில்லை. சில நெறிகள் முக்கிய நெறிகளாகவும் அடிப்படை ஊற்றுக்கண்களாகவும் வர்ணிக்கப்படுவதுண்டு.

இன்றும் பரிபூரணமாகக் கரைந்து சேர்ந்திடாத பல கோத்திரங்கள், இனங்களின் கலப்பு – ஒருங்கிணைதலுக்கு நெருங்கிக்கொண்டிருக்கும் கலப்பு – அதைத்தான் பாரதப் பண்பாட்டில் நாம் பார்க்கிறோம். Historical Evolution of India (இந்தியாவின் வரலாற்றுப்பூர்வமான பரிணாமம்) என்ற கட்டுரையில் சுவாமி விவேகானந்தர் இதைக் குறிப்பிட்டிருக்கிறார்.

இலக்கியப் படிப்பின் முக்கிய விஷயமான அழகியல் – திறனாய்வு (சாகித்திய மீமாம்ஸ), பல்வேறான வரலாற்றுக் கட்டங்கள்வழி வளர்ச்சி பெற்றுவந்திருப்பதாகப் பொதுவாகச் சொல்வதுண்டு. படைப்பிலக்கியத்தால் ஏற்படுகின்ற சலனங்களைப் போலவே இலக்கியத் தரிசனத்திலும், அதாவது இலக்கியப் படைப்பைச் சுவைக்க உதவும் தத்துவச் சிந்தனையிலும் பரிணாமச் செயல்பாடு தொடர்ந்து கொண்டிருக்கிறது. அந்தந்தக் காலத்தில் உருவாகிற இலக்கியப் படைப்புகளைப் படிக்கவும் ஆய்வு செய்யவும் விவாதிக்கவும் உதவும் கோட்பாடுகளும் மாறி மாறி வருகின்றன. புதிய படைப்புகளுக்குப் புதிய அணுகல் முறை அவசியமாகிறது. தொடர்ந்து புதுப்பித்தல் – சீர்திருத்தம் – படைப்பிலக்கியத்திலும் இலக்கியப் படிப்பிலும் நடந்துகொண்டேயிருக்கிறது.

இலக்கியப் படைப்புகளில் தொடர்ந்து வந்துகொண்டிருக்கும் மாற்றங்களின் அடிப்படையில்தான், அவற்றின் தாக்கங் களினால்தான் கோட்பாடுகள் புதுப்பிக்கப்படுகின்றன. புதிய படைப்புகள் உருவாகும்போது புரிந்துகொள்ளலில் வரும் மாற்றங்கள் கவனிக்கப்படுகின்றன. அதற்குத் தகுந்த வாறு கோட்பாடுகளிலும் மாற்றங்கள் நிகழ்கின்றன. இந்த மாற்றங்களை உள்வாங்கிக்கொண்டு புதிய ரீதியில் படைப்புகள் படைக்கப்படுகின்றன. மீண்டும் சுவைத்தலில் வரும் வேறுபாடு இலக்கியப் படைப்பிலும், தொடர்ந்து ரசனையிலும் மாற்றங்களுக்குக் காரணமாகிவிடுகிறது. மாற்றங்களுக்குப் பின்னாலுள்ள தத்துவங்கள், அவற்றை ஊக்குவித்த தன்மைகள், கவனிக்கவும்படுகின்றன; பிறகு ஒழுங்கும் படுத்தப்படுகின்றன.

தொல்காப்பியத்தை எடுத்துக்கொண்டால், அது யாரால், எப்போது, எவ்வாறு எழுதப்பட்டது போன்றவற்றைப் பண்டிதர்களுக்கு விட்டுவிடுவோம். நாம் வாழும் இன்றைய காலத்தில் இலக்கியப் படைப்புகளைப் படிப்பதற்குத் தொல்காப்பியப் பொருளதிகாரம் எந்த அளவுக்கு உதவும் என்பதைத்தான் இங்கே ஆராய்ந்து பார்க்கிறோம்.

திராவிட அழகியலின் அதிகாரபூர்வமான நிரூபணமாகக் கருதப்படவேண்டிய பொருளதிகாரத்தில் மானிட

வாழ்வை அதன் அடிப்படையும் ஊக்கச் சக்தியுமான இயற்கையுடனும் பருவங்களுடனும் தொடர்புபடுத்தும் ஒரு முழுமையான தரிசனத்தைப் பார்க்க முடிகிறது. இன்று பிரபலமாகிக்கொண்டிருக்கும் சுற்றுப்புற அழகியலுடன் ஓர் அளவுக்காவது இந்த தரிசனத்திற்கு ஒற்றுமை உண்டு.

பல்வேறு நிலப் பிரிவுகளாகக் கணக்கிடப்படுகிற திணைகளை அடிப்படையாகக் கொண்ட திராவிட இலக்கியத் திறனாய்வில் இரு முக்கியக் கூறுகளாக இலக்கியம் பிரிக்கப்பட்டிருக்கிறது. உள்ளுணர்தலும் தனித்தன்மையும் உணர்வு முக்கியத்துவமும் ஆன உணர்ச்சிப் பாடல் விசேஷங்கள் உட்கொண்ட அகக் கவிதைகள் ஒரு பிரிவு; மெய்யுணர்தலும் சமூகப் பிரக்ஞையும் விவரிப்பு முக்கியத்துவமும் ஆன எடுத்துரைத்தல் விசேஷங்கள் உட்கொண்ட புறக்கவிதைகள் இன்னொன்று. இவற்றுக்கு அடிப்படையான திணைகள்தான் அகத்திணைகளும் புறத்திணைகளும். இவை இரண்டையும் பரஸ்பரம் தொடர்பில்லாத, தண்ணீர் நுழைய முடியாத அறைகளாகக் கணிக்க வேண்டிய தேவையில்லை. திணை மயக்கம் ஒதுக்கப்பட வேண்டியதல்ல.

பொருளதிகாரத்தில் சொல்லப்பட்டிருப்பவற்றை வைத்துப் பார்த்தால், இலக்கியத் திறனாய்வில் முதலில் முக்கியமாக எழும் கேள்விகள் இடம், காலம் சம்பந்தப்பட்டவையே. அகத்திணையிலும் புறத்திணையிலும் முதல் பொருளாய் இயங்குவது எங்கே, எப்போது என்ற கேள்விகளுக்கான விடைதான். படைப்பில் எடுத்தாளப்படும் அனுபவங்களுக்கும் நிகழ்ச்சிகளுக்கும் ஆதாரமும் பகைப்புலனுமான இயற்கைக் காட்சிகளின் அடிப்படையில்தான் அகத்திணைகளும் புறத்திணைகளும் ஏழு ஏழாகப் பிரிக்கப்பட்டிருக்கின்றன. ஒவ்வொரு திணைக்கும் தனித்தனிப் பொருத்தமான பருவங்களும் சுட்டிக்காட்டப்பட்டிருக்கின்றன. காலக் குறிப்பீட்டில் ஆண்டின் பாகங்களான ருதுக்களும் (பருவங்கள்) நாளின் பாகங்களான யாமங்களும் உட்படுத்தப்பட்டிருக்கின்றன. ஒரு செடி அல்லது மரத்தின் பெயர் ஒவ்வொரு திணையையும் குறிப்பதற்கான குறியீடாக ஏற்றுக் கொள்ளப்பட்டிருக்கிறது. இட, கால நிலைகளின் இணைப்புதான் ஒவ்வொரு திணையும். தொல்காப்பியர் வாழ்ந்த காலகட்டத்தில் இருந்த தென்னிந்தியப் புவியியல் இயற்கையை ஆதாரமாக்கித்தான் ஏழு அகத்திணைகளும் ஏழு புறத்திணைகளும் வகுக்கப்பட்டிருக்கின்றன. பூகோளத்தின் ஏனைய பாகங்கள் கவனத்தில் வரும்போது கூடுதல் திணைகளை ஏற்றுக்கொள்வது, அதாவது திணைப் பெருக்க விரிவு நியாயமானதே.

ஒவ்வொரு திணைக்கும் ஒவ்வொரு உரிப்பொருள் குறிப்பிடப்பட்டிருக்கிறது. கால, தேச நிலைகளுக்குப் பொருத்தமான

உணர்வு மண்டலத்தை இலக்கியப் படைப்புகளில் தெள்ளத் தெளிவாகப் பார்க்க முடிவதால், கவிதைப் பகைப்புலனைக் கவிதையின் உள்ளடக்கச் சாரத்துடன் தொடர்புபடுத்துவது சாத்தியமாகிறது. இயற்கைக்கும் மனிதனுக்கும் உள்ள பரஸ்பர உறவு இலக்கியத்தில் பகைப்புலனும் உள்ளடக்கமுமாக உள்ள பரஸ்பர உறவு வழியாக நுட்பமாகக் குறிப்பிடப்படுகிறது என்று மேலோட்டமாகச் சொல்லலாம். இந்த உறவு எப்போதும் வெளிப்பட்டுத் தோன்ற வேண்டுமென்பதில்லை. இலை மறைவு காய் மறைவுக்குத்தான் இலக்கிய ரசனையில் கூடுதல் முக்கியத்துவம்.

முதல் பொருளை உரிப் பொருளோடு தொடர்பு படுத்துவதற்கு உதவும் ஆக்கக் கூறுகள்தான் கருப்பொருள் என்ற குறியீட்டினால் பொருளதிகாரத்தில் சிறப்பிக்கப்பட்டிருக்கிறது. கால, தேச நிலைகளின் சூசக அடையாளங்களும் வெளியீட்டு ஊடகங்களும்தான் கருப்பொருள் எனலாம். இரண்டு திணைகள் இணங்கிச் சேரும்போது உரிப்பொருளில் நிகழ்வதைப் போல் கருப்பொருளிலும் சில மாற்றங்கள் நிகழலாம். புதிய திணைகளைக் கண்டுபிடிக்கும்போது பொருத்தமான உரிப்பொருளையும் கருப்பொருளையும் சேர்த்துக்கொள்ள வேண்டிவரலாம். ஒவ்வொரு திணைக்கும் கருப்பொருளாகப் பதினொரு விதமான பொருள்கள் பொருளதிகாரத்தில் தரப்பட்டிருக்கின்றன. இவற்றுக்குக் கூடுதல், குறைவு வராது என்பதில்லை. பழைய திணைகளைப் புதிதாய் விளக்கவும் புதிய திணைகளை இனம் காணவும் முயலும்போது முதல், உரி, கருப்பொருள்களில் பொருத்தமான மாற்றங்கள் ஏற்பட வேண்டிவருகின்றன. இரண்டாயிரம் ஆண்டுகளுக்கு முந்தைய சங்ககாலக் கவிதைகளின் மாதிரியை அடிப்படையாகக் கொண்டு உருவாகி வந்த இலக்கியக் கோட்பாடுகளில் சமகால இலக்கியத் திறனாய்வுக்குத் தகுந்த நவீனப்படுத்தல் நிகழவேண்டியுள்ளது.

பொருளதிகாரத்தின் பாடங்கள்

இலக்கிய ரசனையை, படிப்பைச் சீரிய முறையில் மனப்பூர்வமாக எடுத்துக்கொள்ளும் நபர் ஒரு படைப்பை அணுகும்போது முதலில் கவனிக்க வேண்டியவை என்னென்ன என்ற கேள்விக்குத் தொல்காப்பியத்தில் பொருளதிகாரம் தரும் பதில் மிக அடிப்படையானது. முதல் பொருள், அதாவது முதன்மைத் தத்துவங்கள் என்றால் அவை கால, தேச நிலைகள் என்பவையாகும். கால நிலையையும் தேச நிலையையும் கணக்கில் எடுக்காமல் ஒரு படைப்பைப் பற்றிய ஆய்வை ஆரம்பிப்பது சாத்தியமில்லை என்றுதான் இங்கே சுட்டப்படுகிறது.

காலநிலை எவை? தொல்காப்பியத்தில் தெள்ளத் தெளிவாகக் குறிப்பிடப்பட்டுள்ள காலநிலைகள் இரண்டு. ஒன்று, மழைக் காலம், வேனில் காலம் போன்ற பெரும்பொழுதுகள், பருவங்கள். இரண்டு, காலை, மதியம், மாலை, இரவு போன்ற சிறுபொழுதுகள். இத்தனை மட்டுமே பொருளதிகாரத்தில் பெயர் குறிப்பிட்டுச் சொல்லப்பட்டிருக்கின்றனவென்றாலும் விசாலமான பொருளில் உள்ள காலக் கணிப்பைக்கூட இதில் உட்படுத்த வேண்டுமென்றுதான் எனக்குத் தோன்றுகிறது. குறிப்பாக, வரலாறு, பண்பாடு முதலிய செல்நெறிகள் உட்படுகின்ற காலகட்டங்கள். காரணம், கால நிலை என்பது வரலாற்று அம்சம் உட்படுகின்ற ஒரு கருத்தாக்கம். வருடமானம், தினமானம் ஆகிய கணக்குகளைப் போல் யுகமானமும் இதில் உட்படும்; உட்படவேண்டும்; உட்படுத்தவேண்டும். இந்த உள்ளுணர்வைத் தொல்காப்பிய வரிகளின் இடையே நாம் வாசிக்க முடிகிறது. சுற்றுப்புறச் சூழல், சூழ்நிலை என்று சொல்லும்போது பகலும் இரவும்போல், வெளிச்சமும் இருளும்போல், கோடையும் மழையும்போல் சரித்திரக் காலகட்டங்களும் மாறிக்கொண்டிருக்கும் மனித வாழ்வின் – சூழலின் முக்கியமான அம்சங்களாகும். இலக்கியப் படிப்பில் காலநிலையை ஒட்டிக் குறிப்பிடுகிற எல்லா அம்சங்களுக்கும் முக்கியத்துவம் உண்டு. வரையறை செய்யப்பட்ட பொருளில் பெரும்பொழுதுகளின் சிறப்புத் தன்மைகளும் மனித வாழ்வின் மீது அவை செலுத்துகிற சிறப்பும் தீவிரப் பரிசீலனைக்கு உகந்தவை. அதைப்போலவே எதன் காலநிலை என்ற கேள்விக்கு நாம் பதில் கண்டுபிடிக்க வேண்டும். மிகவும் விரிவான பொருள் தேடலில் காலநிலையின் மூன்று அம்சங்களாவது உட்பட்டிருக்கும். ஒன்று, எழுதிய ஆளின் காலம், எழுதிய காலம்; இரண்டு, படைப்பில் விவரித்திருக்கிற, சூசகமாக்கப்பட்டிருக்கும் காலம், காலகட்டம்; மூன்று, வாசகனின் நிகழ்காலம், வாசிக்கும் காலப் பிரமாணம். முன்பு எழுதப்பட்ட ஒரு படைப்பை இன்று வாசிக்கும் போது எழுதப்பட்ட காலத்தைப் போல் வாசிக்கிற காலத்தையும் நாம் கணக்கில் எடுக்க வேண்டும். அவற்றைப் போலவே முக்கியமானவை படைப்பினுள் விவரித்திருக்கும் காலகட்டம், பெரும்பொழுதுகள், சிறுபொழுதுகள், ருதுக்கள், நாள் பிரிவுகள் ஆகியவை.

பொருளதிகாரத்தில் இவ்வாறு குறிப்பிடப்படும் முதல் பொருள், கருப்பொருள், உரிப்பொருள் இவற்றை ஒரு துவக்கமாய்ப் பார்க்கும்போது, முதல் பொருள் தான் அடிப்படை. அதில் குறிப்பிடப்படுகிற இடமும் காலமும் மேலே விவரித்திருக்குமாறு சமகாலப் படைப்புகளின் ரசனைக்கு உதவ வேண்டும்.

இடத்தைக் குறிப்பிடுகிற திணைகள் தொல்காப்பியத்தில் சொல்லப்பட்டவற்றுக்குள் (அகம் 7 + புறம் 7 = 14) அடங்கி நிற்க வேண்டும் என்பதில்லை.

தமிழிலும் ஏனைய இந்திய மொழிகள் மற்றும் ஆங்கிலம் உட்பட்ட திராவிடமல்லாத பிற உலக மொழிகளிலும் வெளிவந்துள்ள படைப்புகளில் புதிய திணைகளைக் கண்டுபிடிக்கலாம். இதைத் திணைப் பெருக்கம் என்று அழைப்போம். மலையாளத்தில் கோவிலனின் *ஹிமாலயம்,* முகுந்தனின் *டெல்ஹி*, வங்க மொழியில் விபூதிபூஷணின் ஆரண்யக், தமிழில் ஜோ டி குரூஸின் *ஆழிசூழ் உலகு*, நீல. பத்மநாபனின் *பள்ளிகொண்டபுரம்* போன்ற நாவல்கள் – எடுத்துக் காட்டாக இந்தப் படைப்புகள் ஒவ்வொன்றையும் தனித்தனியாக எடுத்துக்கொண்டு, மேலே தொல்காப்பியம் விதித்திருக்கும் திணைகளிலிருந்து இவை பிறந்திருக்கின்றனவா, எங்கே ஒன்றுபடுகின்றன, பிறந்திருக்கிறதென்றால் திணைப் பெருக்கத்திற்கு வழிவகுக்குமா என்றெல்லாம் விரிவாக ஆய்வு செய்வது, திணைப் படிப்பைச் சமகால இலக்கியத்தின் நவீனப் பார்வைகளுக்குச் சாதகமாக்க வெகுவாகத் துணைபுரியும்.

ஒன்றுக்கு அதிகமான திணைகள் ஒரு படைப்பில் இணங்கிச் சேர்ந்திருந்தால் திணையிணக்கம், திணை மயக்கம் என்று அழைக்கிறோம். இணங்காதிருந்தால் திணைப் பிணக்கம் (ஐரனி). இவற்றை மேலே குறிப்பிட்டிருக்கும் இந்திய மொழிப் படைப்புகளுக்கு மட்டுமல்ல, திராவிடம் அல்லாத பிற படைப்புகளுக்கும் பொருத்திப் பார்க்கலாம். எடுத்துக்காட்டாக ஷேக்ஸ்பியரின் 'மாக்பெத்'தை இங்கே ஆய்வு செய்து பார்ப்போம்.

ஒரு சரித்திரப் பின்னணியுள்ள அரசியல் கதையான தால் ஸ்காட்லாந்தின் அரசியல் வரலாற்றில் இதிகாச இயல்பான காலகட்டம் இங்குச் சித்திரிக்கப்படுகிறது. நிகழ்ச்சிகள் நடப்பது, யுத்தத்தின் பின்னணியில். டங்கனின் கொலையும் ஆவியின் பிரவேசமும் எல்லாம் நடப்பது இரவில். மொத்தத்தில் மனிதனின் நல்ல தன்மைகளை நெருக்கிக் கொல்லும் குரூரத்தைத் தொனிக்கச் செய்யும் இருள்சூழ்ந்த நிசியின் சூழ்நிலை படைப்பு முழுதும் நிறைந்து , நிற்கிறது. பொருளதிகாரத்தின் அடிப்படையில் பார்த்தால் மாக்பெத்தின் குணத்திலேயே இருக்கும் முரண்பாடு வெளிப்படுகிற அம்சங்களைப் பார்க்க முடியும். யுத்தக் காட்சிகள், கோட்டை முற்றுகை, எதிரிகள் அழிப்பு போன்றவை உட்படும் பகல்களில்கூட மாக்பெத்தின் மனப் போராட்டமும் வஞ் சனையும் பதவி மோகமும் சூசகமாக்கும் இரவுகளும் சேர்ந்த

ஒரு கால அளவு இங்கே வெளிப்படுகிறது. உள்ளடக்கம் அல்லது கதைக் கருவோடு தொடர்புபடுத்தித்தான் தொல்காப்பியத்தில் முதல் பொருள் பரிசீலனை செய்யப்படுகிறது. ஒரு முழுநீள நாடகமாதலால் ஒன்றுக்கு மேற்பட்ட பெரும்பொழுது, சிறுபொழுதுகளை இப்படைப்பில் காணலாம். அக உணர்வுகளை வெளிப்படுத்த இரவும் சமூகக் காட்சிகளுக்குப் பகலும். அதைப்போலவே, ஒன்றுக்கு அதிகமான பெரும்பொழுதுகளுக்கு இடமுள்ள முறையில்தான் நாடகத்தின் உணர்வுச் சித்திரிப்பு செய்யப்பட்டிருக்கிறது. பொதுவாகச் சொன்னால் முரண்பாடுகள் கொண்ட இருள் மூட்டமான சூழ்நிலை 'மாக்பெத்'தில் வெளிப்படுத்தப்படுகிறது. சுருக்கமாக, அதன் கால ஆய்வாக இத்தனையையும் குறிப்பிடலாம்.

பிரதேச நிலை என்று சொல்லும்போது படைப்பின் சம்பவங்கள் நடக்கிற இடம், படைப்பு உருவாக்கப்பட்ட இடம், படைப்பை வாசித்துப் புரிந்துகொள்ளப்படும் பிராந்தியச் சூழ்நிலை இவையெல்லாம் முக்கியமாக வரும். 'மாக்பெத்'தின் புவியியல் பின்புலமான பிராந்தியம் ஸ்காட்லாந்து. அங்குள்ள கோட்டை, கொத்தளங்கள், அரண்மனைகள், போர் நடக்கும் திறந்த வெளியிடமெல்லாம் இதில் உட்படும். தனிநபரான மாக்பெத்தின் மனப் போராட்டத்தைத் தொல்காப்பியத்தில் குறிப்பிடப்பட்டிருக்கும் அகத்திணையில் மருதத்துடன் தொடர்பு படுத்தலாமெனினும் வெளியில் உள்ள மோதல் – போர்க்காட்சிகள், புறத்திணையில் உழிஞையோடு தொடர்புபடுத்துவதுதான் பொருத்தம். 'மாக்பெ'த்தின் உள்ளடக்கம் அக, புறத்திணைகளில் உட்பட்ட மருதமும் உழிஞையும் சேர்ந்ததாகக் காணப்படுகிறது. டங்கனின் கொலையும் யுத்தக் காட்சிகளின் கொலையும் வேறுபட்ட உணர்வுகளின் லட்சணங்களைக் கொண்டிருப்பதால் இரட்டைத் திணையுள்ள படைப்புதான் 'மாக்பெத்' என்று சொல்லலாம்.

இவ்வாறு பொருளதிகார முறையில் பார்க்கும்போது 'மாக்பெத்'தின் உரிப்பொருள் நம்பிக்கைத் துரோகமும் பதவியைக் கைப்பற்றலுமாகும். ஒன்றுக்கு மேற்பட்ட பெரும்பொழுதுகளின் பின்னணியை இங்கே காண முடியும். சூனியக்காரிகளின் மந்திரஜபங்களுக்கும் விழாவுக்கும் பரிவாரமாக வருவது இடியும் மின்னலும். இவை நிகழ்வது சதுப்பு நிலத்தில். காட்சி இன்வேணட் கோட்டைக்கு மாறும்போது சூழ்நிலை தெளிவற்றதாகி விடுகிறது. "இது நல்ல இடம், நமது மிருதுவான புலன்களுக்கு இன்பம் தருகிறது. இங்குள்ள காற்றுக்கூட" என்றெல்லாம் கூறி அந்தியுறங்கும் டங்கன் அதிகம் தாமதியாமல் கொல்லப்படுகிறான். மாக்பெத்தின் மனத் தடுமாற்றத்திற்கும் இச்சையை அடக்கும் சக்தியின்றிச் செய்துகொண்டிருக்கும் பாவங்களுக்கும் தவிர்க்க

முடியாமல் தலையில் வந்து விழும் பேராபத்துக்கும் ஏற்ற பகைப்புலனை ஷேக்ஸ்பியர் தயார்படுத்தியிருக்கிறார். இந்த நேரடி – மறைமுக முரண்பாடு, நாடகத்தில் மொத்தமாய் நிறைந்து நிற்கும் எதிரிடைப் பண்பாகவும் விதிவிபரீதமாகவும் நமக்கு அனுபவமாகிறது. இங்குதான் இரு திணைகளின் கூடிச் சேருதல் அல்லது கூடிச் சேராதிருத்தலை நாம் புரிந்துகொள்கிறோம். இந்த முரண்பாட்டை ஐரனியாகப் பல மேல்நாட்டு விமர்சகர்களும் சுட்டிக்காட்டியிருக்கிறார்கள். “நிழலும் ஒளியும் இணைந்து சேர்ந்த வாழ்க்கை, மரணங்கள் பரஸ்பரமுள்ள முரண்பாட்டை எடுத்தாளுகிறது மாக்பெத்” என்று காலரிட்ஜூம், மூடுதிரையிட்ட சிந்தனைக் குழப்பமென்று ராபர்ட் பிரிட்ஜஸூம், மாக்பெத்தின் ஐரனியென்று க்வில்லர் கவுச்சும், ஐரனி ஒரு செயல் உருவில் என்று மோல்ட்டனும் விவரிப்பது இந்தத் திணைப் பிணக்கம் கொண்டு வருகிற சிறப்பியல்பாக நமக்குக் காண முடியும். ஒரு திணையின் கருக்கள் இன்னொரு திணையில் வந்தால் அது திணைமயக்கம். திணைகள் இணங்காமல் நின்றால் திணைப்பிணக்கம். சூழ்நிலை முரண்பாடு உணர்ச்சி இறுக்கம் வெளிப்படுத்துவதில் முக்கியப் பங்கு வகிக்கிறது. ‘மாக்பெத்’ என்ற படைப்பின் பேராபத்து வெளியீட்டின் மொத்த அழகியல் சுற்றுப்புறச் சூழ்நிலைச் சித்திரிப்புடன் தொடர்புடையது என்று சுருக்கமாகக் கூறலாம்.

முதல் பொருளையும் உரிப்பொருளையும் உணர்ந்து விட்டால் அவற்றில் வெளிப்படுத்தப் பயன்பட்ட கருப் பொருள் கவனத்தில் படும். கால, தேச நிலைகளுக்குத் தகுந்தவாறு பறவை, விலங்கு, மரம், இசைக்கருவி (பறை), பண், மக்கள், உணவு முதலியவற்றையும் தெய்வம், தொழில் போன்றவற்றையும் படைப்பில் காண முடியும். தேவதையின் இடத்தில் இங்கே போர்த் தேவதையின் பிரதிநிதிகளென்று சொல்லத் தகுந்த சூனியக்காரிகள் முதல் காட்சியிலேயே தோன்றுகிறார்கள். கட்டுப்படுத்தும் சக்தியாக நாடகாசிரியர் வெளிப்படுத்தியிருக்கிறார். அழிவின் விதையை அவர்கள் விதைக்கிறார்கள். அவர்களுக்குப் பொருத்தமான இயல்தன்மைதான் ஆவியின் வருகையும். உழிஞைத் திணைக்குப் பொருத்தமான யுத்தமும் நாட்டின் ஆட்சியும் கதை மாந்தர்களின் முக்கியத் தொழில்களாக இருக்கின்றன. பறவைகளின் இடத்தில் அமைதிக் குணம் படைத்த மார்ட்டினுக்கு நேராக ஆந்தை இரவு முழுதும் உரத்துக் குரல் எழுப்பியதாகச் சொல்லப்பட்டிருக்கிறது. மரத்தின் இடத்தில் பெர்னாம் மரக் கூட்டம் முழுதும் உண்டு. இந்தக் கருக்களையெல்லாம் திறமையாக ஒன்றிணைத்துத் தான் பயங்கரமும் கொடூரமுமான துன்பியல் கதையை ஷேக்ஸ்பியர் நாடகமாக்கியிருக்கிறார்.

தொல்காப்பியத்தில் இலக்கியம் முழுமையும் அகம், புறம் என்று பிரிக்கப்பட்டிருக்கிறது. அகமென்றால் உட்புறம் சம்பந்தப்பட்டது; தனிநபர் சார்ந்தது; உளவியல்பாற்பட்டது; மென்மை உணர்வு; மோகனம்; சுய சார்புடையது என்றெல்லாம் கூறலாம். புறம் என்றால் வெளி; எல்லையற்றது; சமூகவியல் சம்பந்தப்பட்டது; தீவிர உணர்ச்சி வெளியீடு; பொருள் சார்ந்தது என்றெல்லாம் குறிப்பிடலாம். ஒவ்வொன்றிற்கும் முறையே ஏழு திணைகள் பொருளதிகாரத்தில் விதிக்கப்பட்டிருக்கின்றன. இது ஓர் எடுத்துக்காட்டு (மாடல்) மட்டும்தான். இந்தக் கோட்பாட்டை மனித நிலைகளின் காலதேச நிலைகளுடன் தொடர்புபடுத்தும் அழகியல் கோட்பாட்டை, தேவையான விரிவாக்கல், திருத்தல்களுடன் ஒரு படைப்பைத் திறனாய்வுசெய்யப் பயன்படுத்தலாம். யந்திரகதியில் எல்லாப் படைப்புகளிலும் இந்தக் கோட்பாட்டை வலுக்கட்டாயமாகப் புகுத்திப் பார்க்கத் தேவையில்லை. ஒன்றுக்கொன்று சேர வேண்டியவற்றைத் தானே சேர்க்க முடியும்?

தொல்காப்பியத்தின் பொருளதிகாரம் திராவிட இலக்கிய இயலின் – ஆய்வுச் சித்தாந்தத்தின் மூலக் கருவாகும். அதை விரிவாக்கி எடுத்தால் ஒருவேளை உலகத்தில் மிகவும் பழமையான, மகத்தான ஒரு சுற்றுப்புறச்சூழல் அழகியல் கோட்பாடு நமக்குக் கிடைக்க வாய்ப்பிருக்கிறது. பூமியும் சொர்க்கமும் பாதாளமும் பகைப்புலனாகியிருக்கிற தாந்தேயின் ‘டிவைன் காமெடி’க்கும் மில்ட்டனின் ‘பாரடைஸ் லாஸ்ட்’டுக்கும் இந்தக் கோட்பாடு பயன்பட வேண்டுமெனில் யந்திரத்தன்மையற்ற, கற்பனை எழில்வளம் கொழிக்கும் ரீதியில் இதை வளர்த்தெடுக்க வேண்டும். நீண்ட படைப்புகளில், மேலே குறிப்பிட்டவாறு ஒன்றுக்கு மேற்பட்ட திணைகளைக் காணக்கூடும்; அகமும் புறமும் இணைந்தும் வரக்கூடும். உரிப்பொருள்கூடக் கலந்து வரலாம். கருப்பொருள்களைக் கால, தேச வேறுபாடுகளுக்கேற்றவாறு திருத்தி அமைக்க வேண்டிவரலாம். இவ்வாறு அகமும் புறமும் இணையும்போது திணைப் பெருக்கம் என்று அழைக்கலாம். எடுத்துக்காட்டு, இராமாயணத்தில் அயோத்தியும் காடும் அபிஷேகமும் யுத்தமும் வருவதை விரிவாக ஆய்வுசெய்து பொருள் கொள்ளலாம்.

இதைப்போன்று காலக் கோட்பாட்டை விரிவாக்கலாம். பெரும்பொழுது, சிறுபொழுதுகளைப் போல், காலகட்டமும் வரலாற்று நிகழ்ச்சிகளும் காலத்தால் சூசகமாகலாம். எடுத்துக்காட்டாக, சி.சு. செல்லப்பாவின் சுதந்திர தாகம், கல்கி, பங்கிம் சந்திரர், சி.வி. ராமன் பிள்ளை முதலியவர்களின் நாவல்களை எடுத்துக் கொண்டு ஆய்வுசெய்யலாம்.

தான் கூறுவது எடுத்துக்காட்டுகள் மட்டுமே, அப்படியே எடுத்துக்கொள்ள வேண்டியதில்லையென்று தொல்காப்பியர் குறிப்பிட்டிருக்கிறார்: எனவே, தொல்காப்பியரின் இலக்கிய தரிசனத்தைச் சமகாலத்திற்குத் தகுந்தவாறு மேலே விவரித்தவாறெல்லாம் வியாக்கியானம் செய்தால் உலக இலக்கியப் படைப்புகளுக்குப் புதிய பரிமாணம் அளிக்க முடியும்.

இப்போது மேனாட்டு மொழிகளில் *ecopoetics* என்று அழைக்கும் சுற்றுப்புறச்சூழல் இலக்கியச் சிந்தாந்தம் உருவாகி வந்துள்ளது. இரண்டாயிரம் ஆண்டுகளுக்கு முன்பே சங்க காலப் படைப்புகளுடன் பின்னிப் பிணைந்து விரிந்து பரந்துவந்த இந்தத் திணைக் கோட்பாட்டை மாறின இன்றைய சூழ்நிலையில் ஏனைய மொழிப் படைப்புகளுக்கும் சமகால இந்திய இலக்கியப் படைப்புகளுக்கும் பொருத்தி ஆய்வுசெய்து பார்க்கலாம். வையத்தில் வேறெந்த மொழிகளிலும் இதைப் போன்ற ஒரு சுற்றுப்புறச் சூழல் இலக்கியச் சித்தாந்தம் பழமைக் காலத்திலேயே வேர்விட்டு உருக்கொள்ளவில்லையாதலால் இந்தத் திராவிடத் திணைக் கோட்பாடு இவ்விஷயத்திலும் நமக்குப் பயன்படுத்தத் தகுந்த ஓர் அரிய சித்தாந்தமாகும்.

பயன்பட்ட நூல்கள்

மலையாளம்

தொல்காப்பியர், தொல்காப்பியம் (இளையபெருமாள், சுப்ரமணியபிள்ளை), சரஸ்வதி நிவாஸ், திருவனந்தபுரம், 1961.

விஸ்வநாதன் நாயர் பி. (*அகநானூறு, 2 பாகம்*), கேரள சாகித்ய அகாதமி, திருச்சூர், 1981.

ஆங்கிலம்

Ramanujan A.K., *Poems of Love and War.* Tr. by A.K. Ramanujan, Delhi, Oxford UP, 1985.

Sethuraman V.S. ed., *Contemporary Criticism: An Anthology,* Madras: Macmillan, India, 1989.

Sethuraman V.S. ed., *Indian Aesthetics: An introduction,* Madras: Macmillan, India 1992.

Kuruntokai, Tr. M. Shanmugham Pillai. Madurai Koodal Publishers. 1976.

Nacchinarkiniyar, *Tholkappiyam: Porulatikaram,* Vol 2, Annamalai Nagar: Annamalai University, 1986.

பின்குறிப்பு

அய்யப்பப் பணிக்கர் திணைக் கோட்பாடு பற்றி எழுதிய கீழ்க்கண்ட கட்டுரைகளும் குறிப்பிடத்தக்கன:

அய்யப்பப் பணிக்கர் கே, Hardy's Wessex and Tinai Poetics, Lit. Crit. Vol.19 No.142. June - Dec. 1993 - pp 63 - 72

'திணை சங்கல்பம்' – *இந்தியன் சாகித்ய சித்தாந்தம் பிரசக்தியும் சாத்தியதையும், ஸ்டேட் இன்ஸ்ட்டியூட் ஆப் லாங்வேஜஸ், திருவனந்தபுரம், 1999 பக். 93–101 (மலையாளம்)*

'அகப்பொருளும் புறப்பொருளும்', *மேற்படி பக். 102–111.*

'திணை விவஸ்தையும் ரூபமஞ்சரியும்', *மேற்படி பக். 113–121.*

தகழி சிவசங்கரபிள்ளை. *'கயிறு நாவல் – பூமியும் பூ பிரக்ருதியும் தகழியுடெ கயிறில்', பின்னிணைப்பு பக். 1028–1035, 1985.*

தமிழில்: நீல. பத்மநாபன்

காலச்சுவடு 82, அக்டோபர் 2006

19

*திணைக்கோட்பாடு என்னும் அரசியல் பிரதி: ஒரு மதிப்புரை

கோவைவாணன்

28.3.2011 அன்று ஒரு கல்லூரித் தமிழ்த் துறையில் முனைவர் பட்ட வாய்மொழித் தேர்வு நடைபெற்றது. ஆய்வாளரை நோக்கி எந்தக் கோட்பாட்டு அடிப்படையில் இந்த ஆய்வை நீங்கள் நிகழ்த்தினீர்கள் என்று கேட்டேன். ஆய்வாளரிடமிருந்து பதில் இல்லை; மௌனம் சாதித்தார். அடுத்து ஒரு பேராசிரியர் எழுந்து, "இலக்கியத்தைக் கோட்பாட்டு அடிப்படையில் எல்லாம் ஆய்வுசெய்ய வேண்டியதில்லை" என்று கூறினார். அம்மாணவரின் நெறியாளரும் இறுதியில் பேசும்போது, "கோட்பாடுகளை வைத்துக்கொண்டு தான் இலக்கியத்தை ஆராய்ச்சி செய்ய வேண்டும் என்றெல்லாம் இல்லை; உ.வே.சா எந்தக் கோட்பாட்டை அடிப்படையாக வைத்துக்கொண்டு ஆராய்ச்சி செய்தார்" என்று கேட்டார். உ.வே. சா முதன்மையாக ஒரு பதிப்பாசிரியர். பதிப்புக்கோட்பாடு என ஒன்று உண்டு. அதைப்படித்துத் தெரிந்துகொண்டு பதிப்பித்தாரா என்று தெரியவில்லை. ஆனால் பதிப்புக்கோட்பாடு கூறும் நெறிமுறைகளின் அடிப்படையில் பேரளவுக்குப் பதிப்புகளை உ.வே.சா கொண்டுவந்தார்.

கோட்பாடுகள் பற்றிய அறிமுகத்தையும் அறிவையும் மறுதலிக்கும் போக்கே இன்றைய தமிழ்த்துறைகளில் நிலவுகின்றது. இன்றைய தமிழ்ப் பேராசிரியர்களிடம் உள்ள சோம்பேறித்தனமும் அலட்சியமும் பொறுப்பற்றதனமுமே இதற்குக் காரணங்கள்.

---

* திணைக்கோட்பாடும் தமிழ்க் கவிதையியலும், க. ஜவகர். காவ்யா வெளியீடு, 2010.

இவ்வகைப் பேராசிரியர்கள்தாம் மாணவர்களையும் தம் சாயலாகவே படைக்கின்றனர். இச்சூழலில்தான் க. ஜவகரின் *திணைக் கோட்பாடும் தமிழ்க் கவிதையியலும்* என்னும் முனைவர்பட்ட ஆய்வுநூல் வெளிவந்துள்ளது. கல்லூரி, பல்கலைக் கழகங்களில் இன்று வழங்கப்படும் முனைவர்பட்ட ஆய்வுகள் நூல்களாக வெளியிடப்பட்டுப் பொதுநிலையினரின் பார்வைக்கு வைக்கப்பட வேண்டும்.

தமிழர்களுக்கு என்று சொல்லப்பட்ட சுயமான இலக்கியக் கோட்பாடு திணைக்கோட்பாடு. பழந்தமிழ் இலக்கியங்கள் படைக்கப்பட்டதும் உரையாசிரியர்கள் கையாண்டதும் திணைக்கோட்பாடே. உரையாசிரியர்கள் காலத்திற்குப் பிறகு திணைக்கோட்பாடு புழக்கத்தில் இல்லாது போனது ஏன்?

சுமார் 700 ஆண்டுகளுக்குப் பிறகு (உரையாசிரியர்களுக்குப் பிறகு) கேரளத்தில் வாழ்ந்த ஆங்கிலப் பேராசிரியர் அய்யப்பப் பணிக்கர் (1930 – 2006) திணைக்கோட்பாட்டைக் கையில் எடுக்கின்றார். இதற்கு இரண்டு காரணங்கள் கூறப்படுகின்றன. (க. ஜவகர், ப. 20).

1. இழந்துபோன நம் மரபை மீட்பது.

2. மேற்கத்தியர் திணித்திருக்கிற மேலாண்மையிலிருந்து நம்மை விடுவித்துக்கொள்வது.

இங்கு நம் மரபு என்பது யாது? தமிழ் மரபா? திராவிட மரபா? இந்திய மரபா? அய்யப்பப்பணிக்கர் தொல்காப்பியத்தையும் திணைக்கோட்பாட்டையும் திராவிட அழகியலாகத்தான் பார்க்கின்றார். "தொல்காப்பியத்தின் பொருளதிகாரம் திராவிட இலக்கிய இயலின் ஆய்வுச் சித்தாந்தத்தின் மூலக்கருவாகும்" (க. ஜவகர், ப.57). "வையத்தில் வேறெந்த மொழிகளிலும் இதைப் போன்ற ஒரு சுற்றுப்புறச்சூழல் இலக்கியச் சித்தாந்தம் பழமைக் காலத்திலேயே வேர்விட்டு உருக்கொள்ளவில்லையாதலால் இந்தத் திராவிடத் திணைக்கோட்பாடு இவ்விஷயத்திலும் நமக்குப் பயன்படுத்தத் தகுந்த ஓர் அரிய சித்தாந்தமாகும்." (நீல. பத்மநாபன், ப. 80). "திராவிட அழகியலின் அதிகாரபூர்வமான நிரூபணமாகக் கருதப்பட வேண்டிய பொருளதிகாரத்தில் மானிட வாழ்வை அதன் அடிப்படையிலும் ஊக்கச் சக்தியுமான இயற்கையுடனும் பருவங்களுடனும் தொடர்புபடுத்தும் ஒரு முழுமையான தரிசனத்தைப் பார்க்க முடிகிறது" (நீல. பத்மநாபன், ப. 73).

மேற்குறித்த அய்யப்பப் பணிக்கரின் மூன்று 'கூற்றுகளும் தொல்காப்பியத்தைத் திராவிட அழகியலாகப் பார்க்கும் அவரது நிலைப்பாடு புலனாகிறது. மேலும் ஐயப்பப் பணிக்கரின் அக்கறை 'இந்தியக் கோட்பாடு' பற்றியதாகவே இருக்கிறது.

அய்யப்பப் பணிக்கரின் கூற்று "இழந்துபோன நம்முடைய மரபை மீட்பதற்கும் நம்மீது அவர்கள் திணித்திருக்கிற மேலாண்மையிலிருந்து நம்மை விடுவித்துக்கொள்ளவும் நம் மேலாண்மையை நாம் உருவாக்கிக்கொள்ளவும் நம்முடைய சமஸ்கிருதம் பழங்காலத் தமிழ் இலக்கியக்கோட்பாடு அவசியமாகிறது." (நீல. பத்மநாபன், ப. 57).

இந்தியக் கோட்பாடு நமக்கு ஏன் அவசியப்படுகிறது? அல்லது திராவிடக் கோட்பாடு? தமிழ் அழகியலுக்கு அய்யப்பப் பணிக்கர் உதவுவாரா? தமிழ் இலக்கியத்தை ஆராய்வதற்குத் தமிழ் அழகியல் கோட்பாடு மட்டும் போதுமானதா? திணைக்கோட்பாட்டைத் தமிழ் அழகியல் கோட்பாடாகக் கொள்ளலாமா? விரிவு செய்யப்பட்ட திணைக்கோட்பாடாகவே இருந்தபோதிலும் அதுவே போதுமானதா?

இலக்கியத்தை ஆராய்வதற்கு மெய்யியல், வரலாறு, அரசியல், சமூகவியல், மானுடவியல் ஆகியவை ஒருங்கிணைந்த ஒரு கோட்பாடு அவசியம் இல்லையா? திணைக்கோட்பாடு ஈடுகொடுக்குமா? திணைக்கோட்பாட்டை விரிவாக்கம் செய்து உலக இலக்கியங்களையெல்லாம் அணுக வேண்டிய தேவை என்ன? நமது மேலாண்மையைப் பிறர்மேல் செலுத்த வேண்டிய அவசியம் என்ன? பிறரது மேலாண்மையை நாம் உதறிக் கொள்வதில் நியாயம் உள்ளது.

இழந்துபோன நமது மரபை மீட்பதன் இன்றைய தேவை என்ன? ஒருக்கால் ஈழத்தமிழர்க்கு வரலாற்றுத் தேவை என்று பார்ப்பதில் பொருத்தம் இருக்கிறது. தமிழ் அரசியலுக்குத் தமிழ்த் தேசிய அரசியலுக்குத் திணைக்கோட்பாட்டை ஒரு துருப்புச் சீட்டாகக் கையில் எடுக்க வேண்டிய பொருத்தப்பாடு தமிழ்ச் சூழலில் இன்று உண்டா? இப்படிப் பல்வேறு வினாக்களைக் க. ஜவகரின் நூல் எழுப்புகிறது.

திணைக்கோட்பாட்டை முதல் தலைப்பில் விரிவாக விளக்கியுள்ளார் க. ஜவகர். அடுத்துத் திணைக்கோட்பாட்டு அடிப்படையில் சிலப்பதிகாரம் (காப்பியம்), திருவாசகம் (சமயம்), கலிங்கத்துப்பரணி (சிற்றிலக்கியம்), ஜெயமோகனின் காடு (நவீன இலக்கியம்) ஆகியவற்றை எவ்வாறு அணுகுவது எனப் பொருத்திக் காட்டுகின்றார்.

இவரது திணைக்கோட்பாட்டு ஆய்வைப் படிக்கும்போது காப்பியம், சமயம், சிற்றிலக்கியம் ஆகியவற்றை நாம் இன்னும் இலக்கிய அழகியல் அடிப்படையில் ஆராயவில்லை என்னும் வெட்க உணர்வு ஏற்படுகிறது. தமிழ் இலக்கியப் பரப்பு முழுவதும்

அழகியல் பார்வையில் அணுகப்பட வேண்டும் என்னும் உணர்வை இவரது நூல் தூண்டுகின்றது.

நமது கருவூலத்தைத் திறந்து காட்ட எழுநூறு ஆண்டுகளுக்குப் பிறகு கேரளத்திலிருந்து ஒருவர் எழுந்து வரவேண்டி உள்ளது. ஒன்றை உறுதியாகச் சொல்லலாம். மேலைநாட்டு நவீன இலக்கியக் கோட்பாடுகள் எத்தனையோ இங்குப் பயன்பாட்டுக்கு வரலாம். ஆனால் எந்தக் கோட்பாட்டை அடிப்படையாக வைத்து இலக்கிய ஆராய்ச்சி செய்தாலும் அதன் உள்ளூறையாகத் திணைக்கோட்பாடு (முதல், கரு, உரிப்பொருள்கள்) பொதிந்தே இருக்கும்.

குடுகுடுப்பைக்காரன் சட்டையைப் போல இன்றைய முனைவர் பட்ட ஆய்வுகள் வெளிவந்துகொண்டிருக்கும் சூழலில் சுயமான ஓர் ஆய்வை நிகழ்த்தியுள்ளார் க. ஜவகர்.

துணை நூல்

நீல. பத்மநாபன், அய்யப்பப் பணிக்கரின் ஆளுமையும் சில படைப்பு மாதிரிகளும். விருட்சம் வெளியீடு, சென்னை, டிசம்பர் 2006.

***காலச்சுவடு* 140, ஆகஸ்டு 2011,**

20

கணித்தமிழின் காலடித் தடங்கள்
மு. சிவலிங்கம்

கணித்தமிழின் வரலாறு மிக நீண்டது, மிகப் பரந்தது, மிக ஆழமானது. எத்தனையோ ஆர்வலர்கள், ஆய்வாளர்கள், மாணவர்கள், பேராசிரியர்கள் மற்றும் பயனாளர்களின் பங்களிப்பில் எழுதப்பட்ட கணித்தமிழ் வரலாற்றின் முக்கியக் காலகட்டங்களைச் சுருக்கமாக இங்கு நோக்குவோம்.

(1). எழுத்துருவும் சொல் செயலாக்கியும்
(Font and word processor)

கணித்தமிழின் வரலாறு தமிழ் எழுத்துருவில் *(font)* தொடங்கியது என்பதை மறுப்பதற்கில்லை. கணிப்பொறியில் தமிழைக் கையாள 'எழுத்துரு' அடிப்படைத் தேவை ஆகும். எண்பதுகளின் தொடக்கத்தில் கணிப்பொறிகளில் டாஸ் *(DOS)* இயக்க முறைமையே *(operating system)* இருந்தது. டாஸில் பயன்படுத்தக்கூடிய தமிழ் உரைத் தொகுப்பிகள் *(text editors)* எண்பதுகளின் தொடக்கத்திலேயே வெளியிடப்பட்டன. அவற்றில் தமிழ் எழுத்துருக்களும் உள்ளிணைக்கப்பட்டிருந்தன. தமிழ்நாட்டில் சில கல்லூரிகளில் 'பாரதி' பயன்படுத்தப்பட்டது. அமெரிக்க, ஐரோப்பிய, கனடா தமிழர்கள், டாக்டர் சீனிவாசனின் 'ஆதமி'யைப் பயன்படுத்தினர். மலேசியா, சிங்கப்பூர் நாடுகளில் துணைவன், பாரதி, கணியன், முரசு ஆகியவை உருவாக்கப்பட்டன. வட அமெரிக்கப் பல்கலைக்கழகங்களில் பணிபுரிந்த தமிழ் அறிஞர்கள் 'யூனிக்ஸ்' முறைமையில் பயன்படுத்தக்கூடிய தமிழ் எழுத்துருக்களை உருவாக்கினர். 'யூஸ்நெட்' செய்திக்குழுக்களில் பயன்படுத்தப்பட்ட 'மதுரை' எழுத்துரு அவற்றுள் குறிப்பிடத்தக்கது.

கணிப்பொறியில் தமிழ் எழுத்துகள் மென்பொருள் மூலமாகவே சாத்தியப்பட்ட அந்தக் காலகட்டத்தில், இந்தியாவில் புனேயில் இருக்கும் இந்திய அரசு நிறுவனமான C-DAC,

கணிப்பொறியில் வட்டார மொழிகளைப் பயன்படுத்த GIST என்னும் வன்பொருள் கார்டினை அறிமுகப்படுத்தியது. சிங்கப்பூரிலும் இது போன்ற EPROMகிராஃபிக்ஸ் கார்டு மூலமாக ஆப்பிள் – II கணிப்பொறிகளில் தமிழ் எடுத்தாளப்பட்டதாகப் பதிவுசெய்யப்பட்டுள்ளது.

1985 முதல் 1995 வரையிலான பத்தாண்டுகளில் டாஸ், யூனிக்ஸ், மேக் இயக்க முறைமைகளில் செயல்படக்கூடிய ஏராளமான தமிழ் எழுத்துருக்களும் அவற்றைப் பயன்படுத்தி ஆவணங்களை அச்சிடக்கூடிய ஏராளமான சொல் செயலாக்க மென்பொருள்களும் தமிழ்நாட்டிலும் தமிழர்கள் வாழும் வெளிநாடுகளிலும் ஏராளமாக உருவாக்கப்பட்டன. ஆஸ்திரேலியாவில் 'கம்பன்', மலேசியாவில் 'நளினம்', சிங்கப்பூரில் 'தாரகை' ஆகியவை குறிப்பிடத்தக்கவை.

தமிழ்நாட்டில் பல்வேறு பத்திரிகை நிறுவனங்கள் தத்தமக்கெனத் தயாரிக்கப்பட்ட மென்பொருள்களைப் பயன்படுத்தினர். தமிழ் நாளிதழ்கள், வார, மாதப் பத்திரிகைகள் இத்தகைய மென்பொருள்களைப் பயன்படுத்தி அச்சேற்றப்பட்டன. புனேயின் மாடுலர் சிஸ்டம்ஸ், சென்னையில் உள்ள காட் கிராஃப், சாஃப்ட்வியூ, லாஸ்டெக், பெங்களூரில் உள்ள ஆப்பிள்சாஃப்ட் போன்ற நிறுவனங்கள் பத்திரிகைப் பணிகளுக்கான மென்பொருள்களையும் எழுத்துருக்களையும் உருவாக்கிப் பரந்த அளவில் சந்தைப்படுத்தின. பழனியப்பா பிரதர்ஸ் நிறுவனம், தனது தமிழ் நூல்களை ஆப்பிள் மெக்கின்டாஷ் கணிப்பொறிகளில் தானே உருவாக்கிய தமிழ் எழுத்துருக்களைப் பயன்படுத்தி வெளியிட்டது.

(2) விண்டோஸ் பயன்பாடுகளில் தமிழ்

1984ஆம் ஆண்டில் ஆப்பிள் நிறுவனம் வரைகலைப் பயனர் இடைமுகம் (Graphical User Interface) கொண்ட மெக்கின்டாஷ் இயக்க முறைமையை வெளியிட்டது. அதனைத் தொடர்ந்து 1995இல் மைக்ரோசாஃப்ட் நிறுவனம் டாஸில் செயல்படும் விண்டோஸ் இயக்கத் தளத்தை வெளியிட்டது. 1990இல் விண்டோஸ் 3.0 வெளியிடப்பட்ட பிறகு அடிப்படைக் கணிப்பொறி அனுபவம் இல்லாதோரும் கணிப்பொறியை விரும்பிப் பயன்படுத்தும் நிலை ஏற்பட்டது. உலகம் முழுவதிலும் கணிப்பொறியின் பரவல் அதிகரித்தது. சாதாரண மக்களுக்கான பயன்பாடுகள் அவரவர் தாய்மொழியில் இருக்க வேண்டிய தேவை ஏற்பட்டதால் உலக மக்கள் தத்தம் தாய்மொழிக்கான எழுத்துருக்களையும் பயன்பாடுகளையும் உருவாக்கிக்கொண்டனர்.

இக்காலகட்டத்தில் தமிழ்நாட்டு, வெளிநாட்டு நிறுவனங்கள் பலவும் ஏராளமான தமிழ் எழுத்துருக்களையும் பயன்பாடுகளையும் உருவாக்கினர். வட்டார மொழி எழுத்துருக்களை உருவாக்க உலகெங்கும் *truetype font* என்னும் தொழில்நுட்பம் பயன்படுத்தப்பட்டது. இவற்றுள் எளிமையானவை 7 – பிட் எழுத்துருக்கள். இவற்றில் 128 எழுத்துக் குறிகள் இருக்கும். அக்காலத் தமிழ் எழுத்துருக்கள் பெரும்பாலானவை இத்தகைய 7 – பிட் குறியாக்கத்தைக் *(encoding)* கொண்டவை. இவை பெருமளவு தமிழ்த் தட்டச்சின் வடிவமைப்பை ஒத்தவை. இத்தகைய எழுத்துருக்களை உள்ளீடு செய்யத் தனிச் சிறப்பான நிரல்கள் *(keyboard drivers)* எதுவும் தேவையில்லை. இவற்றைக் கணிப்பொறியில் நிறுவிய பின் நேரடியாகச் சொல் செயலாக்கி *(word processor)*, விரிதாள் *(spread sheet)*, தரவுத்தளம் போன்ற எந்தப் பயன்பாட்டிலும் கையாள முடியும்.

அடுத்த கட்டமாக, ஐரோப்பிய மொழிகளைக் கணிப்பொறியில் பயன்படுத்துவதற்கென 8 – பிட் குறியாக்க முறை *(Extended ASCII)* அறிமுகப்படுத்தப்பட்டது. இதில் 256 எழுத்துக் குறிகளைப் பயன்படுத்திக்கொள்ள முடியும். விண்டோஸ் குறியாக்க முறை 1252 இதற்கு இடம் தந்தது. தமிழ் மொழியின் உயிர், மெய், உயிர்மெய் எழுத்துகளைத் தனித்தனியே அப்படியே உருவகித்துக்கொள்ள இடம் இருந்ததால், பழைய ஆப்செட் அச்சுத் தரத்துக்கு ஈடுகட்டும் வகையில் தமிழ் எழுத்துகளைக் கணிப்பொறி வழியாகச் சிறப்பாக அச்சிட முடிந்தது. தமிழ்ப் பத்திரிகைகள், பதிப்பகங்கள் அனைத்தும் 8 – பிட் ஒரு மொழிக் குறியாக்கத்தில் அமைந்த எழுத்துருக்களையே பயன்படுத்தத் தொடங்கின. ஆனாலும் இவர்கள் தங்கள் விருப்பப்படி உருவாக்கப்பட்ட எழுத்துருக்களையும் தத்தம் விருப்பப்படி அமைத்துக் கொண்டனர்; எந்தக் குறிப்பிட்ட குறியாக்க *(encoding)* முறையையும் பின்பற்றவில்லை. எழுத்துரு வடிவமைப்பு நிறுவனங்கள் அவர்கள் விருப்பப்படி குறியாக்கத்தை அமைத்துக் கொடுத்தன.

1985 முதல் 1995 வரையிலான பத்தாண்டுக் காலகட்டத்தில் கணிப்பொறியில் தமிழின் பயன்பாடும் தமிழில் கணிப்பொறிப் பயன்பாடுகளும் பெருமளவு அதிகரித்தபோதும், தரப்பாட்டுக்குள் *(standard)* அடங்காத எழுத்துருக்களும் அவற்றின் அடிப்படையிலான மென்பொருள்களும் புற்றீசல் போலப் புழக்கத்துக்கு வந்தன. தரப்படுத்தப்பட்ட குறியாக்க முறையே *(standardized encoding system)* இல்லாமைக்கு வணிக உள்நோக்கமும் ஒரு காரணமாக இருந்தது என்பதே உண்மை. இதனால் குழப்பத்துக்கு ஆளானவர்கள் பயனாளர்களே. ஒரு

நிறுவனத்திலுள்ள கணிப்பொறியில் தயாரிக்கப்பட்ட ஒரு தமிழ் ஆவணத்தை நகலெடுத்து வேறொரு நிறுவனத்திலுள்ள கணிப்பொறியில் பதிவுசெய்து படித்தறிய முடியாது. காரணம், இரு நிறுவனங்களும் வெவ்வேறு குறியாக்கமுறையில் அமைந்த எழுத்துருக்களைப் பயன்படுத்துவதுதான்.

(3) இணையத்தில் தமிழ்

இணையத்தின் வருகை, கணிப்பொறி வரலாற்றில் ஒரு முக்கியமான திருப்புமுனையாக அமைந்தது. உலகத் தமிழர் தமக்குள்ளே கருத்துகளைப் பரிமாறிக்கொள்ள மின்னஞ்சல் வழிவகுத்தது. விண்டோஸ், யூனிக்ஸ், மெக்கின்டாஷ் என எந்தக் கணிப்பொறியாக இருந்தாலும் இணையவழி எவ்வித இடையூறும் இன்றித் தகவல் பரிமாறிக்கொள்ள முடியும் என்ற நிலை உருவானது. மேற்கண்ட இயக்க முறைமைகளில் செயல்படக்கூடிய ஒரே மாதிரியான குறியாக்கம் கொண்ட எழுத்துருக்கள் தேவைப்பட்டன. மூன்று பணித்தளங்களிலும் செயல்படக்கூடிய தமிழ் எழுத்துருக்கள் இணையம் வழி இலவசமாக விநியோகிக்கப்பட்டன. மயிலை, இணைமதி, தமிழ்ஃபிக்ஸ் போன்றவை அவற்றுள் சில.

தொண்ணூறுகளின் தொடக்கத்தில் வரைகலை அடிப்படையிலான வையவிரிவலை *(www)* இணையத்தின் அங்கமானது, 1995இல் விண்டோஸ் 95இன் அறிமுகம் ஆகியவை இணையத்தை ஒரு புதிய உச்சத்திற்கு உயர்த்தின. இணையத்தில் ஏராளமான தமிழ் வலையகங்கள் *(websites)* இடம்பெறலாயின.

தமிழ்நாட்டில் அச்சில் வெளிவந்த பல்வேறு நாளேடுகள், வார, மாத இதழ்கள் இணையத்தில் இடம்பிடித்தன. *தினபூமி, தினமணி, தினத்தந்தி, தினமலர், ஆனந்த விகடன், குமுதம், கல்கி, கணையாழி* ஆகியவை அவற்றுள் சில. இவை தவிர இணையத்தில் மட்டுமே வெளியிடப்பட்ட மின்னிதழ்கள் *(e-zines)* பலவும் தோன்றலாயின. தமிழ்சினிமா, மின்னம்பலம், ஆறாம்திணை, திண்ணை ஆகியவற்றை முன்னோடிகளாகக் கூறலாம். மின்னிதழ்கள் இணையத்தில் வெளியிடப்பட்டபோதும் அவை கணிப்பொறியின் பல்லூடகத் தொழில் நுட்பத்தின் சிறப்புக் கூறுகளைப் பயன்படுத்திக்கொள்ளவில்லை; அச்சுப் பத்திரிகைகளின் உள்ளடக்கத்தையும் முன்வைப்பு முறையையுமே பின்பற்றின. எனினும் அவை கணித்தமிழின் வளர்ச்சியை அடுத்த கட்டத்துக்கு எடுத்துச்சென்றன என்பதை மறுப்பதற்கில்லை.

இவ்வாறாக இணையத்தில் தமிழின் பரவல் குறிப்பிட்டுச் சொல்லும்படி இருந்தபோதும், இணையப் பயனாளர்களின்

அனுபவமோ அவலம் மிக்கதாகவே இருந்தது. தமிழ் வலையகம் ஒவ்வொன்றைப் பார்வையிடவும் ஒவ்வொரு தமிழ் எழுத்துருவைப் பதிவிறக்க *(download)* வேண்டியதாயிற்று. ஒவ்வொரு இணையப் பத்திரிகையைப் படிக்கவும் வெவ்வேறு எழுத்துருவைப் பதிவிறக்க வேண்டும். இணையத்தில் தகவலை வெளியிட்ட ஒவ்வொருவரும் தமக்கே உரிய எழுத்துருக்களைப் பயன்படுத்தினர். அந்த எழுத்துருக்கள் ஒரே குறியாக்க முறையின் அடிப்படையில் உருவாக்கப்பட்டவை அல்ல. ஆங்கில வலைப்பக்கங்களைப் பொறுத்தவரை வெவ்வேறு எழுத்துருக்களில் அமைந்திருந்தாலும் அவை ஒரே குறியாக்க முறையைப் பின்பற்றுபவை. வெவ்வேறு இயக்க முறைமைகள் என்றாலும் ஒத்த எழுத்துருக் குறியாக்க முறையைப் பின்பற்றினர்; பயனாளர்கள் தத்தம் கணிப்பொறியில் பார்வையிடத் தடையில்லை. ஆனால் இணையத்தில் பயன்படுத்தப்பட்ட தமிழ் எழுத்துருக்கள் வெவ்வேறு குறியாக்க முறையில் உருவாக்கப்பட்டவை. எனவே, ஒரு வலையகம் எந்த எழுத்துருவில் உருவாக்கப்பட்டதோ அதே எழுத்துருவில் மட்டுமே அதைப் பார்க்க முடியும்.

(4) எழுத்துரு, விசைப்பலகை தரப்படுத்துதல் *(Standardization of font and keyboard)*

மின்னஞ்சல், அஞ்சல் குழுக்கள், மின்னிதழ்கள், வலையகங்கள் வாயிலாகத் தமிழில் தகவல் பரிமாற்றம் உச்சகட்டத்தை எட்டியபோதுதான் தரப்படுத்தப்பட்ட தமிழ் எழுத்துருக் குறியாக்கத்தின் தேவை உணரப்பட்டது. உலகெங்கிலுமுள்ள தமிழ் ஆர்வலர்கள் இது குறித்துப் பரவலாக விவாதித்தனர். 1996இல் கலிஃபோர்னியாவின் பெர்க்கிலியில் பேராசிரியர் ஜார்ஜ் ஹார்ட் இது பற்றிய கருத்துப்பரிமாற்றத்துக்கு ஒரு கூட்டத்தை ஏற்பாடு செய்தார். அதனைத் தொடர்ந்து, கணித்தமிழ் முன்னோடிகளில் ஒருவரான நா. கோவிந்தசாமி 1997இல் சிங்கப்பூரில் இணையத்தில் தமிழ்த் தகவல் பரிமாற்றத்துக்கான முதல் சர்வதேச மாநாட்டை நடத்தினார். 'தமிழ்நெட் 97' என்றழைக்கப்பட்ட இந்த மாநாட்டில் உலகெங்கிலுமுள்ள கணித்தமிழ் ஆர்வலர்களும் அறிஞர்களும் கலந்துகொண்டு, தமிழ் எழுத்துருக் குறியாக்கத் தரப்பாடு பற்றி விவாதித்தனர். இரு மொழி 8 – பிட் எழுத்துருக் குறியாக்கமுறையொன்றைத் தரப்படுத்துதல் பற்றிய சில முக்கியமான முடிவுகள் இம்மாநாட்டில் மேற்கொள்ளப்பட்டன.

'தமிழ்நெட் 97' மாநாட்டுக்குப் பின் இணையம் வழித் தமிழ்த் தகவல் பரிமாற்றத்தில் பங்குபெற்ற தமிழ் ஆர்வலர்கள் 'அஞ்சல் குழு' வழியே விவாதங்களை நடத்தி ஓர் எழுத்துருக் குறியாக்கத்தை வடிவமைத்தனர். அது

டிஸ்க்கி (TSCII) என்றழைக்கப்பட்டது. இதனடிப்படையில் அமைந்த தமிழ் எழுத்துருக்கள், மென்பொருள்கள் இலவசமாக வினியோகிக்கப்பட்டன. பிற குறியாக்கமுறைகளிலுள்ள ஆவணங்களை டிஸ்க்கிக்கு மாற்றுவதற்கான மென்பொருள்களும் கருவிகளும் உருவாக்கப்பட்டன.

'தமிழ்நெட் 97' மாநாட்டுப் பரிந்துரைகளின் அடிப்படையில் தரப்படுத்தப்பட்ட ஓர் எழுத்துருக் குறியாக்க முறையை வடிவமைப்பதற்கான அடுத்த கட்ட நடவடிக்கைகளைத் தமிழ்நாடு அரசு மேற்கொண்டது. இதற்கென ஓர் உயர்மட்டக் குழு அமைக்கப்பட்டது. நடைமுறையில் இருந்த அனைத்துக் குறியாக்கமுறைகளையும் அக்குழு அலசி ஆய்வு செய்தது. 1999 பிப்ரவரியில் சென்னையில் நடைபெற்ற 'தமிழ்நெட் 99' உலகத் தமிழ் இணைய மாநாட்டில் இக்குழுவின் பரிந்துரைகள் முன்வைக்கப்பட்டன. மாநாட்டின் இறுதியில் இரண்டு நகல்கள் குறியாக்கமுறையில் வெளியிடப்பட்டன. TANSCII மற்றும் TAM தரப்படுத்தப்பட்ட விசைப்பலகை வடிவமைப்புக்கான மாதிரியமும் முன்வைக்கப்பட்டது. 8 – பிட் குறியாக்கமுறையில் 128 – 160 ஆகிய இடங்களில் தமிழ் எழுத்துகளைப் பயன்படுத்துவது தொடர்பான விவாதத்தில் இறுதி முடிவு எடுக்க முடியாததால், மாநாட்டைத் தொடர்ந்து, நூறு நாள்களுக்கு விவாதத்துக்கும் சோதனைக்கும் பிறகு இறுதித் தரப்பாடு வெளியிடப்படுமென முடிவு செய்யப்பட்டது.

'தமிழ்நெட் 99' மாநாட்டை ஒட்டித் தமிழ் மென்பொருள் தயாரிப்பாளர்களும் கணித்தமிழ் ஆர்வலர்களும் இணைந்து 'கணித்தமிழ்ச் சங்கம்' என்ற அமைப்பை உருவாக்கினர். அரசின் ஆதரவும் இச்சங்கத்துக்கு இருந்தது. 'தமிழ் நெட் 99' மாநாட்டில் முன்வைக்கப்பட்ட TANSCII, TAM குறியாக்க முறைகளை இச்சங்கத்தினர் ஆய்வுகளையும் சோதனைகளையும் மேற்கொண்டு அவற்றில் இருந்த குறைகளை நீக்கினர். தமிழ் விசைப்பலகை வடிவமைப்பில் இருந்த சிக்கல்களைத் தீர்த்தனர். TAB/TAM ஆகிய இருமொழி/ஒரு மொழிக் குறியாக்கமுறைகள் முன்வைக்கப்பட்டன. 'தமிழ் 99' என்கிற விசைப்பலகை வடிவமைப்பும் பரிந்துரைக்கப்பட்டது. கணித்தமிழ்ச் சங்கத்தின் பரிந்துரைகளைத் தமிழ்நாடு அரசு ஏற்றுக்கொண்டு அரசாணை வெளியிட்டது. இனி வெளியிடப்படும் தமிழ் மென்பொருள்கள் இத்தரப்பாடுகளுக்கு உட்பட்டுள்ளனவா என்பதைப் பரிசோதித்துச் சான்றளிக்கும் பொறுப்பையும் தமிழ் நாடு அரசு கணித்தமிழ்ச் சங்கத்துக்கு வழங்கியது.

உலக அளவில் அனைத்து மொழிகளுக்கும் யூனிகோடு (Unicode) என்னும் பொதுவான ஓர் எழுத்துருக் குறியாக்க

முறை உருவாக்கப்பட்டுள்ளது. இது (ஐ.எஸ்.ஓ – 10646) 32 – பிட் குறியாக்கமுறை. *TAB, TAM, TSCII* ஆகியவை 8 – பிட் குறியாக்கம் என்பதை நினைவில் கொள்க. உலக மொழிகள் அனைத்துக்கும் யூனிகோடில் இடம் வழங்கப்பட்டுள்ளது. யூனிகோடில் தமிழுக்கு 128 இடங்கள் வழங்கப்பட்டுள்ளன. ஒவ்வொரு உயிர்மெய் எழுத்துக்கும் தனித்தனி இடம் கிடையாது. எண்பதுகளில் இந்திய அரசின் சி – டாக் நிறுவனம், இந்திய மொழிகளுக்கென உருவாக்கிய பொதுக் குறியாக்கமுறையான இஸ்க்கியை (ISCII) அடிப்படையாகக் கொண்டே யூனிகோடில் இந்திய மொழிகளுக்கு இடங்கள் வழங்கப்பட்டுள்ளன. யூனிகோடில் தமிழ் எழுத்துகள் அகர வரிசைப்படி இடம்பெறவில்லை என்கிற குறைபாடும் சுட்டிக்காட்டப்பட்டுள்ளது. தமிழ்நாடு அரசு யூனிகோடு கூட்டமைப்பில் உறுப்பினராகத் தன்னை இணைத்துக்கொண்டுள்ளது. குறைபாடுகளைக் களைவதற்குத் தமிழ்நாடு அரசு, தமிழ் இணையப் பல்கலைக்கழகம், கணித்தமிழ்ச் சங்கம் ஆகியவை கூட்டு முயற்சிகளை மேற்கொண்டுள்ளன. ஏற்கனவே ஏராளமான தமிழ் வலைப் பக்கங்கள் யூனிகோடில் வடிவமைக்கப்பட்டு இணையத்தில் வெளியிடப்பட்டுள்ளன. விண்டோஸ் தமிழ் வலைப்பக்கங்கள் யூனிகோடில் வடிவமைக்கப்பட்டு இணையத்தில் வெளியிடப்பட்டுள்ளன. விண்டோஸ், லினக்ஸ், மெக்கின்டாஷ் இயக்க முறைமைகளின் புதிய பதிப்புகள் யூனிகோடை ஏற்கின்றன. வருங்காலத்தில் கணித்தமிழ் யூனிகோடிலேயே அமையும்.

(5) இயக்கமுறைமைகளில் தமிழ்

கணித்தமிழின் முக்கியத்துவத்தை முதன்முதலாக மைக்ரோசாஃப்ட் நிறுவனமே உணர்ந்தது எனக் கூறலாம். உலகம் முழுவதும் 90%க்கும் அதிகமான கணிப்பொறிகளில் மைக்ரோசாஃப்ட்டின் விண்டோஸ் இயக்க முறைமையே செயல்படுகிறது. மைக்ரோசாஃப்ட் தனது விண்டோஸ் 2000 இயக்கமுறைமையில் இந்தியையும் தமிழையும் இடம்பெறச் செய்தது. ஆவணங்களைத் தமிழில் உருவாக்கிய நிலை அடுத்த பரிமாணத்தை எட்டியது. ஆவணங்களுக்குத் தமிழிலேயே பெயரிட முடியும். கோப்புறைகளின் பெயர்கள் மற்றும் கணிப்பொறியில் அனைத்துவகைத் தகவல்களையும் தமிழிலேயே கையாள முடியும். மின்னஞ்சல் மற்றும் பிற தகவல் பரிமாற்றங்களையும் மிக இயல்பாகத் தமிழ் மொழியிலேயே மேற்கொள்ள விண்டோஸ் இடம் தந்தது. விண்டோஸ், எம்எஸ் ஆஃபீஸ் ஆகியவற்றைத் தமிழ் மட்டுமே அறிந்த ஒரு பயனாளர் பயன்படுத்த முடியும் என்பது கணித்தமிழ் வரலாற்றில் ஒரு குறிப்பிடத்தக்க நிகழ்வு.

அடுத்து வந்த விண்டோஸ் எக்ஸ்பியில் பதினொரு இந்திய மொழிகள் இடம்பெற்றன.

விண்டோஸைத் தொடர்ந்து லினக்ஸிலும் தமிழ் இடம்பெறத் தொடங்கியது. விண்டோஸைப் போலன்றி, லினக்ஸ் இயக்கமுறைமையை எவர் வேண்டுமானாலும் தம் விருப்பப்படி மாற்றியமைத்துப் புதிய பெயரில் வெளியிட முடியும். அவ்வாறு வெளியிடப்பட்டுள்ள பல்வேறு லினக்ஸ் பதிப்புகளில் தமிழ் உள்ளிணைக்கப்பட்டுள்ளது. கணித்தமிழ் வரலாற்றில் இது ஒரு முக்கிய மைல்கல்.

(6) கலைச்சொல்லாக்கம்

கணிப்பொறியியலின் கலைச்சொற்களை உருவாக்கியதில் பலரது பங்களிப்பு உள்ளது. கணித்தமிழ் ஆர்வலர்கள், இணையத்தில் இயங்கும் சமூகக் குழுக்கள், தமிழ் நாளிதழ்கள், வார, மாதப் பத்திரிகைகள், நூலாசிரியர்கள், அரசு மற்றும் பல்கலைக்கழகங்கள் அமைத்த கலைச்சொல்லாக்கக் குழுக்கள், சங்கங்கள் ஆகிய அனைவருமே கணித்தமிழ்க் கலைச்சொல்லாக்கத்தில் கணிசமாகப் பங்காற்றியுள்ளனர்.

எழுத்தாளர் சுஜாதா பத்திரிகைகளில் எழுதியதோடு *ஆயிரம் கணிப்பொறி வார்த்தைகள்* என்னும் நூலை வெளியிட்டார். அண்ணா பல்கலைக்கழகத்தின் வளர்தமிழ் மன்றம் கலைச்சொல் தொகுப்பை வெளியிட்டது. 1993–94ஆம் ஆண்டுகளில் *தினமலர்* நாளிதழில் கணிப்பொறிப் பாடங்கள் தமிழில் விளக்கி எழுதப்பட்டன. 1994இல் இந்தியாவிலேயே முதன்முறையாக ஒரு வட்டார மொழியில் கணிப்பொறித் தொழில் நுட்பத்துக்கெனத் தனியாக ஒரு மாத இதழ் (இப்போது மாதமிரு முறை) – *தமிழ் கம்ப்யூட்டர்* – தமிழில் வெளியிடப்பட்டது. அனைத்து நவீனக் கணிப்பொறித் தொழில் நுட்பங்களும் ஆங்கில இதழ்களில் எழுதப்படுவதற்கு முன்பே தமிழில் எழுதப்பட்டன. சி, சி++, சி#, நெட்ஒர்க், ஆரக்கிள், ஜாவா, விஷுவல் பேசிக், ஏஎஸ்பி, விண்டோஸ், லினக்ஸ், ஹெச்டிஎம்எல், ஹார்டுவேர், ஆட்டோகேட், டேலி, டிடிபி, கிராஃபிக்ஸ், அனிமேஷன் ஆகிய அனைத்துமே தமிழில் எழுதப்பட்டன. *தமிழ் இணையம், கம்ப்யூட்டர் உலகம், கம்ப்யூட்டர் நேரம், கணிமொழி* போன்ற இதழ்களும் வெளியாயின. இவற்றில் கலைச்சொல்லாக்கப் பகுதிகளும் இடம்பெற்றன. மனோரமா இயர்புக்கில் 1995 முதல் ஆண்டுதோறும் வெளியிடப்படும் நவீனத் தகவல் தொழில் நுட்பங்கள் தொடர்பான கட்டுரைகளையும் இங்குக் குறிப்பிட்டுக் கூற வேண்டும்.

'தமிழ்நெட் 99' மாநாட்டைத் தொடர்ந்து, எம்எஸ் ஆஃபீஸ் தொகுப்பிலுள்ள சில நூறு சொற்களைத் தமிழ்ப்படுத்த சுஜாதா தலைமையில் ஒரு குழு அமைக்கப்பட்டது. பலத்த விவாதங்களுக்குப் பின் ஒருமனதான பட்டியல் பத்திரிகைகளில் வெளியிடப்பட்டது. மணவை முஸ்தபா முதல் கலைச்சொல் தொகுப்பை 1999இல் என்னுடைய மேற்பார்வையில் வெளியிட்டார். இரண்டாம் பதிப்பு எனது முழுமையான பங்களிப்பில் 2001இல் வெளியிடப்பட்டது. இலங்கை அரசின் அரசக் கரும மொழிகள் ஆணைக்குழு 2000இல் கலைச்சொல் அகர முதலியை வெளியிட்டது.

2001இல் முனைவர் மு. ஆனந்த கிருஷ்ணன் தலைமையில் தகவல் தொழில் நுட்பக் கலைச்சொல்லாக்கக் குழுவைத் தமிழ்நாடு அரசு அமைத்தது. எட்டாயிரம் கலைச்சொற்கள் கொண்ட தொகுப்பு 2001 ஏப்ரலில் அரசிடம் வழங்கப்பட்டது. இப்பணியில் குழுவின் உறுப்பினரான என்னுடைய பங்களிப்பு கணிசமானது. இக்கலைச்சொல் தொகுப்பு தமிழ் இணையப் பல்கலைக்கழக வலையகத்தில் உள்ளது. தமிழ் இணைய மாநாடுகளில் கலைச் சொல்லாக்கத்துக்கெனத் தனிப்பட்ட முயற்சிகள் மேற்கொள்ளப்பட்டன. இதற்கென அமைக்கப்பட்ட பணிக் குழுவில் நானும் உறுப்பினராக இருந்துள்ளேன். மூவாயிரத்துக்கும் மேற்பட்ட கலைச்சொற்களின் தொகுப்பு தமிழ் இணையம் சார்பாக வெளியிடப்பட்டது.

மைக்ரோசாஃப்ட் நிறுவனம் தன்னுடைய விண்டோஸ் எக்ஸ்.பி., ஆஃபீஸ் எக்ஸ்.பி. ஆகியவற்றுக்காக *Community Glossary* என்ற பெயரில் கலைச்சொற்களைப் பொதுமக்களிடமிருந்து பெற்றுச் சிறந்தவற்றைத் தேர்ந்தெடுத்துப் பயன்படுத்திக்கொண்டது.

ஏராளமான கணிப்பொறி நூல்கள் தமிழில் வெளியிடப் பட்டுள்ளன. அவற்றுள் பெரும்பாலானவை தமிழில் எழுதப் பட்ட ஆங்கில நூல்கள் என்றே கூற வேண்டும். அவற்றுள் சில கணிப்பொறி அறிவும் தமிழறிவும் இல்லாதோர் மொழி பெயர்த்தவை. இவற்றை வெளியிட்ட பதிப்பகங்களின் நோக்கம் காற்றுள்ளபோதே காசு பார்த்துவிட வேண்டும் என்பதே. இவற்றில் பெரும்பாலான நூல்கள் கலைச்சொல்லாக்கத்துக்குக் கடுகளவும் பங்களிக்கவில்லை. இடைமுகங்களால் *(interface)* கணித்தமிழுக்கு ஏற்பட்ட சங்கடங்களையும் இங்குக் குறிப்பிட வேண்டும். ஏற்கெனவே பயனாளர்களிடம் செல்வாக்குப் பெற்று விளங்கும் மென்பொருள்களின் ஆங்கில இடைமுகத்தைத் தமிழில் வடிவமைக்கும்போது மிகுந்த கவனம் தேவை.

(7) பிற மின்னணுச் சாதனங்களில் தமிழ்

கணிப்பொறியில் மட்டுமின்றி மின்னணுச் சாதனங்கள் எதிலும் இடம்பெறும் தமிழையும் கணித்தமிழாகவே கருதுவதில் தவறில்லை. அந்த வகையில் இன்றைக்கு ஏடிஎம் பொறிகளில் (ATM) தமிழைக் காண்கிறோம். பல்வேறு நிறுவனங்கள் வாடிக்கையாளர்களுக்கு அமைத்துக் கொடுத்துள்ள தொடுதிரைகளில் (touch screens) தமிழைக் காண்கிறோம். சிம்ப்யூட்டர் எனப்படும் கையடக்கக் கணிப்பொறியில் தமிழ் உண்டு. எல்ஜி நிறுவனம் முதன்முதலாக செல்பேசிகளில் தமிழைப் புகுத்தியது. நோக்கியா நிறுவனமும் தனது செல்பேசிகளில் தமிழை இடம்பெறச் செய்துள்ளது. செல்பேசி மெனுக்கள் தமிழிலேயே இருக்கும். தமிழிலேயே குறுஞ்செய்தி (SMS) அனுப்பலாம். செல்பேசி/பி.டி.ஏ. கையகக் கணிப்பொறிகளில் செயல்படும் விண்டோஸ் சிஇ/எக்ஸ்.பி., மொபைல் மற்றும் அவற்றில் இயங்கும் வேர்டு/எக்சல் ஆகியவையும் கணித்தமிழ் பேசும் நாள் வெகு தொலைவில் இல்லை.

(8) கணித்தமிழ் ஆய்வுக்களங்கள்

'கணித்தமிழ்' என்பது எழுத்துருக்கள், இடைமுகங்கள், கலைச் சொற்கள், இவற்றில் மட்டுமே அடங்கிப்போய்விடவில்லை. இதன் களங்கள் பரந்துபட்டவை. கால் பதிக்க வேண்டிய துறைகள் பலப்பல. கண்டெடுக்க வேண்டிய தொழில்நுட்பங்கள் ஏராளம். இவை ஒவ்வொன்றாய்ச் சாத்தியப்பட்டுவருகின்றன. கணித்தமிழின் ஆய்வுக்களங்கள் சிலவற்றைப் பார்ப்போம்.

(i) சொல்/இலக்கணப் பிழைதிருத்தம் (Spell check/grammar check)

எம்.எஸ். வேர்டில் ஓர் ஆவணத்தில் ஆங்கில உரையை உள்ளீடு செய்யும்போதே சொற்பிழை, இலக்கணப் பிழைகளைச் சுட்டிக்காட்டும்; பிழை திருத்தத்துக்கான வழிமுறைகளைக் கூறும். 'பொன்மொழி' போன்ற பல சொல் செயலாக்கிகளில் இன்றைக்குச் சொற்பிழை திருத்த மென்பொருள் கருவிகள் உள்ளிணைக்கப்பட்டுள்ளன. இதை இலக்கணப் பிழை திருத்தத்துக்கு நீட்டிப்பதற்கான ஆய்வுகளும் நடைபெற்றுவருகின்றன.

(ii) சொல் பிரித்தல் (Hyphenation)

'பேஜ்மேக்கர்' போன்ற டிடிபி மென்பொருள்களில் நூல்களைப் பதிப்பிடும்போது, பக்க வடிவமைப்பு (page layout) மேற்கொள்ளும்போது, வலப்பக்க ஓரங்களில் சொற்களைப்

பிரிக்க வேண்டிய கட்டாயம் நேரும். நாமாக வலிந்து பிரித்தால், வடிவமைப்பு மாறும்போது சொல்லின் இடையில் இடவெளிகள் (spaces) உருவாகும். இதனைத் தவிர்ப்பதற்கான செயல்நுட்பமே 'ஹைஃபனேஷன்' எனப்படுவது. டிடிபி மென்பொருள்களில் ஆங்கில மொழிக்கு இவ்வசதி முன்னியல்பாக அமைந்துள்ளது. தமிழ் மொழிக்கு ஹைஃபனேஷன் கருவிகள் உருவாக்கப்பட்டுள்ளன.

(iii) வரிசையாக்கமும் தேடலும் (Sorting and searching)

தரவுத்தளங்களில் (databases) தேடல் விரைவு படுத்தப்பட வேண்டுமெனில் தரவுகள் (data) அகர வரிசையில் வரிசையாக்கப்பட (sorting) வேண்டும். எழுத்துருக் குறியாக்க முறைகள் வரிசையாக்கத்துக்கு ஒத்துழைக்க வேண்டும். யூனிகோடு குறியாக்க முறையிலேயே தமிழ் எழுத்துகள் அகர வரிசைப்படி அமைக்கப்படவில்லை. எனவே வரிசையாக்கத்துக்கான சிறந்த தீர்வு நெறிகள் (sorting algorithms) கண்டறியப்பட வேண்டும்.

தமிழ் வலைப்பக்கங்களில் தகவலைத் தேடிப் பெறுவதற்கான சிறந்த தீர்வு நெறிகள் உருவாக்கப்பட வேண்டும். சொற்களின் பொருளையும் அடிப்படையாகக்கொண்டு தேடும் தேடுபொறிகள் உருவாக்கப்பட வேண்டும். 'மலர்கள்' எனத் தேடும்போது 'பூக்கள்' இடம்பெற்ற ஆவணங்களும் தேடுபொறியில் சிக்க வேண்டும்.

(iv) ஓசிஆர் (OCR - Optical Character Recognition)

அச்சிட்ட ஓர் ஆவணத்தை பிட்மேப் ஃபைலாக ஸ்கேன் செய்து அதனைக் கணிப்பொறித் தகவலாக (digital information) மாற்றியமைக்கும் செயல்நுட்பமே ஓசிஆர் எனப்படுவது. ஆங்கிலத்துக்கென ஓசிஆர் மென்பொருள் கருவிகள் ஏராளமாக உள்ளன. அவை தமிழுக்கு வேண்டாமா? ஓசிஆர் மூலம் கணிப்பொறித் தகவலாய் மாற்றிச் சேமித்து வைத்துக்கொண்டால் அதில் எந்தத் தகவல் குறிப்பையும் தேடிப் பெற முடியும். தொகுத்து வெளியிட முடியும். தமிழ்நாடு அரசின் நிதி உதவியுடன் 'பொன்விழி' என்னும் தமிழ் ஓசிஆர் உருவாக்கப்பட்டு விற்பனையில் உள்ளது.

(v) கையெழுத்து அறிதல் (Handwriting recognition)

ஓசிஆரின் அடுத்த கட்டம் இது. அச்சிட்ட ஆவணம் மட்டுமின்றிக் கையெழுத்து ஆவணங்களையும் கணிப்பொறித் தகவலாய் மாற்றும் கருவி தமிழுக்கு வேண்டும். டேப்லட் பி.சி. (tablet PC) எனப்படும் அடக்க அளவுக் கணிப்பொறிகளில் திரையில் மின்பேனாவில் ஆங்கிலத்தில் கணிப்பொறி ஆவணமாகச்

சேமிக்க முடியும். கணிப்பொறிக்கான கட்டளைகளைக் கையால் எழுதி உணர்த்த முடியும். அதேபோன்று தமிழுக்கும் கையெழுத்து ஆவணங்களைக் கணிப்பொறி ஆவணமாக்கும் ஆய்வுகள் முழுமூச்சில் நடைபெற்று வருகின்றன.

(vi) குரல் அறிதல் *(Voice recognition)*

கணிப்பொறி முன் அமர்ந்து டிக்டாஃபோன் என்னும் கருவியில் பேசப் பேசக் கணிப்பொறி அதனை உரை ஆவணமாக மாற்றித் தரும். ஆங்கிலமொழிக் குரலறி மென்பொருள்கள் உள்ளன. தமிழுக்கும் அதுபோன்ற மென்பொருள் உருவாக்கப்பட வேண்டும். அதற்கான ஆய்வுகள் நடைபெற்றுவருகின்றன.

(vii) உரையைக் குரலாக்குதல் *(Text to voice)*

கணிப்பொறியில் உள்ள ஓர் ஆவணத்தைத் திறக்கிறீர்கள். ஒரு பொத்தானை அழுத்தியதும் அந்த ஆவணத்தில் உள்ள விவரங்களைக் கணிப்பொறியே உங்களுக்குப் படித்துக் காட்டும். இதுவும் தமிழில் வேண்டும்.

(viii) எந்திர மொழிபெயர்ப்பு *(Machine Translation)*

இணையத்தில் ஒரு வலையகத்தில் ஜெர்மன் மொழியில் சில தகவல்கள் சேமித்துவைக்கப்பட்டுள்ளன. அவை உங்களுக்குத் தேவைப்படுகின்றன. இணையத்தில் அத்தகவல்களைப் பார்வையிடும்போதே *(on the fly)* ஆங்கிலத்தில் மொழிபெயர்த்துத் தரப்படுவதாயின் எப்படி இருக்கும்? இதற்கான மென்பொருள்கள் இப்போது பயன்பாட்டில் உள்ளன. அவை துல்லியமான மொழிபெயர்ப்பைத் தராவிட்டாலும் அத்தகவல்களை ஓரளவு புரிந்துகொள்ளும் அளவிற்கு மொழிபெயர்ப்பு இருக்கும். இதுவே ‘எந்திர மொழிபெயர்ப்பு’. ஆங்கிலம் உள்படப் பல மேனாட்டு மொழிகளுக்கான எந்திர மொழிபெயர்ப்பு மென்பொருள்கள் பயன்பாட்டில் உள்ளன. ஆங்கிலம் – தமிழ் மொழிபெயர்ப்புக்கான எந்திர மொழிபெயர்ப்பு மென்பொருள்கள் இன்னும் தொடக்க நிலையிலேயே உள்ளன.

(ix) மின் அரசாண்மை *(E-governance)*

ஓர் அலுவலகத்தின் தகவல் மேலாண்மையும் தகவல் பரிமாற்றமும் தாள்கள் மூலமாக நடைபெறாமல் முற்றிலும் கணிப்பொறி வழியாகவே நடைபெறுவதற்கான மென்பொருள் பயன்பாடுகள் புழக்கத்தில் உள்ளன. அதாவது இன்றைய சூழ்நிலையில் ‘தாளில்லா அலுவலகம்’ *(paperless office)* சாத்தியமே. அதுபோலவே, அரசு அலுவலகங்களைக்

கணிப்பொறிப் பிணையங்கள் (computer networks) மூலமாகப் பிணைத்து அனைத்து அரசு நடவடிக்கைகளையும் தகவல் பரிமாற்றங்களையும் கணிப்பொறி மூலமாக மேற்கொள்ள முடியும். அரசின் திட்டப் பணிகள் விரைவாக நிறைவேறும். அவற்றின் பலன்கள் நேரடியாக மக்களைப் போய்ச் சேரும். ஊழல் குறையும். இத்தகைய அரசாட்சியை 'மின் – அரசாண்மை' என்கிறோம். தமிழ்நாட்டில் மின் – அரசாண்மை நடைமுறையாக்கம் மிக மெதுவாகவே மேற்கொள்ளப்பட்டுவருகிறது.

(9) கணித்தமிழில் கல்வி

வேறெந்த அறிவியல்/தொழில் நுட்பத்தைவிடவும் கணிப்பொறித் தொழில்நுட்பத்துக்கென ஏராளமான நூல்கள் வெளியிடப்பட்டுள்ளன. ஏற்கனவே கூறியபடி அவற்றுள் பல பயனற்றவை என்றபோதிலும் சிறந்த நூல்களும் வெளியிடப்பட்டுள்ளன. தமிழ்நாடு அரசுப் பள்ளிகளில் பிளஸ் – 1, பிளஸ் – 2 மாணவர்களுக்கான கணிப்பொறியியல் புத்தகங்கள் தமிழில் வெளியிடப்படுகின்றன. தமிழ்வழி பயிலும் மாணவர்களுக்கு ஆறாம் வகுப்பிலிருந்து கணிப்பொறி இயல் விருப்பப் பாடமாக வைக்கப்பட வேண்டும். தமிழில் சிறந்த நூல்கள் எழுதப்பட வேண்டும். பல்கலைக்கழகங்கள் கணிப்பொறி இயலில் சான்றிதழ், பட்டய, பட்டப் படிப்புகளைத் தமிழ்வழி நடத்த வேண்டும். அதற்குரிய பாடத்திட்டங்கள் வகுக்கப்பட்டு, அப்பாடத்திட்டத்திற்குத் தரமான பாடப் புத்தகங்கள் தமிழில் எழுதப்பட வேண்டும். அவற்றில் தரப்படுத்தப்பட்ட கலைச் சொற்கள் பயன்படுத்தப்பட வேண்டும். கணிப்பொறித் தொழில்நுட்பத்திலும் தமிழிலும் ஆழ்ந்த புலமை ஒருசேர அமையப்பெற்ற அறிஞர் பெருமக்களிடம் இப்பொறுப்பு ஒப்படைக்கப்பட வேண்டும். அப்போது கனவுகள் மெய்ப்படும். கணித்தமிழின் வளர்ச்சி முழுமைபெறும்.

காலச்சுவடு 76, ஏப்ரல் 2006

21

தொன்மையில் இல்லை, தொடர்ச்சியில்

அ. முத்துலிங்கம்

*1993*ஆம் ஆண்டு பாஸ்டனில் ஓர் இலங்கையரைச் சந்தித்தேன். அவர் தமிழ் செயலி ஒன்று தயாரித்திருக்கிறார் என்று கேள்விப்பட்டு அவரைத் தேடிப் போனேன். தமிழை எப்படியும் கணினியில் பார்க்க வேண்டும் என்ற அவா எனக்கு. அவர் வீட்டுக்குப் போய்க் காசு கொடுத்து அந்தச் செயலியை வாங்கினேன். அவர் பணம் வாங்க மறுத்தாலும் ஒருத்தருடைய உழைப்புக்குக் கொடுக்க வேண்டிய மரியாதை என்று சொல்லி வற்புறுத்திக் கொடுத்தேன். அவர் என்னைத் தன் அறைக்குள் அழைத்துச் சென்று தன்னுடைய கம்ப்யூட்டரில் ஒரு விஷயம் காட்டினார். அவர் ஒரு தமிழ் அகராதி தயாரித்துக் கொண்டிருந்தார். வார்த்தை, அதற்குப் பொருள், மேற்கோள் வசனங்கள், அந்த வார்த்தையுடன் தொடர்பான வேறு வார்த்தைகள், அதற்கு நிகரான ஆங்கில வார்த்தை, இப்படிப் பெரும் வேலை அங்கே நடந்துகொண்டிருந்தது. இன்னும் ஒரு விசேஷமும் இருந்தது. ஒரு பட்டனை அமுக்கினால் அந்த வார்த்தையின் தமிழ் உச்சரிப்பு ஒலித்தது. எனக்கு ஒரே சமயத்தில் மகிழ்ச்சியும் அதிர்ச்சியும்.

அமெரிக்காவில் நல்ல சம்பளம் பெறும் அதிகாரி அவர். எதற்காகத் தன் நேரத்தை விரயம்செய்து, தனியாக இந்தப் பிரம்மாண்டமான வேலையில் இறங்கியிருக்கிறார்? தான் ஒரு நாளைக்கு எப்படியும் இருபது வார்த்தைகள் செய்வதாகச் சொன்னார். அகராதியின் உபயோகம் முற்றிலும் கணினியிலேயே இருக்கும்; சொல்திருத்தியாகவும் பயன்படுத்தலாம் என்றார் அடக்கமாக. சில மாதங்கள் கழித்து அவருடன் தொடர்புகொள்ள முயன்றபோது அவர் ஆஸ்திரேலியா போய்விட்டதாகச்

சொன்னார்கள். அத்துடன் அவருடைய தொடர்பும் எனக்குத் துண்டித்துப் போனது.

அப்போது ஆங்கில அகராதியை முதன் முதல் படைத்த சாமுவேல் ஜான்சனின் ஞாபகம்தான் எனக்கு வந்தது. ஷேக்ஸ்பியருக்கு அடுத்தபடி ஆங்கில இலக்கியத்தில் அதிகம் அடிபடும் பெயர் இவருடையதுதான். தனி ஆளாக எட்டு வருடங்கள் பாடுபட்டு, பண உதவி எல்லாம் வற்றிவிட்ட தரித்திர நிலையில் அவர் அகராதியை உருவாக்கினார். 40,000 வார்த்தைகள், 1,40,000 மேற்கோள்கள் என்று பிரம்மாண்டமான தயாரிப்பு. அதன்பின் 173 வருடங்கள் கழித்துதான் ஆக்ஸ்போர்டு ஆங்கில அகராதி பெரும் கல்விமான்கள் குழுவினால் தயாரிக்கப்பட்டு வெளியானது.

எனக்குத் தோன்றிய சிந்தனை இதுதான்: எந்த ஒரு துறையின் வளர்ச்சியும் பல்கலைக்கழகங்களிலோ பெரும் அறிஞர் குழுவிலோ தங்கியிருப்பதில்லை. அர்ப்பணிப்புச் சுபாவமுள்ள ஒரு சில தனி நபர்கள்தான் பெரும் பாய்ச்சல்களை நிகழ்த்தியுள்ளார்கள். விஞ்ஞானம், இலக்கியம் என்று இன்னும் பல துறைகளிலும் இப்படி ஆதாரம் காட்டலாம்.

பாஸ்டன் நண்பரிடம் செயலியை வாங்கியவுடன் என் தமிழ்ப் பிரச்சினை தீர்ந்துவிடவில்லை; அப்போதுதான் ஆரம்பமாகியது. சில வருடங்கள் செயலி நன்றாகவே வேலை செய்தது. ஒரு முழுப் புத்தகம் அதில் அடித்து முடித்தேன். கம்ப்யூட்டரின் தரம் மாறும்போது அல்லது உலாவிகள் மாறும்போது பிரச்சினைகள் கிளம்பின. பிறகு கனடாவில் ஒரு செயலியை வாங்கிக் கொஞ்சக் காலம் ஓட்டினேன். மறுபடியும் பிரச்சினை.

ஒருவர் முரசு அஞ்சல் பற்றிச் சிறப்பாகச் சொன்னார். ஒரு செயலியை வாங்கினேன். இதை வேலை செய்ய வைப்பதற்கு அரைமணி நேரமும் ஓர் எட்டு வயதுப் பையனின் உதவியும் போதுமானதாயிருந்தது. தமிழ் எழுத்துகள் அழகாக உருண்டு உருண்டு வந்து இறங்கின. அதுவும் சில வருடங்களே. ஒரு பழைய நெட்ஸ் கேப் 4.04இல் நன்றாக வேலை செய்தது. உலாவியை மேம்படுத்தினால் தகராறு. ஒரு முறை நண்பருக்கு மின்னஞ்சல் அனுப்பினேன். 'இ' எழுத்தைக் காணவில்லை. அப்பொழுது 'இனாவைக் காணவில்லை' என்று ஒரு கட்டுரை கூட எழுதினேன். அந்தக் காலங்களில் 'இ' வரும் இடங்களில் எல்லாம் இனாவை வெட்டி ஒட்டி, வெட்டி ஒட்டிக் கட்டுரையை முடிப்பேன்.

இன்னொருமுறை கணினி தரம் மாற்றம் அடைந்தபோது 'ஆ' வரவில்லை. கதையிலே வரும் ஆலமரத்தை அரச மரமாக்கினேன். ஆவென்று அழுதான் என்று எழுதாமல் ஓவென்று அழுதான்

என்று எழுதினேன். ஆனால் 'ஆனால்' என்ற வார்த்தையைத் தவிர்த்து எவ்வளவு தூரத்துக்கு ஓட முடியும். இப்படி நான் பட்ட அல்லல்கள் நீண்டுகொண்டே போயின.

ஒரு பிரச்சினையைத் தீர்க்கும்போது இன்னொன்று வந்து புகுந்துகொள்ளும். கம்ப்யூட்டர் கம்பெனிகளும் சும்மா இருப்பதில்லை. 'அட, எல்லாமே தமிழில் வேலை செய்கிறது' என்று ஆசுவாசமாக மூச்சுவிடுவது அவர்களுக்கு எப்படியோ தெரிந்துவிடுகிறது. உடனே கம்ப்யூட்டரை மேம்படுத்திவிடுவார்கள். 'பொ' அடித்தால் ஒற்றைக் கொம்பு ஒரு வரியிலும் பா அடுத்த வரியிலும் வரும். 'ணீ' வரவே வராது. கண்ணிலே கண்ணீர் விழுந்தாலும் வார்த்தையிலே கண்ணீர் விழாது.

உலகத்துத் தமிழ்க் கணினி ஆர்வலர்கள் எல்லாம் முதன்முறையாக ஒன்று சேர்ந்து தரப்படுத்தப்பட்ட தமிழ் திஸ்கி (TSCII) எழுத்துரு குறியாக்கத்தைக் கொண்டுவந்தார்கள். இதற்காக உழைத்தவர்களில் பலர் ஈழத்துத் தமிழர்கள். எப்படியும் உலகம் முழுவதும் பயன்படுத்தும் ஒரு தமிழ் எழுத்துரு கிடைக்க வேண்டும் என்ற ஆர்வம்தான் காரணம். அப்பொழுது பார்த்துத் தமிழ்நாடு தாப், தாம் (TAB, TAM) என்ற இரண்டு எழுத்துருக்களை அங்கீகரித்தது. பிரச்சினைகள் குறைந்தபாடில்லை. மின்னஞ்சல்கள் அனுப்பும்போது அதைப் பெறுபவர்கள் வாசிக்க முடியாது சிரமப்பட்டார்கள். எப்பொழுது தான் எல்லோரும் ஒரே குறியீடுகள் கொண்ட செயலிகளில் எழுதுவார்கள்; கட்டுரை, கதைகள் என்று ஒருவருக்கொருவர் தடையின்றி அனுப்பலாம்; மின்னஞ்சல்கள் பரிமாறலாம் என்று நான் ஏங்குவேன்.

கணினியில் தமிழ் வேலை செய்வதில் ஏன் இவ்வளவு பிரச்சினை என்பதை அறிவதற்காக நான் சில கணினித் துறை நிபுணர்களிடமும் ஆர்வலர்களிடமும் பேசினேன். இவர்கள் எல்லாம் உலகத்தின் பல பாகங்களிலும் நல்ல தொழில்நிலையில், வசதியான சூழ்நிலையில் வாழ்பவர்கள். இவர்களுடைய தமிழ்ப் பற்று என்னைப் பிரமிக்க வைத்தது. தமிழ்க் கணினித் தொழில்நுட்பத்தை எப்படியும் முன்னெடுத்துச் செல்ல வேண்டும் என்று ஒரே இலட்சியத்தில் இவர்கள் கடுமையாக உழைத்தார்கள்.

அப்படியான ஒருவர்தான் முத்து நெடுமாறன். மலேசியாவில் பிறந்து வளர்ந்தவர். இருபது வருடங்களுக்கு மேலாகத் தகவல் தொழில்நுட்பத் துறையில் அனுபவம் கொண்ட இவர்தான் பிரபலமான முரசு அஞ்சல் மென்பொருளைச் சந்தைப்படுத்தியவர். இன்றைய முன்னணி இதழ்கள், வலைப்பக்கங்கள், பயனாளர்கள் எல்லாம் உபயோகப்படுத்துவது இவருடைய எழுத்துருக்களைத்தான்.

இவர் உலகத் தமிழ்த் தகவல் தொழில்நுட்ப மன்றத்தின் (உத்தமம்) தலைவராக இருக்கிறார். இந்த மன்றத்தின் நோக்கம் தமிழ்த் தகவல் தொழில்நுட்ப முன்னேற்றத்திற்கு உழைப்பது. 1997இல் தொடங்கி இன்றுவரை நடந்த தமிழ் இணைய மாநாடுகளில் பெரும் பங்காற்றி வருவதுடன், முதன்முதலாகத் தமிழில் குறுஞ் செய்தி அனுப்பும் சேவையையும் நடைமுறைப்படுத்தியுள்ளார். இவருடைய மிகப் பெரும் சாதனை மென்பொருள். அதன் தரமும் சேவையும் உலகளாவியது.

இவரைத் தொடர்ந்து பலர் தமிழ் எழுத்துருக்கள் செய்ய ஆரம்பித்தார்கள். சில நிலைத்து நின்றன. இன்னும் சில மறைந்துபோயின. தமிழ் எழுத்துருவைக் கண்டுபிடித்ததன் நோக்கமே ஒருவருடன் ஒருவர் தமிழில் தொடர்பு கொள்வது. ஆனால் அந்த நோக்கத்துக்கு எதிர்த்திசையில் காரியங்கள் நடந்தன. நூற்றுக்கணக்கான எழுத்துருக்கள் உண்டானதும் ஒவ்வொருவரும் ஒவ்வொன்றைப் பிடித்துக்கொண்டார்கள். ஒருவருடன் ஒருவர் தொடர்புகொள்வது சாத்தியமில்லாமல் போனது.

அப்பொழுது ஒருவர் இந்தப் பிரச்சினைகளைத் தீர்க்கவென்று புறப்பட்டார். சுரதா யாழ்வாணன் என்ற ஈழத்துத் தமிழர். சொந்த நாட்டிலிருந்து துரத்தப்பட்டு அகதியாக ஜெர்மனியில் தஞ்சம் புகுந்து, இருபத்திரண்டு வருடங்களாக அங்கே வாழும் கம்ப்யூட்டர் நிபுணர். தமிழில் அவருக்கு உள்ள பற்றை அளவிட முடியாது. வேலையிலிருந்து திரும்பியதும் தமிழ் நிரலி எழுதுவதற்காகக் கம்ப்யூட்டரின் முன் உட்காருவார். உடனே மனைவி, பிள்ளைகளின் ஞாபகம் பறந்துபோகும். நாலு மணிக்கு விடியும்போது இன்னொரு நாள் பிறந்துவிட்டதை உணர்ந்து மறுபடி வேலைக்குச் செல்வார். இவருடைய செயலிகள் இருபதுக்கு மேலாக இலவசமாகக் கிடைக்கின்றன. இந்தச் செயலிகள் மூலம் எந்த ஓர் எழுத்துருவையும் இன்னொரு எழுத்துருவுக்குச் சில நிமிடங்களிலேயே மாற்றிவிடலாம். புதுப்புது எழுத்துருக்கள் உண்டாகும்போதெல்லாம் அலுக்காமல் அவற்றை மாற்றும் செயலிகளைத் தயாரித்துவிடுகிறார். எனக்கு எங்கேயிருந்து, என்ன எழுத்துருவில் மின்னஞ்சல் வந்தாலும் இவருடைய மாற்றி மூலம் படித்துவிடுவேன்.

எதற்காக இந்தச் செயலிகளை இலவசமாக வழங்குகிறீர்கள் என்று கேட்டேன். 'எத்தனையோ எங்களுக்கு இலவசமாகக் கிடைக்கின்றன. கூகிளில் இலவசமாகத்தானே தேடுகிறோம். என் நண்பர்களும் பிறரும் பல செயலிகளையும் நிரல்களையும் இலவசமாகத் தந்து உதவியிருக்கிறார்கள். உங்கள் கதைகளை

நான் இலவசமாகத்தானே இணையத் தளங்களில் படித்தேன். நானும் இந்த உலகத்துக்குத் திருப்பி ஏதாவது இலவசமாக விட்டுப்போக வேண்டும் அல்லவா?' என்றார். அவருடைய தயாள குணம் என்னை நெகிழவைத்தது.

ஒரு பக்கத்தில் தமிழ்ச் செயலிகளை மேம்படுத்தும் வேலை நடந்தது. இன்னொரு பக்கத்தில் எழுத்துருக்களை ஒன்றிலிருந்து ஒன்றுக்கு மாற்றும் வேலை நடந்தது. அப்பொழுது புது விதமாக ஒருவர் சிந்தித்தார். அச்சு யந்திரங்கள் வந்தபொழுது எப்படி அச்சுப் பிரதிகளும் வாசிப்பும் பெருகியதோ அதேபோலத் தமிழ்க் கணினி வந்த பிறகு புத்தகங்கள் வெளியிடுவதிலும் வாசிப்பிலும் ஒரு மறுமலர்ச்சி ஏற்பட்டது. அதிலும் புலம்பெயர்ந்த தமிழர்கள் பெரும் பசியோடு புத்தகங்களை விலை கொடுத்து வாங்கினார்கள். இந்த வளர்ச்சிக்கு எப்படி ஈடு கொடுப்பது? புத்தகங்களை எப்படிப் பாதுகாப்பது, அதிலும் எங்கள் பழம்பெரும் இலக்கியங்களை எப்படிக் கணினியில் ஏற்றுவது, வாசிப்பைப் பரவலாக்குவது என்று அவர் யோசித்தார்.

அறுநூறு வருடங்களுக்கு முன்பு குட்டன்பர்க் என்ற ஜெர்மன்காரர்தான் முதன்முதலில் அச்சுப் பிரதிகள் செய்தார். ஆயிரக்கணக்கான பைபிள்களை அடித்து வினியோகித்தார். பெரும் வாசிப்புப் புரட்சி அப்போது ஏற்பட்டது. குட்டன்பர்கை கௌரவிக்கும் முகமாக 1971இல் 'குட்டன்பர்க் திட்டம்' என்று ஒரு திட்டம் ஆரம்பிக்கப்பட்டது. ஆங்கிலத்தில் உள்ள சிறந்த புத்தகங்களை எல்லாம் மின்புத்தகங்களாக இந்தத் திட்டத்தின்கீழ் ஏற்றினார்கள். இந்த ஏற்பாட்டினால் இப்பொழுது விலை மதிப்பிட முடியாத 15,000 ஆங்கிலப் புத்தகங்களை வாசகர்கள் உலகின் எந்த மூலையில் இருந்தாலும் கணினி வழியாக இலவசமாகப் படிக்க முடிகிறது.

முனைவர் க. கல்யாணசுந்தரம் சுவிட்ஸர்லாந்தில் வசிக்கும் ஒரு வேதியியல் அறிஞர். இதேபோல ஒரு திட்டத்தை அவர் 'மதுரைத் திட்டம்' என்ற பெயரில் 1998ஆம் ஆண்டு தைப்பொங்கல் அன்று தொடங்கினார். திருக்குறள் முழுவதையும் அவர் தன்னந்தனியாகத் தமிழில் தட்டச்சு செய்து இந்தத் திட்டத்தில் ஏற்றினார். உலகெங்குமிருந்து 350 தன்னார்வத் தொண்டர்கள் கலந்துகொண்டார்கள். இதுவரை 200 புத்தகங்கள் ஏறிவிட்டன. இவற்றில் பழந்தமிழ் இலக்கியங்களும் நவீன இலக்கியங்களும் இன்னும் சில அரிய புத்தகங்களும் அடங்கும். திருக்குறள், கம்ப ராமாயணம், சங்க இலக்கியங்கள், நாலாயிரத் திவ்யபிரபந்தம், திருமூலர், பாரதியார், கல்கி என்று படிப்பதற்கு இவை கிடைக்கின்றன. கனடாவில், ஒரு குளிர்கால இரவில் நான்

வீட்டைவிட்டு ஓர் அடிகூட நகராமல், எட்டுத்தொகைகளில் ஏழாவதான நெடுநல்வாடையை என் கணினியில் இறக்கி இலவசமாகப் படித்தேன். இது எப்படிச் சாத்தியமானது? இந்தத் தொண்டர்களின் உழைப்புக்கு விலைபோட முடியுமா? என்னுடைய கணக்குப் பிரகாரம் ஒரு மில்லியன் டாலருக்கு அதிகமாகவே வந்தது.

சி.வை. தாமோதரம்பிள்ளையும் உ.வே. சாமிநாதையரும் 19ஆம் நூற்றாண்டின் பிற்பகுதியில் அரிய பழந்தமிழ் நூல்களை ஏட்டுச்சுவடிகளில் கண்டுபிடித்து, திருத்தமாக்கிப் பதிப்பித்துத் தமிழ் இலக்கியத்தில் ஒரு மறுமலர்ச்சி ஏற்படக் காரணமாயிருந்தனர். பெரும் பல்கலைக்கழகங்கள் செய்ய வேண்டிய காரியத்தை இவர்கள் தனியாகவும் செவ்வையாகவும் செய்துமுடித்தனர். இந்த முயற்சி இல்லையெனில் விலைமதிப்பற்ற பழந்தமிழ் நூல்கள் பலவற்றை நாம் இழந்திருப்போம். கம்ப்யூட்டரில் சேமிக்கப்படாத தமிழ் நூல்களும் எதிர்காலத்தில் அழிந்துபோகும் என்பது உண்மை. உலகளாவிய மதுரைத் திட்டத் தன்னார்வலர்கள் கணினித் தமிழுக்கு அர்ப்பணித்த உழைப்பு எவ்விதத்திலும் இந்த முன்னோடிகளின் சேவைகளுக்குக் குறைந்ததல்ல என்றுதான் எனக்குப் படுகிறது.

இன்னும் சிலர் தமிழ் எழுத்துச் சீர்திருத்தத்துக்கு இதுவே சரியான நேரம் என்று நினைக்கிறார்கள். தமிழ்க் கணினி உலகில் நன்றாக அறியப்பட்ட ஆவரங்கால் சிறீவஸ் ஓர் ஈழத்துக்காரர். முப்பது வருடங்களாக லண்டனில் வசிக்கும் மின்னணுவியல் பொறியியலாளர். யூனிகோட் அடிப்படைக் கோட்பாடும் *தொல்காப்பியக்* கோட்பாடும் தர்க்கரீதியில் ஒன்று என்று சொல்லும் இவர், தமிழ் எழுத்துச் சீர்திருத்தத்தை மேலெடுத்துப்போக யூனிகோட்தான் சிறந்த வழி என்கிறார். இவர் உருவாக்கிய பல எழுத்துருக்கள் இன்று உலகம் முழுக்கப் பாவனையில் இருக்கின்றன. திஸ்கி குழுவில் பாடுபட்டவர்களில் இவரும் ஒருவர். இவருடைய ஆவரங்கால் எழுத்துரு திஸ்கியிலும் யூனிகோடிலும் செயல்படும். இப்பொழுது உலகம் முழுவதும் பிரபலமான எகலப்பை யூனிகோட் எழுத்துருவில் ஆவரங்கால் உள்ளடங்கி இருக்கிறது இவருடைய எழுத்துருக்கள் எல்லாமே இலவசமாகக் கிடைக்கின்றன.

இந்த வேலைகள் இப்படிப் போய்க்கொண்டிருக்கும்போது இன்னொரு குழு ஒரு பிரதானமான பிரச்சினையைத் தீர்ப்பதற்கு அணுகியது. வெங்கட்ரமணனும் அவருடைய குழுவினரும் பல வருடங்களாக லீனக்ஸ் இயங்குதளத்தின் மேம்பாட்டுக்காக உழைத்துவருகிறார்கள். இது ஒரு திறந்த மூல இயங்குதளம். இதன்

மூல நிரல்கள் மறைக்கப்படாதவை; யாரும் உபயோகிக்கலாம். வெங்கட்ரமணன் அவர் வீட்டில் கம்ப்யூட்டருக்கு முன் உட்கார்ந்து அடிக்கும்போது நான் பார்த்திருக்கிறேன். தேனீக்கள் சுழல்வதுபோல அவருடைய விரல்கள் சுழலும். எந்த விரல் எங்கே இருக்கிறது என்று சொல்ல முடியாது. முழுக்க முழுக்கத் தமிழிலேயே அவருடைய கம்ப்யூட்டர் இயங்கும். மைக்ரோசாஃப்ட் பக்கம் அவர் போவதே இல்லை.

இந்த லீனக்ஸ் இயங்குதளம் இலவசமாகவே கிடைக்கிறது. இது விண்டோஸையும் பார்க்கச் சிறப்பாக வேலை செய்கிறது என்பது பல நிபுணர்களின் கருத்து. இதில் தமிழ் யூனிகோட் எழுத்துருக்கள் திறமாகச் செயல்படுகின்றன என்பதையும் ஒப்புக்கொள்கிறார்கள். ஆனால் ஏதாவது பிரச்சினை என்றால் அதைத் தீர்ப்பதற்கு உத்தரவாதம் இல்லை; வைரஸ் வந்து தாக்கினால் யார் பொறுப்பு என்ற கேள்விகளையும் எழுப்புகிறார்கள்.

மைக்ரோசாஃப்ட் என்பது பெரும் விருட்சம். தமிழ் என்பது இப்போது தழைக்கும் கொடி. பலம் பெறும்வரை மைக்ரோசாஃப்டைச் சார்ந்து தமிழ் நிற்பதே நல்லது. அதே சமயம் லீனக்ஸை விட்டும் வெகுதூரம் போய்விடக் கூடாது என்ற பொதுவான கருத்தே நிலவுகிறது.

ஒரு பக்கத்தில் தமிழ்க் கணினி அமோகமான வளர்ச்சியடைய, இன்னொரு பக்கத்தில் சில பாதகமான விளைவுகளும் ஏற்பட்டன. தமிழில் சொற்கூட்டலையோ இலக்கணத்தையோ கவனிப்பது வெகுவாகக் குறைந்துவிட்டது. ஆறுமுகநாவலர் காலத்தில் அச்சான புத்தகங்களைப் பார்த்தால் ஒரு விஷயம் தெரியவரும். கடைசிப் பக்கத்தில் பிழைதிருத்தம் என்று போட்டிருக்கும். பிழையான வார்த்தை – சரியான வார்த்தை – பக்க எண் என்று கொடுத்திருப்பார்கள். இப்பொழுது வரும் புத்தகங்களில் அப்படி ஒரு பக்கத்தைக் காணமுடியாது. சொற்பிழை இல்லை என்று அர்த்தமல்ல; அவற்றைச் சேர்த்தால் அதுவே அரைப் புத்தக அளவுக்கு வந்துவிடும். அப்படிப் பிழைகள் மலிந்திருக்கும்.

ஆனால் ஆங்கிலத்தை எடுங்கள். ஒரு ஞாயிற்றுக்கிழமை விசேஷப் பதிப்புப் பத்திரிகை என்றால் குறைந்தது 200 பக்கங்கள் இருக்கும். அதாவது 4,00,000 வார்த்தைகள். ஆனால் ஒரு சொற்பிழையைக்கூடக் காண முடியாது. ஆங்கிலத்தில் கம்ப்யூட்டரின் சொற்பிழை திருத்தி இந்த வேலையைச் செவ்வனே செய்துவிடும். தமிழுக்கு மட்டும்தான் இந்தக் கதி. ஒரு சொற்பிழை திருத்தி தமிழில் வந்துவிட்டால் இந்தப் பிரச்சினையைத் தீர்த்துவிடலாம்.

சொற்கள்தான் பிரச்சினை என்றால் இலக்கணத்தின் நிலை இன்னும் மோசமாக இருக்கிறது. *Editor* என்ற வார்த்தைக்கு ஒரு தமிழ்ப் பதம் உண்டு என்று சொல்கிறார்கள். பிரதிமேம்படுத்துநர். இதனினும் நீளமான வேறு வார்த்தை அகப்படாததால் இதையே நாமும் பயன்படுத்துவோம். தமிழிலே இலக்கணத்தை யார் சரி பார்க்கிறார்கள்? மலையாளத்தில் எழுதுவதுபோல 'நாய் போனான்' என்று எழுதினால்கூடப் பதிப்பித்துவிடுகிறார்கள். இந்த நீண்ட பெயரைச் சுமந்துகொண்டிருக்கும் பிரதி மேம்படுத்துநர் என்ன செய்கிறார் என்பதே தெரிவதில்லை.

சமீபத்தில் *நியூ யார்க்கர்* பத்திரிகையில் ஒரு செய்தி வாசித்தேன். அவர்கள் பத்திரிகையில் இலக்கணத்துக்கு என்று ஒரு தனியான எடிட்டர் இருப்பார். எந்தப் பெரிய கொம்பன் எழுத்தாளரும் அவருடன் சமரசமாகிப் போவாராம். மூன்று வார்த்தை வசனத்தில் நாலு பிழை கண்டுபிடிப்பாராம் இந்த எடிட்டர். தமிழில் அப்படி வேண்டாம், ஆனால் பேருக்காவது ஒருவர் இலக்கணத்தைச் சரிபார்க்கலாம். ஆங்கிலக் கணினிகளில் இலக்கணத் திருத்தி வந்துவிட்டது. இன்னும் மேம்படுத்திக்கொண்டே இருக்கிறார்கள். தமிழில் இது மிகவும் அவசியம். இன்றும் தொல்காப்பியருடைய இலக்கணம்தான் முடிவுத் தேதி இல்லாமல் ஓடிக்கொண்டிருக்கிறது. புதுப்பிக்கப்பட்ட இலக்கணத் திருத்தி வர வேண்டும். அல்லாவிட்டால் இப்பொழுது எழுதும் தமிழ் இன்னும் பத்து வருட காலத்திலேயே படிக்க முடியாமல் போய்விடும்.

இன்னொரு முக்கியமான அம்சம் தமிழில் தேடுபொறி உண்டாக்குவது. நண்பர் ஜெயமோகன் எழுதிய 'காடு' நாவல் வெளிவந்தபோது அதை வாங்கிய முதல் வாசகர்களில் நானும் ஒருவன். நாவலைத் திறந்து படித்தால் முதல் வசனத்திலேயே 'மிளா' என்று ஒரு வார்த்தை வந்து என்னை மிரள வைத்தது. ஒரு மிருகம் என்று தெரிந்தது ஆனால் என்ன மிருகம் என்று தெரியவில்லை. இலங்கை நண்பர்களிடமும் இந்திய எழுத்தாளர்களிடமும் விசாரித்தேன். ஒருவருக்கும் தெரியவில்லை. என்னிடம் ஐந்து தமிழகராதிகள் இருந்தன. அவற்றிலும் பலனில்லை. நானும் விடுவதாயில்லை. ஆங்கில கூகிளில் போய் kerala animal population என்று எழுதித் துளைத்துத் துளைத்துத் தேடியபோது திடீரென்று விடை கிடைத்தது. 1993 கணக்கெடுப்பு – mlavu (sambha deer) – 10,665 என்று வந்தது. சம்பா மான்தான் மிளா என்பதைக் கண்டுபிடித்துவிட்டேன். அப்பொழுது யோசித்தேன், தமிழில் ஒரு தேடு இயந்திரம் இருந்தால் எப்படி இருக்கும் என்று. வெகு விரைவிலேயே தமிழில் தேடு இயந்திரம் வந்துவிடும் என்பது அப்போது எனக்குத் தெரிந்திருக்கவில்லை.

யூனிகோடின் வருகையால் தமிழில் தேடு பொறி கிடைத்திருக்கிறது. முடக்குத் தெருக்கள், குச்சு ஒழுங்கைகள் என்று தாண்டி யூனிகோட் என்ற நெடுஞ்சாலைக்குத் தமிழ் வந்துவிட்டது. இன்றுவரை இருந்த வேறுபாடுகளை எல்லாம் தவிர்த்து ஒருங்கிணைந்த குறியாக்கமுறை தமிழுக்குக் கிடைத்திருக்கிறது. இது ஒரு வரப்பிரசாதம். உலக மொழிகள், இந்திய மொழிகள் எல்லாவற்றிற்கும் ஒரேயொரு குறியாக்க முறைதான். 'இந்த முறையில் தமிழுக்கு என்று தனி இடம் இருக்கிறது. அது சரியாகவும் சிறப்பாகவும் இயங்குகிறது. யூனிகோடில் எழுதி இணையத்தில் பதிவான கட்டுரைகளை கூகிள் தேடுதளங்களில் தேடலாம். இது முதன்முறையாகத் தமிழில் சாத்தியமாகியிருக்கிறது. தமிழுக்கு ஒரு சொந்த வீடு கிடைத்துவிட்டது. வாடகை வீடு இனிமேல் இல்லை. தமிழில் அனுப்பும் செய்தி தமிழிலேயே கிடைக்கும். நல்ல பாதுகாப்புக்கும் உறுதி இருக்கிறது. தமிழின் எதிர்காலம் யூனிகோட்தான்.' இப்படிச் சொல்கிறார் முத்து நெடுமாறன்.

கூகிள் தமிழ்த் தேடுபொறியில் முதன்முதல் சோதிப்பதற்காக நான் அடித்துப் பார்த்த வார்த்தை 'நல்லூர்'; *36* பதிவுகள் கிடைத்தன. என் மகிழ்ச்சிக்கு அளவே இல்லை. நான் கடைசியாக இவ்வளவு சந்தோசப்பட்டது என் மனைவி விசா அட்டையைத் தொலைத்தபோதுதான். யூனிகோடின் பெருமையைத் தீர்க்கதரிசனமாக உணர்ந்து 'திசைகள்' இணையத் தளத்தை இரண்டு வருடம் முன்பாகவே துணிந்து தொடங்கியவர் மாலன். கனடாவில் மகேன் நடத்தும் 'எழில் நிலா' பக்கமும் மிகவும் பிரபலமானது. 'அப்பால் தமிழ்', 'மரத்தடி' என்று புதிய யூனிகோட் இணையதளங்கள் பல இன்று வந்துள்ளன.

யூனிகோட் கூட்டுமையம் *(Unicode Consortium)* உலக மொழிகள் அனைத்துக்கும் ஒதுக்கிய இடங்க்ள் *65,500*. அதில் தமிழுக்கு மட்டும் கிடைத்த இடங்கள் *128*. சில நிபுணர்கள் இது போதாது, தமிழுக்கு *512* இடங்கள் வேண்டும் என்று கேட்கிறார்கள். இன்னொருவர், சிங்களம் சில சலுகைகள் கிடைத்து யூனிகோட் குறியீட்டு முறையில் வேகமாக முன்னேறிக்கொண்டிருக்கிறது; தமிழ் பின்னுக்கு நிற்கிறது; காரணம் சிங்களத்துக்கு ஒரு நாடு உண்டு; தமிழுக்கு நாடு கிடையாது; யூனிகோட் முறையில் தமிழை மேலே நகர்த்துவதற்கு ஒரு நாடு தேவை என்கிறார்.

இந்திய அரசின் கீழ் இயங்கும் 'சிடாக்' *(Centre for Development of Advanced Computing)* நிறுவனமும் மத்திய அரசின் தொலைத்தொடர்பு மற்றும் தொழில் நுட்பதுறை அமைச்சும் சேர்ந்து புது வருடம் அன்று சென்னையில் குறுந்தகடு ஒன்றை வெளியிட்டிருக்கிறார்கள். இந்தச் செய்தியைக் கேட்டதும் நான் பெருமகிழ்ச்சி அடைந்தேன். இதில் பலதரப்பட்ட பயனுள்ள

செயலிகளை இணைத்திருந்தார்கள். 92 யூனிகோட் எழுத்துருக்கள், 46 தாப் எழுத்துருக்கள், 65 தாம் எழுத்துருக்கள், ஒளிவழி எழுத்துணரி, சொற்பிழை திருத்தி, தமிழகராதி என்று பல உபயோகமான அம்சங்கள். தமிழகராதி சிறப்பாக உள்ளது. ஆனால் அது தாபில் தொழில்படுகிறது என்றார் ஒருவர். இது தவிர இந்தக் குறுந்தகட்டில் கொடுத்த சில பொதிகள் தனி ஆர்வலர்களால் உருவாக்கப்பட்டது என்றும் அவர்களுக்கு அங்கீகாரமோ மரியாதையோ கொடுக்கப்படவில்லை என்றும் சொன்னார்கள். என்னுடைய ஆரம்ப மகிழ்ச்சியை இது வெகுவாகக் குறைத்தது.

ஆனால் இந்த வெளியீட்டு விழா எங்களுக்குச் சொல்லும் சேதி இன்னும் குழப்பத்தைக் கொடுக்கிறது. 92 வகையான புது யூனிகோட் எழுத்துரு உபயோகத்துக்குத் தமிழ்ப் பயனர்கள் ஆயத்தம் என்ற நம்பிக்கை கிடைக்கிறது. அதே சமயம் சொற்பிழை திருத்தியும் அகராதியும் இன்னும் பல எழுதுருக்கள் தாபிலும் தாமிலும் வெளியானது அந்த நம்பிக்கையை பெரிதும் குலைக்கிறது. தமிழ்க் கணினித் துறை எங்கே செல்கிறது, யூனிகோட் இருக்கும் பக்கமா அல்லது அதற்கு எதிர்த்திசையிலா என்பது தெரியவில்லை.

ஒரு நல்ல பகல் வெளிச்சத்தில் கம்ப்யூட்டரின் முன்பக்கம் எது, பின்பக்கம் எது என்று கண்டுபிடிக்கும் திறமைக்கு மேலாக என்னிடம் ஒன்றும் இல்லை. இந்தக் கட்டுரையை எழுதுவதற்காக உலகத்தின் பல பாகங்களில் வதியும் கணினி நிபுணர்களுடன் தொலைபேசியில் பேசினேன். சிலரை நேரில் சந்தித்தேன். இன்னும் சிலருடன் மின்னஞ்சலில் கருத்துகள் பரிமாறிக்கொண்டேன். இவர்கள் எல்லோருமே ஒருமுகமாகத் தமிழின் எதிர்காலம் யூனிகோட் குறியாக்கத்தில்தான் தங்கியிருக்கிறது என்பதில் உறுதியாக இருந்தார்கள். ஒருவராவது யூனிகோட் தமிழுக்குச் சரிவராது என்று சொல்லவில்லை. கணிப்படம் போன்ற சில துறைகளில் இன்னும் கொஞ்சம் வேலை இருக்கிறது என்றார்கள். பழைய கம்ப்யூட்டரில் இருப்பவர்களைத் திடீரென்று புதிய கணினிகளுக்கு மாற்ற முடியாது என்றார்கள். உடனே அரசு யூனிகோடுக்கு மாற வேண்டும் என்றும் ஒருவரும் சொல்லவில்லை. ஆனால் குறைந்தபட்சம் இன்ன தேதியிலிருந்து அரசு மாறும் என்று அறிவிக்க வேண்டும் என்று எதிர்பார்க்கிறார்கள். அப்பொழுது ஒரு நம்பிக்கை பிறக்கும். தமிழ் எங்கே போகிறது என்பதில் ஒருவருக்கும் சந்தேகம் இராது. அதற்கான முயற்சிகளில் பலரும், முக்கியமாக உலகம் எங்கும் பரந்திருக்கும் தமிழ்க் கணினி ஆர்வலர்கள், ஊக்கமாக இறங்குவார்கள். சொந்த வீடு கிடைத்துவிட்ட பிறகு எவ்வளவு நாளைக்கு வாடகை வீட்டில் தமிழ் தங்கியிருக்கப்போகிறது.

என்னுடைய பாஸ்டன் நண்பர் ஒரு நாளைக்கு 20 சொற்கள் என்ற ரீதியில் இன்றைக்கும் எங்கோ ஆஸ்திரேலியாவின் ஒரு நகரத்தில் நடுநிசி தாண்டி வேலை செய்துகொண்டிருக்கலாம். அவருடைய கணினி அகராதி 2020ஆம் ஆண்டு வெளிவரலாம்; வராமலும் போகலாம். வந்தாலும் வராவிட்டாலும் அவருடைய பெயர் ஒரு ஜனாதிபதி விருதுக்கோ சாகித்திய அகாதெமி விருதுக்கோ, தமிழ்நாடு விருதுக்கோ இன்னும் வேறு வெளிநாட்டு விருதுக்கோ தமிழுக்குப் பெரும் தொண்டு ஆற்றியவர் என்ற வகையில் பரிந்துரை செய்யப்படப்போவதில்லை. நாவல், கவிதைகள், சிறுகதைகள், நாடகம், மொழிபெயர்ப்பு என்று பல துறைகளிலும் இன்று இலங்கையிலும் இந்தியாவிலும் இன்னும் வெளிநாடுகளிலும் பல விருதுகளும் பரிசுகளும் வழங்கப்படுகின்றன. தமிழைக் கணினித் துறையில் மேல் நகர்த்தியவர்களுக்கு ஏதாவது பரிசு உண்டா என்று பார்த்தால், கிடையாது.

தமிழின் எதிர்காலம் தன்னலம் பாராமல், தம் சொந்த நேரத்தைச் செலவுசெய்து, தமிழைக் கணினியில் ஏற்றப் பாடுபடும் நிபுணர்களின் கையில்தான் இன்றுள்ளது. ஆனால் எவ்வளவுதான் ஆய்வாளர்களும் ஆர்வலர்களும் பாடுபட்டாலும் ஏழு கோடித் தமிழ் மக்களைக்கொண்ட மாநில அரசு ஆதரவு இல்லாமல் தமிழைக் கணினித் துறையில் முன்னெடுத்துச் செல்ல முடியாது. பேராசிரியர் கா. சிவத்தம்பியின் வார்த்தைகளைக் கடன் வாங்கி 'தமிழின் மேன்மை அதன் தொன்மையில் இல்லை, தொடர்ச்சியில்' என்று சொல்லும்போதுதான் அந்த உண்மை தெரியவருகிறது. எனக்கு என்ன தோன்றுகிறதென்றால் எவ்வளவு சீக்கிரம் முடியுமோ அவ்வளவு சீக்கிரம் யூனிகோட் என்னும் கம்ப்யூட்டர் ரயிலில் தமிழ் ஏறி உட்கார்ந்துவிட வேண்டும். அல்லாவிடில் ஸ்டேசனில் தவறவிட்ட குழந்தைபோலத் தமிழ் நிற்கும்; ரயில் போய்க்கொண்டே இருக்கும்.

காலச்சுவடு 76, ஏப்ரல் 2006

22

தகவல் நெடுஞ்சாலையில் தமிழ் டவுன் பஸ்

செ. ச. செந்தில்நாதன்

தமிழுக்கே நம்மூரில் நிலைமை சரியில்லாதபோது கணித்தமிழ் பற்றிப் பேசிப் பயன் என்ன என்கிற எதிர்மறையான அணுகுமுறையுடன் இந்தக் கட்டுரையைத் தொடங்குவது தவிர்க்க முடியாததாகவே இருக்கிறது. ஆனாலும் சில நல்ல விஷயங்கள் நடந்துதான் இருக்கின்றன.

1994இல் ஒரு நிகழ்ச்சி. சென்னை அண்ணா பல்கலையில், முன்னாள் துணைவேந்தர் முனைவர் மு. ஆனந்த கிருஷ்ணன் தலைமையில் கணித்தமிழ் வல்லுநர்களில் முக்கியமானவர்களில் ஒருவரும் அன்றைய கணிப்பொறித் துறை இயக்குநருமான பேராசிரியர் கிருஷ்ணமூர்த்தியின் முன்முயற்சியில் 'தமிழும் கணிப்பொறியும்' என்ற கருத்தரங்கு ஒன்று நடந்தது. கணித்தமிழ் பற்றியெல்லாம் அதிகம் பேசாத காலம் அது. தமிழ்நாட்டிலும் சிங்கப்பூர், மலேசியாவிலும் தமிழ்க் குறியீட்டுமுறையையும் விசைப்பலகை வடிவமைப்பையும் தரப்படுத்த வேண்டும் என்று முதன்முறையாகக் கல்வியாளர்கள் இடையிலிருந்து சில குரல்கள் எழுந்தன. அப்போது இந்தத் துறையில் முன்னோடியாக இருந்தவரும் கணித்தமிழின் தந்தை என்று அழைக்கப்படுபவருமான மறைந்த சிங்கப்பூர் பேராசிரியர் நா. கோவிந்தசாமி அதில் கலந்துகொண்டார். நான் இதழாளனாக அந்த நிகழ்ச்சியில் கலந்துகொண்டேன்.

அந்த நிகழ்ச்சியின் ஒரு பகுதியாக நடந்த கண்காட்சியில், கோவிந்தசாமி கணிப்பொறியில் தமிழை உள்ளிடுவது குறித்துத் தமிழ்ப் பல்கலைக் கழகத்தின் மிக உயரிய பொறுப்பில் இருந்த, பிரபலமான தமிழ் அறிஞராகவும் அறியப்பட்ட, ஒருவருக்கு விளக்கிக்கொண்டிருந்தார். அந்தத் தமிழறிஞர்

அந்த விளக்கக்காட்சியில் கவனம் செலுத்தாமல் சம்பிரதாய ரீதியில் அதைப் பார்த்துக்கொண்டிருந்தார். கோவிந்தசாமியோ விடாமல் அவருக்குத் தமிழ் எப்படிக் கணிப்பொறியில் காட்சியளிக்கிறது என்று விளக்கிக்கொண்டிருந்தார். கடைசியில் நம் தமிழ் அறிஞர் ஒரே போடாகப் போட்டார்: "எங்க ஊர்ல இன்னும் டைப்ரைட்டர் எந்திரமே யாருக்கும் தெரியாதய்யா, இந்தக் கணினியால என்ன பிரயோசனம்?" கோவிந்தசாமி அதிர்ந்துபோனார். கோவிந்தசாமியின் முயற்சிக்கு ஒரு வாழ்த்துக்கூடத் தெரிவிக்காமல் அந்தத் தமிழறிஞர் நடையைக் கட்டினார்.

தொழில்நுட்பத்துக்கும் தமிழ் அன்பர்களுக்கும் இடையில் அப்போது அவ்வளவு இடைவெளி இருந்தது!

இப்போது நமக்குத் தமிழ் இணையப் பல்கலைக்கழகம் இருக்கிறது! தமிழ்ப் பல்கலைக்கழகத்தின் பட்டத்தைக்கூட அதில் வாங்கலாம் என்கிறார்கள்.

அந்த ஆண்டுகளில், கணித்தமிழ் குறித்துப் பத்திரிகைகளில் நான் அவ்வப்போது எழுதி வந்தேன். நான் பணிபுரிந்த *இந்தியா டுடே* இதழில் சிறப்புக் கட்டுரை ஒன்றும் எழுதினேன். அதற்கு நான் வைத்த தலைப்பு: தகவல் நெடுஞ்சாலையில் தமிழ் மாட்டுவண்டி. பிறகு கிட்டத்தட்ட ஐந்து ஆண்டுகள் கணித்தமிழ் தொடர்பான பல செயல்பாடுகளில் நான் கலந்துகொண்டுவந்தேன். கணித்தமிழ் செயல்பாட்டாளார்களின் முயற்சிகளை அருகே இருந்து கவனிக்கும் வாய்ப்பும் எனக்குக் கிடைத்தது. ஆர்வத்தோடு பங்காற்றினேன். கணித்தமிழ் என்னை மீடியாவிலிருந்து பிடுங்கி மொழிசார் கணித்துறையில் இறக்கிவிட்டுவிட்டது.

2006 இல், இன்று திரும்பிப்பார்க்கும்போது, கணித்தமிழ் எப்படி இருக்கிறது? தகவல் நெடுஞ்சாலையில் தமிழ் இப்போது மாட்டு வண்டியாக இல்லை என்பது மட்டும் உறுதி. அதே சமயம் அது எக்ஸ்பிரஸாகவும் இல்லை. டவுன் பஸ் வேகத்துக்கு முன்னேறியிருக்கிறது என்று சொல்லலாம்.

கணித்தமிழ் செயல்பாடுகளின் நோக்கம் தமிழுக்குத் தரப்படுத்தப்பட்ட ஒரே குறியீட்டை உருவாக்குவதாக இருந்தது. இதற்காக ஐந்து தமிழ் இணைய மாநாடுகள் சர்வதேச அளவில் நடத்தப்பட்டன. ஆனால் அந்த நோக்கம் முழுமையாக நிறைவேறவில்லை. இப்போதைக்கு ஒன்றல்ல, மூன்று அல்லது நான்கு குறியீட்டுத் தரம் தமிழுக்கு வாய்த்திருக்கிறது. இது நிச்சயமாகத் தோல்விதான். ஆனால் தவிர்க்கவியலாத சமரசம் என்று இதைச் சொல்லலாம்.

இன்று நூற்றுக்கணக்கான எழுத்துருக்களும் ஒரு டஜன் மென்பொருள்களும் இலவசமாகக் கிடைக்கின்றன. தமிழ் இணையப் பல்கலைக்கழகத்தில் நீங்கள் படிக்கலாம். இன்ஃபிட், கணித்தமிழ் சங்கம் போன்ற அமைப்புகள் இருக்கின்றன. நிறைய மாணவர்கள் கணித்தமிழ் புராஜெக்ட்டுகளைச் செய்கிறார்கள். மைக்ரோசாஃப்ட்டின் விண்டோஸ் எக்ஸ்பீயும் ரெட் ஹாட்டின் லீனக்ஸும் இயங்கு தளம் அளவிலேயே தமிழைச் சேர்த்திருக்கின்றன.

ஆனால் கணிப்பொறியில் தமிழைப் பயன்படுத்துவோரின் எண்ணிக்கை மட்டும்தான் அதிகரித்தபாடில்லை. மீடியா, டி.டி.பி. துறையில் இருப்பவர்கள், வேறு வகையில் தமிழில் டைப் செய்வதைத் தொழிலாகக்கொண்டவர்கள் மற்றும் கணித்தமிழ் ஆர்வலர்களைத் தவிர்த்துப் பொதுவாகப் பார்த்தால், ஆண்டுக்கு நூறு, இருநூறுபேர் புதிதாகத் தமிழைக் கணிப்பொறியில் பயன்படுத்தத் தொடங்குவார்கள் என்றால், அது ஆச்சரியம்தான்.

என்னிடம் இதற்கு நேரடிச் சான்று இருக்கிறது. கணிப்பொறியைப் பயன்படுத்தும் வாய்ப்பு இருக்கும் பலரிடமும் சொல்லிச் சொல்லிப் பார்த்திருக்கிறேன். தமிழ் 99 விசைப்பலகை வடிவமைப்பு எப்படி மின்னல் வேகத்தில் தமிழை உள்ளிட உதவுகிறது என்பதைப் பலரிடம் எடுத்துச் சொல்லியிருக்கிறேன். ஆர்வத்தோடு பார்த்தவர்கள் பார்த்ததோடு சரி. அதிகபட்சம் தங்கள் பெயர்களை உள்ளிடுவதற்கு மேல் அவர்கள் கற்றுக்கொண்டது வேறு எதுவுமில்லை. யாருக்கு வேண்டும் கணித்தமிழ்?

தகவல் தொழில் நுட்பம் ஒரு மேலைநாட்டு இறக்குமதி. அது அமெரிக்காவில் ஒரு மாதிரியாகவும் இந்தியாவில் வேறு மாதிரியாகவும் சமூகத்தைப் பாதிக்கிறது. தகவல் தொழில் நுட்ப யுகத்தை மேலைச் சமூகங்கள் வரவேற்ற விதமும் நாம் வரவேற்ற விதமும் முற்றிலும் வித்தியாசமானவை. காரணம், தேவைகள் வெவ்வேறு. மேலைச் சமூகங்களில் சமூகத்தின் ஒவ்வொரு செயல்பாட்டுத் தளத்திலும் தங்கள் உற்பத்தித்திறனை வளர்க்கக்கூடிய, வேலைப் பளுவைக் குறைக்கக்கூடிய, தானியங்குத்தன்மையை அதிகரிக்கக்கூடிய வழிகளாகக் கணிப்பொறியும் பிற டிஜிட்டல் நுட்பங்களும் பார்க்கப்பட்டன.

எனவே அந்தச் சமூகங்களில் ஒட்டுமொத்தப் பொருளாதார மற்றும் நிர்வாக அமைப்புகளுக்கு மென்பொருள் உருவாக்கத் தேவைகள் அதிகரித்துக் கொண்டே செல்கின்றன. அவற்றை முழுவதும் தங்கள் நாட்டிலேயே செய்யமுடியாதபோது, அதை அயலாக்கம் *(outsourcing)* செய்யவும் அவர்கள் தயங்கவில்லை.

அமெரிக்கா, பிரிட்டன், ஜெர்மன், ஜப்பான் உள்ளிட்ட எல்லா வளர்ந்த நாட்டினருமே கணிப்பொறியைத் தங்கள் உற்பத்திச் செயல்பாட்டின் மையத்துக்குக் கொண்டுவந்து, பின் அதற்கேற்றாற்போலத் தங்கள் வர்த்தக நிகழ்முறைகளையும் தகவல் மற்றும் அறிவுக் கட்டமைப்புகளையும் மறுசீரமைத்துக்கொள்ள முடிவுசெய்கிறார்கள். மின்வணிகம், மின்பதிப்பு, மின்கல்வி, தொலைமருத்துவம், டிஜிட்டல் வழி ஊடகங்கள் என அவர்களுடைய வாழ்வின் அனைத்து அம்சங்களையும் புதிய தொழில்நுட்பத்தின் அடிப்படையில் தகவமைக்கும் மாபெரும் முயற்சியில் ஈடுபடுகிறார்கள்.

இப்படிப்பட்ட வளர்ந்த நாடுகளுக்கு அவர்களின் தகவல்நுட்பத் தேவைகளுக்குச் சேவை செய்யும் நோக்கத்திலேயே, இந்தியா, பிலிப்பைன்ஸ், ருஷ்யா, சீனா, வியத்நாம் போன்ற நாடுகள் சேவைகளை வெளியிலிருந்து அளிக்கின்றன.

எனவே, இந்தியா போன்ற நாடுகளில் தகவல் தொழில் நுட்பத்தின் வருகை மேலைநாடுகளின் தொழில் நிகழ்முறை அயலாக்க முயற்சிகளோடு தொடர்புடையது. ஒய்டுகே (வீ2ரி) தொடங்கி இன்றைய கேபிஓ எனப்படும் அறிவுசார் தொழில் நிகழ்முறை அயலாக்கம் *(Knowledge Processing Outsourcing)* வரை டேட்டா என்ட்ரி முதல் ஆராய்ச்சி – மேம்பாடு வரை, இந்தியா போன்ற அயலாக்க நாடுகளில் தகவல் தொழில்நுட்ப வளர்ச்சியின் பிரதான உந்துசக்தியாக இருப்பது ஏற்றுமதி சார்ந்த தகவல்நுட்பச் செயல்பாடுகள்தாம்.

இந்தியாவில் நாம் நமக்கான மென்பொருள்களையா உருவாக்குகிறோம்? தகவல் தொழில் நுட்பம் இங்கே ஏற்றுமதி சார்ந்த சேவைத்துறை. இதில் எங்கே இருக்கிறது இந்திய மொழிகளுக்கான இடம்?

கணித்தமிழின் சோகக் கதை தொடங்குவது இங்குதான். தமிழர்கள் தகவல் நுட்ப நிறுவனங்களில் வேலை செய்வதற்காகத் தங்கள் வாழ்க்கையைச் செலவிடுகிறார்கள். ‘விவரம் அறிந்த’ ஜனங்கள் தங்கள் பிள்ளைகளை நல்ல சாஃப்ட்வேர் எஞ்சினியராக ஆக்க விரும்புகிறார்கள். அதற்காகவே அவர்களைப் பணம் செலவழித்துப் பெரிய கல்லூரிகளில் சேர்க்கிறார்கள். ஆங்கில மீடியத்தில் படிக்க வைக்கிறார்கள். வீட்டில் கம்ப்யூட்டர்களையும் வாங்குகிறார்கள். எல்லாம் கல்விக்காகவும் வேலைக்காகவும் தான். கணிப்பொறியை வீடுகளில் வாங்குவது கல்விக்காக. கல்வி, இன்ஃபோசிஸ்களுக்காக.

இந்த வாய்ப்புகள் இல்லாதவர்களே வேறு வேலைகளுக்குச் செல்கிறார்கள். ஆனால் எந்த வேலைக்குச் சென்றாலும்

கணிப்பொறி அவசியமாகிறபோது, விண்டோஸ், எம்எஸ் ஆபீஸ் அளவுக்காவது அதைப் பயில்கிறார்கள். நாட்டின் பிஸினஸ் மொழி ஆங்கிலம் என்பதால் இவற்றையெல்லாம் பயில்வதற்குத் தமிழும் தேவைப்படவில்லை. ஆங்கிலம் புரியாத நேரத்தில் உதவிக்குத் தமிழ் வழிக் கணிப்பொறிப் புத்தகங்கள் உள்ளன. ஆனால் மென்பொருள் ஆங்கிலத்தில்தான் இருக்கும். அதை அப்படித்தான் பயன்படுத்த வேண்டும் என்ற நிலை இப்போது உள்ளது.

மீடியா, டிடிபி போன்ற பதிப்புத்துறைகள் தவிர வேறு எங்கும் தமிழ் மென்பொருள்களை நீங்கள் பார்க்க முடியாது. அதிகபட்சம் கடிதம் எழுத, டைப் செய்வது தவிர அலுவலகங்களில் தமிழ் மென்பொருள்களுக்கு வேறு எந்தத் தேவையும் இருப்பதாகத் தெரியவில்லை. இந்தச் சூழலில், உற்பத்தி அல்லது அலுவலகத் துறைசார்ந்த தமிழ் மென்பொருள்களுக்கும் எந்தத் தேவையும் உணரப்படவில்லை.

அடுத்து, பள்ளிகளிலும் கல்லூரிகளிலும். ஆங்கிலம் வழி உள்ள எந்தக் கல்வி நிறுவனத்திலும் தமிழ் மென்பொருள்கள் தேவையில்லை. ஒரு வேளை தமிழ்ப் பாடத்தைக் கணிப்பொறி கொண்டு விளக்க இவர்களுக்கு ஆர்வம் இருந்தால், ஒரு சில தமிழ்ப் பல்லூடகப் படைப்புகள் இருந்தால் போதும். தமிழ் வழிப் பள்ளிகள் பலவற்றில் கரும்பலகைகளே கிடையாது. கணிப்பொறி பற்றிப் பேசுவானேன்!

இதைவிட்டால் வேறு யார் ஊர்ப்புறத்தில் கணிப்பொறி வாங்குகிறார்கள் என்று தெரியவில்லை. நிச்சயமாக அதை வாங்கும் நிலையிலோ தேவையிலோ நமது விவசாயிகள் இல்லை. யோசித்துப் பாருங்கள், யாருக்காவது தமிழில் மென்பொருள் தேவைப்படுகிறதா என்ன?

தொழில்ரீதியாகத் தமிழ் எழுத்துருக்களைக் கொண்டு வணிகம் செய்யும் டிடிபி ஆபரேட்டர்களும் அவற்றின் தேவை உள்ள பதிப்புலகத்தினரும் தமிழ் ஊடகத் துறையினரும்கூட எப்போதும் எதிர்பார்ப்பது புதுப்புது எழுத்துருக்களை மட்டும்தான்.

மற்றபடி தமிழில் அக்கவுன்ட்டிங் சாஃப்ட்வேர்கள் படு ஃப்ளாப். மின் – ஆட்சி தொடர்பான அரசுத்துறை மென்பொருள்கள் விதிவிலக்கு. ஆனால், இதெல்லாம் இங்கிலீஸிலேயே இருந்து தொலைக்கலாம் என்று அரசு ஊழியர் கள் கருதுகிறார்கள் – தமிழ் டைப்பிங் தெரிந்தவர்கள் தவிர.

எப்படி, எப்போது கணித்தமிழ் வளரும்? தமிழ் கட்டாய ஆட்சி மொழியாகத் தமிழ்நாட்டில் இருந்தால் வளரும்.

எப்போது எல்லாத் துறைகளிலும் அறிவுப் பரவல் வணிகத்தின் அடிப்படை அம்சங்களில் ஒன்றாகக் கருதப்படுகிறதோ, எப்போது மொழியறிவுக்கும் அறிவு பெறுதலுக்கும் இடையில் நந்தியாக நிற்கும் ஆங்கில மோகம் ஒழிகிறதோ அப்போதுதான் அது நடக்கும். ஆனால் இதெல்லாம் நடக்கப் போகிறதா? தமிழ்நாட்டுக் கடைகளில் தமிழில் பில் கொடுப்பார்கள் என்று எதிர்பார்க்கும் எனது மனித உரிமை வேட்கையைக் கடைக்காரர்கள் எள்ளி நகையாடுவார்கள்.

தமிழகத்தில் நூலகங்கள் அனைத்தும் கணிப்பொறிமயமாகி, அங்கே நூற்றுக்கணக்கான துறைகளில் டிஜிட்டல் வடிவத்தில் தகவல் அளிக்கும் சூழல் ஏற்பட்டால் ஓரளவுக்குக் கணித்தமிழ் வளரும். ஏனென்றால் அத்தகைய தேவை ஏற்படும்போது தமிழில் பயனுள்ள தகவல்களைத் தரும் தேவையும் அதிகரிக்கும். தமிழ்ப் பல்லூடக வெளியீடுகளைத் தயாரிப்பவர்களின் எண்ணிக்கை அதிகரிக்கும். அதற்கான பல்லூடக உள்ளடக்க உருவாக்கத்தில் ஈடுபடுவோருக்கும் தமிழ் மென்பொருள்கள் நிறைய தேவைப்படும். தமிழ் மென்பொருள்கள் நிறைய தேவைப்படும் நிலை வந்தால் பெரிய மென்பொருள் நிறுவனங்கள் தங்கள் மென்பொருள்களைத் தமிழிலும் வெளியிடும். அப்படி நடந்தால் அது தமிழ் இடமயமாக்க *(localization)* வணிகத்தை வளர்க்கும். அப்போது தமிழ் மென்பொருள் நிபுணர்களும் உள்ளடக்க உருவாக்குநர்களும் பிற மென்பொருள் நிபுணர்களுக்கு நிகராக உயர்வார்கள், சம்பாதிப்பார்கள். இது தமிழை வளர்க்கும். அதாவது, தமிழ் மென்பொருள் சந்தை விரிவடைந்தால், கணித்தமிழ் வளரும். தமிழ் வியாபார மொழியானால், தமிழ் மென்பொருள் வியாபாரமும் வளரும்.

அத்துடன், தமிழில் நிறைய உள்ளடக்க உருவாக்கம் நிகழ்ந்தாக வேண்டும்.

தமிழில் உள்ளடக்கம் என்று சொன்ன உடனே, நமது கணித்தமிழர்கள் மேலும் ஒரு திருக்குறள் பதிப்பு, ஆத்திசூடி, மரியாதை ராமன் கதை என்று கிளம்பிவிடுவார்கள். தமிழில் உள்ளடக்கம் என்பது தமிழ் இலக்கிய உள்ளடக்கமாகவே நிறைய பேரால் புரிந்துகொள்ளப்படுகிறது. வாழ்வியல் தேவைகளுக்கான உள்ளடக்கம் தமிழில் தேவை என்பதை 99% தமிழ் மென்பொருள், பல்லூடக, இணையத்தள வெளியீட்டாளர்கள் புரிந்துகொள்வதாகத் தெரியவில்லை.

அதைவிட முக்கியம் தமிழ் மென்பொருள்களின் தரம். இது பெரிய பிரச்சினைதான். சர்வதேசச் சந்தைக்காகத் தயாரிக்கப்படும் ஒரு மென்பொருளின் தரமும் தமிழ்ச் சந்தைக்கு

மட்டுமேயெனத் தயாரிக்கப்படும் ஒரு மென்பொருளின் தரமும் சமமாக இருக்க முடியாது. ஆனால் சில சமயம் இந்த நிஜத்தைச் சாக்காக வைத்துக்கொண்டு மென்பொருள் குப்பைகளை உருவாக்கித் தள்ளக் கூடாது. பல மென்பொருள் உருவாக்குநர்கள் அதைத்தான் செய்கிறார்கள். இன்னும் சிலர், விஷுவல் பேசிக்கில் நான்கு கன்ட்ரோல்களைக் கொண்டு ஒரு கட்டம் கட்டி, ஒரு சாதாரண டெக்ஸ்ட் பாக்ஸைப் போட்டு, கோப்பு, சேமி, மூடு, திற என்று இருபது மெனு அயிட்டங்களைச் சேர்த்து, சொல் செயலிகளைத் தயாரிக்கிறார்கள். ஆங்கிலத்தில் உள்ள மைக்ரோசாஃப்ட் வேர்டுக்கு இணையான தமிழ் வேர்டு பிராசசர் இது என்று கதைவிடுகிறார்கள்.

ஒழுங்கான எழுத்துருக்கள் நாலைந்தை மூலதனமாக வைத்துக்கொண்டு, நூற்றுக்கணக்கான எண்ணிக்கையில் எந்த இடத்திலும் எவராலும் பயன்படுத்த முடியாத அவலட்சணமான எழுத்துருக்களை அவற்றோடு சேர்த்து, ஐந்தாயிரம், பத்தாயிரம் ரூபாய்க்கு விற்கிறார்கள் கணித்தமிழ் கம்பெனியார். அதில் அழகியலும் இல்லை, யோக்கியதையும் இல்லை, வியாபாரமும் இல்லை. சிலர் இரண்டாயிரம் வார்த்தைகளைப் போட்டு இது தமிழ் அகராதி என்கிறார்கள்.

எண்ணிப்பார்த்தால் நூறு தமிழ் வெப்சைட்கள்கூடத் தேற மாட்டா. ஆனால் ஆங்கிலத்துக்கு அடுத்தபடி உலகிலேயே அதிகமாக இணையத்தில் இடம்பெற்றிருக்கும் மொழி தமிழ்தான் என்று வாய்க் கூசாமல் பொய் சொல்கிறார்கள்.

தமிழ் மென்பொருள் உருவாக்குநர்கள் நெடுந்தொலைவு போக வேண்டும். தங்களுக்கான சந்தையைத் தாங்களேதான் உருவாக்க வேண்டும். அரசாங்க நிதிவுதவிகளை மட்டும் நம்பும் ஒரு துறை மக்களுக்குத் தேவையானதைச் செய்யாது. தங்களுக்குத் தேவையானதை மட்டுமே செய்யும். கணித்தமிழ் நிறுவனங்களின் நிலை இன்று இதுதான்.

உண்மையிலேயே கவனம் செலுத்த வேண்டிய துறை என்றால் அது இன்ட்ராக்டிவ் என்டர்டெயின்மென்ட், இன்ஃபோடெயின்மென்ட் தொடர்புடையவை. தமிழ் கேம்ஸ் நிறைய வேண்டும். உடனே மின் – பல்லாங்குழி என்று முடிவு செய்துவிடக்கூடாது. தமிழில் நிறைய அனிமேஷன் ஆட்டங்கள் வேண்டும். செம்மொழித் தமிழிலும் சென்னைத் தமிழிலும் பேசும் ஆட்ட நாயகர்கள் வேண்டும். உலகம் முழுவதும் பிரபலமாக உள்ள ஆட்ட வடிவங்கள் தமிழ் வடிவில் வர வேண்டும். குழந்தைகளும் பெரியவர்களும் இணைந்து செயல்படக்கூடிய பொழுதுபோக்கு அம்சங்கள் குழந்தைகளுக்குத் தமிழையும் பெரியவர்களுக்குக் கணிப்பொறியையும் அறிமுகப்படுத்தும்.

குறிப்பாக பொடா, தடா எல்லாம் போட்டுத் தடுத்தேயாக வேண்டிய ஒரு விஷயம் இருக்கிறது : அது திருவள்ளுவரைக் கணித்தமிழின் பிராண்ட் அம்பாசிடராக ஆக்குவது. தமிழ் என்று சொன்னாலே கணித்தமிழ் ஆர்வலர்களின் கற்பனைக் குதிரை இரண்டாயிரம் ஆண்டு பின்னோக்கிச் சென்றுவிடுகிறது. தமிழ் என்பது புராதனமான முப்பாட்டன் சொத்து, அதைப் பத்திரமாக மியூசியத்தில் வைத்துப் பாதுகாக்க வேண்டும் என்கிற மாதிரியான எண்ணம் தமிழ்க் குழந்தைகளுக்கு வரும்படி அவர்கள் நடந்துகொள்கிறார்கள். தமிழ்நாட்டில் கணித்தமிழ்ச் சங்கத்தினரின் விளம்பரங்களில் திருவள்ளுவரை அடிக்கடி வெளியிடுவது குறித்து இவ்வாறு நான் கூறியது உண்டு: பாவம், அவரை விட்டுவிடுங்கள். கணித்தமிழைப் பிரபலப்படுத்த விஜய் அல்லது ஜோதிகாவைப் பயன்படுத்துங்கள். இதைச் சாதாரண விஷயமாக, நவீன விஷயமாகத் தமிழ்க் குழந்தைகளுக்கு எடுத்துச்சொல்லுங்கள் என்று சில கணித்தமிழ் நண்பர்களிடம் சொல்லிப் பார்த்தேன். அவர்கள் கண்டுகொள்ளவில்லை.

தமிழில் கணிப்பொறித்துறைக் கலைச்சொல்லாக்கம் குறித்தும் இப்படித்தான் ஆனது. அது குறித்த தமிழக அரசின் கலைச்சொல்லாக்கக் குழுவில் தொடக்கத்தில் நானும் பங்கெடுத்தேன். அப்போது, கணிப்பொறி அறிவியலில் பயன்படுத்தும் Object Oriented Programming அல்லது debugging போன்ற கலைச்சொற்கள் வேறு என்றும், விண்டோஸ் போன்ற நிஹிமி மென்பொருள்களில் பயன்படுத்தப்படும் File, Edit, Options போன்ற சொற்கள் வேறு என்றும் GUI சொற்கள் கலைச்சொற்கள் அல்ல, அவற்றுக்கு இணையான சொற்களை நாம் புதுமையாக ஆக்குவதே சரி என்றும் வாதிட்டிருக்கிறேன். மிகவும் சாதாரணமான நிஹிமி சொற்களைத் தமிழ் அறிஞர்கள் ஒன்றுகூடிக் கடுமையான கலைச்சொற்களாக அப்போது மாற்றிக்கொண்டிருந்தார்கள். நம்ம பருப்பு வேகாது என்று தெரிந்துகொண்ட பிறகு அந்தக் கலைச்சொல் கமிட்டி பக்கமே நான் தலைகாட்டவில்லை.

தமிழ் ஆர்வம், தமிழ்ப் பற்று போன்றவை கணித்தமிழை நோக்கிய பயணத்தில் முதல் படி மட்டுமே. இன்று நாம் பார்க்கும் கணித்தமிழ் வளர்ச்சியில் பங்கேற்றவர்களைப் பின்னிப் பிணைக்கும் ஓர் இழையாக இருப்பது தமிழ்ப் பற்றுதான். ஆனால், அதைத் தாண்டிச் சென்று, மொழியின் அனைத்து அம்சங்களையும் கணக்கில் எடுத்துக்கொண்டு, மக்களின் தகவல் மற்றும் தகவல் தொடர்பாட்டுத் தேவைகளின் அடிப்படையில் மென்பொருள் இயற்றுவது மிக முக்கியம். அதற்கான சந்தையை மேம்படுத்துவது அல்லது உருவாக்குவது, நவீனத் தமிழ் பிராண்ட்களை உருவாக்குவது போன்றவை முக்கியம்.

இப்போது இணைய மாநாடுகள் நடைபெறுவதில்லை. கணிப்பொறித் திருவிழாக்கள் நடைபெறுவதில்லை. வர்த்தகச் சுயநலன்களும் வேறு காரணங்களும் சேர்ந்து கணித்தமிழ் இயக்கத்தை முடக்கியிருப்பதாகத் தோன்றுகிறது.

கணித்தமிழின் எதிர்காலம் சிறப்பாக அமையக் கவனம் செலுத்த வேண்டிய துறைகள் இவை: பொறிவழி மொழிபெயர்ப்பு, பேச்சிலிருந்து எழுத்து, எழுத்திலிருந்து பேச்சு உருவாக்கம், நவீன இலக்கணத்தின் அடிப்படையில் எழுதுவதற்கு உதவும் மென்பொருள், பல்துறை அகராதிகள் மற்றும் தமிழ் தேடுதல் கருவி. அத்துடன், பல்வேறு துறை சார்ந்த மென்பொருள்கள் தமிழில் வர வழிசெய்ய வேண்டும்.

கணித்தமிழ் நிபுணர்களுக்கு ஒரு வேண்டுகோள். தயவுசெய்து இவற்றைத் தமிழுக்கென்று தனியே உருவாக்காதீர்கள். அது தவறில்லைதான். ஆனால் இந்தந்தத் துறைகளில் உலகப்புகழ் பெற்ற நிறுவனங்களோடு இணைந்து செயல்படுங்கள். அப்போதுதான் லட்சக்கணக்கான மணிநேரங்கள் செலவழித்து அவர்கள் உலகச் சந்தைக்கென உருவாக்கிய மென்பொருள் பயன்பாடுகளைத் தமிழுக்கும் சுலபமாக இணைத்துக்கொள்ளலாம். பொறிவழி மொழிபெயர்ப்புக் கருவியைத் தனியாக உருவாக்குவது என்பது சுலபமான காரியமல்ல. விருப்பத்துக்காக வேண்டுமானால், நாம் தனியே செய்து பார்க்கலாம். அதில் பொம்மை சாஃப்ட்வேர்தான் கிடைக்கும். அந்தந்தத் துறைகளில் ஏற்கனவே பேரளவுக்கு வெற்றிபெற்றிருக்கும் பல்கலைக்கழகங்கள், ஆய்வு நிறுவனங்கள் அல்லது தொழில் நிறுவனங்களோடு சேர்ந்து செயல்பட்டால், நமக்கு முடிந்தவரை நன்மை கிடைக்கும்.

சொல்லப்போனால், தமிழக அரசு இது குறித்துப் பன்னாட்டு ஆராய்ச்சி நிறுவனங்களிடம் பேச வேண்டும். கணித்தமிழ் அமைப்புகள் இது நடக்க வழிவகை காண வேண்டும். நல்ல தமிழ் மென்பொருள்களைச் செய்து தாருங்கள், அதைக் காசு கொடுத்து வாங்கிக்கொள்கிறோம் என்று உத்தரவாதம் தர வேண்டும். அப்போது பல முக்கிய மென்பொருள்கள் தமிழில் கிடைக்கும்.

இன்னொரு முக்கியமான மாற்றம் மொபைல் கம்ப்யூட்டிங். இன்று கம்ப்யூட்டர் நுழையாத குக்கிராமங்களிலும் உழைக்கும் கரங்களிலும்கூடச் செல்பேசி நுழைந்துவிட்டது. நேற்றுவரை செல்பேசி சர்வ சாதாரணமான ஒரு தொலைபேசிக் கருவி. ஆனால், இன்றைய செல்பேசிகள் கிட்டதட்ட குட்டிக் கணிப்பொறிகளாக மாறிவருகின்றன. அதைப்பற்றி விலாவரியாகப் பேச இப்போது வாய்ப்பு இல்லை என்றாலும், இந்தியாவில் இந்திய மக்களுக்கான

தகவல் நுட்ப வசதி என்று பார்க்கும்போது, கணிப்பொறியை அடிப்படையாக வைத்துப் பார்ப்பதைவிடச் செல்பேசிகளைச் சார்ந்து பார்ப்பது கூடுதலான நம்பிக்கையை அளிக்கிறது.

நோக்கியா, சாம்சங் போன்ற நிறுவனங்கள் ஏற்கனவே தங்கள் செல்பேசிகளைத் தமிழ் உள்பட முக்கிய இந்திய மொழிகளில் இடமயமாக்கியுள்ளன. செல்பேசி உள்ளடக்க மென்பொருள்களையும் எல்லா மொழிகளிலும் உருவாக்க முடியும்.

எனவே கணித்தமிழ் ஆர்வலர்களும் தொழிலதிபர்களும் இப்போது செல்பேசிக்கான மென்கருவிகளின் உள்ளடக்கத்திலும் கவனம் செலுத்தலாம்.

தமிழ் நிச்சயமாகச் சீர் இளமைத் திறன் வாய்ந்த செம்மொழி என்பதும் தமிழர்கள் செயல்மறந்து வாழ்த்துவதில் மட்டும் சிறந்தவர்கள் என்பதும் தெரிந்த கதைதான். ஆனால் மாட்டுவண்டியை டவுன் பஸ்ஸாக்கிய நாம் விரைவில் அதை ஏர் பஸ்ஸாக ஆக்குவது ஒன்றும் அசாத்தியம் அல்ல.

காலச்சுவடு 76, ஏப்ரல் 2006

23

தமிழ் லினக்ஸ்: மக்களுக்கான கணினி
வெங்கட்ரமணன்

உலகம் தழுவிய இயக்கமாகவே மாறிவிட்டிருக்கும் லினக்ஸ் இயக்குதளம் (கணினியை இயக்க உதவும் மென்பொருள்) முழுக்கவும் தமிழ் வடிவில் உருவாகி வந்திருக்கிறது. தமிழ் லினக்ஸ் பணியில் தொடர்ந்து ஈடுபட்டு வருபவர் வெங்கட்ரமணன். தமிழ் லினக்ஸ் பற்றிப் பொதுவாக எழும் கேள்விகளுக்கு அவர் இங்கே பதில் தருகிறார்.

தமிழ் லினக்ஸ் யாருக்காக?

தமிழ் லினக்ஸ் தமிழ் தெரிந்த, கணினியைப் பயன்படுத்தும், கணினியைப் பயன்படுத்துவதில் ஆர்வமுள்ள ஒவ்வொருவருக்காகவும்தான். ஆங்கிலம் தெரிந்தால்தான் கணினியைப் பயன்படுத்த முடியும் என்றிருக்கும் நிலையை மாற்றித் தமிழ் தெரிந்த ஒவ்வொருவரும் கணினிப் பயனைப் பெற உதவுவதே இந்த முயற்சியின் நோக்கம்.

தமிழில் கணினியைப் பயன்படுத்துவதால் என்ன ஆதாயங்கள்?

தமிழ் மட்டுமே தெரிந்தவர்கள் இன்றைக்கு ஓரளவுக்கு ஆங்கில உதவியின்றிக் கணினியைத் தமிழில் பயன்படுத்த முடிகிறது. தமிழில் கணினி அமைந்தால் மட்டுமே கிராம சுகாதாரம், அடிப்படைக் கல்வி, ஊராட்சி நிர்வாகம் போன்ற முக்கியத் துறைகளில் நமக்குக் கணினியின் பயன்பாடுகள் கிடைக்கும்.

உதாரணமாக, தமிழில் கணினியில் ஒரு எளிய செயலியை வடிவமைப்பதன் மூலம் கிராம சுகாதார நிலையங்களில் உள்ளூர்வாசிகளின் உடல்நலம் குறித்த விவரங்களைச் சேமிக்க முடியும். இந்த நிலையில் சராசரி கிராமத்தவரின் முந்தைய நோய் வரலாறுகள், மருந்துகளில் அவருக்கிருக்கும் ஒவ்வாமை போன்ற முக்கியத் தகவல்களைத் திரட்ட முடியும்.

இவற்றுக்கான கருவிகளை ஏதோ ஒரு அமெரிக்க நிறுவனம் உருவாக்கித் தரும் என்று கையைக் கட்டிக்கொண்டு உட்கார்ந்திருப்பது இழிவானது. திறந்த ஆணைமூலங்களின் *(open source code)* அடிப்படையிலான தமிழ் லினக்ஸ் இத்தகைய கருவிகளை வடிவமைத்துக்கொள்ள நமக்கு உதவுகிறது.

தமிழ் லினக்ஸில் என்னென்ன மென்பொருள்கள் இருக்கின்றன? அவற்றை வைத்துக்கொண்டு என்னென்ன செய்ய முடியும்?

லினக்ஸை நிறுவும்பொழுது வீட்டிலோ சின்ன அலுவலகத்திலோ என்னவெல்லாம் செய்வார்களோ அதற்கான நிரலிகள் *(software)* எல்லாம் முற்றிலும் இலவசமாகக் கூடவே வந்துவிடுகின்றன. இணையத்தில் உலாவ, மின்னஞ்சல் அனுப்ப, படங்களைப் பார்க்க, பாட்டு கேட்க என்று எல்லா விதமான நிரலிகளும் தமிழிலேயே கிடைக்கும். விண்டோஸ் இயக்குதளத்தில் நீங்கள் படங்களைக் கொண்ட பயனர் இடைமுகத்தின் *(user interface)* மூலம் என்னவெல்லாம் செய்கிறீர்களோ அந்தக் காரியங்கள் எல்லாவற்றையும் லினக்ஸிலும் அதைப்போலவே செய்ய முடியும். கிட்டதட்ட வடிவமைப்பில் இரண்டுமே ஒரே மாதிரியாகத்தான் இருக்கும். கடந்த ஐந்து வருடங்களில் லினக்ஸ் பயன் எளிமையில் நிறைய கவனம் செலுத்தி அற்புதமாக முன்னேறியிருக்கிறது.

தமிழ் லினக்ஸை எங்கே பெறுவது? எப்படி நிறுவிக்கொள்வது?

தமிழுக்காகத் தனியே 'தமிழ் லினக்ஸ்' என்று எதுவும் வெளியிடப்படுவதில்லை. ஓரளவு முதிர்ந்த நிலையில் இப்பொழுது தமிழ், லினக்ஸின் பொது வடிவங்களிலேயே இணைக்கப்பட்டுவிட்டது. ரெட் ஹாட் ஃபெடோரா *(Fedora Core)*, நாவெல் சுஸி லினக்ஸ் *(Suse Linux)*, டீபியன் *(Debian)*, மாண்ட்ரிவா *(Mandriva)*, உபுன்டு *(Ubuntu)* என்ற பெயர்களில் வெளியாகும் – இலவசமாகக் கிடைக்கும் – எந்த லினக்ஸ் பொதியை வேண்டுமானாலும் இணையத்திலிருந்து இறக்கிக்கொள்ளலாம். சில சமயங்களில் கணினி சஞ்சிகைகளுடன் இவற்றில் ஒன்றை இலவசமாகக் கொடுக்கிறார்கள்.

இதை நிறுவும்பொழுது தமிழ் தேவை என்று தெரிவு செய்தாலே போதுமானது. நிறுவி முடிந்தவுடன் தேவையான தமிழ் எழுத்துருக்கள், இடை முகம் எல்லாம் தயாராக இருக்கும். எனவே இதை முயற்சித்துப் பார்ப்பது மிகவும் எளிது. தமிழில் சிக்கல்கள் இருந்தால் உடனடியாக எளிதில் ஆங்கிலத்திற்கு மாறிக் கணினியை இயக்கவும் முடியும்.

மைக்ரோசாஃப்ட் விண்டோஸ் இயக்குதளத்தைப் பயன்படுத்துபவர்கள் அதைக் கலைக்காமலே கணினியில்

லினக்ஸையும் கூடவே நிறுவிக்கொள்ள முடியும். இதற்கு இரட்டைத் துவக்குமுறை *(dual booting)* என்று பெயர். அப்படி நிறுவினால் கணினியைத் துவக்கும்பொழுது விண்டோஸ் வேண்டுமா, லினக்ஸா என்று தெரிவுசெய்ய முடியும். இந்தமுறை எளிதாக லினக்ஸைச் சோதித்துப் பார்க்க உதவுகிறது.

தமிழ் லினக்ஸை யார் பயன்படுத்துகிறார்கள்?

இதுவரை ஓரளவு கணினியில் நல்ல பரிச்சய முள்ளவர்கள், மாணவர்கள் போன்றவர்கள்தான் தமிழ் லினக்ஸைப் பயன்படுத்துகிறார்கள். ஆனால் மற்றவர்களால் முடியாது என்று பொருளல்ல. இது இன்னும் வெளியில் தெரியவேயில்லை. இதை முன்னெடுத்துச் செல்ல அமைப்பு ரீதியான சில உதவிகள் தேவை. உதாரணமாக, பள்ளிகள், இணைய உலாவி மையங்கள் போன்றவையும் புதிதாகக் கணினி கோர்த்து விற்பவர்களும் இதைக் கையாண்டால்தான் இது பிரபலமாகும்.

தமிழ் லினக்ஸை உருவாக்குவதில் என்னென்ன பிரச்சினைகள் இருக்கின்றன?

இதிலிருக்கும் அடிப்படைப் பயன்பாடு குறித்த தொழில் நுட்ப ரீதியான பிரச்சினைகள் பல சமாளிக்கப்பட்டுவிட்டன. 1999வாக்கில் இதை நாங்கள் துவங்கியபொழுது ஒன்றுமே கிடையாது. முன்மாதிரிக்குப் பிற இந்திய மொழிகளில்கூடக் கிடையாது. அந்த நிலையில் தமிழை உள்ளிடுவது, ஆங்கில வார்த்தைகளுக்குத் தமிழ் இணை கண்டுபிடிப்பது போன்றவை எங்கள் முன்னிருந்த பெரிய சவால்கள். ஆனால் ஆர்வமும் திறமையும்கொண்ட நண்பர்கள் உதவியினால் இவை வெகுவாகவே சமாளிக்கப்பட்டுவிட்டன.

ஆனால் மறுபுறத்தில் இதைப் பயன்படுத்தப் பயனர்களைத் தயார்ப்படுத்தல், உதவிக் கட்டுரைகள் எழுதுதல், கணினித் தயாரிப்பாளர்களுடன் இணைந்து செயல்படுதல், அண்டை அயலில் பயன்படுத்துபவர்களுக்கு ஆங்காங்கே உதவி மையங்களை அமைத்தல் போன்ற இரண்டாம் நிலைச் செயல்பாடுகள்தான் இப்பொழுது எங்களுக்கு இருக்கும் பிரச்சினைகள். இதற்குத் தமிழகம், இலங்கை போன்ற இடங்களிலிருந்து எமக்கு உதவி தேவை. குறிப்பாகக் கல்வி மையங்கள் இதை முன்னெடுத்துச் செய்ய வேண்டும்.

எத்தனை பேர் ஈடுபட்டிருக்கிறீர்கள்? எப்படிப்பட்டவர்கள் தமிழ் லினக்ஸ் திட்டத்தில் இருக்கிறார்கள்?

இந்தத் திட்டங்கள் 1999வாக்கில் எங்களில் நான்கு ஐந்துபேர்களால் ஆங்காங்கே துவக்கப்பட்டன. பிறகு 2000இல்

பத்துக்கும் குறைவான நாங்கள் ஒன்று சேர்ந்து செயல்படத் துவங்கினோம். இவர்களில் துரையப்பா வசீகரன், தினேஷ் நடராஜா, சிவராஜ், சிவக்குமார் சண்முக சுந்தரம் போன்றவர்கள் மிகவும் முக்கியமானவர்கள். எங்களில் பலர் இந்தியாவிற்கு வெளியே அமெரிக்கா, கனடா, ஜப்பான் போன்ற நாடுகளில் வசித்திருந்தோம். ஆரம்பக் கட்டத்திலிருந்தே மிகச் சிக்கலான தொழில்நுட்பப் பிரச்சினைகளத் தீர்த்ததில் இவர்களுக்குப் பெரும் பங்குண்டு. இதில் இரண்டு பிரிவினர் உண்டு: ஒன்று கணினி நுட்பத்துடன் நேரடித் தொடர்புகொண்டு, பன்னாட்டுக் கணினி நிறுவனங்களில் வேலை செய்தவர்கள்; மற்றொரு பிரிவினர் பல்கலைக்கழகங்களைச் சேர்ந்தவர்கள். இதில் கணினித் துறைக்கு வெளியே இருக்கும் என்போன்ற ஆர்வலர்களும் அடக்கம்.

இவர்களைத் தவிர இன்னும் பல நண்பர்களும் அவ்வப்பொழுது இடையில் வந்து சில தீர்வுகளுக்கு உதவுகின்றனர். லினக்ஸிற்கு மட்டுமல்லாமல் பொதுவில் பயன்படக்கூடிய மோஸிலா ஃபயர் ஃபாக்ஸ், ஓப்பன் ஆபீஸ் போன்ற திறந்த மூலங்களைத் தமிழ்ப்படுத்தும் 'தமிழா' அமைப்பை நண்பர் முகுந்தராஜ் முன்னின்று நடத்துகிறார். இந்தக் குழுவில் பலர் கட்டுக்கோப்பாக முறையான வழித் திட்டங்களுடன் ஆர்வத்துடன் செயல்பட்டு வருகிறார்கள்.

தமிழ் லினக்ஸைப் பயன்படுத்த உதவும் ஆவணங்கள் இருக்கின்றனவா? இவற்றைத் தயாரிப்பதில் எப்படிப்பட்டவர்கள் ஈடுபடுகிறார்கள்?

இது உண்மையிலேயே சோகமான விஷயம். இன்றைக்கு "இதோ தமிழ் லினக்ஸ், நீங்கள் எல்லாவற்றையும் தமிழிலேயே செய்யலாம்" என்று மிகத் தைரியமாக நாங்கள் சொல்ல முடியாமல் இருக்க முக்கியக் காரணம், இதைப் பயன்படுத்தத் தேவையான உதவிக் கட்டுரைகள் இன்னும் தமிழில் தயாரிக்கப்படவில்லை.

இதைப் போக்குவதற்காக 2001ஆம் ஆண்டில் நான் *"Tamil Linux How to"* என்றொரு ஆவணத்தைத் தயாரித்தேன். இதில் எழுத்துருக்கள், தட்டச்சுப் பலகை, தமிழ் இடைமுகம் இவற்றை எப்படி நிறுவுவது என்பதற்கான உதவிகள் இருக்கின்றன. ஆனால் இன்றளவும் முழுக்க முழுக்கத் தமிழில் ஓர் ஆவணம் இல்லை. இதற்கு நிறைய மாணவர்களின் உதவி தேவைப்படுகிறது. சமீபத்தில் அண்ணா பல்கலைக்கழகத்தில் திறந்த மூல, தளையறு மென்பொருள்களுக்கான ஒரு மையம் துவங்கப்பட்டிருக்கிறது. இப்படியொரு ஆராய்ச்சி/கல்வி அமைப்பு இந்தியாவிலேயே வேறெங்கும் இல்லை. அந்த மையத்தினர் இதை முக்கியப் பணியாக மேற்கொள்ள வேண்டும் என்பது எங்கள் விருப்பம்.

தமிழ் லினக்ஸைப் பிரபலப்படுத்த என்னென்ன முயற்சிகள் மேற்கொள்ளப்படுகின்றன?

என்னாலான அளவில் நான் ஏழு வருடங்களாக இதைச் செய்துவருகிறேன். முதன்முதலாக லினக்ஸ், தளையறு மென்பொருள் இவற்றைப் பற்றிய அறிமுகம் தரும் தொடர் கட்டுரைகளைத் திண்ணை இணையதளத்தில் நான் எழுதினேன். பின்னர் ஒவ்வொரு முறை தமிழ் லினக்ஸில் குறிப்பிடத்தக்க முன்னேற்றங்கள் வரும்பொழுதும் நான் ஊடகங்களில் இதைப் பற்றி எழுதிவருகிறேன். எனது திண்ணைக் கட்டுரைகளையும் தொலைக்காட்சி செயல்விளக்கத்தையும் கண்டு சிலருக்கு இதில் ஆர்வம் வந்ததாகச் சொல்லியிருக்கிறார்கள். இருந்தபோதும் தமிழ்நாட்டின் பெரு ஊடகங்களை அணுகியபோதெல்லாம் எனக்கு ஏமாற்றம்தான் மிஞ்சியது.

திறந்த ஆணைமூல (Open Source) இயக்கம் என்பது என்ன?

கணினியில் செயலிகளை வெளியிடும்பொழுதும் அவற்றின் ஆணைமூலங்களையும் (source code) வெளியிட வேண்டும் என்பதே திறந்த மூல வழிமுறையின் கொள்கை. தொடர்ச்சியான நுட்ப வளர்ச்சிக்கு இது முக்கியம் என்று இந்த வழிமுறைகளில் நம்பிக்கையுள்ளவர்கள் கருதுகிறார்கள். மென்பொருள்களைத் தயாரிப்பு ரீதியான பொருள்களாகப் பார்க்காமல் அறிவுரீதியான பொருளாகப் பார்க்க வேண்டும் என்பது திறந்த மூலத்தின் கொள்கை.

பெரும் நிறுவனங்கள் தங்கள் நிரல்களைப் பூட்டப்பட்ட நிலைக்கு மாற்றித் தங்கள் வர்த்தகத்திற்கு நியாயமற்ற முறையில் ஆதாயம் தேடிக்கொள்கின்றன. இதற்கு மாற்றாக உருவானதே திறந்த மூல அமைப்பு.

தளையறு மென்பொருள் (Free Software) இயக்கம் என்பது என்ன?

ஆங்கிலத்தில் Free Software movement என்று அறியப்படுவதில் இருக்கும் Free என்பதற்கு இலவசம் என்று பொருளில்லை. இலவசமாகக் கணினி நிரலிகளைத் தரும் அமைப்பு அல்ல. Free என்பதைக் கட்டுப்பாடுகளற்ற என்ற பொருளில்தான் தளையறு மென்பொருள் என்று மொழிபெயர்த்தேன். பொதுவில் கணினி நிரல்களில் கட்டுப்பாடுகள் விதிப்பதற்கு எதிரானது இந்த அமைப்பு.

இதன் ஆதாரக் கொள்கைகள்

1. நிரலியை எந்த விதமாகவும் இயக்கிக்கொள்ளலாம், இதை எந்தப் பயனுக்கு வேண்டுமானாலும் பயன்படுத்தலாம்.

2. நிரலி எப்படி வேலை செய்கிறது என்பதைப் புரிந்துகொள்ளும் உரிமை வேண்டும், அதை உங்களுக்கு வேண்டியபடி மாற்றியமைத்துக்கொள்ளும் உரிமையும் வசதியும் வேண்டும் (நிரலைத் திறந்த மூலமாக்குவது இந்த வசதியைத் தருகிறது).
3. நிரலை மறுவிநியோகம் செய்யும் உரிமை.
4. நிரலில் நீங்கள் செய்யும் முன்னேற்றங்களைப் பொதுவில் சமுதாயத்திற்கு அளிக்கும் உரிமை.

தமிழ் லினக்ஸின் பல வெளியீடுகள் இதே உரிமைகளுடன்தான் வெளியாகின்றன. இதைப் பற்றிய விழிப்புணர்வை ஏற்படுத்த வேண்டியதும் முக்கியம்.

தமிழ்க் கணினி நிறுவனங்கள் தமிழ் லினக்ஸிற்குப் பங்களிக்கின்றனவா?

இல்லை என்றுதான் சொல்ல வேண்டும். காரணம், தமிழ் மென்பொருள் நிறுவனங்களில் இதைப் பற்றிய விழிப்புணர்வு அதிகம் இல்லை. இதன் காரணமாகவே இந்த நிறுவனங்கள் தங்கள் உழைப்பைப் பிறருடன் பகிர்ந்துகொள்வதற்குத் தயங்குகின்றன. தங்கள் தனிப்பட்ட பங்களிப்பை முறையான தளையறு மென்பொருள் உரிமத்துடன் வெளியிடுவதன் மூலம் அதை ஒரு சமூக இயக்கமாக மாற்ற முடியும் என்பதை அவர்கள் அறிவதில்லை.

தளையறு மென்பொருள் அல்லது திறந்த மூலம் பற்றி ஆர்வமுள்ள தமிழ்க் கணினி நிறுவனங்கள் தமிழ் லினக்ஸ் குழுவைத் தொடர்புகொண்டால் இயன்ற உதவிகள் செய்யத் தயாராக இருக்கிறோம்.

தமிழ் லினக்ஸ் இயக்கம் தொடர்பான இணைய முகவரிகள்:
www.thamizhlinux.org, www.thamizha.org

வெங்கட்ரமணனின் மின்னஞ்சல் முகவரி: *vvenkat@sympatico.ca.*

காலச்சுவடு 76, ஏப்ரல் 2006

24

இணையமும் தமிழும்: தமிழக அரசின் சில முயற்சிகள்

கி. நாராயணன்

உலகு முழுவதும் வெகு வேகமாக வளர்ந்துவரும் தகவல் தொழில் நுட்பம் ஒரு நாட்டின், மொழியின், இனத்தின் சகல பரிமாணங்களையும் மாற்றியமைத்துவிடத்தக்க வல்லமை கொண்டது. அனைத்திற்கும் கணிப்பொறியைப் பயன்படுத்த வேண்டிய தேவை நாளுக்கு நாள் அதிகரித்து வருகிறது. பொறியைப் பயன்படுத்தும் ஆற்றலும் அனுபவமும் ஆங்கில மொழிக்கு மட்டுமே வாய்த்திருப்பதாக வளர்த்து வந்திருக்கும் மாயையை தென்கிழக்காசியாவின் சீன, ஜப்பானிய, கொரிய மொழிகளும் பிற மேற்கத்திய மொழிகளும் தகர்த்துத் தத்தம் மொழிக்குக் கணிப்பொறியை வசப்படுத்திக்கொண்டன. இவ்வாறே தமிழையும் பொறியில் அமர்த்தும் முயற்சிகள் பரவலாகத் தோன்றின. தமிழ்நாட்டிலும் தமிழ் பேசும் மக்கள் வாழும் அயல் நாட்டிலுமாக உலகெங்கும் நூற்றுக்கு மேற்பட்ட எழுத்து வடிவமைப்புகள் தோன்றின. அவரவர் தங்களுக்குத் தோன்றிய குறியீட்டுத் தொகுப்பு முறையைப் *(Character Coding System)* பயன்படுத்தியதன் விளைவாக, பொறியில் ஒருவர் எழுதியதை மற்றவர் படிக்கவோ பயன்படுத்தவோ முடியாதபடி பொதுக் குறியீட்டுத் தொகுப்பு முறையில்லாததாய்த் தமிழ் வடிவம் இருந்தது. இதைச் சீர் செய்து தரப்படுத்த வேண்டிய அவசியம் எழுந்தது. குறிப்பிட்ட பொத்தானை அழுத்தினால் எல்லா மென்பொருளிலும் ஒரே எழுத்துவடிவம் வரும்படியாக விசைப்பலகையைத் தரப்படுத்த வேண்டிய அவசியமும் எழுந்தது. தமிழ்மீதும், தகவல் தொழில் நுட்பத்தின் மீதும் அக்கறை கொண்ட தமிழக அரசு அதிகக் காலத்தாழ்வின்றி ஒரு குழுவை அமைத்துத் தமிழ் விசைப்பலகை வடிவமைப்பையும் தமிழ் வரிவடிவக் குறியீட்டு முறையையும் தரப்படுத்துமாறு பணித்தது.

இது தொடர்பாக, பிப்ரவரி 7, 8 தேதிகளில் சென்னையில் மிகுந்த கோலாகலத்துடன் தமிழ் இணையக் கருத்தரங்கு மாநாடு நடந்தது. கணிப்பொறி விற்பன்னரும், பொதுமக்களும் ஒருசேரக் கலந்து கொண்ட நிகழ்ச்சியாக இது இருந்தது. இதில் வெளிநாட்டுத் தமிழ்ச் சான்றோருக்குக் கூடுதல் முக்கியத்துவம் அளிக்கப்பட்டதாகவும், தமிழ் நாட்டுத் தமிழ்ச் சான்றோர் முற்றாகவே கண்டு கொள்ளப்படவில்லை என்றும் எழுந்த ஆதங்கத்தை மாநாட்டுக்கு ஓரிரு தினங்களுக்கு முன் ஒரு தமிழ்த் தினசரி ஆத்திரத்துடன் வெளிப்படுத்தியிருந்தது.

கருத்தரங்கில் படிக்கப்பட்ட கட்டுரைகளில் பெரும்பாலானவை தமிழ்க் கருத்தரங்குகளுக்கே உரிய பாணியில் அலுப்புத் தட்டக் கூடியவையாகவே இருந்தன. தமிழக முதல்வரின் உரை நம்பிக்கையூட்டக் கூடியதாக இருந்தது. தகவல் புரட்சியைக் காட்டுத்தீயாய் வருணித்த அவர், 'இந்த மின்னல் வேக வளர்ச்சியில் நாமும் தமிழ் மொழியும் பின் தங்கிவிடக் கூடாது' என்று தன் அக்கறையைப் பதிவு செய்தார். 'தமிழ் மென்பொருள் வளர்ச்சி நிதி, ஆய்வு இருக்கைகள், ஓராண்டில் தமிழகத்தில் ஆயிரம் சமுதாய இன்டர்நெட் மையங்கள், தமிழ் இன்டர்நெட் மற்றும் வளர்ச்சி மையம்' என்று வெளியிடப்பட்ட பல்வேறு அறிவிப்புகளில் 'உலகத் தமிழ் இணையப் பல்கலைக்கழகம் விரைவில் அமைக்கப்படும்' என்பதும் ஒன்று. மற்ற அறிவிப்புகளைப்போல் வெறும் அறிவிப்புகளாக இவை நின்றுவிடாமல், நடைமுறைக்கும் இன்று வரத் தொடங்கிவிட்டன. ஜூன் 13இல், தரப்படுத்தப்பட்ட தமிழ் விசைப்பலகையைத் தமிழக முதல்வர் அறிமுகம் செய்தார். தமிழ் இணையப் பல்கலைக்கழகத்திற்கு வா.செ. குழந்தைசாமி தலைமை பொறுப்பேற்கவிருக்கிறார்.

பிப்ரவரி மாநாட்டைத் தொடர்ந்து தமிழுக்கான மென்பொருள் தயாரிப்புகளின் வேகம் கூடியது. பிப்ரவரி மாநாட்டுப் பரிந்துரைகளைக் கவனத்திற் கொண்டு, 'பதமி – 2' 'பொன்மொழி 2.2' போன்ற தமிழ் மென்பொருள்கள் வெளிவரத் தொடங்கின.

தமிழ்ப் பதிப்பகங்களுக்கு இன்டர்நெட்டில் இலவசப் பக்கம் வழங்க உலகத் தமிழர் தன் முனைப்பு இயக்கம் (INTAMM) முன் வந்தது. (இணைய முகவரி : www.intamm.com)

தமிழ்நாடு முழுக்க நிறுவப்பட உத்தேசிக்கப்பட்டுள்ள சமுதாய இன்டர்நெட் மையங்களுக்கான திட்டத்தில் பங்குகொள்ள, லண்டனில் உள்ள வேர்ல்டுடெல் நிறுவனம் விருப்பம் தெரிவித்திருக்கிறது. குறிப்பிட்ட சில மொழிகளுக்கு மட்டுமே மென்பொருள் தயாரித்து வந்த அமெரிக்க நிறுவனமான

மைக்ரோசாஃப்ட் நிறுவனம், தமிழ் உள்ளிட்ட இந்திய மொழிகளில் பயன்படுத்துவதற்கு உகந்த 'மைக்ரோ சாஃப்ட் – 2000' என்ற பெயரிலான மென்பொருளைப் புழக்கத்தில் கொண்டுவர ஆயத்தம் செய்துகொண்டிருக்கிறது.

கணித்தமிழை இதுவரை கண்டுகொள்ளாதிருந்த பல்வேறு கல்வி நிறுவனங்கள், அவசர அவசரமாகக் கருத்தரங்குகளையும் கணிப்பொறி விழாக்களையும் நடத்தத் தொடங்கியிருக்கின்றன.

கல்லூரிகளில் திடீரெனக் கணிப்பொறி மீது காதல் பிறந்தது. தமிழ்த் தாத்தா உ.வே.சா. பிறந்தநாள் விழாவில்கூட 'ஏட்டுச் சுவடி முதல் இணையம் வரை' என்ற தலைப்பிலான பேச்சுகள் இடம்பெறத் தொடங்கின.

'கல்வித்துறையில் மேல்நிலைக் கல்வியில் கடைசி இரண்டு ஆண்டுகளிலாவது கணினிப் பயிற்சி கட்டாயப் பாடமாகக் கற்பிக்கப்பட வேண்டும்' என்றனர் அறிஞர் பெருமக்கள். 'தமிழ் கணினிப் பயன்பாட்டுக்குக் கலைச்சொல் அகராதிகளைத் தீர்மானிக்க வேண்டும்' என்றனர் எழுத்தாளப் பெருமக்கள்.

இதைத் தொடர்ந்து, மிக முக்கியமான அறிவிப்பு ஒன்றைத் தமிழக அரசு, மார்ச்சு மூன்றாவது வாரத்தில் வெளியிட்டது. 'தமிழ் நாட்டிலுள்ள 1200 அரசு மேல்நிலைப் பள்ளிகளிலும் கணினிப் பாடம் பயிற்றுவிக்கும் நிறுவனங்கள் தேவை' என்ற அரசு அறிவிப்பு, செய்தித்தாள்களில் கிட்டதட்ட முழுபக்க அளவிலான விளம்பரமாக வெளியிடப்பட்டது – 'போதிய நிதிவசதி பெற்ற – அனுபவமிக்க நிறுவனங்கள் மட்டுமே விண்ணப்பிக்கலாம்' – என்ற குறிப்போடு மே மூன்றாவது வாரத்தில் வேறோரு அறிவிப்பு வெளியாயிற்று. நடப்புக் கல்வியாண்டில் 1177 பள்ளிகளில் இத்திட்டம் செயல்படுத்தப்படவிருப்பதாகவும், இதற்கென 140 பிரபல நிறுவனங்களை இதில் ஈடுபடுத்தவிருப்பதாகவும் தெரிவிக்கப்பட்டிருந்தது. ஜூன் இரண்டாவது வாரத்தில் மற்றொரு அறிவிப்பு. 695 பள்ளிகளில் 47 நிறுவனங்களுக்கு அனுமதி வழங்கப்பட்டுள்ளதாக. 1200 என்பது 1177 ஆகி, அதுவும் இப்போது 695 என்று ஆகியிருந்தாலும், நிர்வாகச் சிக்கல், நீதித்துறைத் தலையீடு போன்றவற்றை எல்லாம் தாண்டி அரசு எடுத்துக்கொண்ட முயற்சியும் துணிச்சலும் அசாதாரணமானவை, பாராட்டுக்குரியவை.

'சைபர் சிட்டி'யை உருவாக்கிய ஆந்திர மாநிலமே வியந்து பாராட்டி முன்னுதாரணமாகக் கொள்ளும் அளவுக்கு அமைந்துள்ள இப்பயிற்சித் திட்டம், தமிழக வரலாற்றில் ஒரு மைல் கல். ஆனால் கோடிக்கணக்கான ரூபாயிலான இத்திட்டத்தில் பிரபல நிறுவனங்கள் மட்டுமே பங்குகொள்ளவிருக்கின்றன

என்பதும், நாடு முழுக்கக் கிளைகளையும் வலைகளையும் ஏற்கனவே விரித்துவைத்திருக்கிற இந்நிறுவனங்கள் அதிகச் செலவின்றி அரசின் செலவில் கிராமப்புறங்களையும் ஆக்கிரமிக்கப்போகின்றன என்பதும், உள்ளூர்த் தேவைகளை நிறைவு செய்யும் வண்ணம் உள்ளூர் இளைஞர்களால் சிறிய அளவில் நடத்தப்பட்டு வரும் ஏராளமான கணிப்பொறி மையங்கள் இந்தப் பிரபலங்களோடு போட்டியிடும் வலுவற்றவை, நசித்துப்போகும் சாத்தியம் கொண்டவை என்பதெல்லாம் ஆறுதலளிக்கக்கூடிய விஷயங்களல்ல.

கல்விக்கூடங்கள், நிறுவனங்கள், வணிகக் கூடங்கள் என எல்லாத் தரப்பினரும் கணிப்பொறித் துறைக்குள் மூழ்கி முத்தெடுக்கும் முயற்சியில் இப்போது கச்சை கட்டிக்கொண்டு இறங்கியிருக்கின்றனர். காரணம் என்ன? அரசும், தனியார் நிறுவனங்களும் இதில் கோடி கோடியாகப் பணத்தைக் கொட்டத் தயார் நிலையில் இருப்பது தான்.

இதில், மறைமுக, நேரடி வரிகளைப் பாக்கியின்றிச் செலுத்திவருகிற (ஹர்ஷத் மேத்தா செலுத்த வேண்டிய வரி பாக்கி ரூ. 5428.72 கோடி) சாதாரணப் பாமரனுக்குள்ள பங்கு என்ன? அவன் அடையும் பயன் என்ன? பிப்ரவரிக் கருத்தரங்க மாநாட்டின் நிறைவுரையில் ‘தகவல்துறைப் புரட்சியை பாமர மனிதனிடத்தில் கொண்டு செல்லவேண்டும். அதுதான் குறிக்கோள்’ என்று தமிழக முதல்வர் இந்தத் தகவல் புரட்சியின் லட்சியத்தைப் புலப்படுத்தியிருக்கிறார். அதைத் தொடர்ந்து, ‘இன்டர்நெட் போன்ற நவீன அறிவியல் வளர்ச்சி கிராமப்புற மக்களையும் சென்றடையச் செய்ய வேண்டும்’ என்று கல்வியாளர் மு. ஆனந்த கிருஷ்ணன் போன்றோர் முதல்வரின் மேற்படி கருத்தை வழிமொழிந்து வருகின்றனர்.

மக்களின் வரிப்பணத்திலிருந்து செலவிட்டு இவற்றை நிறைவேற்ற அரசு தன் கைவசம் பல திட்டங்களை வைத்திருக்கக் கூடும். அவற்றைச் செயல்படுத்த ஆனந்த கிருஷ்ணன் போன்ற அறிஞர்கள் தங்கள் கைவசம் பல யோசனைகளை வைத்திருக்கக் கூடும்.

உயர் மட்டத்தில் மட்டுமே இதுவரை பரிமாறிக்கொள்ளப்படும் தகவல் தொழில்நுட்பப் பயன்கள் அடிமட்டப் பாமரனையும் எட்ட வேண்டும் என்பது நமது ‘லட்சியம்’, ‘பேராசை’, ‘பெருங்கனவு’.

‘லட்சியம்’ சரி, ‘பேராசை’, ‘பெருங்கனவு’ என்ற அடைமொழி வாசகங்களில் ஒருவித அவநம்பிக்கை தொனிக்கிறதே, காரணம்? பத்திரிகையில் படித்த ஒரு வாசகர் கடிதமும், இன்டர்நெட்டில் படித்த ஒரு குட்டிக் கதையும்தான்.

வாசகர் கடிதம் : (தினமணி 23.2.99)

தமிழ் வளர்ச்சிக்குப் பாடுபடுகிறோம் என்ற பெயரில் தங்களின் சொந்த வளர்ச்சிக்காக இச்சந்தர்ப்பத்தைப் பயன்படுத்திக் கொள்வோரைக் கண்காணிக்க வேண்டும். காரணம், தமிழை வியாபாரப் பொருளாக்குவோர் தமிழகத்தில் ஏராளம்.

த. மாசிலாமணி, சென்னை - 49

இன்டர்நெட் கதை

முன்னொரு காலத்தில் ஒரு நாட்டை ஒரு அரசர் ஆண்டு வந்தார். அவருக்கு, மக்கள் நலவாழ்வுக்கெனத் தான் போடும் எந்தத் திட்டத்தின் பயனும் அடிமட்டத்தில் உள்ள ஏழையைச் சென்றடையாததன் மர்மம் புரியவில்லை. அமைச்சரை அழைத்துக் கேட்கிறார். காரணத்தை ஒரு விருந்தில் விளக்குவதாகக் கூறும் அமைச்சர் விருந்துக்கும் ஏற்பாடு செய்கிறார். மிக நீண்ட விருந்து மேசை. முதலில் அரசர். அடுத்து ராஜப் பிரதானிகள். தொழிலதிபர்கள், வணிகர்கள், நிலப்பிரபுக்கள், முக்கியப் பிரமுகர்கள், உழைப்பாளிகள், ஏழை விவசாயிகள் என அடுத்தடுத்துக் கையில் ஒரு பெரிய ஐஸ் கட்டியை ஏந்திக்கொண்டு அமைச்சர் வருகிறார். அரசரிடம் கொடுக்கிறார். அடுத்து அமர்ந்திருக்கும் ராஜப் பிரதானிகளிடம் கொடுக்கச் சொல்கிறார். ஐஸ்கட்டி ஒவ்வொருவராகக் கை மாறிக் கடைசியில் ஏழை விவசாயியிடம் வந்து சேர வேண்டும் என்பது ஏற்பாடு. கட்டி கைமாறி வருகிறது. ஒவ்வொருவராய்க் கைமாறும் ஐஸ்கட்டி கைமாறக் கைமாறக் கொஞ்சம் கொஞ்சமாய்க் கரைந்து கடைசியில் ஏழை விவசாயியிடம் வந்து சேரும் போது ஒரு துளி நீராய் உருமாறி இருக்கிறது. அரசருக்கு இப்போது புரிந்துவிடுகிறது.

தகவல் தொழில் நுட்பப் பயன்பாட்டு வரிசையில் உட்கார்ந்திருக்கும் கடைசி நபர், பைசா சுத்தமாகப் பாக்கியில்லாமல் வரிசெலுத்தும் கிராமப்புறப் பாமர மனிதன்.

காலச்சுவடு 26, ஜூலை - செப்டம்பர் 1999

25

கணித்தமிழுக்கு ஒரு வினித் சைதன்யா

கி. நாராயணன்

அலிபாபா கதையில், குகை முன் நின்று 'திறந்திடு சீசேம்' என்றால், செல்வம் கொட்டிக் கிடக்கும் அந்தக் குகை திறந்துகொள்ளுமாம். நவீன யுகத்தின் கணிப்பொறி முன் இருந்து 'திறந்திடு கோப்பு' என்றால் கோப்பைத் திறந்து வைக்கிறது கணிப்பொறி. சேமிக்கச் சொன்னால் சேமிக்கிறது. சொன்ன சொல்லுக்குக் கட்டுப்பட்டுச் செயலாற்றுகிறது. இதற்காகத் திரையில் தோன்றும் நிரல்பட்டியில் வழக்கமாகச் செய்வதுபோல் மவுஸை நகர்த்திக் கிளிக் செய்யவோ, விசைப்பலகையில் டைப் செய்யவோ தேவையில்லை. சொன்னால் போதும் செய்து முடிக்கும் தொழில் நுட்பம் கைகூடிவிட்டது. சொன்னால் செய்வதை மட்டும் அல்ல, சொல்வதை எழுதவும், இருப்பதை அல்லது எழுதுவதைச் சொல்லவும் செய்கிறது. சொல்வதை எழுதவும் எழுதுவதைச் சொல்வதுமான *Speech engine* எனப்படும் இத்தகைய மென் பொருள்கள் புழக்கத்துக்கு வந்துவிட்டன. மைக்ரோ சாஃப்ட், போன்ஸி *(Bonzi)*, ட்ராகன் சிஸ்டம்ஸ் *(Dragon Systems)* போன்ற நிறுவனங்கள் இவற்றைத் தயாரித்து வெளியிட்டிருக்கின்றன. (மைக்ரோ சாஃப்ட், இதற்கென 45 மில்லியன் டாலர் பணத்தைச் செலவிட்டிருக்கிறது.)

இருபதாம் நூற்றாண்டின் கடைசிப் படியில் நின்று கொண்டிருக்கும் நாம் அடுத்த படிக்குத் தாவுவதற்கு முன் இன்னும் எத்தனை விந்தைகளோ! சரி, இந்த விந்தைகளைக் கொண்டு தமிழைப் பல படிகள் நகர்த்திச் சென்றுவிடலாமே! அதுதான் சிக்கல். இந்த விந்தைகளின் நிகழ்களம் ஆங்கிலத்திலும் மற்றும் சில மேற்கத்திய, தெற்காசிய மொழிகளிலும் மட்டுமே. தமிழுக்கு இது வாய்க்க வேண்டுமென்றால் எத்தனை காலம் தவம் இருக்க வேண்டும் என்று தெரியவில்லை.

அதிவேகமாகக் 'காட்டுத் தீயாய்' பரவிவரும் இந்தத் தொழில் நுட்பத்தின் அற்புதங்களைத் தத்தம் மொழிகளுக்குச் செழுமையூட்டும் சாதனமாய்ச் செய்துகொண்டு வருகின்றனர் பிற நாட்டார். ஏன் பிற நாட்டார்? இந்திய மண்ணில் பிற மொழியினரும் கூட. தமிழ்நாட்டில் இந்தத் தொழில் நுட்பம், பணம் வாரிக்குவிக்கும் எந்திரமாக மட்டுமே இனம் காணப்பட்டு, அதற்கேற்பச் செயல்படுத்தப்பட்டு வருகிறது. இதைக் கொண்டு நேர்மையாகவும் நேர்மையற்ற வழிகளிலும் பணம் பண்ணிக்கொள்ளலாம். தனியார் நிறுவனங்களும், பயிற்சி நிலையங்களும் ஒன்றுமில்லாததற்கெல்லாம் 10,000, 20,000 என்று பயிற்சிக் கட்டணம் வசூலித்துக்கொள்கின்றன. இவை விளம்பரப்படுத்தப்பட்டே செய்துகொண்டிருக்கின்ற வியாபாரம். அதிகார பீடங்களில் அமர்ந்திருப்போர், சத்தமில்லாமல் லட்ச லட்சமாய்த் 'தரகுப் பணம்' – நாம் இதைப் புரிந்துகொள்வது 'லஞ்சம்' என்று – குவித்துக் கொள்வதற்கும் இதில் வாய்ப்புகள் அதிகம். உதாரணமாக, தமிழகத்துக் கல்வி நிறுவனத்தின் தலைமைப் பீடத்தில் உள்ள ஒருவர் நினைத்தால், தன் நிறுவனத்து மாணவர்களின் கணிப்பொறித் தேவையை முன்வைத்து வணிக நிறுவனங்களோடு செய்துகொள்ளும் பேரம் மூலம் கோடியாய்ச் சம்பாதித்துவிட முடியும். தவறாது வரிப்பணம் செலுத்தும் மக்களின் கவனத்திற்கோ, தவறாது வரிவசூல் செய்துவிடும் ஆட்சியாளர்களின் கவனத்திற்கு வந்தோ வராமலேயோ காரியங்கள் நடந்துவிடும். காரணம், இந்தத் தொழில் நுட்பம் பற்றிய நேர்முறைச் சாத்தியங்கள் குறித்தும், மேற்குறித்த முறைகேட்டுச் சாத்தியங்கள் குறித்தும் தமிழகத்தில் பரவலாக அறியப்படாமல் இருப்பதே. அறிந்தவர்களும் இதன் சாதக அம்சங்களைத் தமிழக மொழி, தொழில், முன்னேற்றம் கருதிய காரியங்களாக மடைமாற்றம் செய்ய மனமற்றவர்களாக இருக்கிறார்கள்.

தகவல் தொழில் நுட்பத்தின் சகல பரிமாணங்களையும் தாங்கள் சார்ந்திருக்கிற பிரதேசங்களின் ஒட்டுமொத்த வளர்ச்சிக்கான உதவு பொருள்களாக மாற்றி அமைத்துக்கொள்வதில் நிறுவனங்களும் சரி, தனி நபர்களும் சரி குறிப்பிடத்தக்க விதத்தில் செயலாற்றி வெற்றி பெற்று வருவதைத் தமிழகம் நீங்கிய பிற பகுதிகளில் காணமுடிகிறது. உதாரணத்திற்கு ஒன்று: கான்பூர் ஐ.ஐ.ட்டியில் உள்ள கணிப்பொறி மையம், இந்தத் தொழில் நுட்பத்தைக் கொண்டு மொழி சார்ந்த பல சாதனைகளை நிகழ்த்தி வருகிறது. ஆங்கிலத்தில் சாத்தியமாகி இருக்கும் பலவற்றையும் இந்தியில் சாத்தியமாக்கும் முயற்சிகள் நடந்து வருகின்றன. பாணினி வகுத்த பண்டைய இலக்கணத்தை இன்றைய

தேவைக்கேற்ப நவீனப்படுத்தவும், அதன் மூலமாக இந்தியா முழுமைக்கும் ஒரே சீரான மொழி இலக்கணம் கொண்டு வரவும், மொழிகளுக்கிடையேயான பரிமாற்றம் துரிதகதியில் நிகழவும், அதற்கேற்பப் பொறிவழி மொழிபெயர்ப்பைக் *(Machine Translation)* கொண்டு வரவும், நாடு முழுக்க உள்ள, கற்றவர் மத்தியில் இவை குறித்த விழிப்புணர்வை ஏற்படுத்தவும் *(NLP-Natural Language Processing* என்ற தலைப்பில் பயிலரங்கு தொடர்ந்து நடந்து வருகிறது.) ஆன பல ஏற்பாடுகளைக் கான்பூர் ஐ.ஐ.ட்டி. செய்து வருகிறது. இதில் உள்ள கணிப்பொறி மையத்தில், ஆசிரியர் பட்டியலில் இல்லாத ஒரு தனிநபர், மேற்குறித்த முயற்சிகளில் தன்னை முழுமையாகக் கரைத்துக்கொண்டவர் என்பதை அறிய வியப்பாக இருக்கிறது. வினித் சைதன்யா என்னும் இவர், கணிப்பொறி பயிலாத வேறு புலப்பொறியியல் பட்டதாரி. தகவல் தொழில் நுட்பத்தை முழு வீச்சில் பயன்படுத்தி இந்தி மொழியை நவீனப்படுத்துவதற்கென்றே தன் வாழ்வை அர்ப்பணித்தவர். திருமணம் செய்துகொள்ளாத பிரம்மச்சாரியான இவர், தான் வேறு, மொழி வேறாகப் பார்க்கத் தெரியாத விந்தை மனிதர் – நம் அலங்காரச் சொல்லடுக்கில் சொல்ல வேண்டுமானால் 'தியாகி'. இவரைப் போன்ற தன்னல முனைப்பற்றவர் தமிழுக்கு வாய்க்க வேண்டுமானால் தமிழ்ச் சூழல் ஒழுங்குபட வேண்டும். அலிபாபாவின் அண்ணன்மார்கள், குகை முன் நின்றுகொண்டு நிகழ்த்த நினைக்கும் முறைகேடுகளை இனங்கண்டு முடிவுக்குக் கொண்டுவர வேண்டும். ஆள்பவரும் ஆளப்படுவோரும் உடனடியாகக் கவனம் செலுத்த வேண்டிய பிரச்சினை இது.

காலச்சுவடு 28, ஜூன் - மார்ச் 2000

26

புதிய தொழில்நுட்பங்களைத் தேடி

சிபிச்செல்வன்

ஏழாவது தமிழ் இணைய மாநாடு டிசம்பர் 11, 12 தேதிகளில் சிங்கப்பூர் தேசியப் பல்கலைக்கழக வளாகத்தில் நடைபெற்றது. பல ஆண்டுகளாகவே கணித் தமிழின் வளர்ச்சிக்குத் தமிழ் இணைய மாநாடுகள் பயன்பட்டுவந்துள்ளன. தமிழ் எழுத்துருக் குறியேற்றம் *(font encoding)* மற்றும் விசைப்பலகையைத் தரப்படுத்தல், 'ஒளி வருடி' *(OCR)*, தமிழ் தேடல் இயந்திரம் *(search engine)*, சொல் திருத்தி, கணினி உதவியிலான மொழிபெயர்ப்பு *(CAT - Computer Aided Translation)*போன்ற அதி முக்கியத் தொழில் நுட்பங்களைத் தமிழில் கொண்டுவருதல், கணினி அகராதி போன்ற முயற்சிகள், பிறகு பொதுவாகத் தமிழ் மென்பொருள்களின் மேம்பாடு எனப் பல்வேறு நடவடிக்கைகளுக்கு அறிமுக மேடைகளாகவும் இந்த மாநாடுகள் இருந்துவருகின்றன.

கணித்தமிழைப் பின்நவீன யுகத்திற்கு எடுத்துச் செல்வதற்கான முதல் அடியாக, இம்முறை 'நாளைய உலகில் தமிழ்த் தகவல் தொழில் நுட்பம்' என்ற பொருளில் மாநாடு நடந்தது. செல்பேசியில் தமிழில் குறுந்தகவல்கள் *(SMS)* அனுப்புவதற்கான முயற்சிகள், பேச்சு உணரி *(Speech Technology)* ஆகிய விஷயங்கள் அதிகக் கவனம் பெற்றன.

முதல் நாளின் நிகழ்ச்சி நிரல், தொடக்க விழா, தமிழ்க் கணினிக்கான கருவிகள், கையடக்கச் சாதனங்களில் தமிழ் *(mobile devices)*, பயன்பாட்டு மென்பொருள் *(application software)*, மின்கல்வி *(e-learning)*என அமைக்கப்பட்டிருந்தது. செல்பேசியில் தமிழைப் பயன்படுத்திக் குறுந்தகவல்கள் *(SMS)* பரிமாறிக்கொள்ள உதவும் தொழில்நுட்பங்கள், அவற்றில் உள்ள சிக்கல்கள், குறைவான பொத்தான்களில் தமிழ் எழுத்துகளை அமைக்க வேண்டிய நிலை, அதற்கான மாற்று வடிவமைப்புகள் ஆகியவை குறித்து விவாதிக்கப்பட்டன. அதுபோல செல்பேசிக்காகத் தமிழில் அடிக்கடி பயன்படுத்தப்படும் சொற்களைக் கொண்ட ஒரு அகராதியை உருவாக்கும் முயற்சி, செல்பேசியில் பயன்படுத்துவதற்குரிய மொழியில் உள்ள தகராறுகள் (உதாரணமாக, *Before you*என்பதை *B4U* என்று சுருக்குகிறார்கள்; தமிழில் இதை எப்படிச் செய்வது?),

உயிர், மெய், ஆய்த எழுத்துகள் பயன்படும் விகிதம் போன்ற மொழிரீதியான பிரச்சினைகளைக் கட்டுரைகள் அலசின.

கேள்வி பதில் அமர்வுகளில் கேள்வி கேட்டவர்களும் பதில் கூறியவர்களும் பல புதிய விஷயங்களைப் பகிர்ந்து கொண்டார்கள். முக்கியமான இந்நிகழ்வின் இறுதியில் உலகத் தமிழ்த் தகவல் தொழில்நுட்ப மன்றத்தின் (*INFITT* - உத்தமம்) தலைவர் 'முரசு' முத்து நெடுமாறன் தைப்பொங்கல் தினமான ஜனவரி 2005, 15ஆம் தேதியன்று தனது நிறுவனம் செல்பேசியில் தமிழை அறிமுகப்படுத்தும் என்று ஒரு நல்ல அறிவிப்பை வெளியிட்டார்.

பாரதியின் படைப்புகளைக் காலவரிசையில் வாசிக்கவும் ஒலிவடிவத்தில் கேட்கும் வகையிலும் *www.bharathi-yar.net* என்ற வலையகத்தை அமைத்துள்ள மாலன், பாரதி பிறந்த தினத்தன்று (டிசம்பர் 11) அதை அறிமுகப்படுத்தினார்.

இரண்டாம் நாள் நிகழ்வுகளில் பேச்சு உணரி, தமிழ் இணையம், தமிழ் யுனிகோடு (*Unicode*) ஆகியவற்றுக்கு முக்கியத்துவம் தரப்பட்டது. பேச்சு உணரியிலும் செல் பேசிக்கு உள்ள அவ்வளவு தொழில்நுட்பப் பிரச்சினைகளும் உள்ளன. அவற்றுக்கான தீர்வுகள் குறித்துக் கட்டுரைகள் விவாதித்தன.

இறுதி அமர்வில் தமிழ் யுனிகோடு தொடர்பான கட்டுரை கள் படிக்கப்பட்டன. இந்நிகழ்விற்குப் பத்ரி சேஷாத்ரி தலைமையேற்றிருந்தார். சூடான இப்பிரச்சினை குறித்த விவாதங் களை எதிர்பார்த்தவர்களுக்கு இந்நிகழ்வு ஏமாற்றமாக இருந்தது. அமர்வின் கடைசி நொடியில் ஆப்பிள்சாஃப்ட் அன்பரசன் வேகமாகச் சில கேள்விகளை எழுப்ப, நேரமில்லை எனச் சொல்லி பத்ரி நிகழ்ச்சியை முடித்துக்கொண்டார்.

நம் தொழில்நுட்ப ஆர்வலர்களும் நிறுவனங்களும் தமிழ்ச் சூழலையும் மொழியையும் அடியோடு மாற்றக்கூடிய புதிய தொழில்நுட்பங்களைத் தமிழில் கொண்டுவரத் தீவிரமாக உழைப்பது மகிழ்ச்சி தரும் விஷயம். அதே சமயம் இணையம் மற்றும் கணித் தமிழின் எதிர்காலத்தை வடிவமைப்பதில் பெரும் பங்காற்றக்கூடிய இத்தகையதொரு மாநாட்டில் தமிழகத்தைச் சேர்ந்த முக்கியமான கணித்தமிழ் நிறுவனப் பிரதிநிதிகள் கலந்துகொள்ளாதது உறுத்தலாக இருந்தது. மேலும், கணித்தமிழின் வளர்ச்சிக்கு மிகப் பெரிய முட்டுக்கட்டைகளாக இருக்கும் எழுத்துருக் குறியேற்றம், யுனிகோடு போன்ற மிக அடிப்படையான பிரச்சினைகள் தீர்த்துவைக்கப்படாமல் நாம் நிஜமான எந்த முன்னேற்றத்தையும் காண முடியாது. எத்தனை தமிழ் இணைய மாநாடுகள் நடைபெற்றும் இந்தத் தடைக்கற்கள் அகற்றப்படாமலே இருப்பது தமிழுக்கு நல்லதல்ல.

காலச்சுவடு 61, ஜனவரி 2005

27

"தமிழுக்குச் செம்மொழித் தகுதி கோரும்போது எச்சரிக்கையாக இருக்கவேண்டும்"

நேர்காணல் :
இ. அண்ணாமலை – ஆ. இரா. வேங்கடாசலபதி

இ. அண்ணாமலை (1938) உலக அளவில் மதிக்கப்படும் மொழியியல் அறிஞர். சிகாகோ பல்கலைக்கழகத்தில் பிஎச். டி. பட்டம் பெற்றவர். மைசூரிலுள்ள இந்திய மொழிகளுக்கான மைய நிறுவனத்தில் (Central Institute of Indian Languages - CIIL) பேராசிரியராகவும் இயக்குநராகவும் பணியாற்றியவர். அமெரிக்கா, ஆஸ்திரேலியா, ஜப்பான், நெதர்லாந்து முதலான நாடுகளின் உயராய்வு மையங்களில் வருகைப் பேராசிரியராகப் பணியாற்றியிருக்கிறார். எதிர்வரும் கல்வியாண்டில் யேல் பல்கலைக்கழகத்தில் சிறப்புநிலைப் பேராசிரியராக அமர்ந்து, தமிழ்ப் பயிற்சியைத் தொடங்கிவைக்க உள்ளார். 'க்ரியாவின் தற்காலத் தமிழ் அகராதி', 'தற்கால மரபுத்தொடர் அகராதி', 'மொழிநடைக் கையேடு' ஆகியவற்றின் உருவாக்கத்தில் முக்கியப் பங்காற்றியிருக்கிறார். இவர் எழுதிய நூல்கள்: Adjectival Clauses in Tamil; Managing Multilingualism in India; (ed.) Language Movements in India.

2003 ஜூலையில், அமெரிக்க ஐரோப்பியப் பயணத்தை முடித்துக்கொண்டு மைசூர் திரும்பும் வழியில், சென்னை வளர்ச்சி ஆராய்ச்சி நிறுவனத்தில் வைத்து நிகழ்ந்த நேர்காணல் இது. உடனிருந்து உதவியவர் ஆனந்த் செல்லையா. நேர்காணலின் ஒலிநாடாப் பதிவைப் பெயர்த்தெழுதியவர் சரவணன்.

தமிழில் இதுதான் முதல் பேட்டி என்று நினைக்கிறேன். முதலில் உங்கள் பெற்றோர், குடும்பப் பின்னணி, ஊர்ச்சூழல் பற்றியெல்லாம் சொல்லுங்களேன்.

நான் பிறந்தது அருப்புக்கோட்டையில். எங்கள் குடும்பம் ஒரு வணிகக் குடும்பம். எங்கள் அய்யாப்பா காலத்தில் லேவாதேவிக் கடை நடத்தினார்கள். எங்கள் அப்பாவும் அதைத் தொடர்ந்து நடத்தினார். அம்மாவின் சொந்த ஊர் மதுரை. அவர் கல்யாணமாகி அருப்புக்கோட்டை வந்தபோது, அவர் அங்கே எஸ். எஸ். எல். சி. படித்த ஒரே நாடார்ப் பெண்மணி என்று சொல்வார்கள். ஆனால் சமூக மரபுகளை ஏற்றுக்கொண்டவர், அவற்றைக் கேள்விக்கு உட்படுத்தாதவர். என் மனைவி நாகேஸ்வரி ராமநாதபுரத்தைச் சேர்ந்தவர். சிவகாசி பூர்வீகம். குடும்பத் தலைவியாக இருந்துகொண்டே பெங்களூர்ப் பல்கலைக்கழகத்தில் சமூகவியலில் டாக்டர் பட்டம் பெற்றார். என் முதல் மகள் மெல்லியல் கணினித்துறையில் டாக்டர் பட்டம் பெற்றிருக்கிறாள். இளைய மகள் அணியிழை மருத்துவவியல் டாக்டர். என் குடும்பம் வணிகச் சூழலிலிருந்து விலகி வந்துவிட்டது.

நான் 1938இல் முதல் பிள்ளையாகப் பிறந்தேன். எங்கள் வீட்டுக்கு எதிரிலேயே சைவ சத்திரிய உயர் நிலைப்பள்ளி இருந்தது. அங்குதான் படித்தேன். பள்ளிப் படிப்பு முடித்த பிறகு நான், மத்தியதர வகுப்பினர் எதிர்பார்ப்பின்படி, பொறியியல் படிக்க வேண்டுமென்பது என் அப்பாவின் ஆசை. எனக்கு அதில் விருப்பம் இல்லை. மதுரை அமெரிக்கன் கல்லூரியில் நான்காண்டுகள் கணிதம் படித்தேன். அதில் எனக்குப் பிடிப்பு இல்லை. அப்போது தமிழ்த்துறையில் ப. ஜோதிமுத்து பேராசிரியராக இருந்தார். கணிதத்தில் பி. ஏ. முடித்த பிறகு அண்ணாமலைப் பல்கலைக்கழகத்தில் சேர்ந்து தமிழ் எம். ஏ. படித்தேன். ஹானர்ஸில் இரண்டாமாண்டு சேர்ந்து படித்தேன். அது 58இலிருந்து 60வரை அப்போது தெ. பொ. மீனாட்சி சுந்தரம் அங்கே பேராசிரியராகச் சேர்ந்திருந்தார். அவர் அண்ணாமலைப் பல்கலைக்கழகத்திற்கு மொழியியலைப் புதிதாகக் கொண்டுவந்திருந்தார். மொழியியலைத் தனி டிப்ளமோவாகப் பாடம் நடத்தினார்கள். அதை விரும்பி எடுத்துப் படித்தேன். அங்கு எம்.ஏ. படித்து முடித்த பிறகு, இரண்டு ஆண்டுகள் தமிழ்த் துறையில் ஆசிரியராக அங்கேயே பணியாற்றினேன். அதன் பிறகு மொழியியல் துறை என்று தனியே வந்தது. அதில் விரிவுரையாளராகச் சேர்ந்தேன். அதற்குத் தெ. பொ. மீதான் முக்கியக் காரணம். அவர் மொழியியல்மீது எனக்கு ஈடுபாட்டை உருவாக்கியதோடு, தனிப்பட்ட முறையிலும் என்மீது அன்புகாட்டினார். கணிதம் படித்துவிட்டு மொழியைப் படிக்கும்போது கணிதத்தில் இருக்கும் ஒரு *rigour*, இலக்கியம் படித்ததினால் வந்த நுண்ணுணர்வு. இந்த இரண்டையும் சேர்ந்து செய்வதற்கு மொழியியல் நல்ல துறையாக இருந்தது.

நீங்கள் மதுரையில் படித்துக்கொண்டிருந்தபோது ஏ. கே. இராமானுஜன் அங்கு இருந்தாரா?

அப்போதே அவர் மதுரையைவிட்டுப் போய்விட்டிருந்தார். சிகாகோ போன பிறகுதான் அவருடைய பரிச்சயம் கிடைத்தது. சிகாகோவில் தமிழ் சொல்லிக் கொடுக்க அவர் ஒருவரைத் தேடிக்கொண்டிருந்தார். தெ. பொ. மீயிடம் அவர் ஹெரால்டு ஷிப்மன் மூலம் கேட்டபோது, அவர் என் பெயரைச் சொன்னார். சிகாகோ பல்கலைக் கழகத்துக்குப் போய் ஐந்தாண்டுகள் தமிழ் சொல்லிக்கொடுத்தேன்.

எந்த ஆண்டு?

65இலிருந்து 71வரை. அங்கேயே மொழியியலில் பிஎச். டி. பட்டமும் வாங்கினேன். 57இலிருந்து மொழியியலில் நோம் சாம்ஸ்கியின் தாக்கம் அதிகம். அவருடைய மொழிக் கொள்கை, முக்கியமாக இலக்கணத்தைப் பற்றிய கொள்கை, மொழியை அணுகும் முறையில் ஒரு பெரிய மாற்றத்தை ஏற்படுத்தியது. சிகாகோவில் அந்தப் புதிய மொழிக்கொள்கைகளைத் தீவிரமாகப் பின்பற்றிப் பாடங்களை நடத்தினார்கள்.

உங்களுடைய ஊர் அருப்புக்கோட்டை. அந்தப் பகுதியில் 1920களில் திராவிட இயக்கச் செல்வாக்கு அதிகமாக இருந்தது. பு. ராசதுரை இதுபற்றி மிகவும் விரிவாகவே எழுதியிருக்கிறார். அந்த ஊரில் இளமைக்காலம் முழுக்கக் கழித்திருக்கிறீர்கள். அங்கேயிருந்த திராவிட இயக்க அரசியல், பண்பாட்டுச் சூழலின் தாக்கம் பற்றிக் கூறுங்கள். உங்கள் குடும்பத்தில் யாராவது சுயமரியாதை இயக்கத்தில் இருந்திருக்கிறார்களா?

அப்பா பெரிய காங்கிரஸ்காரர். எப்போதும் கதர் தான் உடுத்துவார். காந்தியையும் விவேகானந்தரையும் போற்றியவர். தாகூர் மீதும் மதிப்பு வைத்திருந்தவர். ஆனால் பிராமணரல்லாதவர்களுக்கு ஊக்கம் தந்த ஓர் இயக்கம் என்ற முறையில் சுயமரியாதை இயக்கத்தின் மேல் அவருக்குப் பற்று உண்டு. நான் பள்ளியில் படித்த காலத்தில் எனக்கு அந்த இயக்கத்தின் பரிச்சயம் இருந்தது. முக்கியமாக, கழகத்தினருடைய பேச்சினைக் கேட்டதன் மூலமான தாக்கம் அது. அதனுடன் மார்க்சியத் தாக்கமும் இருந்தது. என் சிந்தனைகள் சில இந்த இரண்டு இயக்கங்களுடைய தாக்கத்தினால் வந்த விளைவுகள் என்று சொல்லலாம். மொழியைச் சமூகமும் பொருளாதாரமும் எப்படிக் கட்டமைக்கின்றன என்கிற பார்வை வருவதற்கு மார்க்சியம் உதவியாக இருந்தது என்று சொல்லலாம். அதே நேரத்தில் மொழிக்கும் கலாச்சாரத்திற்கும், மொழிக்கும் அரசியலுக்கும் இடையிலுள்ள தொடர்பு என்ன என்பது திராவிட

இயக்கத்திலிருந்து படித்துக்கொண்டது என்று நினைக்கிறேன். இந்த இரண்டுவிதமான நோக்கிலும் மொழியை அணுகுவதற்கு அந்தப் பள்ளிப் பருவத்தில் ஏற்பட்ட அனுபவங்களும் படித்த நூல்களும் துணைசெய்தன என்று நினைக்கிறேன்.

பழைய தலைமுறைத் தமிழாசிரியர்களைப் பற்றிப் பொதுவாகச் சொல்கிற விமர்சனம், அவர்களுக்கு நவீனத் தமிழ் இலக்கியங்களைப் பற்றி ஒன்றுமே தெரியாது. பழைய தமிழிலக்கியங்களில்தான் ஆர்வம் காட்டினார்கள்; படிப்பித்தார்கள். நவீன இலக்கியம் தெரியாமலேயே நன்றாகத் தமிழ்ப் பாடம் நடத்தினார்கள், நவீன இலக்கிய ஈடுபாடு இல்லாதது ஒரு பெரிய குறை என்ற இந்த இரண்டு கருத்துகளையும் இன்றைக்கு எப்படிப் பார்க்கிறீர்கள்?

பாடத்திட்டத்தில் நவீன இலக்கியத்துக்கு அன்று இடம் இல்லை. அதனால் பாடத்திட்டத்தின்கீழ் நவீன இலக்கியம் பற்றி அவர்கள் பேசியதில்லை. ஆனால் நான் அப்போதே நவீனத் தமிழ் இலக்கியம் படித்தேன். மற்ற மாணவர்களும் படித்தார்கள். நவீன இலக்கியத்தின் மீது பகைமையோ வெறுப்போ இருந்தால் அவற்றைப் படித்திருக்க மாட்டார்கள் என்று நினைக்கிறேன். பாடத்திட்டத்தில் இல்லாவிட்டாலும் மாணவர்களிடையே அதைப் படிப்பதற்கு ஆர்வம் இருந்தது என்றுதான் சொல்ல வேண்டும். இப்போது நவீன இலக்கியத்தைப் பாடத்திட்டத்தில் வைத்துப் படிக்கிறார்கள். அதனால் நவீன இலக்கியத்தை அணுகுகிற முறையிலோ அதைப் புரிந்துகொள்கிற முறையிலோ பெரிய மாற்றம் வந்திருக்கிறதா என்று என்னால் சொல்ல முடியவில்லை. சமூகம் சார்ந்த இலக்கிய அணுகுமுறை பரவலானதற்குப் பாடத்திட்டம் காரணமில்லை என்று நினைக்கிறேன். நான் படித்த காலத்திற்கும் அதற்குப் பின்னால் வந்த காலத்திற்கும் இடையில் உள்ள ஒரு பெரிய வித்தியாசம் தமிழ்க் கல்வி பரவலாக ஆனது. இலக்கணம், பழைய இலக்கியம், இன்றைய இலக்கியம் என்று மட்டும் இல்லாமல் இதழியல், நாட்டுப்புறவியல் என்று தமிழ்ப் பாடத்திட்டம் அமைந்துள்ளது. பலவகைகளில் அது நல்ல மாற்றம். ஆனால் அது பழைய இலக்கிய அறிவை எந்தளவிற்குப் பாதித்தது என்று நம்மை நாமே கேட்டுக்கொள்ள வேண்டும். இப்போது புதிய இலக்கியத்தில் ஈடுபட்டிருப்பவர்கள் சங்க இலக்கியம் போன்ற இலக்கியங்களிலிருந்து எந்த அளவு உந்துதல் பெற்றிருக்கிறார்கள் என்று சொல்ல முடியவில்லை. இக்கால இலக்கியத்திற்கு மேலை நாட்டில் இருக்கக் கூடிய இலக்கியங்களிலிருந்து வருகிற உந்துதல் அளவிற்குப் பழைய தமிழிலக்கியங்களிலிருந்து வருவதாகச் சொல்ல முடியாது. பழைய தமிழ் இலக்கியத்திற்கும் புதிய தமிழ் இலக்கியத்திற்கும் இடையில் பெரிய இடைவெளி இருக்கிற மாதிரி தெரிகிறது.

சங்க இலக்கியத்திலிருந்து படித்துக்கொள்வதற்கு எவ்வளவோ இருக்கிறது. ஏ. கே. ராமானுஜன் இதை எடுத்துச்சொல்லியிருக்கிறார்.

நவீன இலக்கியத்தில் நான் அப்போது விரும்பிப் படித்த ஆசிரியர்கள் புதுமைப்பித்தன், ஜானகிராமன், சுந்தர ராமசாமி, லா. ச. ரா. போன்றவர்கள். யாரும் சொல்லிக்கொடுத்து இவர்களைப் படித்ததாக ஞாபகம் இல்லை. நானாக நூலகத்திலிருந்து எடுத்துப் படித்து அதில் ஆர்வம் வந்து படித்த மாதிரிதான் நினைவிருக்கிறது. அண்ணாமலைப் பல்கலைக் கழகத்திற்கு வந்த பிறகு சி. சு. செல்லப்பாவுடன் தொடர்பு ஏற்பட்டது.

திராவிடம், திராவிட மொழிக் குடும்பம் என்பவை கல்வித் துறையில் ஆழமாக ஊன்றிவிட்ட ஒரு கோட்பாடாக இருக்கிறது. ஆனால் திராவிட மொழிகளிடையே புலமைத் தொடர்புகள் கிட்டத்தட்ட இல்லையென்றுதான் சொல்லுவேன். இதனுடைய பின்புலம் என்ன? விளைவுகள் என்ன? இதைச் சரிசெய்ய வேண்டுமா? எப்படிச் சரிசெய்வது? தமிழகத்திற்கு வெளியே அதிகமான புலமைத் தொடர்பு கொண்டவர் என்ற முறையில் இது பற்றி உங்களுடைய கருத்து என்ன?

நீங்கள் சொல்வது சரிதான். திராவிட மொழிக் கலாச்சாரம் என்று பேசினாலும் எல்லாத் திராவிட மொழிகளின் இலக்கியங்களையும் சேர்த்துப் பார்க்கிற ஒரு கல்வி முறை ரொம்பக் குறைவாகத்தான் இருக்கிறது. அது தமிழுக்கு இழப்பு என்றுதான் சொல்வேன்.

மற்ற மொழிகளுக்கு இழப்பு இல்லையா?

மற்ற மொழிகளுக்கும் இழப்புதான். தமிழுக்கு ஏன் அதிகமான இழப்பென்றால், இந்தியக் கலாச்சார வரலாற்றைப் பார்க்கும்போது ஒரு பக்கம் சமஸ்கிருதம், இன்னொரு பக்கம் தமிழ். இந்த இரண்டு தூண்களை வைத்துத்தான் இந்தியக் கலாச்சாரத்தை நிலைநிறுத்த முடியும். மற்ற திராவிட மொழிகளில் தமிழினுடைய இலக்கிய, கலாச்சாரச் செல்வாக்கு எப்படியிருக்கிறது என்று பார்ப்பது இதற்கு அவசியம்; இந்தியக் கலாச்சாரத்தில் தமிழின் பங்களிப்பு இதனால் பெரிதுபடும் என்று சொல்லுவேன். இன்னொன்று, மற்ற திராவிட மொழிகள், இலக்கியம், கலாச்சாரம் படிப்பவர்களிடம் திராவிட மொழி, இலக்கியம் அல்லது கலாச்சாரத்தில் தமிழினுடைய இடம்பற்றி ஒத்துக் கொள்ளக்கூடிய தன்மை குறைவாகத்தான் இருக்கிறது. அது தமிழுக்கு இழப்பு. தமிழைத் திராவிடக் கலாச்சாரத்துக்குப் பிரதிநிதித்துவப்படுத்திப் பார்ப்பதால், திராவிட மொழிகளில் தமிழ்ப் பங்களிப்புப் பற்றிச் சொல்கிறோம். இந்தப் பங்களிப்பை மற்ற இந்திய மொழிகளோடும் பார்க்க வேண்டும்.

தமிழ்க் கல்விமுறையை இன்று நாம் பொருள் சார்ந்து அகலப்படுத்தியிருக்கிறோம். அதாவது தமிழ் என்றால் இலக்கியம், இலக்கணம் மட்டுமல்ல; வேறு சில அறிவுத் துறைகளும் அதில் வரும் என்ற முறையில் தமிழ்க் கல்வி பரவலாகியிருக்கிறது. ஆனால் இந்திய அளவில் மற்ற மொழிகள் அவற்றின் இலக்கியங்கள், கலாச்சாரங்கள் ஆகியவற்றின் இடையில் தமிழை வைத்துப் பார்க்க வேண்டும் என்கிற அளவில் தமிழ்க் கல்வியின் பரப்பு இன்னும் அமையவில்லை.

இந்த எண்ணம் பிறமொழி அறிஞர்களிடம் இருக்கிறதா? தமிழைப் பற்றி ஆழமாக ஆராய்ச்சி செய்ய வேண்டும் என்று சொல்கிற ஆராய்ச்சியாளர்கள், தமிழ் மட்டும் படித்தால் போதாது, வடமொழி படிக்க வேண்டும்; திராவிட மொழிகளில் ஏதோ ஒன்றோ இரண்டோ படித்திருக்க வேண்டும். அப்படிப் படித்தால் நல்லது என்கிற மாதிரி ஒரு கருத்து இருக்கிறது. நடைமுறையில் இது இருக்கிறதோ என்னவோ, கருத்தளவில் இதை எல்லோரும் ஏற்றுக்கொள்கிறார்கள். அவ்வை துரைசாமிப் பிள்ளை போன்றவர்களெல்லாம் வடமொழி எல்லாம் படித்தவர்கள்தான். இன்னொரு புறமும் நாம் பார்க்க வேண்டியிருக்கிறது. இந்தச் சிந்தனை பிறமொழி அறிஞர்களிடம் இருக்கிறதா? வடமொழி அறிஞர்களை ரொம்ப நாள் பார்த்துக்கொண்டிருக்கிறோம் தமிழைப் பற்றிய அவர்களது அறிவு மிகவும் மேலோட்டமானதாகவும் ஒரு வகையில் உதாசீனப்படுத்துவதாகவும்கூட இருக்கிறது. இந்தச் சூழ்நிலையையும் நாம் கணக்கில் எடுத்துக்கொள்ள வேண்டும் இல்லையா?

பிறமொழி இலக்கிய, கலாச்சார அறிஞர்களிடம் சமஸ்கிருதம் கற்றுக்கொள்ள வேண்டுமென்கிற எண்ணம் இருக்கிறது. கல்வித் துறையிலும் அதற்கான வாய்ப்பு இருக்கிறது. ஆனால் தமிழைப் பற்றிய அத்தகைய எண்ணம் இல்லாததற்குத் தமிழ்த் துறையை வளர்த்த விதம் ஒரு காரணம் என்று சொல்வேன். தமிழ்த் துறையில் தனிமைப்படுத்துதல் (exclusiveness) வந்திருக்கிறது. இதனால் மற்றவர்களுக்குத் தமிழால் தங்களுடைய துறைக்கு வரக்கூடிய அறிவையோ ஒளியையோ பற்றித் தெரியாமல் போய்விட்டது. அதற்குத் தமிழைத் தனிமைப்படுத்தி ஆராய்ச்சி செய்யும் கல்விமுறை வலுத்தது முக்கியமான காரணம்.

உங்கள் மாணவப் பருவத்தில் மு. வ., தெ. பொ. மீ. இருவரும் இரண்டு துருவங்களாக இருந்தார்கள். அவர்களுக்குள் ஆளுமை மோதல் இருந்தது. அவர்களுடைய மாணவர்களிடையே போட்டி இருந்தது. மு. வவினுடைய மாணவர்கள்தான் தமிழ்க் கல்வி நிறுவனங்களைக் கைப்பற்றினார்கள். தெ. பொ. மீ. மாணவர்கள் விலகிப் போய்விட்டார்கள். அதிகாரப் போட்டியில் அவர்களுக்கு இடம் கிடைக்கவில்லை எனப் பொதுவாக ஓர் எண்ணம் இருக்கிறது. இதைப் பற்றி அந்தக் காலத்தில்

படித்தவர் என்கிற முறையிலும் தெ. பொ. மீயின் மாணவர் என்ற முறையிலும் உங்களுடைய அனுபவம் என்ன?

அவர்களுடைய தனிப்பட்ட உறவைப் பற்றி, நீங்கள் சொல்கிற மோதல் பற்றி எனக்குத் தெரியாது. மு. வ. தமிழ் மொழி மற்றும் கலாச்சாரத்தைப் பற்றிக் கொண்டிருந்த கருத்துக்களுக்கு ஒரு பரவலான அங்கீகாரம் இருந்தது; அது அரசியல் அளவிலும் இருந்தது. பொது மக்கள் அளவிலும் இருந்தது. அரசியல் அளவில் இருந்த அங்கீகாரம் அவருடைய மாணவர்கள் வேலை வாய்ப்பு பெறுவதில் உதவியிருக்கலாம். இந்திய அளவில் பார்க்கும்போது ஆய்வுலகில் தெ. பொ. மீயுடைய மாணவர்களுக்கு ஓர் இடம் இருக்கிறது என்று சொல்லலாம். இது தெ. பொ. மீ., மு. வ. என்கிற தனிப்பட்ட மனிதர்களுக்கு இடையில் இருந்த போட்டி என்று சொல்லமாட்டேன். தமிழைப் பற்றிய பல அணுகுமுறைகள் இருந்தன; தெ. பொ. மீ. அணுகுமுறைக்கு ஓர் அரசியல் அங்கீகாரம், கலாச்சார அங்கீகாரம் இல்லையென்று சொல்லலாம்.

போட்டியை அன்றைக்கு நீங்கள் உணர்ந்தீர்களா? உங்கள் நினைவு என்ன?

தனிப்பட்ட போட்டி இருந்த மாதிரி எனக்கு நினைவு இல்லை. வகுப்பிலோ தெ. பொ. மீயுடன் பேசிக்கொண்டிருந்தபோதோ இந்த மாதிரி ஒரு பிரிவு இருந்தது என்ற நினைவும் இல்லை. ஆனால் தெ. பொ. மீ. மாணவர்கள் சிலபேரிடமே கூடத் தெ. பொ. மீயின் அணுகுமுறையை ஏற்றுக்கொள்ளாத நிலைமை இருந்தது உண்மை.

யாரிடம் அப்படியிருந்தது?

பழ. நெடுமாறனையே சொல்லலாம். அவர்களெல்லாம் தெ. பொ. மீ. வருவதற்கு முன்பாக அ. சிதம்பரநாதன் செட்டியாரிடம் படித்தவர்கள். அவருடைய கருத்துப்போக்கும் மு. வவினுடைய கருத்துப்போக்கும் ஒத்துப்போகும். தெ. பொ. மீ. வந்த பிறகு அவருடைய புதிய கருத்துப் போக்கை ஏற்றுக்கொள்வதில் கொஞ்சம் சிக்கல் இருந்தது. அதோடு தெ. பொ. மீயுடைய மாணவர்கள் பலரிடம் திராவிட இயக்கத்தின் சாயல் இருந்தது. தெ. பொ. மீயிடம் தேசிய இயக்கத்தின் சாயல் இருந்தது. தெ. பொ. மீ. மாணவர்கள் என்பதாலேயே அவர்கள் கல்வித்துறையில் அவருடைய தேசிய வழியைப் பின்பற்றுபவர்கள் என்று சொல்ல முடியாது.

மு. வ. தன் சாதியைச் சேர்ந்த மாணவர்களுக்குச் சார்பாக நடந்துகொண்டார் என்பது பரவலாக எல்லோரும் சொல்கிற செய்தி. தெ. பொ. மீ. மதுரைப்

பல்கலைக் கழகம் சென்ற பிறகு தம் சாதியைச் சார்ந்தவர்களுக்கு முக்கியத்துவம் கொடுத்துப் பணிகள் போட்டுத் தந்தார் என்றும் சொல்வார்கள். பொற்கோவுக்கு உலகத் தமிழாராய்ச்சி நிறுவனத்தில் இடம்கொடுத்துவிடக்கூடாது என்று மு.வ. கருதியதாகவும்கூடச் சொல்வார்கள். பார்ப்பனர்கள் தமிழாசிரியராக இருந்தபோது பெருமளவு பிற சாதி மாணவர்களை உதாசீனப்படுத்தியிருக்கிறார்கள். 1950 60களில் பார்ப்பனர்களின் ஆதிக்கம் பெருமளவில் தமிழ்த்துறையில் குறைந்து, பிறசாதியினர் வரக்கூடிய சூழ்நிலை வருகிறது. அப்பொழுது தமிழ்க் கல்வி உலகத்தில் சாதி எப்படியிருந்தது?

இந்தக் கேள்வி இவர்களைக் குறுகிய வட்டத்துக்குள் அடைக்கிறது. அந்த மாதிரி ஒரு நினைவோ அனுபவமோ எனக்கு இல்லை. மு. வ. பற்றி இப்படிச் சிலர் சொல்ல நானும் கேள்விப்பட்டிருக்கிறேன். எனக்கு அனுபவம் இல்லை. தெ. பொ. மீயைப் பற்றி நான் இப்படிக் கேள்விப்பட்டதில்லை. இப்போது நீங்கள் சொல்லித்தான் கேட்கிறேன். தெ. பொ. மீ. அப்படிச் செய்யக்கூடியவர் இல்லையென்று தான் நினைக்கிறேன். அவருடைய பிரறிந்த மாணாக்கர்களான துரை அரங்கசாமி, தா. ஏ. ஞானமூர்த்தி, ம. ரா. போ. குருசாமி முதலியோர் அவர் சாதியைச் சேர்ந்தவர்கள் என்று நினைக்கிறேன். மதுரைப் பல்கலைக்கழகத்தில் அவர் நியமித்த தமிழ்த் துறைத் தலைவர், உயிரியல் தலைவர் முதலியோர் அவர் சாதியைச் சேர்ந்தவர்கள் அல்ல. சாதியைப் பற்றிச் சொல்லும்போது, அதன் செல்வாக்கு பல துறைகளிலும் உள்ளது. தமிழ்க் கல்வித்துறைக்கு மட்டும் உரியது என்று எப்படிச் சொல்வது?

மொழியியல் என்ற புதிய அறிவுத்துறை தமிழுக்கு எப்படி வந்தது?

மொழியைப் பற்றி அறிந்துகொள்வதற்குரிய ஆர்வம் ரொம்பப் பழைய ஆர்வம். மதத்தைச் சார்ந்தும் தத்துவத்தைச் சார்ந்தும் மொழியில் ஓர் ஆர்வம் பழங்காலத்திலேயே இருந்திருக்கிறது. தற்காலத்தில் இதில் சில முக்கியமான மாறுதல்கள் ஏற்பட்டன. காலனி ஆதிக்கத்தின்போது பல மொழிகளை எதிர் கொண்டபோது மொழிகளுக்கு இடையேயுள்ள தொடர்புகளைப் பற்றி அறியும் ஆர்வம் எழுந்தது. அந்த ஆர்வத்தின் விளைவாக வரலாற்று மொழியியல் பிறந்தது. இந்திய – ஐரோப்பிய மொழிகளைப் பற்றித் தெரிந்துகொள்வதில் கவனம் ஏற்பட்டது.

ஆங்கிலேயக் காலனிய ஆதிக்கம் ஆசியாவில் காலூன்றிய போது அங்குள்ள மொழிகளுக்கு இடையே இருந்த தொடர்பு பற்றிய ஆர்வத்தைத் துண்டியது. அமெரிக்கக் காலனிய ஆதிக்கம் அமெரிக்காவிலிருந்த பழங்குடி மக்களின் மொழியைப் பற்றித் தெரிந்து கொள்ளும் ஆர்வத்தை ஏற்படுத்தியது. இந்த ஆர்வம்

ஓரளவு வரலாற்றுப் பார்வை கொண்டதாக இருந்தாலும் முக்கியமாக அந்த மொழிகளின் இலக்கணத் தன்மைகளைப் பற்றி ஆராயக்கூடிய அறிவாக வளர்ந்தது. மானிடவியலின் ஒரு பகுதியாகவே மொழியியலின் வளர்ச்சியும் அமைந்தது. மொழி ஒரு கலாச்சாரத்தின் அங்கம் என்ற முறையில் கலாச்சாரத்தைப் படிக்கும்போது மொழியையும் படிக்க வேண்டிய நிலை ஏற்பட்டது. அமெரிக்க இந்திய மொழிகளை ஆராய்ச்சி செய்தவர்கள் அமைப்பு மொழியியல் என்ற ஒன்றை அமெரிக்காவில் உருவாக்கினார்கள். ஐரோப்பாவிற்கும் அது பரவியது. நாம் இன்று மொழியியல் என்று சொல்லும்போது குறுகிய நிலையில் காலனிய ஆதிக்கக் காலத்தில் தோன்றிய மொழி பற்றிய ஆய்வையே குறிக்கிறோம்.

இந்தப் புதிய மொழியியல்தான் 50களில் இந்தியாவுக்கு வந்தது. அதற்கு அமெரிக்கக் கல்வி நிறுவனங்கள் ஒரு முக்கியமான காரணம். ராக்பெல்லர் பவுண்டேஷன் என்ற அமெரிக்க நிறுவனம் இந்தியர்கள் புதிய மொழியியல் பயிற்சி பெற, பூனாவில் உள்ள டெக்கான் கல்லூரியில் கோடைக்காலப் பயிற்சிகளை நடத்தியது. இந்தியர்களுடைய பார்வையில் சுதந்திரம் வந்த புதிதில் மொழிப் பிரச்சினைகள் பெரிதாக உருவெடுக்கும் என்ற நிலையில் அவற்றைத் தீர்ப்பதற்காக இந்திய மொழிகளைப் பற்றித் தெரிந்துகொள்வதற்குப் புதிய மொழியியல் பயன்படும் என்ற கருத்து இருந்தது. இந்தியாவில் முந்தைய காலத்திலிருந்தே மொழியியல் ஈடுபாடு இருந்திருக்கிறது. ஆனால் இந்த ஈடுபாடு இலக்கிய வளம் உள்ள பெரிய மொழிகளைப் பற்றியே இருந்தது. பழங்குடி மக்களுடைய மொழியைப் பற்றி அறியும் ஆர்வம் யாரிடமும் இல்லை. இந்தப் புதிய மொழியியலை, அமெரிக்காவிலுள்ள பழங்குடி மக்களைப் படித்து அதிலிருந்து வளர்ந்த மொழியியலை இந்தியாவிலும் பயன்படுத்தலாம் என்கிற எண்ணத்தில் அதற்கு வரவேற்பு இருந்தது. இந்தக் கோடைப் பள்ளிகளில் பல மொழித்துறைகளிலிருந்து சென்றவர்கள் பயிற்சி பெற்றார்கள். ஆங்கில மொழித் துறையிலிருந்தும் பயிற்சி பெற்றார்கள். இது நடந்தது 50களிலும் 60களிலும். அமெரிக்காவிலிருந்து பேராசிரியர்கள் வந்து கற்றுத் தந்தார்கள். கோடைப் பள்ளியில் படித்தவர்களில் நல்ல மாணவர்களைத் தேர்ந்தெடுத்து அமெரிக்காவிலே டாக்டர் பட்டம்பெற அனுப்பிவைத்தார்கள். அப்படித்தான் இந்தியாவிலிருந்து பலபேர் கார்னல் பல்கலைக்கழகம், இந்தியானா பல்கலைக்கழகம் முதலியவற்றுக்குப் போனார்கள்.

தமிழ்நாட்டிலிருந்து போன முதல் ஆள்கள் யார்?

மு. சண்முகம் பிள்ளை. வ. அய். சுப்பிரமணியம். அகத்தியலிங்கம் பின்னாளில் போனார். கர்நாடகத்திலிருந்து ஏ. கே. ராமானுஜன் போனார்.

அண்ணாமலைப் பல்கலைக்கழகத்தைத் தவிர 60களில் வேறு எங்கெல்லாம் மொழியியல் துறைபடிப்பாகவோ பாடமாகவோ இருந்தது?

தமிழ்நாட்டில் வேறு பல்கலைக் கழகங்களில் எங்கும் இது தனித் துறையாக இல்லை. சில இடங்களில் தமிழ்த் துறையில் ஒரு பாடமாகச் சேர்த்தார்கள். அந்தக் காரணத்திற்காகத்தான் மு. வ. மொழிநூல் எழுதினார். மொழியியல் பயிற்சி பெற்று இந்தியாவுக்குத் திரும்பியவர்கள் மொழியியல் மாணவர்களை உருவாக்கினார்கள். மொழியியல் ஆராய்ச்சியும் செய்தார்கள். அதன் பிறகே புதிதாக மொழியியல் துறைகள் தொடங்கப்பட்டன.

மொழியியலுக்குத் தமிழகத்தில் வரவேற்பு அவ்வளவு நன்றாக இல்லை. மொழியியல் என்றால் இலக்கணம்; தமிழில் ஏற்கெனவே நல்ல இலக்கணங்கள் இருக்கின்றன; நல்ல இலக்கணப் பாரம்பரியம் இருக்கிறது. எனவே புதிதாகத் தெரிந்துகொள்வதற்கு ஒன்றும் இல்லையென்ற ஒரு கருத்து நிலவியது. நம் முன்னோர்களுக்குத் தெரிந்ததைத்தான் இப்போது ஆங்கிலத்தில் பேசுகிறார்கள் என்ற மனப்பாங்கும் இருந்தது. இரண்டாம் காரணம், பழங்குடி மக்களின் மொழிகளைப் பற்றி அடங்கிய மொழியியலில் பேச்சுமொழிக்கு முக்கியத்துவம் தரப்பட்டது. இது தமிழ் மரபுக்குப் புறம்பானது; இலக்கணம் எழுதிப் பேச்சு மொழிக்கு உன்னதம் தருகிறார்கள் என்றும் கருதப்பட்டது. இந்த எதிர்ப்பு உணர்ச்சி இப்போது அதிகமாக இல்லையென்று நினைக்கிறேன்.

மொழியியலை மரபுத் தமிழறிஞர்கள் ஏற்றுக்கொள்ள வேண்டும் என்ற நோக்கத்தில், மொழியியல் அறிஞர்கள் பழைய இலக்கணங்களை மொழியியல் பார்வையில் திரும்பப் பார்த்தார்கள். அதில் சிலருடைய ஆராய்ச்சி தமிழ் இலக்கண மரபைப் புகழ்வதாக இருந்தது. இதனால் மொழியியலுக்கு இருந்த எதிர்ப்பு கொஞ்சம் குறைந்தது என்று நினைக்கிறேன். தமிழ்ப் பெருமை பேசும் மரபின் வழியே, புதிய மொழியியலில் சொல்லியிருக்கிற கருத்துகள் பழைய இலக்கண மரபிலும் இருக்கிறது என்று சொல்கின்ற போக்கும் இருந்தது. இதனால் மொழியியலின் உண்மையான தாக்கம் மரபிலக்கண ஆய்வில் ஏற்படவில்லை. அதாவது மரபு வழியாக இலக்கணத்தை ஆய்கின்றவர்கள் மொழியியலோடு பழக்கம் ஏற்பட்டதால் சில புதிய அணுகுமுறைகளை மேற்கொண்டார்கள் என்று சொல்ல முடியவில்லை. அதே மாதிரி மொழியியலுக்குச் சில புதிய உண்மைகளைக் கொண்டுவந்தார்கள் என்றும் சொல்ல முடியவில்லை. அதனால் மொழியியலின் தாக்கம் தமிழ்க் கல்வியைப் பொறுத்தளவில், முக்கியமாக உயர் கல்வியைப் பொறுத்தவரையில், குறைந்தளவே இருக்கிறதென்று சொல்லலாம்.

ஆனால், மொழியியல் வழியாகத் திராவிடக் குடும்பத்தைச் சார்ந்த பல பழங்குடி மக்களைப் பற்றிய இலக்கண விவரணைகளும் தமிழின் வட்டார மொழிகள் பற்றிய இலக்கண ஆய்வுகளும் நமக்குக் கிடைத்திருக்கின்றன. புதிய மொழியியல், இலக்கணத்தை மட்டுமே ஆய்வதல்ல. மொழியினுடைய சமூகக் கூறுகள், மொழியினுடைய கலாச்சாரக் கூறுகள் எனப் பல நிலைகளில் மொழியை ஆராயும். இந்த வகையில் மொழியியல் பயிற்சியின் மூலம் மொழியைப் புறவயமாகப் பார்க்கின்ற முறை நிலைபெறும். அது தமிழில் அவ்வளவு வேரூன்றவில்லை. மொழியியலின் தாக்கத்தினால் தமிழ்க் கல்வியில் புதிய மாற்றம் வந்திருக்கிறது என்று சொல்ல முடியாது. மொழித்துறை வளர்ச்சியும் இப்போது குன்றிவிட்டது. இது எல்லாச் சமூக அறிவியல் துறைகளுக்கும் நேர்ந்துவருகிற கதிதான்.

தமிழ்நாட்டைப் பொறுத்தளவில், மொழியியல் வளர்ச்சியில் எனக்கொரு வருத்தம் என்னவென்றால் தமிழ்நாடு தன் இலக்கணப் பாரம்பரியத்தைப் பயன்படுத்தி மொழியியலைப் புதிய வழிகளில் எடுத்துச் செல்லவில்லை. தமிழில் மொழியியல் ஆராய்ச்சி செய்யும்போது ஒவ்வொரு வட்டார மொழியையும் எடுத்துக்கொண்டு ஒவ்வொருவரும் பிஎச். டி. செய்யும்போது Assembly line production போல ஆகிவிட்டது. தமிழ் இலக்கணத்தை ஆழமாக, புதிதாக அறிந்துகொள்ள இது உதவவில்லை.

தமிழ்நாட்டில் மொழிக்கும் அரசியலுக்கும் உள்ள தொடர்பைத் தளமாக வைத்துத் தமிழ் மொழியியலாளர்கள் ஒரு கொள்கையை உருவாக்கியிருக்கிறார்கள் என்று சொல்ல முடியாது. இங்கு உருவாக்கப்பட்ட கொள்கையை மற்ற மொழியியலாளர்கள் மற்ற இடங்களில் பொருத்திப் பார்த்தார்கள் என்று சொல்லும்படி ஒன்றும் இல்லை. அதுபோலத் தமிழுக்குத் தேவையானவற்றையும் மொழியியல் நிரப்பவில்லை. தமிழுக்கு ஓர் அகராதி தேவை. அது மொழியியல் துறையிலிருந்து வரவில்லை. தமிழ் மொழியியலாளர்கள் – என்னையும் சேர்த்து – எழுதியுள்ள இலக்கணங்கள் மொழியைப் பயன்படுத்துபவர்களுக்காக அல்லாமல் மொழியியல் வல்லுநர்களுக்காக எழுதப்பட்டவையாக இருக்கின்றன.

சிகாகோ பல்கலைக்கழகத்தில் உங்கள் பணி என்ன?

சிகாகோ பல்கலைக்கழகத்தில் தென்னாசியத் துறை பெயர்போனது. தமிழ் சொல்லிக்கொடுப்பதற்காக அங்கு 1965இல் போனேன். இந்தியாவைப் பற்றிப் படிக்க வேண்டுமென்றால், முக்கியமாகத் தமிழ் – சமஸ்கிருதம் இரண்டையும் படிக்க வேண்டுமென்ற ஒரு கருத்து அங்கு உண்டு. ஆகவே, அங்கு

சமஸ்கிருதமும் தமிழும் கற்றுக்கொடுக்கிறார்கள். இங்குத் தமிழ் படிக்கும் மாணவர்கள் பலரும் பிறதுறை மாணவர்களாக இருப் பார்கள். மானிடவியல், சமூகவியல், மொழியியல் படிப்பவர்கள். தமிழ்நாட்டையோ தமிழையோ அடிப்படையாகக் கொண்டு ஆய்வுசெய்ய வேண்டுமென்று மொழியைப் படிக்க வருவார்கள். ஒன்றிரண்டு பேர் தமிழிலக்கியத்தையும் படிக்க வருவார்கள். அல்லது இந்திய இலக்கியத்தில் ஒரு பகுதியாகத் தமிழிலக் கியத்தைப் படிக்க வருவார்கள். அந்த மாணவர்களுக்குத் தமிழைக் கற்றுக்கொடுக்கும்போது தமிழின் சில நுண்மைகள் புரியவந்தன. இதுவரை இலக்கணத்தைப் பற்றிக் கேட்காத கேள்விகளையெல்லாம் புதிய மாணவர்கள் கேட்டார்கள். ஆகவே தமிழ் இலக்கணத்தைப் பற்றிப் புதிய முறையில் சிந்திப்பதற்கு ஒரு வாய்ப்பு ஏற்பட்டது. தென்னாசியத் துறையில்தான் ஏ. கே. ராமானுஜன் பணிபுரிந்தார். அவரும் நானும் சேர்ந்து Tamil Reference Grammar எழுதினோம். (மொழியியல் பயிற்சி இலக்கிய மொழி பற்றிய அறிவைக் கூர்மைப்படுத்த உதவியிருக்கிறது என்று அவர் சொல்லியிருக்கிறார். மொழியைப் பற்றிய உணர்வு இல்லாமல், அதை அக்கு வேறாக ஆணி வேறாகப் பிரித்துப் பார்ப்பார்கள் மொழியியலாளர்கள் என்ற தவறான எண்ணம் உண்டு. இது எல்லா மொழியியலாளர்களுக்கும் பொருந்தாது.)

அண்மையில் நானும் ரோனால்டு ஆஷரும் சேர்ந்து எழுதிய *Colloquial Tamil* என்ற பாடப்புத்தகத்தை ரௌட்லஜ் பதிப்பகத்தார் வெளியிட்டிருக்கிறார்கள்.

ஏ.கே. ராமானுஜன் சங்க இலக்கியத்திற்கு உலக அரங்கில் பெருமை சேர்த்தவர். அவருடைய தமிழ்ப் படிப்பும் பயிற்சியும் எந்த அளவிற்கு இருந்தன? அவருடைய மொழிபெயர்ப்புகளைப் படிக்கும்போது ஆங்கிலம் சிறப்பாக இருக்கிறது. ஆனால் தமிழைப் புரிந்துகொள்வதில் பல பிழைகள் செய்திருக்கிறார். அவரைக் குறைகாணும் நோக்கத்தில் இதைச் சொல்லவில்லை. அவருக்கு எந்தளவிற்குத் தமிழ்ப் பயிற்சி இருந்தது? உரைகளை வைத்துக்கொண்டுதான் அவர் மொழிபெயர்ப்பு செய்தாரா?

அவர் எழுத்துத் தமிழைப் படித்தது சிகாகோவுக்குப் போன பிறகுதான். அங்குச் சென்ற பிறகு இந்தியாவைப் புரிந்துகொள்வதற்குத் தமிழறிவின் தேவையை உணர்ந்தார். அவராகத் தமிழைப் படித்தார். அப்போது அவருக்குத் துணை நிலையிலிருந்த கௌசல்யா ஹார்ட் மிகவும் உதவி செய்தார். அவர் உதவியோடுதான் சங்க இலக்கியத்தையும் அதன் உரைகளையும் அவர் படித்தார். மைசூரில் அவர் வீட்டிலும் மதுரைத் தெருவிலும் தமிழ் காதில் விழுந்ததால் தமிழினுடைய ரிதம் அவருக்குத் தெரியும். இந்தியப் பண்பாட்டுச் சூழலில் வளர்ந்ததால் தமிழ் இலக்கியத்தின் அடிநாதம் அவருக்குப்

புரியும். அவரே ஒரு கவிஞனாகவும் இருந்ததால், கவிதையின் துடிப்பும் அவருக்குத் தெரியும். இந்த மூன்றும் சேர்ந்துதான் அவரை ஒரு நல்ல மொழிபெயர்ப்பாளராக ஆக்கியிருக்கின்றன.

அவரது *Interior Landscape*-இற்கு முதன் முதலில் மதிப்புரை எழுதியவர் நீங்கள்தான் என்று நினைக்கிறேன்.

ஆமாம். அதில் மூலபாடங்கள் சில மொழிபெயர்ப்பிலிருந்து வேறுபட்டு இருக்கின்றன என்ற கருத்தைச் சொல்லியிருக்கிறேன். ஒன்று சங்கத் தமிழைச் சரியாகப் புரிந்துகொள்ளாமல் அல்லது தமிழ் இலக்கிய மரபில் பரிச்சயம் இல்லாததால் இப்படி நேர்ந்திருக்கலாம். மற்றொன்று அவர் அமெரிக்க வாசகர்களுக்காக மொழிபெயர்த்தார். அவர்களுக்கு உகந்ததாக இருக்கிற மாதிரியும் சில மாற்றங்களைச் செய்திருக்கிறார். அவருடைய சங்க மொழிபெயர்பைப் பொறுத்தவரையில் ஒரு கலாச்சாரத்தில் தோன்றிய கவிதையை மற்றொரு கலாச்சாரத்தின் மொழியில் புரியும்படி கொண்டு வந்தது அவருடைய சாதனை. மற்றொன்று பழைய காலக் கவிதையை இக்கால மொழியில் கொண்டு வந்து பலரை அதில் ஈடுபடவைத்தது. பலரும் அவருடைய மொழிபெயர்ப்புகளைப் பாராட்டுவதற்குக் காரணம், சங்க இலக்கியத்தை அவர் நவீனக் கவிதை போலத் தந்ததுதான். இன்றைய கவிஞர்களின் எதிர்பார்ப்புகள் சங்க இலக்கியத்தில் காணக்கிடைக்கின்றன என்று அவர் மொழிபெயர்ப்பு காட்டுகிறது. அவ்வகையில் ராமானுஜன் செய்தது மொழிபெயர்ப்புக்கு மட்டுமல்ல, ஆங்கிலம் பேசுபவர்கள் தமிழ்க் கவிதையை விரும்பிப் படிப்பதற்கும் உரிய கொடை என்று சொல்லலாம்.

சிகாகோவில் படித்து முடித்த பிறகு அங்கேயே பணிபுரிய வாய்ப்புக் கிடைத்தும் தமிழ்நாட்டில் பணிபுரிய வேண்டு மென்கிற நோக்கத்தோடு இங்கு வந்ததாகக் கேள்விப்பட்டிருக்கிறேன். ஆனால் தமிழ்நாட்டில் பணிபுரியாமல் CIILக்குப் போய்ப் பணியாற்றினீர்கள். என்ன காரணம்?

இந்தியாவுக்கு வரவேண்டுமென்கிற ஆர்வம் எனக்கு இருந்தது. எனக்கு இந்தச் சமூகம் நிறையச் செய்திருக்கிறது; திரும்ப நானும் செய்ய வேண்டும் என்று எண்ணினேன். CIILஇல் பழங்குடி மக்களுக்கு அவர்கள் மொழி மூலம் கல்வி தந்தது ஓரளவு இதை நிறைவேற்றியது. டெல்லி பல்கலைக்கழகத்தில் பி. பி. பண்டிட் என்பவர் மொழியியல் துறையில் ரீடராகப் பணிபுரிய வரச் சொன்னார். அதையடுத்து உலகத் தமிழாராய்ச்சி நிறுவனத்துக்கு வருமாறு சுப்பையா பிள்ளை கேட்டிருந்தார். நான் முடிவெடுக்க ஏற்பட்ட தாமதத்தால் எனக்கு அந்த வேலை இருக்கிறதா இல்லையா என்றே தெரியாத நிலை ஏற்பட்டது. அந்தச் சமயத்தில்தான் மைசூரிலிருந்து வாய்ப்பு

வந்தது. சரியென்று ஏற்றுக் கொண்டேன். இந்தியாவுக்கு வரவேண்டுமென்கிற ஆசை நிறைவேறியது. இதில் இழப்பு என்னவென்றால், தமிழ்நாட்டில் நடந்த நிகழ்வுகளோடு என்னை இறுக்கமாக இணைத்துக்கொள்ள முடியவில்லை. ஆனால் தமிழ்நாட்டிலிருந்து விலகிநின்று பார்க்கக்கூடிய நிலை வந்தது; அதில் சில நன்மைகள் கிடைத்தன.

CIILஇல் சேர்ந்தது என்னுடைய வாழ்க்கையில் முக்கியமான திருப்பம். சிகாகோ பல்கலைக்கழகத்தில் சாம்ஸ்கியன் மொழியியல் படித்தேன். இதன் அடிப்படையான தத்துவம் மொழியை அதன் உளவியல் அடிப்படையில் பார்ப்பது. மொழியை mental product என்ற முறையில் பார்ப்பது அது. எப்படி மொழி மனித மனத்தை வேறு மிருகங்களிடமிருந்து வேறுபடுத்திக் காட்டுகிறது என்பதிலிருந்து எப்படி மனிதன் தன்னிச்சையாக இயங்க முடிகிறது என்பதுவரை மொழியை மனத்தோடு இணைத்துப் பார்க்கிறது. சிகாகோவில் இருந்தவரை மொழியை ஒரு social product என்று பார்க்கும் வகையில் நான் பயிற்சி பெறவில்லை. அது மைசூருக்கு வந்தபிறகுதான் கிடைத்தது. மைசூர் நிறுவனம் இந்தியாவிலுள்ள மொழிப் பிரச்சினைகளை ஆராய்வதற்காக ஏற்பட்ட ஒரு நிறுவனம். ஆகவே மொழி எவ்வாறு சமூகப் பூசல்களைப் பிரதி பலிக்கிறது, சமூக உறவுகளைக் கட்டமைக்கிறது என்பது போன்ற சமூக மொழித் தத்துவங்களைக் கற்றுக்கொள்ள வேண்டிய அவசியம் ஏற்பட்டது. இன்னொரு பெரிய நன்மை, இந்தியாவை முழுமையாகப் பார்க்கக்கூடிய வாய்ப்பு இந்த அனைத்திந்திய நிறுவனத்தினால் எனக்குக் கிடைத்தது.

மத்திய அரசு தமிழ் மொழியைப் பாரபட்சமாக நடத்துகிறது என்று பொதுவாகக் கருதப்படுகிறது. சமஸ்கிருதத்துக்குச் செலவிடப்படும் தொகையில் சிறு பகுதி கூடத் தமிழுக்குச் செலவிடப்படுவதில்லை. இந்திய அரசு சமஸ்கிருதத்தையும் பாரசீகத்தையும் அராபியையும் செம்மொழியாகக் கருதுகிறது. இன்றைக்கும் தமிழ் மொழியை ஏற்றுக்கொள்ளவில்லை. மைய அரசு நிறுவனத்தில் பணிபுரிந்தவர் என்கிற முறையில் கேட்கிறேன், மத்திய அரசு தமிழ் மொழியைப் பாரபட்சமாக நடத்துவது உண்மையா?

தமிழை மட்டுமல்ல; சமஸ்கிருதம், ஹிந்தி தவிரப் பிற எல்லா இந்திய மொழிகளிடமும் மத்திய அரசு பாரபட்சமாக நடந்துகொள்கிறது என்று சொல்லலாம். அவர்கள் அதற்குச் சொல்லும் காரணம், இந்திய அரசியல் சட்டத்தின்படி அரசுக்கு சமஸ்கிருதத்தைப் பாதுகாக்கவும் வளர்க்கவும் இந்தியை வளர்க்கவும் பொறுப்பு இருக்கிறது; மற்ற இந்திய மொழிகளை வளர்க்கின்ற பொறுப்பு அந்தந்த மாநில அரசுடையது என்பது.

ஆனால் இந்தி எதிர்ப்புக்குப் பிறகு நிறைவேற்றிய *Official Language Act*இல் மற்ற இந்திய மொழிகளுக்கும் இந்திய அரசுக்குப் பொறுப்பு இருக்கிறது என்ற நிலை தரப்பட்டிருக்கிறது. அதன் ஒரு விளை வாகத் தான் மைசூரில் நிறுவனம் தொடங்கப்பட்டது. இந்த நிறுவனத்தின் மூலம் செய்யக்கூடியதும் செய்ய முடிந்ததுமாகப் பல திட்டங்கள் வகுக்கப்பட்டன. இவை தமிழுக்காக மட்டுமல்ல. இந்திய மொழிகளை வளர்ப்பதில் பெரும்பங்கு உள்ள மாநில அரசுகளுடன் சேர்ந்து திட்டங்களை நிறைவேற்றுகிறது.

தமிழ் ஒரு செம்மொழி என்று கல்வித் துறையில் உலகம் முழுக்க ஏற்றுக்கொண்டிருக்கிறார்கள். ஆனால் இன்னமும் இந்திய அரசு அந்த அங்கீகாரத்தைத் தமிழ் மொழிக்குத் தரவில்லை. அதைப் பற்றி உங்களுடைய நிலைப்பாடு என்ன? தமிழுக்குச் செம்மொழி அந்தஸ்து வழங்கினால் என்ன பயன்கள் கிடைக்கும்?

நாம் தமிழுக்குச் செம்மொழி என்னும் தகுதி வேண்டுமென்று கேட்கும்போது கொஞ்சம் எச்சரிக்கையாக இருக்க வேண்டும். தமிழ் செம்மொழி மட்டுமல்ல, நவீன மொழியும்கூட. செம்மொழி என்கிற தகுதி வரும்போது, நவீனமொழி என்கிற தகுதி போய்விடாமல் பார்த்துக்கொள்ள வேண்டும். இந்திய அரசைப் பொறுத்தவரையில், செம்மொழிகளுக்குப் பணம் ஒதுக்கும் முறையே வேறு. நவீன மொழிகளுக்கு ஒதுக்கப்பட்ட பணம் முத்தமிழுக்குத் தேவையென்றால், தமிழ் நவீன மொழி என்ற தகுதியையும் காத்துக்கொள்ள வேண்டும். தமிழைச் செம்மொழி என்று அரசு அங்கீகரிப்பதில் உள்ள ஒரே நன்மை அந்த அங்கீகாரத்தினால் வரக்கூடிய ஒரு பெருமை. ஒரு மொழி செம்மொழி என்று சொல்லும்போதே ஒன்று அது இக்கால மொழி இல்லை என்றாகும், அல்லது கிரேக்கம் போல் இக்கால மொழியிலிருந்து வேறுபட்டது என்றாகும். தமிழ் தொல்காப்பியக் காலத்திலிருந்து மாறவில்லை என்றும் தமிழ் செம்மொழி என்றும் ஒரே மூச்சில் சொல்வதில் முரண்பாடு இருக்கிறது.

செம்மொழியாக இந்திய அரசு அங்கீகரிக்குமானால், வேறு வகையான பயன்கள், அதாவது பணம் ஒதுக்கீடு, விருதுகள் சிலது கிடைக்கும். உதாரணத்திற்கு மத்திய அரசு சமஸ்கிருத, அரபு, பாரசீக மொழி அறிஞர்களுக்கு விருது அளிக்கிறது. தமிழ் அறிஞர்களுக்குக் கிடைப்பதில்லை. இதைத் தவிர உலகியல் பயன் கிடைக்குமா? மத்திய அரசு தன் ஆளுகைக்குள் இருக்கின்ற பல்கலைக் கழகங்களில் தமிழ் இருக்கைகளை ஏற்படுத்துமா? இது போன்று என்ன பயன்கள் கிடைக்கும்?

பொதுவாகச் செம்மொழி என்பது அரசு அங்கீகாரம் அல்ல. அது கலாச்சார அங்கீகாரம்; கல்வித்துறை சார்ந்த அங்கீகாரம். கல்வித்துறையைப் பொறுத்தவரை தமிழுக்கு அந்த அங்கீகாரம்

இருக்கிறதென்று சொல்லலாம். சங்க இலக்கியத்தை *classical literature* என்று சொல்வோமானால் அது எழுதப்பட்டுள்ள மொழி *classical language*தான். கல்வித்துறையில் இருப்பவர்கள் தமிழ் செம்மொழியாகவும் நவீனமொழியாகவும் இருக்கிறது என்ற உண்மையை ஏற்றுக்கொள்கிறார்கள். மத்திய அரசைப் பொறுத்தவரை, பண உதவித் திட்டங்கள் *classical Indian languages*-க்கு என்றும் *modern Indian languages*-க்கு என்றும் பிரிக்கப்பட்டிருக்கின்றன. தமிழ் பணஉதவி பெற வேண்டுமானால், மேலே சொன்னது போல இரண்டிலும் இடம்பெற வேண்டும்.

உங்கள் எழுத்துகளைப் பார்த்தால், கடந்த 60 ஆண்டுகளில் தமிழில் ஏற்பட்ட மாற்றங்களை முக்கியமாக தூய்மைவாதம் எதிர்மறையாகப் பார்ப்பதுபோல் தெரிகிறது. உங்கள் பார்வையைத் தெளிவுபடுத்த முடியுமா?

நவீனத் தமிழ் உருவாக்கத்தில் பல சக்திகள் பங்கேற்றிருக்கின்றன. அதில் பல நிலைகள் இருக்கின்றன. தமிழைத் தூய்மைப்படுத்துதல் என்பது ஒரு நிலை. அதேபோல, விளிம்பு நிலையிலுள்ள மக்களிடமிருந்து சொற்களையும் பொருள்களையும் கொண்டு வரவேண்டுமென்பது மற்றொரு சக்தி நிலை. இவ்வாறு பல சக்திகளின் ஊடாட்டத்தில்தான் நவீனத் தமிழ் பிறக்கிறது. தூய்மைப்படுத்துதல் என்பது சில சமூக நிகழ்வுகளுக்கு எதிர்வினை. ஆகவே. அதை மொழி இயக்கமாக மட்டுமல்லாமல், சமூக இயக்கமாகவும் பார்க்க வேண்டும். தமிழ்நாட்டின் சமூக வரலாற்றைப் பார்க்கும் போது போன நூற்றாண்டின் தொடக்கத்தில் தூய்மைப்படுத்தும் தேவை இருந்தது. அந்தத் தேவை ஒரு *corrective action* என்ற முறையில் இருந்தால் தமிழுக்கு நல்லது என்பது என் எண்ணம். அதுவே தமிழ் முழுவதுமாக ஒரு *preventive action* ஆக விடக்கூடாது. அது தமிழை நவீனமயமாக்குவதைத் தடைபடுத்தும் என்பது என் கருத்து.

ஒரு மொழியை நவீனப்படுத்துவது பல வகைகளில் நடக்கிறது. பழமைப்படுத்துதல் (*classicalization*)என்ற முறையிலும் நடக்கலாம். வட்டாரப்படுத்துதல் (*dialectalization*)என்ற முறையிலும் நடக்கலாம். என்னைப் பொறுத்தவரையில் மொழியை நவீனப்படுத்துவது என்பது, நவீன சமூகத்துக்கு ஏற்ற மொழியாக ஆக்குவது, அந்தச் சமூகத்துக்கு ஏற்றமுறையில் மாற்றுவது. அப்போது மொழிக்குச் சில தேவைகள் ஏற்படுகின்றன. சொற்கள் தேவைப்படலாம். பழைய இலக்கியங்களிலிருந்து எடுத்து இந்தத் தேவையை நிரப்புவது ஒரு வழி; ஆங்கிலம் போன்ற உலக மொழிகளிலிருந்து எடுத்து நிரப்புவது ஒரு வழி; பேச்சு மொழியிலிருந்து எடுத்து நிரப்புவது ஒருவழி. எல்லாவற்றுக்கும் அடிப்படையாக இருக்க வேண்டியது

சாதாரண மனிதன் இந்த நவீனச் சமூகத்தில் இயங்குவதற்கு உதவுகிற மொழியாக இருக்க வேண்டும். தூய்மைப்படுத்துதல் இந்த வகையில் நவீனத்துவத்துக்குத் துணைபோகிறதா என்பது முக்கியமான கேள்வியாக இருக்க வேண்டும். மக்களுடைய வழக்கில் எது பழக்கமாயிருக்கிறதோ அதுதான் எளிமையாக இருக்கும். வேர்ச்சொல் தமிழாக இருந்தால் அது எளிமை என்கிற கருத்தை விட்டு விட்டோமானால், தூய தமிழ்ச் சொற்கள் மக்களுடைய மொழிப் பயன்பாட்டுக்கு எந்த அளவு உதவுகின்றன என்று பார்ப்பது முக்கியமாகும். அப்படிப் பார்க்கும் போது வேற்றுமொழிச் சொற்களுக்கு, வட்டார வழக்குகளுக்கு நாம் இடம்கொடுக்க வேண்டியிருக்கும்.

அயல்நாட்டின் பெரிய பல்கலைக்கழகப் பதிப்பகங்கள் மூலமாக உங்கள் எழுத்துக்கள் வந்திருக்கின்றன. ஆனால் நீங்கள் அங்கொன்றும் இங்குகொன்றுமாகத்தான் தமிழில் எழுதியிருக்கிறீர்கள். ஏன்?

நான் தமிழ்நாட்டிலிருந்து விலகியிருந்தது இதற்கு ஒரு காரணம். என்னைத் தமிழ்நாட்டு நிகழ்வோடு இணைத்துக்கொள்ளக்கூடிய கட்டாயம் குறைவாக இருந்தது. இன்னொன்று, கல்வித் துறையின் நிர்ப்பந்தம்; ஆய்வுக் கட்டுரைகளை வெளியிட வேண்டும், கல்வித் துறையில் பெயர்பெற வேண்டும் என்கிற நிர்ப்பந்தம். இங்குக் கல்வித் துறை மொழியியல்; அதற்கு ஆங்கிலம் துணை செய்தது. என்னைப் போன்றவர்கள் இரண்டு பக்கம் இழுக்கப்படுகிறார்கள். ஒன்று உன் துறைக்கு என்ன செய்திருக்கிறாய் என்ற கேள்வி. அதை ஆங்கிலத்தில் செய்வதில் மேலே சொன்ன நன்மை இருக்கின்றது. மற்றொன்று, உன் சமூகத்துக்கு என்ன செய்திருக்கிறாய் என்ற கேள்வி. அதற்குத் தமிழிலே எழுத வேண்டும். இப்போது ஓய்வு பெற்றுவிட்டதால், முன்பு சொன்ன நிர்ப்பந்தங்கள் இல்லை. அதனால் தமிழில் எழுத வேண்டுமென்று நினைக்கிறேன். அதற்கான வாய்ப்புகளைப் பயன்படுத்திக்கொள்ள வேண்டுமென்று நினைக்கிறேன்.

காலச்சுவடு 55, ஆகஸ்ட் 2004

கடிதம்

தமிழுக்குச் செம்மொழித் தகுதி
முனைவர் இளையந்தன்

செம்மொழித் தமிழ் பற்றிக் காலத்துக்கேற்ற விவாதங்களை இளைய அறிஞர் வேங்கடாசலபதியும் பேரறிஞர்

இ. அண்ணாமலையும் முன்வைத்துள்ளனர். தமிழ்வளம், செந்தமிழ்ச் சிறப்பு, தலைமைத் தமிழ், தமிழியற் கட்டுரைகள் என மூதறிஞர் தேவநேயப் பாவாணர் எழுதிய வரிசையில் நீளும் பெரும் பட்டியல் உண்டு! மூத்த முதன்மைச் செம்மொழி தமிழே – "The Primary Classical Language of the World" புயலைக் கிளப்பிய நூலை 40 ஆண்டுகளுக்கு முன்பே அவர் எழுதினார். "செம்மொழி என்று சொல்லும்போது அது இக்கால மொழி இல்லை என்று ஆகும்" என்ற பேரறிஞர் இ. அண்ணாமலையின் கருத்து சரியன்று. பாவாணர் தமது கட்டுரை வரைவியல் நூலில் 'குண்டக்க மண்டக்க' போன்ற எண்ணற்ற இன்றைய தமிழ் வழக்குகளையும் மேற்கோள்காட்டி உள்ளார். செம்மொழித் தமிழ் பற்றிய விவாதத்தில் பாவாணரது எழுத்துகளைக் கவனத்தில் கொள்ளாவிட்டால் குருடன் யானையை உணர்ந்த கதையாகிவிடும்!

காலச்சுவடு 56, ஆகஸ்ட் 2004

28

பழந்தமிழ் என்பது பெரும் சொத்து

நேர்காணல்:
அ. முத்துலிங்கம் - ஜார்ஜ் எல். ஹார்ட்

கலிஃபோர்னியா பல்கலைக்கழகத்தில் (பெர்க்கிலி) தமிழ்ப் பேராசிரியராக 1975ஆம் ஆண்டிலிருந்து பணியாற்றும் ஜார்ஜ் எல். ஹார்ட் தமிழ்த்துறை உள்பட நான்கு துறைகளின் தலைமைப் பீடத்தை அலங்கரிப்பவர். ஆரம்பத்தில் (1969) சமஸ்கிருதப் பேராசிரியராக விஸ்கான்சின் பல்கலைக்கழகத்தில் கடமையாற்றிய இவர் லத்தீன், கிரேக்கம், ரஷ்யன், ஜெர்மன், பிரெஞ்சு, ஆங்கிலம் ஆகிய மொழிகளையும் கற்றுத் தேர்ந்தவர். இந்திய மொழி இலக்கியங்களில் மலையாளத்தை நேரடியாகவும் மற்றவற்றை மொழிபெயர்ப்பின் மூலமாகவும் படித்திருக்கிறார்.

இவர் மொழிபெயர்த்த *The Poems of the Tamil Anthologies* (1979) நூல் *The American Book Award*க்குப் பரிந்துரை செய்யப்பட்டது. *The Four Hundred Songs of War and Wisdom* (1999; புறநானூறு மொழிபெயர்ப்பு) நூல் தென்னாசிய மையம் ஏ.கே. ராமானுஜன் பரிசைப் பெற்றது. இது தவிர *The Forest Book of the Ramayana of Kampan* (1988; ஆரண்ய காண்டம் மொழிபெயர்ப்பு), *The Poems of Ancient Tamil* (1975) என்று பல நூல்களை எழுதியிருக்கிறார்.

சமீபத்தில் இவருடைய செவ்வியைப் பதிவதற்காக இவரை அணுகியபோது, கவனம் கொடுக்க வேண்டிய எத்தனையோ அவசரமான பொறுப்புகளைத் தள்ளிவைத்துவிட்டு உடனே சம்மதித்தார்; நட்புடனும் நகைச்சுவையுடனும் பேசினார். சிறிய கேள்விகளையும் மதித்துப் பெருந்தன்மையுடன் பதில் கூறினார். இவருடைய சேவையையும் அர்ப்பணிப்பையும் தமிழ் உலகம் என்றென்றும் மறக்காது. இந்தச் செவ்வியை எடுக்கப் பெரிதும் உதவி புரிந்த நண்பர்கள் திலீப்குமாருக்கும் மணிவண்ணனுக்கும் என் நன்றி.

அ. முத்துலிங்கம்

உங்கள் இளமைக்காலம் பற்றிக் கொஞ்சம் கூற முடியுமா?

நான் என் இளவயதில் வாஷிங்டனில் படித்தேன். என் தகப்பனார் அங்கே மைய அரசு நீதிபதியாகக் கடமையாற்றினார். உயர்நிலைப்பள்ளியில் ஒன்பதாம் வகுப்பில் நான் ரஷ்ய மொழி பயின்றேன். மொழிகளில் எனக்கு அப்படி ஒரு ஈர்ப்பு இருந்தது. நான் ஏற்கனவே லத்தீன் மொழி படித்திருந்தேன். என் ஆசிரியர் ஜார்ஜ் காப்றிற்செவ்ஸ்கி நான் பழகியவர்களில் மிகவும் சுவாரஸ்யமானவர். அவர் ரஷ்ய உயர்குடியில் பிறந்து ரஷ்யப் படையில் பணியாற்றியவர். ஹிட்லருடைய விசாரணை மியூனிக்கில் நடைபெற்றபோது அங்கே இவர்தான் உத்தியோகபூர்வமான ஓவியர். போருக்குப் பிறகு அமெரிக்காவுக்குக் குடிபெயர்ந்தார். அவருக்கு ரஷ்யன், ஜெர்மன், பிரெஞ்சு, இன்னும் ஆங்கிலம் (கொஞ்சம்) தெரியும். நான் அவருக்கு மிகவும் நெருக்கமாகி அவரிடம் ரஷ்யக் கவிதைகளைப் படித்தேன். ரஷ்ய எழுத்தாளர்கள் பலருடன் அவருக்குப் பரிச்சயம் இருந்தது. அந்த வயதில், எளிதில் புரிபடாத பல்வேறு விஷயங்களைப் பற்றி நான் அவருடன் ரஷ்ய மொழியில் பேசிக்கொண்டே இருப்பேன்.

23 வயதில் தமிழ் படிக்க ஆரம்பித்தீர்கள். இந்த ஆர்வம் எப்படி ஏற்பட்டது? இயற்பியல் படிப்பதற்காக ஹார்வார்ட் பல்கலைக்கழகத்துக்குள் நுழைந்த நீங்கள் இயற்பியல் படிக்கவே இல்லையா?

ஹார்வார்ட் பல்கலைக்கழகத்தில் நான் வேதியியலும் இயற்பியலும் படித்தேன். ஆனாலும் என் மனது அதில் லயிக்கவில்லை. மூன்றாம் வருடம் என் அறை நண்பரின் சமஸ்கிருத வகுப்புக்கு அவருடன் சேர்ந்து போனேன். ஏறத்தாழ ரஷ்யன் போலவே இருந்த அந்த மொழி என்னை மயக்கிவிட்டது. நாள்கள் செல்லச் செல்ல இன்னொரு இந்தியச் செம்மொழி பற்றியும் அறிந்துகொண்டேன், ஆனால் அது இந்தோ – ஐரோப்பியன் அல்ல. நான் ஏற்கனவே இந்தோ – ஐரோப்பியன் மொழிகளான ரஷ்யன், பிரெஞ்சு, ஜெர்மன், லத்தீன், கிரேக்க மொழிகளில் தேர்ச்சி பெற்றிருந்தேன். ஆகவே எனக்குப் பரந்த இலக்கியங்கள்கொண்ட, இந்தோ – ஐரோப்பியன் அல்லாத ஒரு மொழியைக் கற்பதில் இயற்கையாகவே ஆர்வம் எழுந்தது.

1965ஆம் ஆண்டு கோடையில் நான் விஸ்கான்சின் பல்கலைக் கழகத்தில் தமிழ் படிக்கச் சென்றேன். நான் அதிர்ஷ்டக்காரன். அங்கே எனக்கு ஏ.கே. ராமானுஜன் ஆரம்பத் தமிழ் கற்பித்தார். என் ரஷ்ய ஆசான்போல, ராமானுஜனும் வசீகரம் கூடியவர். அவர் என் தமிழ் ஆர்வத்தை மேலும் தூண்டிவிட்டார்.

பழைய இலக்கியங்களைப் 'பாடம் கேட்க வேண்டும்' என்று சொல்வார்கள். அப்படிப் பாடம் கேட்டீர்களா அல்லது உரையை வைத்துக்கொண்டு படித்தீர்களா?

நான் ஒரு வருட காலம் இந்தியாவில் திரு. இராமசுப்பிரமணியம் அவர்களிடம் சங்க இலக்கியங்களைப் பாடம் கேட்டேன். அவர் ஆங்கிலமே தெரியாத ஒரு மரபுவழித் தமிழறிஞர். அப்போது புறநானூறு, குறுந்தொகை, ஐங்குறுநூறு, பாதி அகநானூறு, ஒரு பகுதி பதிற்றுப்பத்து, இவற்றை நான் திருத்தமில்லாத மொழிபெயர்ப்பாகச் செய்தேன். இந்த மொழிபெயர்ப்புகளில் இருந்து இந்தோ – ஆரியப் படைப்புகள் தங்கள் முக்கியமான பொருள்களையும் மரபுகளையும் தென்நாட்டாரியல் வழக்குகளிலிருந்து பெற்றுக்கொண்டதை (தமிழிலிருந்து நேராக அல்ல) என்னால் மெய்ப்பிக்க முடிந்தது. உதாரணமாக மழைக்காலத்துக் காதல், அதில் காணப்படும் பிரிவின் வேதனை.

நீங்கள் இராமசுப்பிரமணியம் அவர்களிடம் தமிழும் கே.வி. சேஷாத்ரிநாதன் அவர்களிடம் சமஸ்கிருதமும் பயின்றிருக்கிறீர்கள். இவர்களைப் பற்றிச் சிறிது கூற முடியுமா?

இருவருக்குமே ஆங்கிலம் தெரியாது என்பது பெரும் அனுகூலம். ஒருமுறை இராமசுப்பிரமணியம் அவர்கள் தமிழை அளவு மீறிக் காதலிப்பதாக மு.வ. கூறினார். அது உண்மைதான். இராமசுப்பிரமணியனின் ஒவ்வொரு மூச்சிலும் தமிழ் இலக்கியம் வாழ்ந்தது. அவர் காலை ஆறு மணிக்கு வந்து எனக்கு இரண்டு, மூன்று மணி நேரம் தமிழ் கற்பிப்பார். அவருடைய குரல் கணீரென்று நாலு வீடு தள்ளி இருப்பவர்கள்கூடக் கேட்கும்படி இருக்கும். அவருடைய உழைப்புத்திறன் எல்லையற்றது. அடிக்கடி பாடல்களை நடித்துக்காட்டுவார். ஒருமுறை ஒரு மனிதன் உழுவதைச் செய்து காட்டும்போது பென்சிலை எடுத்து என் மேசையில் ஆழமான ஒரு இழுப்பு இழுத்துவிட்டார். அவரிடம் இருக்கும் உற்சாகத்தைக் கண்கொண்டு பார்ப்பதும் பழம்பாடல்களுக்கு அவர் உயிர்கொடுக்கும் வித்தையைக் கவனிப்பதும் பெரும் அற்புதம்தான். அவர் பாடிக்காட்டும் தொனியும் கவிதையின் ஓட்டமும் சந்தங்களின் நயமும் அழிக்க முடியாத சித்திரத்தைப் படைத்துவிடும்.

சேஷாத்ரிநாதன் ஒரு முழுமையான பிராமணர். பின்னாளில் அவர் சென்னை சமஸ்கிருதக் கல்லூரியின் தலைமையாசிரியராகப் பதவியேற்றார். அவருக்குத் தமிழ் இலக்கியம் பற்றி ஒன்றுமே தெரியாது. இராமசுப்பிரமணியத்துக்காவது சிறிது சமஸ்கிருதம் தெரிந்திருந்தது. சேஷாத்ரிநாதனின் சமஸ்கிருத அறிவு ஆழம்

காணமுடியாதது. அவர் எனக்குச் சமஸ்கிருதத்திலேயே கற்பிப்பார். ஆங்கிலம் பேசும் எனக்குத் தமிழிலும் பார்க்க அது சுலபமாக இருந்தது. சில நாள்களில் மதுரையில் பிறந்து வளர்ந்த என் மனைவிக்கு – அவர் அண்ணாமலை, தமிழ் முதுகலை – நாங்கள் சமஸ்கிருதத்தில் பேசுவது புரிய ஆரம்பித்தது. இன்று வரை நாங்கள் சமஸ்கிருதம்தான் பேசினோம் என்பதை என் மனைவி ஒத்துக்கொள்ளவில்லை. நாங்கள் வெளியே செல்லும்போது தமிழில் பேசினோம், ஹிந்தியில் பேசினால் ஏதாவது பிரச்சினையாகிவிடும் என்னும் பயம் எங்களுக்கு இருந்தது. அதிர்ஷ்டம் இருந்ததால் தங்கள் மரபுகளை ஆழமாக அறிந்த இரண்டு பேரறிஞர்களிடம் படிக்கும் வாய்ப்பு எனக்குக் கிடைத்தது.

ஒரு நாள் ரிக் வேத சுலோகம் ஒன்றை நாங்கள் படித்தது ஞாபகம் வருகிறது. அதில் இருந்த ஒவ்வொரு வார்த்தையும் தமிழில் ஏதோ ஒரு வடிவில் இன்றும் இருந்ததைப் பார்த்தோம். தமிழ் தற்போது ஆங்கிலத்தைச் செரித்துக்கொண்டிருக்கிறது, ஒரு காலத்தில் சமஸ்கிருதத்தைச் செரித்ததுபோல. ஆனால் தற்போது ஒவ்வொரு அடுத்த எழுத்தும் ஆங்கிலமாக எழுதும் தமிழைப் பார்க்கும்போது எனக்கு ஐயமாகவும் இருக்கிறது.

தமிழின் அபூர்வமான அம்சமே அது மற்ற மொழிகளில் இருந்து சொற்களை வாங்கினாலும் தன் தூய்மை கெடாமல் பாதுகாத்துக் கொண்டதுதான். அத்துடன் ஏறத்தாழ எல்லாச் சொற்களுமே இன்றுவரை பயன்பாட்டில் இருக்கின்றன. தமிழ், மணிப்பிரவாளம் என்று 1,500 வருடங்களாக அவை பக்கத்துப் பக்கத்தில் வாழ்ந்திருக்கின்றன. இதுவே தமிழின் பலம்.

உங்கள் ஆசிரியர் ஏ.கே. ராமானுஜன் எப்படிப்பட்டவர்? என்னென்ன நூல்களை அவரிடம் கற்றீர்கள்? அவருடன் உங்களுக்குக் கருத்து வேறுபாடுகள் இருந்ததுண்டா?

ராமானுஜனிடம் என்ன படித்தேன் என்பதை முற்றிலும் என்னால் நினைவுக்குக் கொண்டுவர முடியவில்லை. ஆனால் புறநானூறு ஆரம்பப் பாடல்களை அவரிடம் படித்தது ஞாபகத்தில் இருக்கிறது. பாடல்கள் ரசமானவையாக இல்லாவிட்டால் அவருக்கு விரைவில் சோர்வு தட்டிவிடும். முதல் ஒன்றிரண்டு, வழமைபோல அரசரைப் புகழும் பாடல்கள். அது அவரை உற்சாகப்படுத்தவில்லை. அரசனைச் சூரியனோடு ஒப்பிடும் பாடல் அடுத்து வந்தது. உடனேயே அவருடைய முகம் பிரகாசமாகி 'ஆ, இப்பொழுது சுவாரஸ்யம் வருகிறது' என்பார்.

அவருடன் எனக்குக் கருத்து வேறுபாடு கிடையாது. கலாச்சாரத்தை மிக நுணுக்கமாக நோக்கும் ஒரு கவியின் கண்கள் அவரிடம் இருந்தன. சுவாரஸ்யமாக எதையாவது சொல்வார்.

தமிழ் இலக்கியத்தில் கிராமியம், நாகரிகம் என்னும் வேறுபாடுகள் இல்லை என்பார். இது ஒரு நுண்ணிய பார்வை.

என் மொழிபெயர்ப்பு முறைகள் அவருடையதிலிருந்து மாறுபட்டவை. ஆங்கிலத்தில் நன்றாக அமைய வேண்டும் என்பதற்காக அவர் கவிதை அமைப்பில் சில சுதந்திரங்களை எடுத்துக்கொள்வார். அவர் ஒரு நல்ல மொழிபெயர்ப்பாளர் இல்லை என்று அர்த்தம் அல்ல. அவருடைய மொழிபெயர்ப்புகள் முற்றிலும் வார்த்தைக்கு வார்த்தை இணைவதில்லை. இது பெரும் குற்றம் என்றும் சொல்ல முடியாது. முதன்முதல் இந்தியாவின் செவ்விலக்கியம் ஒன்றை உண்மையான ஆங்கிலத்தில் கொடுத்தவர் இவர்தான். இதற்கு முந்தி வந்தவை எல்லாம் இடக்குமுடக்கான விக்டோரியன் ஆங்கிலத்தில் எழுதப்பட்டு, வாசிப்பு என்பதை இம்சையாக்கிவிடும். இப்படியான தனிச்சிறப்பு தமிழுக்குக் கிடைத்ததை எண்ணித் தமிழர்கள் பெருமைப்பட வேண்டும். ராமானுஜனுடைய முதல் நூலான குறுந்தொகை ஆங்கில மொழிபெயர்ப்புக்கு – *The Interior Landscape* – கிடைத்த தனிச்சிறப்பும், புகழும் இன்றுவரை ஓங்கியிருக்கிறது

எவ்வளவுக்கு முடியுமோ அவ்வளவுக்குச் சொல்லுக்குச் சொல் சரியாக இருக்க வேண்டும் என்பது என் மொழிபெயர்ப்பு அணுகுமுறை. அதே சமயம் ஆங்கிலத்தில் சரளமாகவும் செய்யுள் இடைவெளிகள் மூலத்துடன் ஒத்துப்போவதாகவும் இருக்க வேண்டும் என்று நான் கருதுகிறேன்.

சங்க இலக்கியங்களில் குறவர், குயவர், எயினர், கணக்கன், கணியன் எனப் பல துறைகளைச் சேர்ந்தவர்களும் பாடியிருக்கிறார்களே. இவர்கள் முழுநேரப் புலவர்கள் இல்லையா? பிழைப்புக்காகத் தங்கள் துறைகளில் தொழில் செய்துகொண்டு பாடல்களை இயற்றினார்களா? இவர்கள் எல்லோருமே கல்வி கற்கும் வசதியுடையவர்களாக இருந்தார்களா?

புலவர்களின் சமுதாய நிலையை நாங்கள் உணர்வது அவர்களுடைய பாடல்கள் மூலம்தான். அநேகமான பாடல்களைப் பாடியவர்கள் மேல் சமூகத்துப் புலவர்கள்தான். ஆனால் கீழ்மட்டத்திலும் சில புலவர்கள் இருந்திருக்கிறார்கள். சங்க காலத்திலேயே எழுதும் முறை பரவலாகிவிட்டது என்று ஐராவதம் மகாதேவன் கருதுகிறார். ஆனபடியால் கீழ்மட்டத்தில் இருந்து ஏன் புலவர்கள் வந்திருக்க முடியாது? பெண் புலவர்கள்போல அவர்களுடைய தொகையும் அதிகமாக இல்லை.

புறநானூறில் 15 பெண்கள், ஏறக்குறைய பத்து வீதம் பாடியிருக்கிறார்கள். அந்தக் காலத்தில் பெண்கள் கற்பதற்கு ஏதும் தடை இருந்ததாகத்

தெரியவில்லை. சங்க இலக்கியக் காலத்தில் பெண்களின் உண்மையான நிலை என்ன?

இந்திய வரலாற்றில் அன்றிலிருந்து பெண்கள் கல்வியறிவு பெற்றவர்களாகவே இருந்திருக்கிறார்கள். சமஸ்கிருதத்தில் ஒரு புகழ்பெற்ற பெண்கவி கன்னட ராணி விஜ்ஜாகா. அவர் ஒரு பாடலில் இப்படிச் சொல்கிறார்:

தாந்தினி என்னை அறியவில்லை
நான் நீலாம்பல் இதழ்போல
கருவண்ணமாக இருக்கிறேன்.
தவறாக அல்லவோ கூறுகிறான்
சரஸ்வதி வெள்ளையென்று.

எனக்கு என்ன தோன்றுகிறதென்றால் மூதாதையரைவிட இன்றைய தமிழர்கள்தான் பெண் விடுதலைக்கு எதிர்ப்பானவர்கள் என்று. இன்றும் நான் பார்க்கும் தமிழர்களின் குழுக்கள், சங்கங்கள், கல்வித்துறைக் கூட்டங்களில் எல்லாம் ஆண்களே முதலிடம் வகிக்கிறார்கள்.

உங்களுடைய மொழிபெயர்ப்போ ஏ.கே. ராமானுஜனின் ஆங்கில மொழிபெயர்ப்போ படித்த உடனே புரிகிறது. ஆனால் அதே தமிழ்ப் பாடலை உரையைப் பக்கத்தில் வைத்துக்கொண்டு படித்தாலும் புரிவதில் சிரமம் இருக்கிறதே. இவ்வளவுக்கும் தமிழ் தாய்மொழி, ஆங்கிலம் அந்நிய மொழி. இந்த நிலைமை எப்படி மாறும்? *Ancient Greek, Modern Greek* என்று பிரிப்பது போலத் தமிழிலும் *Ancient Tamil, Modern Tamil* என்று பிரிக்க வேண்டிய காலம் வந்துவிட்டது என்று நினைக்கிறீர்களா?

பழந்தமிழில் இருந்து பிறந்தது நவீனத் தமிழும் மலையாளமும். ஆனால் சாஸருடைய ஆங்கிலம்போல இது இரண்டிலுமிருந்து இன்று பழந்தமிழ் வித்தியாசமாகவே இருக்கிறது. சாஸருக்குச் சில நூறு வருடங்களுக்கு முந்திய *Beowulf*ஐப் படித்துப் பாருங்கள். சீன எழுத்துப்போல ஒன்றுமே புரியாது. உண்மை என்னவென்றால் சங்க காலத்திற்குப் பிறகு தமிழ் சிறிய அளவே மாறுதல் அடைந்திருக்கிறது.

தமிழோ மலையாளமோ தெரிந்த ஒருவர் சிறிது முயற்சி எடுத்தால் சங்கத் தமிழை இலகுவில் புரிந்துகொள்ள முடியும். உச்சரிப்பு என்று பார்க்கும்போது இன்றைய தமிழிலும் பார்க்க மலையாள உச்சரிப்பு பழந்தமிழுக்குச் சமீபத்தில் இருக்கிறது.

எழுத்துத் தமிழுக்கும் பேச்சுத் தமிழுக்கும் இடையில் உள்ள தூரம் தமிழில் அதிகமாக இருக்கிறதே? இப்படி வேறு மொழிகளிலும் உண்டா?

நீங்கள் தமிழ் படித்தபோது இது பெரிய பிரச்சினையாக உங்களுக்குத் தோன்றவில்லையா?

தமிழில் இந்த வித்தியாசம் அதிகம் என்பது உண்மைதான். ஆங்கிலத்தில் *'put them on the table'* என்று எழுதுவதைச் சொல்லும்போது *'put em on the table'* என்று சொல்வார்கள். தமிழில் 'வந்திருக்கிறார்கள்' என்று எழுதுவது பேசும்போது 'வந்திருக்காங்க' என்று வரும். இப்படியான வித்தியாசம் இந்தியாவில்தான் அதிகமாக இருப்பதுபோலத் தோன்றுகிறது. எழுத்துத் தமிழுக்கும் பேச்சுத் தமிழுக்கும் இடையில் உள்ள வித்தியாசமானது சமஸ்கிருதம், பிராகிருதம் போன்ற மொழிகளின் எழுத்துக்கும் பேச்சுக்கும் இடையில் இருந்த வித்தியாசம் போலத்தான். உண்மையான தெலுங்குக் கவிதை எழுத்திலிருந்து (இப்போது அது வழக்கில் இல்லை) பேச்சு வழக்கு முற்றிலும் வேறுபட்டது என்றுதான் நான் நினைக்கிறேன்.

தமிழ் எழுத்திலிருந்து பேச்சு வழக்கு இவ்வளவு தூரமாக இருப்பதற்குக் காரணம்: 1) தமிழின் 2000 ஆண்டுகளுக்கு மேலான வயது. 2) தொல்காப்பியம், பாணினி போன்ற இலக்கணங்கள் ஆரம்ப காலத்திலேயே தோன்றிவிட்டதால் தமிழ் எழுத்து முறை ஒருவிதமாக உறைந்துபோய்விட்டது, ஆனால் பேச்சு வழக்கு மாறிக்கொண்டேவந்திருக்கிறது.

இரண்டாயிரம் ஆண்டுகளுக்கு முந்திய தொல்காப்பியமும் அதன் பிறகு வந்த நன்னூலும்தான் இன்றுவரை தமிழின் இலக்கண நூல்களாக இருந்துவருகின்றன. கடந்த ஆயிரம் வருடங்களில் தமிழ் இலக்கியம் எவ்வளவோ வளர்சியடைந்துவிட்டது. தமிழ் மொழிக்கு ஒரு புது இலக்கணம் தேவை என்று தோன்றுகிறதா?

இந்த நவ உலகத்தின் படைப்புகளை வழிநடத்துவதற்கு ஒரு இலக்கணம் தேவை என்று நான் எண்ணவில்லை. அவை படைப்பிலக்கியத்தையும் மொழி வளர்ச்சியையும் மழுங்கடித்துவிடும்.

இலக்கணமே தேவையில்லை என்று சொல்கிறீர்களா?

அப்படி இல்லை. எல்லோருக்கும் புரியும்படியான நல்ல தமிழில் எழுத வேண்டும், அதை மறுக்கவில்லை. தொல்காப்பியம் போன்ற இலக்கண நூல்கள் அளவுக்கு அதிகமான அதிகாரத்தைத் தம்மிடம் வைத்துக் கொண்டிருக்கின்றன. நெருக்கிப் பிடிக்கும் தன்மையான இதை *prescriptive grammar* என்று சொல்வார்கள். ஆங்கிலத்தில் அப்படி இல்லை. படைப்பிலக்கியம் வளர்வதற்கு இலக்கணம் கொஞ்சம் விட்டுக்கொடுக்கும் தன்மைகொண்டதாக இருக்க வேண்டும்.

உங்களுடைய *The 400 Songs of War and Wisdom* நூலின் முன்னுரையில் புறநானூறு ஆரியர் வருகைக்கு முற்பட்ட தமிழ்நாட்டைச் சித்திரிக்கிறது என்றும், அப்பொழுதே வரையறுக்கப்பட்ட சாதி முறைகள் அங்கே இருந்ததென்றும் கூறியுள்ளீர்கள். புறநானூறுக்கு ஆயிரம் வருடங்களுக்கு முன்பே ரிக் வேதத்தில் கூறியுள்ள வர்ணங்களுக்கும் இதற்கும் தொடர்பு கிடையாதா?

கிட்டத்தட்ட 3500 வருடங்களுக்கு முன்னர் பாரசீகத்திலிருந்து இந்தியாவுக்குக் குடிபெயர்ந்த, இந்தோ – ஐரோப்பிய மொழி பேசும் ஓர் இனம்தான் ரிக் வேதத்தை இயற்றியது. இந்தியாவில் பலர் ஆரியர் வருகை அப்படியில்லை என்று வாதாடினாலும், மொழியியல் ஒப்பீடுகளின் மூலம் ரிக் வேதத்தைப் பாடியவர்கள் இந்தியாவில் தோன்றியவர்கள் அல்ல என்பதை நூறு சதவீதம் நிரூபிக்க முடியும். இந்தோ – ஐரோப்பியர்கள் கடந்துவந்த தூரத்தில் ஆக மேற்கில் இருப்பது இந்தியாதான். இன்னும் வேறு இந்தோ ஐரோப்பிய மொழி பேசிய ஆதி நாகரிகங்களை, கிட்டத்தட்ட வேதகாலத்து மக்களுடைய மொழிபோல ஒன்றைப் பேசிய ஈரானிய நாகரிகம் உள்பட, ஆராய்வோமானால் நாம் வர்ணம் என்றும் சாதி என்றும் ஒன்றைக் காண முடியாது. ரிக் வேதத்தில்கூட சூத்திரர் என்ற வார்த்தை ஒன்று அல்லது இரண்டு இடங்களில் மட்டுமே வருகிறது. நாளாவட்டத்தில் நாலு வர்ணங்கள் என்பது ஸ்திரமானது. பின்னர் ஐந்தாவதாகப் பஞ்சமரும் சேர்த்துக்கொள்ளப்பட்டது. மனு சாஸ்திரம் என்ன சொன்னாலும் வெளியே இருந்து பார்ப்பவர்கள் நாலு ஐந்து பிரிவுகளைப் பார்த்ததில்லை. ஆனால் எல்லோரும் பல சாதிப் பிரிவுகள் இருந்ததை ஒப்புக்கொள்கிறார்கள். சங்க கால இலக்கியங்களில் இந்த நிலைமை துலக்கமாகக் காட்டப்பட்டிருக்கிறது. அடிமட்டத்தில் இருக்கும் தலித் இனத்தினரிடையில் பல்வேறு பிரிவுகள் இன்றுபோல அன்றும் இருந்திருக்கின்றன. இவற்றை வைத்துக்கொண்டு பார்க்கும்போது சாதி என்னும் பாகுபாடு ஆரியர்களால் திணிக்கப்பட்டது என்றோ ஓர் ஆரிய அமைப்பு மூலம் உருவானது என்றோ எண்ண இடமில்லை. ஆதி ஆரியர்களுக்கிடையில் அப்படியான ஓர் அமைப்பும் இருந்தது கிடையாது.

என்னுடைய எண்ணம் என்னவென்றால் சாதி என்பது ஆதியிலிருந்த ஒரு தென்னாசிய வாழ்வுமுறை – நேபாளத்திலிருந்து இலங்கை வரை. ஆரியர்களுடைய வருகைக்குப் பிறகு வர்ண வேறுபாடு படிப்படியாக வளர்ந்ததற்குக் காரணம் அவர்கள் வந்தபோது ஏற்கனவே அங்கே கண்ட சாதி வழக்கங்கள்தான்.

சிந்து சமவெளி நாகரிகத்தின் நகர அமைப்புகளில் ஒவ்வொரு துறையில் வேலை செய்பவர்களுக்கும் ஒவ்வொரு பகுதி ஒதுக்கப்பட்டிருப்பதைப் பல குறிப்புகள் சொல்கின்றன.

சாதி அமைப்பு இருந்திருப்பதையே இவை உறுதிப்படுத்துகின்றன. இன்னொன்று, இலங்கை தமிழர்களுக்கிடையிலும் சாதியமைப்பு தீவிரமாக இருந்திருக்கிறது என்பதை நீங்கள் கவனிக்க வேண்டும். ஆனால் அங்கே பிராமணர்கள் மிகவும் குறைவு. ஆந்திராவிலும் இதே நிலைதான்.

முப்பது வருடங்களுக்கு முன் வெளிவந்த உங்களுடைய முதல் நூலில் (The Poems of Ancient Tamil - 1975) ஆதிகாலத்துத் தமிழ், சமஸ்கிருதம் கலப்பில்லாத (அல்லது குறைவாகக் கலந்த) சுத்தமான தமிழ் என்று கூறியிருக்கிறீர்கள். ஆனால் நீலகண்ட சாஸ்திரி என்ன ஆதாரத்தை வைத்துக்கொண்டு ஆதித் தமிழில் சமஸ்கிருதத்தின் முழு ஆக்கிரமிப்பு இருந்தது என்று கூறுகிறார்?

நீலகண்ட சாஸ்திரி தன்னுடைய கற்பனையையும் அவர் எழுதிய காலத்தில் இருந்த எதிர்ப்பு நிலையையும் மிகவும் விசுவாசித்தார் என்று தெரிகிறது. அவர் ஒரு தெலுங்கு பிராமணர். ஒரேயொரு சங்கப் பாடலையாவது அவர் படித்திருப்பாரோ தெரியாது. ஆனால் அவர் சிறந்த ஆராய்ச்சிகள் செய்த ஒரு முக்கியமான வரலாற்று ஆசிரியர். சங்க காலம் பற்றியும் சங்க காலச் சரித்திரம் பற்றியும் அவர் கூறியவற்றை எல்லாம் தள்ளிவிட வேண்டும். இந்திய வரலாறு பற்றி அவர் எழுதியவை அனைத்தையும் இந்தப் பின்னணியில் வைத்து மிகக் கவனமாகவே நோக்க வேண்டும்.

இதே நூலில் நீங்கள் புறநானூறு பாடல்கள் எழுத்தில் பதியப்பட்டவை என்பதை வலியுறுத்தியிருக்கிறீர்கள். அவை எல்லாம் ஏகாரத்தில் முடிவதால் இசைப் பாடல்கள் (lyrics) என்று சிலர் சொல்கிறார்கள். க. கைலாசபதி தன் Tamil Heroic Poetry (1968)இல் அவை வாய்மொழிப் பாடல்கள் என்று கூறியிருக்கிறார். இதே கருத்தை கமில் ஸ்வெலபில்லும் The Smile of Murugan (1975) நூலில் ஆமோதித்திருக்கிறாரே?

நான் Albert Lord என்பவரிடம் படித்திருக்கிறேன். அவர்தான் Singer of Tales நூலை எழுதியவர். அவரும் பாரியும் (Parry) இணைந்துதான் வாய்மொழி இலக்கியத்தின் பண்புகளையும் தன்மைகளையும் ஆராய்ந்தார்கள். சங்க இலக்கியம் உடனடியாக வாயினால் பாடிய பண்புகளைக் கொண்டிருக்கவில்லை. அவை மிகுந்த சிக்கலான அமைப்பு கொண்டவை. இன்னும் பல இலக்கியங்கள்போலச் (உதாரணம் Aeneid) சங்க இலக்கியங்கள் வாய்ப்பாடல்களைப் போலிசெய்து எழுதி உருவானவை. அது திரும்பத் திரும்ப உபயோகிக்கும் வார்த்தைத் தொடர்களினாலும் எடுத்துக்கொண்ட பொருள்களினாலும் தெரியவரும்.

ஆனால் இது மட்டுமே வாய்மொழி இலக்கியம் ஆகிவிடுவதில்லை. வாய்மொழி இலக்கியம் என்பது எழுத்தறிவு

இல்லாதவர்களால் உடனடியாகப் பாடப்பட்டுப் பின்பு எழுதிவைக்கப்படுவது. சங்க காலத்திலேயே எழுத்துப் பழக்கம் வந்துவிட்டது என்பதை ஐராவதம் மகாதேவன் கூறியிருக்கிறார். உண்மையான பாடகர்கள் அடிமட்டத்தில் இருக்கும் பாணர்களும் கிணையர்களும்தான். சங்க இலக்கியக் கவிகளின் பெயர்களைப் பார்க்கையில் அவர்களுடைய பெயர்கள் இந்தக் குழுவில் இருந்து வரவில்லை என்பது தெரிகிறது. ஔவையார் ஒரு பாடலில் தன்னை விறலியாகப் பாவித்துப் பாடியிருக்கிறார். இதிலிருந்து சங்கப் புலவர்கள் வாய்மொழிப் பாடல்களை ஒட்டியே தங்கள் கவிதைகளை எழுதியிருக்கிறார்கள் என்பது துலக்கமாகத் தெரிகிறது.

நானூறு என்னும் கணக்கு எப்படி ஏற்பட்டது?

அது யாருக்குத் தெரியும். பத்ரஹரியின் மூன்று சதகங்கள் போல (முன்னூறு), பிராகிருதத்தில் ஹாலாவின் சப்தசதிபோல (எழுநூறு) இதுவும் இருந்திருக்கலாம். இந்தியாவின் பழம் மரபில் நூறு நூறாகத் தொகுக்கும் வழக்கம் இருந்திருக்கிறது.

இயற்கையோடு ஒட்டி எழுதிய பல அருமையான பாடல்கள் சங்க இலக்கியத்தில் இருக்கின்றன. (புறம் 190) இடம் விழுந்த பன்றியை உண்ணாமல் வலம் விழுந்த யானையை உண்ணும் புலி என்று வருகிறது. இன்னொரு இடத்தில் (புறம் 104) யானையை முதலை வெல்லும் என்று வருகிறது. இயற்கையியலாளர்கள் இதை ஏற்றுக்கொள்வதில்லையே.

புறநானூறு இயற்றிய புலவர்கள் தாவரவியலாளர்கள் இல்லை; விலங்கியலாளர்களும் இல்லை. கவிகள். சமஸ்கிருதத்தில் 'அனங்குஸாஹ் கவ்யாஹ்' என்பார்கள். கவிகளுக்கு அங்குசம் தேவையில்லை.

சங்க காலத்தில் கற்பொழுக்கம், களவொழுக்கம் என்று இரண்டு இருந்ததாகச் சொல்வார்கள்; ஆணும் பெண்ணும் களவாகக் கூடிய சம்பவங்களும் வருகின்றன. ஆனால் கர்ப்பமான ஒரு பெண் பாடியதுபோலவோ ஒரு கர்ப்பிணி பற்றியோ செய்தி இல்லையே?

அகப்பாடல்கள் மரபானவை. கர்ப்பிணிப் பெண்கள், கவிகள் பேணும் இறுக்கமான மரபு விதிகளுக்குள் அடங்குவதில்லை. இது ஒன்றும் புதிதல்ல. இன்னும் பார்க்கப்போனால் சங்க கால சமூகத்தில் இன்றுபோல அன்றும் பழமையான சம்பிரதாயங்களையே கடைப்பிடித்தனர். மச்சான் – மச்சாள் திருமணம் வழக்கத்தில் இருந்தது. ஆனால் அப்படியான திருமணங்கள் நல்ல கவிதையைத்

தராது – குறுந்தொகை 40. ஆகவே கவிகள் சமூகம் ஏற்காத ஒன்றையே வர்ணித்தார்கள், இப்போதைய தமிழ் சினிமாபோல.

***The Forest Book of the Ramayana by Kampan* நூலை 1988இல் வெளியிட்டிருக்கிறீர்கள். சிலப்பதிகாரம், மணிமேகலை எல்லாம் சிறந்த நூல்கள்; ஆனால் கம்பராமாயணம் மிகச் சிறந்தது என்று கூறியிருக்கிறீர்களே?**

கம்பன் மிகப் பெரிய கவி; அவனுடைய காவியம் பலதுறைப் புலமையை அடக்கியது. இந்த உலகத்தின் எந்த ஒரு அம்சத்தையும் அவன் தொடாமல் விட்டதில்லை. எந்த வகையான மக்கள், எந்த வகையான உணர்வுகள், எந்த வகையான கருத்துக் கோணங்கள் என்று அதற்கு அளவே இல்லை. கம்பன் காட்டும் தெய்வத்தன்மை இரு போக்கினைக் கொண்டது. இலக்கியத்திலேயே மிக உயரிய படைப்பான ராவணனைப் பற்றிக் கூறும்போது அவன் தெய்வத் தன்மையைக் குறைபாடுள்ளதாகக் காட்டுகிறான். கம்பன் எடுக்கும் நிலை எப்போதும் ஒன்றுடன் ஒன்று சார்புடையதாகவே இருக்கும். அவனுடைய கருத்துக் கோணமும் செய்யுளுக்குச் செய்யுள் மாறிக்கொண்டே வரும். சிலப்பதிகாரம், மணிமேகலை, ஏன் வால்மீகி கூட – அவை எவ்வளவு பெரிய இலக்கியங்களாக இருந்தாலும் – கம்பராமாயணத்துடன் ஒப்பிடும்போது அளவில் உயரம் குறைந்தே காணப்படுகின்றன.

சங்க இலக்கியத்தில் பொருளும் அடர்த்தியும் முக்கியம். கம்பர் காலத்தில் ஒலிநயம் முக்கிய இடம் பிடித்தது. இப்பொழுது நவீன கவிதையில் மறுபடியும் பொருளுக்கும் வார்த்தை செறிவுக்கும் முக்கிய இடம். ஒரு வட்டம் சுற்றி வந்ததுபோல இருக்கிறதே?

கொஞ்சம் மிகையாகச் சொல்வதுபோல் தெரிகிறது. பல இடங்களில் கம்பன் சங்கப் புலவர்களைப் போலவே பாடியிருக்கிறான். நான் தமிழ் மொழிபெயர்ப்பைப் பக்கத்தில் வைத்துக்கொண்டு செம்மீன் படித்தது ஞாபகத்துக்கு வருகிறது. மலையாள மூலத்தில் வசனங்கள் நீளமில்லாமலும் பொருளைப் பட்டென்று சொல்பவையாகவும் இருந்தன. ஆனால் தமிழ் மொழிபெயர்ப்பாளர் தன் சொந்த வார்த்தைகளைக் கூட்டி அனாவசியத்துக்கு இழுத்துவிட்டார். இந்த விஷயத்தில் மலையாளம் நவீனத் தமிழைப்போல இல்லாமல் பழம் தமிழைப்போலவே (சங்க காலத் தமிழ் அல்லது கம்பன் தமிழ்) இருக்கிறது.

தற்காலத் தமிழ் எழுத்தாளர்கள் நிறைய மரபுத் தமிழில் படித்துத் தங்களை மேம்படுத்திக்கொள்ளலாம். அல்லது வழக்கம்போல உலகத்து இன்னல்களுக்கு எல்லாம் அரசியல்வாதிகளே காரணம் என்று சொல்லியும் தப்பித்துக்கொள்ளலாம்.

நவீன இலக்கியப் படைப்பாளிகள் பலருக்கும் பழைய இலக்கியங்களில் பரிச்சயமில்லை; ஈடுபாடும் குறைவு. சிலர் தேவை இல்லை என்றுகூடச்

சொல்கிறார்கள். ஒரு நல்ல நவீன படைப்பாளிக்குப் பழந்தமிழ் இலக்கிய அறிவு அவசியமில்லையா?

பழந்தமிழ் என்பது பெரும் சொத்து. ஓர் எழுத்தாளர் உண்மையில் பழைய இலக்கியங்களைப் படித்துத் தேர்ந்திருப்பாராகில் அவரால் நவீன தமிழ் இலக்கியத் துறையில் முன்னேற்ற முடியாத ஒரு மூலையைக்கூடக் காண முடியாது. இன்றைய தமிழ் எழுத்தாளர்கள் ஆங்கிலத்தில் செலவிடும் அதே அளவு நேரத்தைப் பழந்தமிழ் இலக்கியங்களில் செலவிடுவார்களாயின் அவர்களுடைய எழுத்தாற்றல் பல மடங்கு உயரும் என்பது என் அபிப்பிராயம்.

உலகக் கவிகளுடன் ஒப்பிடும்போது பாரதியின் இடம் எங்கேயிருக்கிறது?

இது கடினமான கேள்வி. நான் பாரதியாரைப் படித்திருக்கிறேன், ஆனால் அவருடைய படைப்புகளுக்குள் போதிய நேரமெடுத்து ஆழமாகச் செல்லவில்லை. ஆகவே தீர்க்கமான ஒரு கருத்தை என்னால் வைக்க முடியாமல் இருக்கிறது.

நவீன தமிழ் இலக்கியங்களைப் படிப்பீர்களா?

ஏற்கனவே சொன்னபடி நான் பழம் இலக்கியங்களையே படிக்கிறேன். மீண்டும் இப்பொழுது டால்ஸ்டாயின் படைப்புகளை நான் ரஷ்ய மூலத்தில் படிக்கிறேன். உண்மையைச் சொல்லப்போனால் இன்றைய இந்திய எழுத்தாளர் ஒருவரும் டால்ஸ்டாயின் சிகரத்தை எட்டவில்லை. ஆங்கிலத்திலும் அப்படித்தான்.

பெர்க்கிலியில் தமிழ்த்துறை தொடங்குவதற்கு நாலு வருடங்களில் *US$* 4,25,000 சேர்த்த பெருமை உங்களுக்கு உண்டு. ஈழத்தமிழர் ஏராளமாக வாழும் டொரான்டோவில் தலைக்கு *$5* கொடுத்தாலே தமிழ்த்துறை தொடங்கலாம் என்று சொல்லியிருக்கிறீர்கள். அது அவ்வளவு சுலபமா?

இலங்கைத் தமிழர்களிடம் எனக்குப் பெரும் ஏமாற்ற முண்டு. பெர்க்கிலியில் தமிழ்த்துறைக்கு நாங்கள் பொருள் சேர்த்தபோது ஓர் இலங்கைத் தமிழர் தன் காரை ஏலம்விட்டுப் பணம் திரட்டித் தருவதாகச் சொன்னார். பிறகு அவர் ஈழத் தமிழர்களுக்கு இதில் ஒருவித ஆர்வமும் இல்லையென்பதைக் கண்டு பின்வாங்கிவிட்டார். அவர்களுடைய பொதுவான கேள்வி எதற்காக இந்தத் திட்டத்தில் பணத்தை வீணடிக்க வேண்டும் என்பதுதான்.

பல தசாப்தங்களாக லட்சக்கணக்கான ஈழத்தமிழர்கள் கனடாவில் வாழ்கிறார்கள். அவர்கள் கோயில்களிலும் இன்னும் கலை, கலாச்சாரத் துறைகளிலும் ஆர்வம் காட்டி நல்வாழ்க்கை நடத்துகிறார்கள். ஆனால் தமிழ்ப் புலமைக்கு என்று பெரிதாக ஒன்றும் செய்யவில்லை. *Aztec* கலாச்சாரம் பற்றி அவர்களுக்கு நினைவூட்ட வேண்டும். ஸ்பானியர்கள் எழுத்தறிவு உள்ள

எல்லோரையும் கொன்றுபோட்டதுடன் அஸ்டெக் கலாச்சாரம் முற்றிலும் அழிந்துவிட்டது.

கனடா தமிழர்கள் தங்கள் மொழிக்கு ஆதரவுதரத் தவறினால் தமிழர்களின் கலாச்சாரம் கனடாவில் அழிந்துவிடும். தமிழை கனடியக் கலாச்சாரத்துக்குள் போதிய மரியாதையும் கனதியும் கொடுத்து நுழைக்க வேண்டும். அப்பொழுதுதான் அழிவிலிருந்து தப்பலாம். பலர் தங்கள் நாட்டுக்குத் தாங்கள் திரும்பக்கூடும் என்று நினைக்கலாம். அவர்கள் போக மாட்டார்கள், நிச்சயம் அவர்களுடைய பிள்ளைகளும் திரும்பப்போவதில்லை. கனடியப் பல்கலைக்கழகத்தில் தமிழை ஸ்தாபிக்கத் தவறுவதால் அவர்களுடைய பிள்ளைகளைக் கலாச்சார அனாதைகள் ஆக்குகிறார்கள். இதற்கு அவர்கள் வெட்கப்பட வேண்டும். வாழ்க்கையில் முன்னேற்றம் காண்பதற்காக அவர்கள் எவ்வளவு போராடியிருக்கிறார்கள், ஆனால் தமிழின் நிலையை முன்னேற்ற என்ன செய்திருக்கிறார்கள்? படிக்கிறது ராமாயணம், இடிக்கிறது பெருமாள் கோயில்.

நீங்கள் எடுத்த கடும் முயற்சியால் பெர்க்கிலி பல்கலைக் கழகத்தில் தமிழ்ப் பீடம் உருவாகிக் கடந்த ஒன்பது வருடங்களாகச் சிறப்பாகச் செயல்பட்டுவருகிறது. இந்தக் காலகட்டத்தில் உங்கள் மூலம் வந்த மாணவர்களுடைய முயற்சிகள் எப்படி இருக்கின்றன? ஆராய்ச்சி நூல்கள், மொழிபெயர்ப்புகள் என்று ஏதாவது வந்திருக்கின்றனவா?

பெர்க்கிலியில் தமிழ்ப் பீடம் உருவான பிறகு எங்களிடம் இப்போது எட்டு முதுகலை மாணவர்கள் தமிழையும் அது தொடர்பான துறைகளையும் பயில்கிறார்கள். அவர்கள் எல்லாவித பின்னணிகளிலுமிருந்து வந்தவர்கள். ஒரு மாணவி, அர்ச்சனா வெங்கடேசன் இப்போது Ph.D. முடித்திருக்கிறார். ஆண்டாள் பற்றி ஓர் உயர்வான ஆய்வு செய்து முதல்தரமான மொழிபெயர்ப்பும் செய்திருக்கிறார். இன்னொரு மாணவர் உலா ஆராய்ச்சி செய்கிறார். இன்னொருத்தருடைய பொருள் கோலம். என் இன்றைய மாணவர்களின் ஆர்வம் சமயம், அரசியல், சங்க இலக்கியங்கள், கலை வரலாறு என்று பலவாக இருக்கிறது. நாங்கள் பெர்க்கிலியில் உருவாக்கிய அறக்கட்டளை தமிழ்ப் பீடத்துக்கு இன்றியமையாதது. அதன் காரணமாக எங்களால் தமிழுக்கு மிகச் சிறந்த, சுவையான பாடத்திட்டங்களை உருவாக்க முடிந்திருக்கிறது. இன்னுமொன்று, இரண்டு புதுத் தமிழ் மாணவர்கள் அடுத்த வருடம் வருகிறார்கள். இரண்டு பேருமே முதுகலையில் முதல் தரமானவர்கள். அவர்களில் ஒருவர் ரோம–கிரேக்க இலக்கியத்தில் முதல் இடம் பிடித்தவர்.

உங்களைப் போன்ற பலரது அயராத உழைப்பில் தமிழுக்கு இந்திய அரசின் செம்மொழி அந்தஸ்து கிடைத்துவிட்டது. அடுத்து என்ன நடக்க வேண்டும் என்று எதிர்பார்க்கிறீர்கள்?

தமிழ் மொழி பற்றி, அதன் கலாச்சாரம், வரலாறு பற்றி ஒரு பகுத்தறிவான, சமநிலையான அணுகுமுறையை நாங்கள் உருவாக்க வேண்டியது அவசியம். தமிழ் ஒரு தென்னாசிய மொழி. தமிழ் இலக்கியமும் சமஸ்கிருத இலக்கியமும் சேர்ந்துதான் ஒரு தென்னாசியக் கலாச்சாரத்தை உருவாக்கியிருக்கின்றன. தமிழின் தொன்மை குறித்து வெறித்தனமாகப் பாராட்டுவதோ அல்லது சமஸ்கிருதத்தின் மரபு பற்றி எதிராக எண்ணுவதோ தவறு.

உலகத்து மொழிகள் அனைத்தையும்போல, கலாச்சாரங்கள் போலத் தமிழும் ஆதியிலிருந்து வேற்று சக்திகளால் மாற்றமடைந்து வந்திருக்கிறது. தமிழ் தன் தனித்தன்மையையும் பண்பையும் வீரியத்தையும் 2000 வருடங்களாகக் காப்பாற்றியிருக்கிறது. இந்தக் காலகட்டத்தில் அது பலவித கலாச்சாரங்களுடன், மரபுகளுடன், சமயங்களுடன் கொடுத்தும் வாங்கியுமிருக்கிறது. இதுதான் அதன் பலம். இதை மனதில் கொண்டு தமிழ்க் கல்விமான்கள் சமஸ்கிருதத்தின் மேன்மையையும் மதிப்பையும் உணர வேண்டுவது முக்கியம். சமஸ்கிருதம் பல்லாயிரம் வருடங்களாகப் புலவர்களின் மொழியாகத் தென்னாசியாவில் இருந்ததோடு இந்து, புத்த, ஜைன மதங்களின் மொழியாகவும் இருந்திருக்கிறது.

The 400 Songs of War and Wisdom **வந்து ஆறு வருடங்கள் ஆகிவிட்டன. உங்களுடைய அடுத்த புத்தகம் எதைப் பற்றி இருக்கும்?**

இப்போது பதிற்றுப்பத்தை ஆங்கிலத்தில் மொழி பெயர்க்கிறேன். பெர்க்லியில் நான்கு துறைகளின் தலைமைப் பீடத்தை இன்னும் இரண்டு மூன்று ஆண்டுகள் நான் நிர்வகிக்க வேண்டிய கடமை இருப்பதால் இந்த வேலை மந்த கதியிலேயே நடைபெறுகிறது.

மற்ற மொழிகளோடு ஒப்பிடும்போது தமிழ் கணினியில் நன்றாக ஏறிக்கொண்டுவிட்டது என்று சொல்ல முடியுமா?

தமிழைக் கணினியில் ஏற்றுவது மற்ற தென்னாசிய மொழிகளிலும் பார்க்க லகுவானது. எண்பதுகளில் நான் மக்கின்டாஷ் கணினிக்கு ஒரு தமிழ் எழுத்துரு உண்டாக்கினேன். அதே சமயம் மலேசியாவில் முத்து நெடுமாறனும் தனிக் கணினிக்கு ஓர் எழுத்துருவைத் தயாரித்தார். தங்கள் இலக்கியங்களை கம்ப்யூட்டரில் ஏற்றிப் படிப்பதில் தமிழர்களிடம் பெரிய ஆர்வம் இருந்தது. இது நல்ல முன்னேற்றம்தான், ஆனால் எனக்கு ஒரு கவலையும் உண்டு. சில அபூர்வமான நூல்களைப் புதிதாக

அச்சில் கொண்டுவருவதற்கும் அல்லது திருப்பிப் பதிப்பதற்கும் இது ஊக்கம் கொடுக்காது.

உதாரணமாக கோபாலகிருஷ்ணமாச்சாரி அருமையான விரிவுரை ஒன்றைக் கம்பனுக்கு எழுதியிருக்கிறார். அதேபோல திருக்குறள், பரிமேலழகர் உரைக்கும் ஓர் அழகான விளக்கம் எழுதினார்; இன்னும் பல செய்திருக்கிறார். தமிழ்த்துறைப் புலவர்களுக்கு மிகவும் முக்கியமான இந்த நூலை இதுவரை யாரும் கணினியில் படிப்பதற்கு உதவி செய்யவில்லை. இருபதாம் நூற்றாண்டில், அறுபதுகளில் தமிழில் மிகவும் முக்கியமான ஆராய்ச்சிகள் நடந்தன, ஆனால் அவை ஒன்றும் இப்பொழுது அகப்படவில்லை. உதாரணத்திற்கு அண்ணாமலையின் கம்பர் பதிப்பு. இன்னும் உயர்ந்த ஆராய்ச்சி நூல்கள் இலங்கைத் தமிழறிஞர்களால் வெளியிடப்பட்டிருக்கின்றன. யாராவது யாழ்ப்பாணத்து அம்பலவாணருடைய பதிற்றுப்பத்து விளக்கவுரையைத் திருப்பிக் கனடாவில் பதிப்பிப்பது பற்றி யோசிக்கலாம்.

தமிழர்களுக்கு, குறிப்பாக ஈழத் தமிழர்களுக்கு என்ன சொல்ல விரும்புகிறீர்கள்?

ஈழத் தமிழர்கள் தங்கள் மொழியையும் மரபுகளையும் பேணுபவர்கள் என்பதற்கான ஒரு சான்றையும் நான் இதுவரை காணவில்லை. தமிழுக்குரிய முக்கியத்துவத்தையும் மரியாதையையும் பெறுவதற்கு என்ன செய்ய வேண்டும் என்பதை அவர்கள் உணர்ந்தவர்களாகவும் தெரியவில்லை.

இதன் கருத்து ஈழத் தமிழர்கள், தமிழர் அல்லாதவர்களுடன் – தென்னாசியர்கள், கனடியர்கள் – தொடர்பை ஏற்படுத்தி, உரையாடி அவர்கள் தமிழை அறிவதற்கு வகை செய்ய வேண்டும்; தமிழை விரும்பவும் மரியாதை செய்யவும் பாடசாலைகளில் அதைக் கற்பிக்கும்படிக் கேட்கவும் செய்ய வேண்டும். ஹிந்தி பேசுபவர் ஒழுங்குசெய்து டொரான்டோவில் நடந்த தென்னாசிய விழா ஒன்றை நான் நினைத்துப் பார்க்கிறேன். நிகழ்ச்சி நிரலில் தமிழ் என்னும் ஒன்று கனடாவில் இருப்பதே தெரியவில்லை. (பார்க்க: *http://www.rediff.com/us/2001/aug/18can1.htm*). தென்னாசியக் கலாச்சாரத்துக்கு அர்ப்பணிக்கப்பட்ட இந்த விழாவில் தமிழர்கள் பங்கேற்கவே இல்லை.

இதற்குப் பொறுப்பு ஈழத் தமிழர்களிடம்தான் இருக்கிறது. அவர்கள் பழமை விரும்பிகளாகவும் உள்நோக்குச் சிந்தனை கொண்டவர்களாகவும் ஏனையவர்களுடன் சுலபமாகக் கலந்துகொள்ளாதவர்களுமாக இருக்கிறார்கள். இந்தியத்

தமிழர்களுடன்கூட என்று சொல்லலாம். இந்தக் குழு மனப் பான்மையை விட்டொழித்தாலன்றி, கனடியக் கலாச்சாரத்தில் முழு அங்கம் வகிப்பதற்குத் தமிழுக்கு வழி செய்தாலொழிய, கனடாவில் தமிழுக்கு எதிர்காலம் இல்லை. ஈழத் தமிழர்களுடைய பிள்ளைகளின் அடையாளங்களில் தமிழ் மொழியும் அதனுடைய சிறப்பான பாரம்பரியமும் இருக்காது.

***காலச்சுவடு 70*, அக்டோபர் 2005**

எதிர்வினை

ஜார்ஜ் எல். ஹார்ட் வலியுறுத்தும் சமஸ்கிருத மரபு

ஜார்ஜ் எல். ஹார்ட் அவர்களின் நேர்காணலைக் *காலச்சுவடு* இதழ் *70*இல் படித்தேன்.

பேராசிரியர் கூறும் பதிலில் கவனிக்கத்தக்க ஒரு விஷயம் வருகிறது. பேராசிரியர் இப்படிக் கூறுகிறார்:

"தமிழின் தொன்மை குறித்து வெறித்தனமாகப் பாராட்டுவதோ அல்லது சமஸ்கிருதத்தின் மரபு பற்றி எதிராக அணுகுவதோ தவறு."

மேலும் தென்னாசியச் சூழல் பற்றிச் சொல்லும்போதும் "தமிழ் ஒரு தென்னாசிய மொழி. தமிழிலக்கியமும் சமஸ்கிருத இலக்கியமும் சேர்ந்துதான் ஒரு தென்னாசியக் கலாச்சாரத்தை உருவாக்கியிருக்கின்றன" என்கிறார்.

இதே ஹார்ட் அவர்கள்தான் தமிழ் ஒரு செம்மொழி என்பது பற்றிய முக்கியமான விவாதத்தைத் தனது பரந்த மொழி அறிவின் அடிப்படையில் முன்வைத்தார். அதேபோல் பேராசிரியர் சமஸ்கிருதத்தில் காணப்படும் தொனி, தமிழ்ப் பழங்கவிதை முறையால், முக்கியமாகப் பழங்கவிதைகளில் காணப்படும் மொழியமைப்பால் பாதிப்படைந்து தோன்றிய சிந்தனையாயிருக்க லாம் என்று முதன்முதலாகக் கூறி, சமஸ்கிருதப் பெருமையில் ஊறிக்கிடந்த மேற்கத்திய உலகை அதிர்ச்சிக்கு உள்ளாக்கியவர்.

அதே போன்று சமீபத்தில் ஹெர்மன் டீக்கன் என்னும் வெளிநாட்டுப் பேராசிரியர் புறநானூறு போன்ற சங்க நூல்கள் பிற்காலப் புலவர் ஒருவரால் பழந்தமிழ் நடையில் கற்பனையாக எழுதப்பட்டவை என்று கூறும் நூலுக்கு ஹார்ட் எழுதியுள்ள எதிர்வினை புகழ்பெற்றது.

இவற்றையெல்லாம் நான் கூறுவதற்கான காரணம் டீக்கனின் நூலை ஒரு புகழ் பெற்ற வெளிநாட்டு இந்தியவியல் நிறுவனம் வெளியிட்டுள்ளது. மேலும் தமிழாய்வுலகம் இந்த நூலைப் பற்றித் தெரிந்துகொள்ள வேண்டும். ஐராவதம் மகாதேவனின் *Early Tamil Epigraphy* நூல் பற்றியோ அவருடைய வேறு கட்டுரைகள் பற்றியோ டீக்கன் அக்கறை காட்டவில்லை என்பதால் சங்க இலக்கிய வரலாற்றுச் சான்றுகளை ஒரேயடியாய்க் கற்பனை என்று கருதுகிறார். இது விபரீதமான ஆய்வு.

பேட்டியாளர் இந்த மாதிரி மிக முக்கியமான விஷயங்களை ஹார்ட் பற்றிய பேட்டியில் தராதது குறையாகப்படுகிறது. மேலும் தமிழின் தனித்தன்மையை அங்கீகரிக்கும் ஹார்ட்டின் செயல்பாடுகளின் பின்னணியில் அவர் சமஸ்கிருதத்தைத் தமிழாய்வாளர்கள் புறக்கணிக்கக் கூடாது என்று கூறியதை எடுத்துக்கொள்ள வேண்டும்.

ஒரு காலத்தில் கேரளப் பல்கலைக்கழகத்தின் தமிழ் முதுகலைப் படிப்பில் சமஸ்கிருதம் ஒரு பாடமாக இருந்ததாகச் சொல்வார்கள். அது போல் இலங்கையிலும் சமஸ்கிருதம் தமிழ் முதுகலைப் படிப்பின் ஒரு பகுதியாகக் கற்பிக்கப்பட்டதாகக் கூறக் கேட்டிருக்கிறேன். இந்த இரு இடங்களிலும் இப்போது சமஸ்கிருதம் நீக்கப்பட்டுள்ளது. தனித் தமிழ் இலக்கிய அறிவு மட்டும் போதும் என்று இந்த இரு இடங்களிலும் பாடத் திட்டத்தை மாற்றியவர்கள் கருதியிருக்க வேண்டும்.

ஹார்ட் போன்றவர்கள் தமிழ் ஒரு செம்மொழி என்று கூற, அவர்களின் சமஸ்கிருத அறிவு பயன்படுகிறது. தமிழின் சிறப்பைக் கூற சமஸ்கிருத, கன்னட, தெலுங்கு, மலையாளம் போன்ற பிறமொழி அறிவு வேண்டியிருக்கிறது. வி.ஐ. சுப்பிரமணியம் தமிழ்ப் பல்கலைக்கழகத் துணைவேந்தராக இருந்தபோது, பாலி, பிராகிருதம், கன்னடம், தெலுங்கு, மலையாளம் என்று பிற மொழிகள் கற்க ஆய்வு மாணவர்களைப் பிற மாநிலங்களுக்கு அனுப்பியதுண்டு. பின்பு இதே ஆய்வாளர்கள் தஞ்சைக்குத் திரும்பியதும் பிற மொழி பயிலும் திட்டம் கைவிடப்பட்டதும் ஆய்வாளர் பலரும் அறிந்ததே.

சமீபத்தில் மறைந்த கே.வி. சுப்பண்ணா என்னும் கன்னட நாடகத் துறையாளரும் கட்டுரையாளருமான ஒருவர் தொல்காப்பியத்தை இலக்குவனாரின் ஆங்கில மொழிபெயர்ப்பு மூலம் படித்துச் சில கருத்துகளைக் கூறியுள்ளார். முக்கியமாக, கன்னட நூலான 'கவிராஜ மார்க்க'த்துக்கும் தொல்காப்பியத்திற்கும் உள்ள ஒப்பீடு சுப்பண்ணாவைச் சில முடிவுகளுக்கு இட்டுச்செல்கிறது. அதுபோல் முனைவர் நாச்சிமுத்து பழந்தமிழ் இலக்கணத்திற்கும் மலையாள மொழிக்கும் உள்ள தொடர்பு பற்றி எழுதியுள்ள கட்டுரையும் முக்கியமானது.

மொத்தத்தில் ஹார்ட் தமிழாராய்ச்சியுடன் சமஸ்கிருத ஆராய்ச்சி இணைய வேண்டும் என்று சுட்டிக்காட்டுவது தமிழாராய்ச்சியுடன் கன்னட, மலையாள ஆய்வுகள் சேர வேண்டும் எனப் பிற அறிஞர்களின் செயல்பாடுகள் சுட்டுவதும் இன்று முக்கியமாகக் கவனிக்கப்பட வேண்டும்.

இந்த இடத்தில் இன்னொரு கசப்பான உண்மையையும் கூற வேண்டும். தமிழ்க் கல்வியிலிருந்து சமஸ்கிருதத்தை அகற்றியதும் தொடர்ந்து கன்னடம், தெலுங்கு, மலையாளம் என்று பிற மொழிகளுடனான ஒப்பீட்டுத் தமிழாய்வு புறக்கணிக்கப்பட்டதும் தமிழகத்தில் ஆளும் கருத்துருவமாக (ruling ideology) தமிழ் வந்த சந்தர்ப்பத்தில்தான். இந்த எதிர்வினையை எழுதும் நான் ஆளும் கருத்துருவமாகத் தமிழ் வந்ததை ஆதரிக்கக்கூடியவன். ஆனால் ஆளும் கருத்துருவமாகத் தமிழ் வரும்போது தமிழுக்கு ஒற்றை முகம்தான் உண்டு என்று கருதியவர்கள், தெ.பொ.மீ. போன்றவர்கள் வலியுறுத்திய பிற பண்பாட்டு அறிவையும் பிறமொழி அறிவையும் தமிழாய்விலிருந்து புறக்கணித்தது தவறானது.

அரசியலதிகாரமாக சமஸ்கிருதம் வரும்போது அதை எதிர்ப்பதில் நியாயம் உண்டு. ஆனால் தமிழ்க் கருத்துருவைக் கட்டுவதற்குப் பிறமொழிகளின் ஆற்றலை எல்லாம் தமிழ் உள்ளுறிஞ்சியிருக்க வேண்டும். தமிழிலக்கிய வரலாறு இந்தப் படிப்பினையைத்தான் நமக்குத் தருகிறது.

தமிழவன்

காலச்சுவடு 72, டிசம்பர் 2005

எதிர்வினை

பழந்தமிழும் இன்றைய தமிழரும்

அக்டோபர் 2005 இதழில் வெளியான தமிழ்ப் பேராசிரியர் ஜார்ஜ் எல். ஹார்ட் அவர்களுடனான நேர்காணல் படித்தேன். ஓர் அமெரிக்கர் தமிழ்ப் பேராசிரியராகத் தமிழ் மொழிக்கு ஆக்கம் சேர்த்து வருவது நம்முடைய பாராட்டுதலுக்கும் நன்றியறிதலுக்கும் உரியது.

பழந்தமிழ் என்பது பெரும் சொத்து. அதனைக் கண்டுகொள்ளாமல் இருக்கின்ற இக்காலத் தமிழ் எழுத்தாளர்களுக்கு இவர் வழங்குகின்ற அறிவுரை சிறப்பானது. பழந்தமிழ் இலக்கியங்கள் தமிழ் எழுத்தாளர்களின் எழுத்தாற்றலை உயர்த்தும் என்பதை அவர்கள் அக்கறையுடன் கருதிப் பார்க்கலாம்.

ஆரியர் வருவதற்கு முன்பிருந்து தமிழர்களிடையே இருந்துவந்த சாதிப் பிரிவுகளே வருண வேறுபாடுகள் படிப்படியாக வளர்வதற்குக் காரணமாயின என்று இவர் கூறுவது விவாதத்துக்குரியது. தொழில் பிரிவுகளின் பின்னணியில் சாதிப் பிரிவுகள் நடைமுறையில் இருந்துவந்தன என்பது மெய்யே. ஆனால் அந்தப் பிரிவுகளிடையே உயர்வு, தாழ்வு என்பது அவ்வளவு கூர்மையாக இருந்ததில்லை. 'எல்லா உயிர்களும் பிறப்பால் ஒப்பானவையே. ஆனால் தொழில் வேறுபாடு காரணமாக அவர்தம் சிறப்புகள் ஒப்பாவதில்லை' என்று திருவள்ளுவரும் கூறலானார். ஆனால் பிறப்பின் அடிப்படையில் வருண வேறுபாடுகளைக் கற்பித்தவர்கள் ஆரியர்களே. தம்மை மற்றவர்களை விட மேலானவர்கள் என்று காண்பிப்பதற்காகவே ஆரியர்கள் வருண வேறுபாடுகளைக் கற்பித்தார்கள். சமஸ்கிருதமயமாதல் காரணமாக இந்த நான்கு வருண வேறுபாடுகளைத் தமிழர்களில் சிலரும் கடைப்பிடிக்க முற்பட்டார்கள்; பிராமணர்களைப் போல் பூணூல் அணிதல், சில குறிப்பிட்ட சடங்குகளை நிறைவேற்றுதல் என்று செயல்பட்டனர். சமூகத் தளங்களில் மேல்நிலைக்குச் செல்வதற்கு இவை இன்றியமையாத் தேவை என்பது அவர்களின் நம்பிக்கை.

சமஸ்கிருதம் புத்த, ஜைன மதங்களின் மொழியாக இருந்தது என்று இவர் கூறுகிறார். புத்தர் பாலி மொழியிலேயே பேசினார். புத்தருடைய மொழிகள் பாலி மொழியில்தான் எழுதப்பட்டன. பிற்காலத்தில் புத்த மதத்தின் புதிய பிரிவான மகாயான பௌத்த நூல்கள்தாம் சமஸ்கிருதத்தில் எழுதப்பட்டன.

ஈழத் தமிழர்கள் தங்கள் மொழியையும் மரபுகளையும் பேணுபவர்கள் என்பதற்கான ஒரு சான்றையும் காணவில்லை என்று இப்பேராசிரியர் சொல்வது சரியாகத் தோன்றவில்லை. ஈழத்தில் பொறியியல், மருத்துவம் போன்ற தொழிற்கல்வியும் தமிழிலேயே உள்ளது என்பதையும், ஆனால் தமிழ்நாட்டில் தமிழே கற்பிக்காத ஆங்கிலப் பள்ளிகள் ஆயிரக்கணக்கில் உள்ளன என்பதையும் பேராசிரியர் அறியார் போலும். மொழியைப் பொறுத்தும் அரசியலைப் பொறுத்தும் அவர்கள் இழந்துவிட்ட உரிமைகளைப் பெறுவதே ஈழத் தமிழர்களின் முதன்மையான, அவசரத் தேவையாக உள்ளது. இதற்காக அவர்கள் கடந்த அரை நூற்றாண்டாகப் போராடிக்கொண்டிருக்கின்றனர். இதனைக் கருத்தில் கொண்டே ஈழத் தமிழர்களின் மற்ற செயல்பாடுகளைக் கருதிப் பார்க்க வேண்டும்.

க.சி. அகமுடை நம்பி
மதுரை 20

காலச்சுவடு 74, பிப்ரவரி 2006

விவாதம்

தமிழும் ஈழத் தமிழரும்

2005, அக்டோபர் இதழ். அ. முத்துலிங்கம் – ஜார்ஜ் எல். ஹார்ட் சந்திப்பு சம்பந்தமானதே இக்கடிதம்.

முத்துலிங்கம் கேட்ட *26* கேள்விகளுக்கு ஜார்ஜ் ஹார்ட் அளித்த சில பதில்கள் சர்ச்சைக்கும் ஆய்வுக்கும் உரியவை. உதாரணமாக, கீழ்மட்டத்திலிருந்து பல புலவர்கள் வந்திருக்க முடியாது; சாதியமைப்பு முறை ஆரியர்களால் திணிக்கப்பட்டது என்றோ ஆரியர்கள் அமைப்பு என்றோ எண்ண இடமில்லை; சங்க இலக்கியம் வாய்மொழி இலக்கியமில்லை என்பவை. அவற்றை அறிஞர்களுக்கும் ஆய்வாளர்களுக்கும் விட்டுவிடுகிறேன்.

எனது ஆதங்கம் ஈழத் தமிழர்கள், அதுவும் கனடியத் தமிழர்கள் பற்றிய ஜார்ஜ் ஹார்ட்டின் அவதானம். யதார்த்தத்தைத் தெரியாத, அறியாமையின்பாற் பட்ட கருத்து அது. 'பல தசாப்தங்களாக லட்சக்கணக்கான ஈழத் தமிழர்கள் வாழ்கிறார்கள் . . . அவர்கள் தமிழ்ப் புலமைக்கு ஒன்றும் பெரிதாகச் செய்யவில்லை' என்பது அரைகுறை உண்மையே. ஈழத் தமிழர்கள் இரண்டு தசாப்தங்களுக்குள்ளாகவே இங்கு வாழ்கிறார்கள். அதுவும் அரசியல் தஞ்சம் புகுந்தவர்கள். ஆனால் புகுந்த இடத்தில் அவர்கள் அடிமட்டத்தில் *(grassroot level)* பல வேலைகளைச் செய்து தமிழை வளர்க்கிறார்கள் என்பது அவருக்குத் தெரியவில்லை.

ஆரம்பப் பாடசாலையிலிருந்து பல்கலைக்கழகம்வரை தமிழ் கற்பிக்கிறார்கள். அதில் அரசினரின் கல்விச் சபையினர், தமிழ் ஈழச் சங்கத்தினர், தனியார் அமைப்புகள் போன்றவை முக்கியமானவை. அங்கே மொத்தமாக *20,000* மாணவர்களுக்கு மேலாகத் தமிழைக் கற்கிறார்கள். நெல்லை மனோன்மணியம் சுந்தரனார் பல்கலைக்கழகத்துடன் இணைந்து பல்கலைக்கழகப் பட்டப் படிப்பைத் தமிழிலேயே கற்கிறார்கள். தரமானதோ தரமற்றதோ, ஏறக்குறைய பத்துத் தமிழ் வாரப் பத்திரிகைகள் வெளிவருகின்றன. சில சஞ்சிகைகள் வருகின்றன. தனித் தமிழ் வானொலிகள் மூன்று, காலையிலிருந்து இரவு வரை ஒலித்துக்கொண்டிருக்கின்றன. தொலைக்காட்சி நிலையங்கள் உள்ளன. தமிழ் சினிமாக் கொட்டகைகள் உள்ளன. நாடகங்கள் கிழமைதோறும் நடக்கின்றன. நாட்டிய நிகழ்ச்சிகள், சங்கீத நிகழ்வுகள் என்று எத்தனையோ நடைபெறுகின்றன. அவை அனைத்தும் தமிழ் வளர்க்கவில்லையா? ஒரு பல்கலைக்கழகத்தில் 'தமிழை ஸ்தாபிக்கத் தவறியதால் தமிழ்ப் பிள்ளைகளைக்

கலாச்சார அனாதைகள் ஆக்குகிறார்கள்' என்று சொல்கிறார். அதற்கான நடவடிக்கைகளையும் இங்குள்ள பல்கலைக்கழக மாணவர்கள் செய்துகொண்டுதான் இருக்கிறார்கள் என்பதை அவர் அறியவில்லை. அச் செய்திகளையும் அவர் அறியாமையை யும் செவ்வி எடுத்தவராவது அவருக்கு அறிவித்திருக்கலாம்.

ஈழத் தமிழர்கள் பற்றி அவர் சொல்லியிருக்கும் இன்னொரு கருத்தும் அவரது அறியாமையையே காட்டுகிறது. 'ஈழத் தமிழர்கள் தங்கள் மொழியையும் மரபுகளையும் பேணுபவர்கள் என்பதற்கான ஒரு சான்றையும் காணவில்லை. தமிழுக்குரிய முக்கியத்துவத்தையும் மரியாதையையும் பெறுவதற்கு என்ன செய்ய வேண்டும் என்பதையும் அவர்கள் உணரவில்லை' என்கிறார். உலகத்தில் என்ன நடக்கிறது, ஈழப் போராட்டம் ஏன் நடக்கின்றது, உலகிலுள்ள தலைநகரங்கள் அத்தனையிலும் யாரால் தமிழ் அறியப்பட்டுள்ளது என்பது அவருக்குத் தெரியவில்லை.

இந்தியா என்றால் இந்தி என்று மட்டுமே அறிந்த – தமிழ் என்றொரு செம்மொழி இந்தியாவில் இருக்கிறது என்பதை அறியாத உலகத்தவருக்கு, ஈழத் தமிழர்கள்தான் தங்கள் அரசியல், சமூக, பண்பாட்டு இயக்கங்களால் தமிழின் இருப்பை அறிவித்துக்கொண்டிருக்கின்றார்கள். வெளிநாட்டிலிருக்கும் தமிழகத் தமிழர்கள் தானுண்டு, தன் பெரிய உத்தியோகம் உண்டு, பணத்தை எப்படி உழைத்துச் சேமிப்பது என்பதிலே கண்ணும் கருத்துமாக இருந்தபோது, அவர்களில் சிலரது கண்களையாவது திறந்து இப்போது எழுதவைப்பதும் இயங்கவைப்பதும் ஈழத் தமிழர்கள் என்பதைப் பேராசிரியர் ஹார்ட் அறியவில்லை. சமகால நிகழ்வுகளை அவதானிக்காமல், பாரதியைப் பற்றியே கருத்துக் கூற இயலாத, பழந்தமிழை மட்டும் அறிந்த ஒரு பேராசிரியரிடம் அவற்றை எப்படி எதிர்பார்ப்பது?

ஆ. வெள்ளியம்பலம்
டொரான்டோ

***காலச்சுவடு* 74, பிப்ரவரி 2006**

29

தமிழும் ஜப்பானிய மொழியும்

சு.கி. ஜெயகரன்

சென்ற நூற்றாண்டில் திராவிட மொழிகளின் ஒப்பிலக்கணம் பற்றி எழுதிய ராபர்ட் கால்டுவெல் தமிழுக்கும் ஜப்பானிய மொழிக்கும் ஒற்றுமைகள் சில இருப்பதாகக் குறிப்பிட்டிருந்தார். ஜப்பானிய மொழியின் தோற்றம்பற்றி ஆய்வு மேற்கொண்டவர்கள், அம்மொழியைக் கிரேக்க, பாப்புவான், கொரிய, இந்தோனேஷிய மற்றும் வடக்கு ஜப்பானில் பேசப்பட்ட ஐனு ஆகிய மொழிகளுடன் ஒப்பிட்டு ஆராய்ந்தனர். எழுபதுகளில், ஆய்வாளர்கள் சிலரின் கவனம் திராவிட மொழிகளின்பால் திரும்பியது. ஜப்பானிய ஆய்வாளர்கள் சுசுமிஹியா, மினோருகோ, அக்ரா ஃப்யூஜிவாரா ஆகியோர் ஜப்பானிய மொழிக்கும் திராவிட மொழிகள் சிலவற்றுக்கும் உள்ள ஒற்றுமைகள் பற்றி எழுதினர். திராவிட மொழிகளில் தொன்மையான தமிழுக்கும், ஜப்பானிய மொழிக்கும் உள்ள ஒற்றுமைகள் பற்றிய தில்லி பல்கலைக்கழகத்தைச் சார்ந்த ஆய்வாளர் பாலாம்பாள் எழுதியது, ஜப்பானிய மொழி ஆய்வாளர் பேராசிரியர் சுசுமு ஓனோவின் கவனத்தை ஈர்க்க, அவர்தம் ஆய்வை வேறு கோணத்தில் நடத்த முற்பட்டார். (1983இல் கோயம்புத்தூர் தமிழ் சங்கம் 'தமிழ் சான்றோன்' என்று பட்டம் கொடுத்து கௌரவிக்கப்பட்ட சுசுமு, தோக்கியோ, கக்குசெயின் பல்கலைக்கழகத்தில் மொழித் துறையில் ஆய்வுப் பணி ஆற்றுகிறார்.) பண்டைய ஜப்பானிய மொழிக்கும், இன்று பேசப்படும் ஜப்பானிய மொழிக்கும் அதிக வித்தியாசமில்லை என்பதால், எட்டாம் நூற்றாண்டின் ஜப்பானிய மொழியுடன் தமிழை ஒப்பிட்டு ஆராயத் தொடங்கினார். இவர் தமிழ் அகராதியின் உதவியுடன், ஜப்பானிய மொழியில் ஒலி ஒற்றுமை, பொருள் ஒற்றுமை கொண்ட சுமார் முன்னூற்று ஐம்பது சொற்களைத் தொகுத்து வெளியிட்டார். "இந்த ஆரம்பகட்ட ஆய்வு தமிழுக்கும் ஜப்பானிய மொழிக்கும் உள்ள உறவை ஐயம் ஏதுமில்லாமல் நிரூபிக்கிறதா அல்லது இந்த ஒப்புமை

இதுவரை கண்டுபிடிக்கப்படாத (மொழி) இரவலால் ஏற்பட்டதா என்பதை இன்னும் தெளிவாகக் கூறவியலாது" என்ற கூற்றுடன் சுசுமு ஓனோ தன் பட்டியலைப் படைக்கிறார். (அந்நூலிலிருந்து தேர்ந்தெடுக்கப்பட்ட சொற்களின் பட்டியல் இப்படைப்பின் பின் பகுதியில்.) எழுபதுகளின் இறுதியில், யாழ்ப்பாணம் பல்கலைக்கழகம் தமிழ்துறையில் பணியாற்றும் பேராசிரியர் சண்முகதாஸ், அவரது துணைவி பேராசிரியை மனோன்மணி சண்முகதாஸ் இருவரும் (ஜப்பான் ஃபௌண்டேஷன் ஃபெலோஷிப் பெற்று) பேராசிரியர் ஓனோவுடன் இணைந்து ஆய்வுக்கு வலிமை கொடுக்கப் பல ஆய்வுக் கட்டுரைகள், நூல்கள் வெளியாகின. அவற்றில் முக்கியமானவை:

1. சுசுமோ ஓனோ – நிருஹாங்கோ தொ தமிருகோ

   (ஜப்பானிய மொழியும் தமிழும்) *(1980)*

2. சுசுமோ ஓனோ – *Sound Correspondence between Tamil and Japanese (1980).*

3. சுசுமோ ஓனோ, அ. சண்முகதாஸ், மனோன்மணி சண்முகதாஸ் – *World view and rituals among Japanese and Tamil (1985).*

4. அ. சண்முகதாஸ், மனோன்மணி சண்முகதாஸ் – *Cultural similarities between Japanese and Tamil - A view through their words.*

5. கமில் ஸ்வெலபில் – *Tamil and Japanese - Are they related? The hypothesis of Susu Ohno.*

   மேலும் இவர் தமிழ் ஜப்பானிய, ஒலி – பொருள் ஒற்றுமை மட்டுமல்லாமல் சில இலக்கண ஒப்புமைகளையும் கண்டறிந்தார்.

இனங்கண்ட இலக்கண ஒப்புமைகளாவது:

1. பெயர்ச்சொல், வேற்றுமை உருபுகளை ஏற்றாலும் தன்னிலை திரிபடையாது. தமிழ் இடைச்சொல் இன், ஒடு என்பவை ஜப்பானிய மொழி இடைச்சொற்களான நொ, தோ – உடன் ஒற்றுமை கொண்டது.

2. வாக்கியம் எழுவாய், பயனிலை என்ற ஒழுங்கமைப்பில் அமையும்.

3. பெயரெச்சம் பெயர்ச்சொல்லுக்கு முன்னே வரும்.

4. வினையெச்சம் வினைச்சொல்லுக்கு முன்னே வரும்.

5. செயப்படுபொருள் வினைச்சொல்லின் முன்னே வரும்.

6. தொடர்புப் பிரதி பெயர்ச் சொற்கள் இல்லை.

7. துணைவினை, வினையின் பின்னால் இணைந்த சொல்லாக வரும்.

8. துணைவினை ஆக்கப்படும் ஒழுங்கு இரு மொழிகளிலும் ஒன்றாக உள்ளது.

9. இடைச்சொற்கள் பெயர், வினைச் சொற்களின் பின்னால் தொடர்வன.

10. வினா வாக்கியத்தில் சொல்லிறுதியில் வினா விடைச் சொல் சேர்வது.

இப்படிப்பட்ட பல இலக்கண ஒப்புமைகளை விரிவாகச் சொல்வது 'தமிழ் மொழியிலும் ஜப்பானிய மொழியிலும் இலக்கண ஒப்புமை' எனும் நூல். சண்முகம் தம்பதியினரால் தமிழ்ப்படுத்தப்பட்ட இந்நூல் பேராசிரியர் சுசுமு ஒனோவின் *Nihongo Izen* என்ற நூலின் ஒரு அத்தியாயத்தைத் தழுவியது.

ஜப்பான் தமிழ்கூறும் நல்லுலகம் இரண்டிற்கும் உள்ள மொழி ஒற்றுமை பற்றி ஆராய முற்பட்ட இக்குழுவின் கவனத்திற்குச் சில சுவாரசியமான கலாச்சார ஒற்றுமைகள் வந்தன. உதாரணமாக, மறுமை பற்றிய நம்பிக்கை, புது வருடம், திருமணம், மரணம் ஆகிய நிகழ்வுகளின் தொடர்பான சடங்குகள், சம்பிரதாயங்கள் மற்றும் நம்பிக்கை ஆகியவற்றில் உள்ள ஒப்புமை கண்டது இக்குழு. சங்ககாலம் தொட்டுத் தமிழர் நம்பும் (புறநானூறு, ஐங்குறுநூறு மூலம் அறியவரும்) மூன்றடுக்கு உலகங்கள் ஜப்பானிய சம்பிரதாயத்திலும் உள்ளன.

	ஜப்பானியர்	**தமிழர்**
1.	எட்டுநாட்கள் துக்கம் கொண்டாடுதல். ஒப்பாரி வைக்க ஆள் அமர்த்துவது	எட்டு நாட்கள் துக்கம் கொண்டாடுவது. ஒப்பாரி வைப்பவர் வருவது.
2.	கீழ் உலகு சென்ற 'இசனாக்' எனும் கடவுளை எட்டு சூனியக்கிழவிகள் துரத்திய தாக ஐதீகம். இவர்களைத் திசை திருப்ப இசனாக் உணவை எறிந்தாராம்.	சூனியக்கார ஆவிகள் இறந்தவரை நெருங்குவதாக நம்பிக்கை. பிரிந்த ஆவியை அவர்கள் பற்றாமல் இருக்க விருந்திட்டு உணவு படைக்கப்படல்.

3. கீழ் உலகை விட்டு மறு படியும் மண்ணுக்கு வந்த இசனாக், கீழ் உலகுக்கும் இவ்வுலகுக்கும் உள்ள வாயிலை ஒரு கல்லை வைத்து அடித்தாராம்.	கடல் அல்லது ஆற்றங் கரையில் உணவு படைத்த பின் இறந்தவரின் உறவினர் ஒருவர் நீருக்குள் சென்று கல் ஒன்றை அடி மட்டத்தில் போடுகின்றார்.
4. இசனாக் கீழ் உலகு சென்று வந்ததால் தன்னை மூன்று முறை குளித்துத் தூய்மைப் படுத்திக்கொண்டாராம்.	இறந்தவரின் தீட்டுப்பட்ட தால் மூன்று முறை முக் குளித்துத் தூய்மைப்படுத்திக் கொள்வது

ஜனவரி மாதத்தின் மத்தியில் ஜப்பானியர் அடுத்தடுத்துக் கொண்டாடும் ‘டொன்டோயோக்’ மற்றும் ‘கோஷோகாட்சு’ திருவிழாக்களுக்கும் தமிழகம் மற்றும் இலங்கையில் தமிழர் கொண்டாடும் பொங்கல் திருவிழாச் சடங்குகளுக்கும் உள்ள ஒற்றுமைபற்றிச் சண்முகம் தம்பதியினர் விரிவாகத் தம் ஆய்வுக் கட்டுரையில் காட்டினர். இதன் சாரம்:

ஜப்பான்	**தமிழகம் / இலங்கை**
ஜன. 14	
ஸெடான்டோயோக்கி	பொங்கல்
1. பழையன கழிதல்	பழையன கழிதல்
2. பழைய தொழுவத்தை எரித்த பின் புதிய தொழுவம் வேய்வது	பழைய தொழுவம் புதுப்பிக்கப்படல்
3. பட்டாசு வெடிப்பு	பட்டாசு வெடிப்பு
ஜன. 15	
கோஷோகாட்சு	
4. அலங்காரத் தோரணங்கள் கட்டுதல்	அலங்காரத் தோரணங்கள் கட்டுதல்
5. வருடத்தில் முதலாக நல்ல நீர் இறைத்தல்	காலையில் நல்ல நீர் இறைத்தல்
6. வேகவைத்த குருணை அரியுணவுடன் அவரைக்கறி செய்து பறிமாறல்.	கைக்குத்தல் அரிசிப் பொங்கல். அவரைக் கறி பறிமாறுதல்

7. 'ஹோங்காரா' 'ஹோங்காரா' என்று கூவி வீட்டை வலம் வருதல்	'பொங்கலோ பொங்கல்' என்று கூவுதல்
8. காகத்திற்கு உணவு. கொடுப்பது படைப்பது	காகத்திற்கு உணவு கொடுப்பது
9. பணியாளர்களுக்கு விடுமுறை	தொடரும் கொண்டாட்டம். விடுமுறை
10. அவர்களுக்குப் புத்தாடை வழங்கல்	புத்தாடை மற்றும் பரிசுகள் வழங்கல்
11. வம்சாவழி வீட்டில் கூடுவது, உறவினர் கூடுதல், சமாதிக்குச் செல்வது	வம்சாவழி வீட்டில் இறந்துபட்ட முன்னோர் களுக்குப் படையல்
12. குதிரை மற்றும் மாடுகளுக்குத் தீவனம் போடுதல்	மாடுகளைக் குளிப்பாட்டி வர்ணத் திலகமிட்டுத் தீவனம் போடுதல்
13. கூத்து, பாட்டு, ஆட்டம், விளையாட்டு	கேளிக்கை, ஜல்லிக்கட்டு, மற்றும் இதர வீர விளை யாட்டுகள்
14. பட்டம் விடுதல்	பட்டம் விடுதல்

ஜப்பானிய மொழியில் தமிழ்ச் சொற்களுடன் ஒலி ஒற்றுமை, பொருள் ஒற்றுமை கொண்ட சொற்கள் சிலவற்றின் பட்டியல்:

தமிழ்	**ஜப்பானிய மொழி**
அகம் – விவசாய நிலம்	அகா – நெல் விளையுமிடம்
அகல் – செல்லுதல்	அகறு – பிரிந்துபோதல்
அதிர்	அதிர் – புரளுதல்
அமளி	அமறு
அரி – அரிசி	அன – அரிசி மாவு
அம்மா	அம்மா, ஆமா
அய்யா – தந்தை	அயா
ஐயம்	ஐயசி – ஐயத்திற்குரிய
இறு – வடிகட்டு	இறு
உறங்கு	உறகு
எய் – (அம்பை) எய்	எய்
எரி – தீயிடு	இரு – தீ

கமர் – மணம் வீசுவது	கமறி
காயல்	காயா – சிறிய வளைகுடா
கொட்டு – இடி	கட்டு
சாயம்	சாயா
சப்பு	சஃபு
தட்டு – தடை	தட்டு
தவறு	தஃபறு
தாவு	தாபு
தூவு	தோவு
தூய – புனிதமான	தூய – பிரகாசமான
தும்பி	தொம்போ
திமிர் – உணர்வற்றுப் போதல் (திமிர்வாதம்)	சிமிணு – குளிரால் மரத்துப் போதல்
மந்தி – பெண் குரங்கு	மசி – குரங்கு
நாற்று	நாரு
நீங்கு	நிகு
பச்சை	ஃபசை – முதிர்ந்த நெல்
பாம்பு	ஃபாபு
பிசை	ஃபிசிகு
புகை	ஃபொகெ
மடம்	மட்டை
மண்	மண
மதி – நிலவு	மோதி – முழுநிலவு
முகப்பு	முகாஃபு
முலை	முனெ
வகு – பிரிப்பது	வகு
வரி	வரி
குழம்பு	குருஃபு
குமி	கொமு
கொட்டு	கட்டு

காலச்சுவடு 19, அக்டோபர் - டிசம்பர் 1997